महाराष्ट्रातील सर्व विद्यापीठांच्या बी.एड., एम.एड.
तसेच विद्यापीठ अनुदान आयोगाच्या सेट/नेट परीक्षांसाठी अत्यंत
उपयुक्त संदर्भ ग्रंथ !

प्रगत शैक्षणिक मानसशास्त्र

विकास व अध्ययन

लेखक

प्रा. डॉ. संजीव सोनवणे
विभाग प्रमुख, शिक्षणशास्त्र,
सावित्रीबाई फुले पुणे विद्यापीठ, पुणे

प्रा. डॉ. शोभा कागदे
प्राचार्या, अध्यापक महाविद्यालय,
अरण्येश्वर, पुणे.

प्रा. सौ. गौरी खैरे
स्व. रामभाऊ म्हाळगी विद्यालय,
पुणे.

NIRALI PRAKASHAN
ADVANCEMENT OF KNOWLEDGE

N1086

प्रगत शैक्षणिक मानशास्त्र : विकास व अध्ययन **ISBN 978-93-5164-521-4**

प्रथम आवृत्ती : मार्च २०१५

प्रकाशक

निराली प्रकाशन

अभ्युदय प्रगती, १३१२, शिवाजीनगर,
जंगली महाराज रोड, पुणे ४११ ००५.
फोन : (०२०) २५५१ २३३६/३७/३९
फॅक्स : (०२०) २५५१ १३७९.
Email : niralipune@pragationline.com

पुस्तक मिळण्याचे ठिकाण

प्रगती बुक सेंटर : पुणे : Email : pbcpune@pragationline.com

- १५७, बुधवार पेठ, रतन टॉकिजसमोर, **पुणे** २. ☎ (०२०) २४४५ ८८८७/६६०२ २७०७
- ६७६/ब, बुधवार पेठ, जोगेश्वरी मंदिरासमोर, **पुणे** २. ☎ (०२०) ६६०१ ७७८४.
- २८/अ, बुधवार पेठ, अंबर चेंबर, अप्पा बळवंत चौक, **पुणे** २. ☎ (०२०) ६६२८ १६६९

पी.बी.सी. बुक सेलर्स ॲण्ड स्टेशनर्स

- १५२, बुधवार पेठ, जोगेश्वरी मंदिराशेजारी, **पुणे** २. ☎ (०२०) ६६०९ २४६३/२४४५ २२५४

प्रगती बुक कॉर्नर : मुंबई :

- इंदिरा निवास, शारदाश्रम हायस्कूलजवळ, १११/अ, भवानी शंकर रोड, दादर (पश्चिम), **मुंबई** २८. ☎ (०२२) २४२२३५२६/६६६२५२५४

प्रमुख वितरक केंद्रे

निराली प्रकाशन : पुणे :

- ११९, बुधवार पेठ, जोगेश्वरी मंदिर मार्ग, **पुणे ४११ ००२.** Email : niralilocal@pragationline.com
  ☎ (०२०) २४४५ २०४४, ६६०२ २७०८. **फॅक्स** : (०२०) २४४५ १५३८.

निराली प्रकाशन : पुणे धायरी

- सर्वे नं. २८/२७ धायरी-कात्रज रोड, पारी कंपनीजवळ, **पुणे ४११ ०४१.**
  ☎ (०२०) २४६९ ०२०४ **फॅक्स** : (०२०) २४६९ ०३१६.
  Email : bookorder@pragationline.com

मुंबई

- ३८५, एस.व्ही.पी. मार्ग, रसधारा को. ऑप. हाउसिंग सोसायटी लि., गिरगाव, **मुंबई** - ४०० ००४. ☎ (०२२) २३८५ ६३३९/२३८६ ९९७६
  फॅक्स : (०२२) २३८६ ९९७६. Email : niralimumbai@pragationline.com

वितरण शाखा

निराली प्रकाशन :

- ३४, व्ही. व्ही. गोलानी मार्केट, नवी पेठ, **जळगाव** - ४२५ ००१.
  ☎ (०२५७) २२२ ०३९५. **मो.** ९४२३४९१८६०

इतर शाखा : बंगळुरू, चेन्नई, हैदराबाद.

---

info@pragationline.com • www.pragationline.com

To Order * Email : bookorder@pragationline.com Fax : (020) 2445 1538

सावित्रीबाई फुले पुणे विद्यापीठ
गणेशखिंड, पुणे-४११००७.
Savitribai Phule Pune University
Ganeshkhind, Pune-411007.

डॉ. वासुदेव गाडे
कुलगुरू

Dr. Wasudeo Gade
Vice-Chancellor

दूरध्वनी : (कार्यालय) ०२०-२५६९३८६८
Telephone : 020-25693868
Fax : 020-25693233
E-mail : puvc@unipune.ac.in

दि. २८ फेब्रुवारी २०१५

प्रास्ताविक

आज एकविसाव्या शतकामध्ये ज्ञानाचा परीघ प्रचंड विस्तारला आहे. समाजामध्ये अनेक स्थित्यंतरे घडत असताना बदलत्या काळाशी विद्यार्थ्यांचे समायोजन घडविण्याची फार मोठी जबाबदारी शिक्षकांवर आलेली आहे. अध्यापन शास्त्रातील बदलत्या परिस्थितीला सामोरे जाण्यासाठी कालानुसार अभ्यासक्रमात झालेल्या बदलांशी सुसंगत अशा आशयाला धरून **'प्रगत शैक्षणिक मानसशास्त्र : विकास व अध्ययन'** हे पुस्तक निर्मिले गेले आहे. प्रा. डॉ. संजीव सोनवणे, अधिष्ठाता, सावित्रीबाई फुले पुणे विद्यापीठ, पुणे; डॉ. सौ. शोभा कागदे, प्राचार्य, अध्यापक महाविद्यालय, अरण्येश्वर, पुणे तसेच सौ. गौरी खैरे, पुणे यांनी मिळून लिहिलेले हे पुस्तक मानसशास्त्राची शिक्षक प्रशिक्षणातील उपयुक्तता सिद्ध करते. या पुस्तकातील आशय शैक्षणिक मानसशास्त्राच्या पदविका, पदवी, पदव्युत्तर अभ्यासक्रमासाठी उपयुक्त आहे.

आशयाची मुद्देसूद मांडणी व त्यांचे शैक्षणिक महत्त्व हे या पुस्तकाचे वैशिष्ट्य आहे. भाषा अतिशय साधी व समजण्यास सोपी आहे. पारिभाषिक संज्ञांचा समावेश करून तांत्रिक भाषेचे स्पष्टीकरण चांगल्या व परिणामकारक शब्दांत केलेले आहे. सदर पुस्तकामध्ये प्रत्यक्ष उपयोजनांवर भर देण्यात आलेला आहे. शिक्षक व प्रशिक्षणाच्या अभ्यासक्रमातील घटकांव्यतिरिक्तही अनेक घटक यामध्ये सादर केले आहेत. जसे की, सामाजिक मानसशास्त्र, वर्ग पर्यावरण, अध्ययनशैली इत्यादी. शिक्षणाविषयी व विद्यार्थ्यांविषयी आपुलकी असणाऱ्या तसेच वर्गअध्यापन अधिक शास्त्रशुद्ध, सुसंगत व समृद्ध करू इच्छिणाऱ्या सर्व अध्यापकांना तसेच विद्यार्थ्यांना हे पुस्तक मार्गदर्शक ठरेल असे वाटते. शिक्षणशास्त्र विद्याशाखेतील शैक्षणिक मानसशास्त्राच्या या पुस्तकाने अध्ययन-अध्यापनातील वाङ्मय समृद्ध करण्याचा लेखकांचा हा प्रयत्न स्वागतार्ह आहे. त्यांनी आपली वाटचाल अशाच प्रकारे पुढे न्यावी यासाठी त्यांना शुभेच्छा !

डॉ.वासुदेव गाडे

लेखकांचे मनोगत ....

आपल्या आजूबाजूला असणारी हिरवीगार झाडे, रंगीबेरंगी फुले, नाले-ओढे, नद्या, पक्षी, प्राणी अशा अनेक गोष्टी मनाला मोह घालत असतात. कितीतरी गोष्टी आपल्या आसपास घडत असतात. आपण मात्र शाळेच्या क्रमिक अभ्यासक्रमाची झापडं डोळ्यांवर चढवून चाकोरीबद्ध जीवन जगत असतो. त्यातून आपले अनुभवविश्व खुजे राहते. शिक्षक म्हणून याचा आपण विचार करायला पाहिजे असे आम्हाला वाटते, मग ते शिक्षक प्राथमिक असो, महाविद्यालयीन असो वा अन्य कोणत्याही शाखेचे असोत.

दोन्ही पाय धडधाकट असताना आपण आपल्या विद्यार्थ्यांना कुबड्या घेऊन चालायला शिकवायचे का ? निव्वळ परीक्षेतील गुणांच्या मागे लागून स्वतःचा सर्वांगीण विकास नाकारणाऱ्या आंधळ्या शर्यतीतील स्पर्धक म्हणून विद्यार्थी तयार करायचे का ? याचा विचार करण्याची वेळ आता शिक्षकांवर आली आहे. 'मला काय त्याचे' असे म्हणणे किंवा 'निव्वळ बघ्याची भूमिका घेणे' ही विचारप्रवृत्ती शिक्षकांनी बदलली पाहिजे.

त्यासाठी विद्यार्थ्यांना विविध उपक्रमांमध्ये सहभागी होण्यासाठी प्रोत्साहन द्यायला हवे, जबाबदारी घेण्यासाठी मुलांना तयार करायला हवे, त्यांच्या धडपडण्याच्या वृत्तीला दाद द्यायला हवी, चांगल्या गोष्टींसाठीचा त्यांचा हट्ट पुरवायला हवा. क्वचितप्रसंगी बंडखोरी मान्य करायला हवी. अशा प्रकारे लहानपणापासून छोट्या-छोट्या गोष्टींतून मुलांची मनोवृत्ती तयार होत असते. अन् पुढे मोठ-मोठी कामे करताना व गुणवत्तेचा आग्रह धरताना या छोट्या गोष्टींचा उपयोग होतो.

या दृष्टिकोनातून मानसशास्त्राचा अभ्यास फार महत्त्वाचा ठरतो. यातूनच शिक्षक, विद्यार्थी, पालक या सर्वांनाच उपयुक्त ठरेल असे पुस्तक लिहिण्याचा संकल्प सोडला आणि सांगण्यास आनंद वाटतो की, तो पूर्णत्वासही गेला. सावित्रीबाई फुले पुणे विद्यापीठाच्या बी. एड., एम. एड. स्तरावरील नवीन सक्षम अभ्यासक्रम कार्यरत झाला आहे. **'प्रगत शैक्षणिक मानसशास्त्र : विकास व अध्ययन'** या पुस्तकामध्ये हा नवीन अभ्यासक्रम पूर्णपणे घेतलेला आहेच त्याचप्रमाणे महाराष्ट्रातील सर्व विद्यापीठांचा (बी. एड. व एम. एड.)अभ्यासक्रमही समाविष्ट करण्याचा प्रयत्न केला आहे.

हे पुस्तक योग्य सामाजिक मनोधारणा तयार करेल तसेच अभ्यासक्रम आणि आपल्या सामाजिक गरजा व आकांक्षा यांची योग्य सांगड घालेल असा आमचा पूर्ण विश्वास आहे.

अजून माझी उत्सुक ओंजळ

अजून ताजी फुले

या भावनेतून या पुस्तकातील भाषा, उदाहरणे आणि आशय इत्यादींबाबत काही सूचना केल्यास त्यांचा विचार करण्यात येईल व पुढील आवृत्तीमध्ये त्याप्रमाणे बदल करण्यात येईल.

या पुस्तकाच्या निर्मितीत ज्यांचे प्रत्यक्ष व अप्रत्यक्ष साहाय्य झाले त्या सर्वांचेच आम्ही ऋणी आहोत.

सर्वप्रथम सावित्रीबाई फुले पुणे विद्यापीठाचे कुलगुरु डॉ. वासुदेव गाडे यांनी लिहिलेल्या प्रस्तावनेबद्धल आम्ही नम्रपणे कृतज्ञता व्यक्त करतो.

तसेच निराली प्रकाशनचे सर्वेसर्वा श्री. दिनेशभाई फुरिया आणि श्री. जिग्नेशभाई फुरिया यांनी आमची पुस्तक प्रकाशनाची विनंती मान्य केली त्याबद्धल आम्ही त्यांचे मनःपूर्वक ऋणी आहोत. तसेच निराली प्रकाशनाच्या कार्यक्षम कार्यकारी संघाने अतिशय उत्कृष्ट काम केल्याबद्धल या सर्वांचे सस्नेह आभार !

विद्यार्थी व प्राध्यापक सर्वांना हे पुसतक स्वतःच्या संग्रही असावे असे वाटेल, असा विश्वास वाटतो.

दि. २१ मार्च, २०१५ **– लेखकवृंद**

(जागतिक वनदिन)

(गुढीपाडवा)

अनुक्रमणिका

(क्रमशः)

(क्रमशः)

(क्रमशः)

(क्रमशः)

७७७

(क्रमश:)

1

शैक्षणिक मानसशास्त्राचे स्वरूप, व्याप्ती व पद्धती

Introduction to Psychological Basis of Education

1.1 मानसशास्त्र - एक शास्त्रीय पद्धत

1.2 मानसशास्त्रीय अभ्यास पद्धती

1.2.1 आत्मनिरीक्षण पद्धती

1.2.2 निरीक्षण पद्धती

1.2.3 सर्वेक्षण पद्धती

1.2.4 जीवनवृत्तांत पद्धती

1.2.5 प्रायोगिक पद्धती

1.2.6 मुलाखत पद्धती

1.3 मानसशास्त्रीय मूलभूत संप्रदाय

1.3.1 रचनावाद

1.3.2 वर्तनवाद

1.3.3 साहचर्यवाद

1.3.4 समष्टीवाद/साकल्यवाद

1.3.5 मनोविश्लेषणवाद

1.3.6 मानवतावाद

1.3.7 बोधात्मवाद

1.4 मानव एक जैव - मानसशास्त्रीय जीव संकल्पना

1.5 नससंस्था व जैविक घटक यांचे मानसशास्त्रीय महत्त्व

शिक्षणशास्त्राच्या काही प्राध्यापकांनी एका झोपडपट्टीतील कुमार वयातील 100 मुलांची पाहणी केली. पाहणी केल्यानंतर त्यांना असे आढळून आले की पुढे या मुलांचे भवितव्य अतिशय अवघड आहे. ही पाहणी झाल्यानंतर पुढे दहा वर्षांनी दुसऱ्या प्राध्यापकांनी या पाहणीची चाचणी केली आणि त्या 100 मुलांचे पुढे काय झाले याचा मागोवा घेतला. 100 पैकी 80 मुलांनी खरोखरच नेत्रोद्दीपक कामगिरी केली होती. काही मुले डॉक्टर, वकील, उद्योजक, इंजिनिअर बनले होते. मुलांची ही प्रगती पाहून प्राध्यापक तर आश्चर्यचकित झाले. त्यांनी या सर्व मुलांना प्रत्यक्ष भेटून त्यांच्या यशाची कहाणी ऐकली. सर्व मुलांनी एकच उत्तर दिले की, हे सर्व त्यांच्या एका शिक्षिकेमुळे घडले. त्या शिक्षिकाही प्रत्यक्ष तेथेच भेटल्या. त्यांना याविषयी विचारले गेले की, तुम्ही या मुलांचे आयुष्य कसे बदलले ? तर त्यांनी सांगितले की, मी या मुलांवर खूप खूप प्रेम केले.

वरील गोष्ट वाचल्यावर, तुम्हाला तुमचे आवडते शिक्षक आठवले का ? ते शिक्षक तुम्हाला कोणत्या कारणामुळे आवडले ? हे पुस्तक तुम्हाला तुमच्या शिक्षकांविषयी, अध्यापनाविषयी, अध्ययनाविषयी, शाळेविषयी, विद्यार्थ्यांविषयी कदाचित स्वत:विषयी जास्तीत जास्त उत्तर देणार आहे.

शैक्षणिक मानसशास्त्र म्हणजे काय आणि आपल्याला त्याचा अभ्यास करणे का गरजेचे आहे ? पालक, शिक्षक, समाजातील इतरही घटक या सर्वांना शैक्षणिक मानसशास्त्र माहीत असणे का गरजेचे आहे ? या सर्वांची उत्तरे आपल्याला पुढील घटकात मिळतील. हा घटक वाचून संपल्यावर तुम्ही खालील प्रश्नांची उत्तरे देऊ शकाल.

- चांगले अध्यापन म्हणजे काय ?
- मी शैक्षणिक मानसशास्त्राचा अभ्यास का करायचा ?
- मानसशास्त्रीय अभ्यासपद्धतींची शिक्षणातील भूमिका काय आहे ?
- शैक्षणिक मानसशास्त्रातील मूलभूत संप्रदाय कोणत्या प्रकारच्या समस्या सोडविण्यासाठी मदत करतील ?
- मानव एक जैव - मानसशास्त्रीय संकल्पना म्हणजे काय ?
- मानवी मेंदू कसा विचार करतो ?

1.1 मानसशास्त्र - एक शास्त्रीय पद्धत

(Psycology - Scientific Method)

शिक्षण म्हणजे - तुम्हाला आधीच ज्ञान असलेल्या गोष्टींचा शोध घेणे.

कार्य करणे म्हणजे - तुम्हाला माहीत असलेल्या गोष्टी प्रदर्शित करणे.

शिकविणे म्हणजे - तुमच्या इतकेच दुसऱ्यांनाही तेवढं ज्ञान आहे याची त्यांना जाणीव करून देणे.

म्हणजेच थोडक्यात - तुम्ही सगळे विद्यार्थी, कार्य करणारे व शिक्षक या तिन्हींचा सुरेख संगम आहात.

- रिचर्ड बाख

मानसशास्त्र म्हणजे मानवी वर्तनाचे व नातेसंबंधाचे शास्त्र. व्यक्तीच्या वर्तनामध्ये फक्त बाह्य वर्तनाचे निरीक्षण नसून त्याच्या मनाच्या अवस्था व त्याच्यावर परिणाम करणारी परिस्थिती यांचासुद्धा यामध्ये समावेश असतो.

'मानसशास्त्र' अध्ययनाशी संबंधित व्यक्तीची वाढ व विकास कसा होतो हे सांगते तर शिक्षण हे 'अध्ययन' म्हणजे काय ते सांगते. 'शैक्षणिक मानसशास्त्र' हे अध्ययन का व केव्हा करायचे ते सांगते. 'मानसशास्त्र' मानवी कृतीतील सारखेपणा व फरक यातील कारणे शोधून काढण्यास उत्सुक असते.

शिक्षकाने अध्ययन करताना मानसशास्त्रातील काही गोष्टी गृहीत धरल्या पाहिजेत. त्या गोष्टी पुढीलप्रमाणे

(1) मानवी वर्तन हे नैसर्गिक, गतिमान व वैविध्यपूर्ण असते.

(2) विकासाच्या प्रत्येक अवस्थेमध्ये व्यक्तीच्या कृतीवर तिच्या भोवतालचे लोक, वस्तू, परिस्थिती यांचा प्रभाव असतो आणि ही कृती त्या व्यक्तीची इच्छा, गरज, मागणी पूर्ण करते.

(3) विकासाच्या प्रक्रियेत व्यक्तीची संवेदनशीलता, वाढीची गरज आणि शिकणाऱ्याची अध्ययन क्षमता यावर अध्यापनाची यशस्वीता अवलंबून असते.

अध्यापन करताना शिक्षकाला काही गोष्टी नक्की माहिती पाहिजे. त्या पुढीलप्रमाणे

(1) प्रत्येक मुलाच्या गरजा आणि विकासाच्या शक्यता.

(2) मुलाने केलेले व्यक्तिगत आणि सामाजिक समायोजन

(3) अध्ययन-अध्यापन प्रक्रियेतील मानसशास्त्रीय घटक

(4) विषयांचे पूर्ण ज्ञान

मानसशास्त्रज्ञ व शिक्षणतज्ज्ञ हे जाणून आहेत की औपचारिक शिक्षण घेताना मानसशास्त्रीय तत्त्वांचा उपयोग व्यक्तीच्या ठिकाणी क्षमता आणि आवड निर्माण करून व्यक्तीला आयुष्य यशस्वी होण्यासाठी होतो. मानसशास्त्रीय दृष्टिकोनातून शिक्षण म्हणजे योग्य 'वर्तन बदल' आणि 'प्रक्रिया' होय. व्यक्तीला समाजात जगण्यासाठी लागणाऱ्या सर्व कृती आणि बांधिलकी एका पिढीकडून दुसऱ्या पिढीकडे संक्रमित होत असतात. यालाच 'शिक्षण प्रक्रिया' असे म्हणतात. ही प्रक्रिया एका पिढीच्या अनुभवावरून पुढची पिढी अधिक समृद्ध जीवन जगण्यासाठी चालू असते. शैक्षणिक प्रक्रियेत व्यक्ती जो विचार करते, तो मान्य करून त्यानुसार कृती करते. समूहाच्या आणि व्यक्तीच्या गरजा जेव्हा विचार आणि वर्तन भागविते तेव्हाच योग्य शैक्षणिक प्रक्रिया झाली असे म्हणता येईल. शिक्षण ही अशी व्यक्तिगत आणि सामाजिक प्रक्रिया आहे ज्यातून व्यक्ती स्वत:चा विकास आणि सामाजिक स्थिती उंचावत असते. अध्ययन-अध्यापन प्रक्रियेत व्यक्तीला दिलेल्या विविध अनुभवांमुळे व्यक्तीमध्ये जे बदल घडून येतात ते शिक्षणाचे फलित होय. शैक्षणिक ध्येये ही व्यक्तीच्या सामाजिक गरजा, क्षमता आणि महत्त्वाकांक्षा यानुसार बदलत असतात.

शिक्षकांनी मानसशास्त्राचा अभ्यास करणे जरूरीचे आहे. त्याची कारणे पुढील प्रमाणे -

(1) प्रत्येक विद्यार्थ्यांची वाढ व विकास वेगवेगळा असतो.

(2) कोणतीही गोष्ट शिकण्यासाठी लागणारा शारीरिक व मानसिक तयारीचा काळ प्रत्येक विद्यार्थ्याचा वेगळा असतो.

(3) प्रत्येक विद्यार्थ्याची क्षमता, अनुभव, परिस्थिती ही वेगवेगळी असते.

यामुळे अध्ययन-अध्यापन प्रक्रियेत, शैक्षणिक ध्येय तयार करताना, शालेय अभ्यासक्रम तयार करताना 'शैक्षणिक मानसशास्त्र' ही मानसशास्त्रीय शाखा म्हणून अतिशय प्रभावपूर्ण ठरते.

चांगले अध्यापन म्हणजे काय ?

चांगले अध्यापन हे फक्त वर्गातच होत नाही, तर घरी व समाजातही आपण शिकतच असतो. चांगला शिक्षक विषयज्ञानावर प्रभुत्व, योग्य अध्यापन पद्धती वापरणारा, योग्य वर्तन करणारा, विद्यार्थ्यांना प्रोत्साहन देणारा, विविध उपक्रम राबविणारा असे आणि आणखी बरेच गुण असणारा असतो.

हे सर्व गुण चांगल्या शिक्षकात जरी असले तरी त्याला रोजचे वर्ग व्यवस्थापन साध्या, सोप्या पद्धतीने जमले पाहिजे; परंतु जेव्हा एखादा बदल अपेक्षित असतो तेव्हा त्याने चाकोरीच्या बाहेर जावून असा बदल घडवून आणणे अपेक्षित आहे. शिक्षणात नवीन नवीन समस्या निर्माण होत आहेत जुने मार्ग अशा समस्या सोडविण्यासाठी उपयोगी पडत नाहीत. त्यामुळे काहीतरी वेगळे करण्याची उर्मी शिक्षकात असली पाहिजे.

तुम्हाला जर वाटत असेल की हे सर्व फक्त 'आदर्श शिक्षका'साठी आहे. तर तसे नसून या पुस्तकातील सर्व गोष्टी हे पुस्तक वाचणाऱ्या सर्व शिक्षकांसाठी आहेत. त्याचप्रमाणे विद्यार्थ्यांच्या आयुष्यातील शिक्षकाचे महत्त्व सांगणाऱ्या गोष्टी या पुस्तकात आहेत. कोठारी कमिशनने सांगितले आहे की, देशाचे भवितव्य वर्गाच्या खोल्या खोल्यातून घडत असते. या वाक्याचा अन्वयार्थ सांगणाऱ्या अध्ययन-अध्यापनातील विविध उपपत्ती, कारणे, महत्त्व या पुस्तकात आहे. आज समाजातील अस्वस्थता कमी करण्यासाठी यातील काही घटकांचा वापर कसा करता येईल याचा विचार तुम्ही जरूर करा.

भावी शिक्षक तयार करणाऱ्या प्रत्येक व्याख्यात्यांनी स्वत:च्या विद्यार्थ्यांना हे सांगणे गरजेचे आहे की त्यांनी ''शैक्षणिक मानसशास्त्राचा व्यक्तिगत विचार करा.'' म्हणजेच यातील कल्पना स्वत:ला विद्यार्थी समजून वापरून पाहा. जर तुम्ही या पुस्तकातील अध्ययनाच्या उपपत्ती, प्रेरणा, अभिरुची व विचारप्रक्रियेचा अभ्यास करून चांगले विद्यार्थी झालात तर तुम्ही नक्कीच चांगले शिक्षक होऊ शकाल. शिक्षक हे व्यावसायिक विद्यार्थी असतात आणि विद्यार्थी हे अकुशल विद्यार्थी असतात. शिक्षकाचा सकारात्मक दृष्टिकोन विद्यार्थ्यांचा पर्यायाने समाजाचा विकास घडवून आणत असतो.

1.2 मानसशास्त्रीय अभ्यासपद्धती

(Psychological Study Methods)

मानसशास्त्रीय अभ्यासपद्धती - व्यक्तीच्या वर्तणुकीचा व मनाचा शास्त्रीयदृष्टीने निरीक्षण व संशोधन करण्यासाठी अभ्यासपद्धती शोधून काढल्या आहेत. प्रत्येक अभ्यासपद्धती अनेक संशोधनांच्या निष्कर्षांवरून ठरविल्या गेल्या आहेत. जेव्हा संशोधनाची अनेक संभाव्य उत्तरे खरी ठरतात तेव्हा ती पद्धत महत्त्वाची म्हणून मान्य केली जाते.

पुढील काही महत्त्वाच्या अभ्यासपद्धती आपल्याला शिक्षणशास्त्रामध्ये मुलांच्या वर्तणुकीचा अभ्यास करताना उपयुक्त ठरू शकतात.

1.2.1 आत्मनिरीक्षण पद्धती (Introspection Method)

'आत्मनिरीक्षणा'ला इंग्रजीत 'Introspection' म्हणतात. 'Intro' शब्दाचा अर्थ आहे 'आत' आणि 'Spectro' चा अर्थ आहे 'मी पाहतो.' 'I see within' म्हणजेच स्वत:च अंतर्मुख होऊन स्वत:च्या अनुभवाचे निरीक्षण करण्याच्या पद्धतीला 'आत्मनिरीक्षण' असे म्हणतात. 'आत्मनिरीक्षण' म्हणजे व्यक्तीने स्वत:चे केलेले मूल्यमापन. स्वत:चे मूल्यमापन करताना व्यक्ती स्वत:च्या भावना आणि विचार तपासून पाहतो. जर एखादी व्यक्ती भांडत असेल, दुसऱ्या व्यक्तीवर अतिशय चिडली असेल तर त्या व्यक्तीच्या रागाचा स्वत:च्या शरीरावर काय परिणाम झाला याचे निरीक्षण तो करू शकतो. रागामुळे स्वत:ला काय फायदा किंवा तोटा झाला याचाही तो विचार करू शकतो.

आत्मनिरीक्षण पद्धतीच्या तीन पायऱ्या

(1) सर्वप्रथम व्यक्तीने स्वत:च्या वर्तनाचा अभ्यास केला पाहिजे.

(2) नंतर व्यक्तीने आपल्या वागण्याचा परिणाम चांगला झाला किंवा वाईट झाला ते पाहिले पाहिजे.

(3) शेवटी व्यक्तीने स्वत:चे वर्तन समजून घेतले पाहिजे, म्हणजे आपण असे का वागलो. त्यानंतर त्याने ठरविले पाहिजे की त्याने केलेली कृती ही आवश्यक होती की अनावश्यक. या सर्वांचा विचार केल्यावर व्यक्तीला आपण केलेली कृती योग्य आहे की आयोग्य हे कळते. त्यावरून बोध घेऊन व्यक्ती पुढील वेळेस आपले वर्तन सुधारण्याचा प्रयत्न करते.

आत्मनिरीक्षण पद्धतीचे फायदे

(1) व्यक्ती स्वत:च्या कृती वा वर्तन तपासू शकते. यासाठी त्याला दुसऱ्या व्यक्तीवर अवलंबून राहावे लागत नाही.

(2) व्यक्ती त्याच्या वेळेनुसार आत्मनिरीक्षण करू शकतो.

(3) ही पद्धती बिनखर्चाची आहे.

(4) आत्मनिरीक्षण हे स्वत:चेच स्वत: करावयाचे असल्यामुळे ते जास्त विश्वासार्ह मानले जाते.

(5) आत्मनिरीक्षणामुळे स्वत: मधील दोष अथवा उणीवा कमी करता येणे शक्य असते.

(6) विशिष्ट अनुभव नोंदविताना स्वत:च्या मन:स्थितीची खरी जाणीव व्यक्तीला असते. त्यामुळे तो दुसऱ्याच्या तशाच प्रसंगातील मन:स्थितीचा विचार करू शकतो.

आत्मनिरीक्षण पद्धतीचे तोटे

(1) आत्मनिरीक्षण पद्धत कठीण आहे. कारण, प्रत्येकाला निरीक्षण तंत्र यशस्वीपणे वापरता येणे कठीण आहे.

(2) आत्मनिरीक्षण व्यक्तिगत असल्यामुळे त्यावर व्यक्तीच्या आवडी निवडीचा, वृत्तीचा, पूर्वग्रहाचा परिणाम होतो.

(3) आत्मनिरीक्षणात व्यक्ती सत्य लपविण्याची शक्यता जास्त असते. कारण लोकांचे आपल्या बद्दलचे मत चांगले रहावे अशीच माहिती व्यक्ती देते. त्यामुळे आत्मनिरीक्षण पद्धतीने काढलेले निष्कर्ष विश्वासार्ह असतीलच असे नाही.

(4) आत्मनिरीक्षण करणारी व्यक्ती मानसिक आणि शारीरिकदृष्ट्या सक्षम असावी लागते.

(5) भावना संमिश्र असेल, व्यक्तीला निर्णय घेता येत असेल तर आत्मनिरीक्षणात दोष राहण्याची शक्यता आहे.

आत्मनिरीक्षण पद्धतीच्या मर्यादा

(1) ही पद्धती सर्वांना वापरता येण्यास कठीण आहे. आत्मनिरीक्षणात मानसिक-प्रक्रिया तपासाव्या लागतात परंतु व्यक्तीला स्वतःच्या भावनांवर व विचारांवर पूर्णतः लक्ष केंद्रित करता येणे अवघड असते.

(2) प्रत्येक व्यक्तीचे स्वतःवर प्रेम असते. त्यामुळे तो स्वतःविषयी सत्य माहिती देऊ शकणार नाही. त्यामुळे आत्मनिरीक्षण विश्वासार्ह असणार नाही.

(3) ज्या परिस्थितीत आत्मनिरिक्षणाला सुरुवात केली असेल तीच परिस्थिती निरीक्षण पूर्ण होईपर्यत असेलच असे सांगता येणार नाही. उदा., एखाद्या व्यक्तीला राग आला आहे तेव्हा तो स्वत:चे आत्मनिरिक्षण करु लागतो, परंतु त्याचे निरीक्षण पूर्ण होईपर्यंत त्याच्या रागाची स्थिती तशीच राहील असे सांगता येणार नाही.

(4) व्यक्ती एका वेळेस अनेक गोष्टींचा विचार करत असते. त्यामुळे निरीक्षणावर मर्यादा येतात.

(5) एकदा घेतलेल्या अनुभवाचा पुन्हा पडताळा घेता येत नाही.

(6) ही पद्धती सर्वांनाच लागू होत नाही. कारण सर्वांनाच स्वतःच्या भावना योग्य शब्दांत मांडता येत नाही अथवा व्यक्त करता येत नाहीत. त्यामुळे लहान मुले, प्राणी, मतिमंद व्यक्ती यांना ही पद्धती लागू होत नाही.

या पद्धतीला जरी मर्यादा असल्या, तरी शैक्षणिक मानसशास्त्रात भावनिक विकासासंबंधी माहिती मिळविताना आत्मनिरिक्षण पद्धत सर्वथायोग्य पद्धत आहे. भावनिक अनुभूतींचे निरीक्षण करताना आत्मनिरिक्षणाशिवाय दुसरा कोणताही पर्याय नाही. त्यामुळे या पद्धतीतील दोष कमी करून ही पद्धत वापरणे जास्त योग्य होईल. त्यामुळे व्यक्तीच्या मानसिक जडणघडणीचा अभ्यास करणे सोपे जाईल.

1.2.2 निरीक्षण पद्धती (Observation Method)

आंतरनिरीक्षणामध्ये व्यक्ती स्वतःच्या भावना व विचार तपासते तर निरीक्षण पद्धतीमध्ये नियंत्रित परिस्थितीमध्ये एखाद्या व्यक्तीवर किंवा प्राण्यांवर काय परिणाम होतो याचे वर्गीकरण व संकलन करून निष्कर्ष काढले जातात. निरीक्षणामध्ये वैयक्तिक मताला अजिबात वाव नसतो. प्रत्यक्ष प्रयोग करून जे निष्कर्ष निघतात ते जास्त विश्वासार्ह असतात. प्रायोगिक पद्धतीला पर्याय म्हणून निरीक्षण पद्धती वापरली जाते.

निरीक्षण पद्धती ही प्रत्यक्ष किंवा अप्रत्यक्ष, नैसर्गिक किंवा कृत्रिम, नियोजित किंवा अनियोजितही असू शकते.

निरीक्षण पद्धतीची वैशिष्ट्ये

निरीक्षण पद्धतीची वैशिष्टे पुढीलप्रमाणे सांगता येतील -

(1) निरीक्षणामध्ये विद्यार्थ्यांच्या वर्तनाचे निरीक्षण वस्तुनिष्ठपणे केले जाते.

(2) निरीक्षकाने केलेल्या निरीक्षणाच्या नोंदी ठराविक कालावधीमध्ये काटेकोरपणे केल्या जातात.

(3) जेव्हा निरीक्षण पूर्ण होईल तेव्हा मिळालेल्या संकलित नोंदीवरून वर्तनाचे तटस्थपणे अनुमान काढले जाते.

(4) निरीक्षण करणाऱ्या व्यक्तीची ज्ञानेंद्रिये संस्कारक्षम व कार्यक्षम असायला हवीत.

(5) मिळालेल्या निष्कर्ष व अनुमानावरून, मुलाची वाढ व विकास योग्य प्रकारे झाला आहे किंवा नाही हे शैक्षणिक मानसशास्त्रातील वाढ व विकास यांच्याशी पडताळून पाहिले जाते व योग्य तो निर्णय घेतला जातो.

(6) निरीक्षण हे तपशीलवार व सूक्ष्म असावे, मात्र ते अनिरीक्षण (एखादे निरीक्षण करणे राहून जाणे) किंवा अपनिरीक्षण (चुकीचे निरीक्षण करणे) असता कामा नये.

निरीक्षण पद्धतीचे फायदे

निरीक्षण पद्धतीचे फायदे पुढीलप्रमाणे सांगता येतील -

(1) ही पद्धत लहान मुले, प्राणी, मतिमंद मुले, सर्वसामान्य माणसे यांच्यासाठी अतिशय उपयुक्त आहे.

(2) मुलांच्या नैसर्गिक वर्तनाचा अभ्यास या पद्धतीने करता येतो.

(3) या पद्धतीद्वारे एकाच वेळी अनेक व्यक्ती निरीक्षण करू शकतात किंवा एकच व्यक्ती अनेकजणांचे निरीक्षण करू शकते.

(4) निरीक्षणात आधुनिक साधनांचा उपयोग करून ते निरीक्षण अधिक वस्तुनिष्ठ बनविता येऊ शकते.

निरीक्षण पद्धतीच्या मर्यादा

निरीक्षण पद्धतीच्या मर्यादा पुढीलप्रमाणे -

(1) निरीक्षकाला स्वतःच्या आवडी-निवडी, पूर्वग्रह यांपासून दूर ठेवणे अवघड असते.

(2) निरीक्षकाच्या मतामुळे निरीक्षण पद्धतीची वस्तुनिष्ठता धोक्यात येते व त्यामुळे या पद्धतीने संकलित केलेल्या माहितीची विश्वासर्हता कमी होते.

(3) ज्या व्यक्तीचे वा प्राण्याचे निरीक्षण करावयाचे आहे त्यावर आपला ताबा नसतो.

(4) कधी-कधी ज्या व्यक्तीचे आपण निरीक्षण करतो, ती व्यक्ती निरीक्षणामुळे अस्वस्थ होते त्यामुळे ती व्यक्ती नैसर्गिकरित्या प्रतिसाद देऊ शकत नाही.

(5) निरीक्षण करताना निरीक्षकही कंटाळू शकतो. ज्याचे निरीक्षण केले जात आहे ती व्यक्तीसुद्धा कंटाळून आपले वर्तन अथवा जागा बदलू शकते.

निरीक्षण पद्धतीच्या मर्यादा लक्षात घेतल्या तरी निरीक्षण करताना काही काळजी घेतली तर ही पद्धत अतिशय उपयुक्त आहे. निरीक्षकाने मुलांचे निरीक्षण करताना त्यांचे वर्तन नोंदवून ठेवले पाहिजे, ठराविक वेळाने व ठराविक वेळेतच निरीक्षण केले पाहिजे. मुलांच्या वर्तनावर परिणाम करणाऱ्या सामाजिक घटकांचा अभ्यास केला तर ही निरीक्षण पद्धत अतिशय उपयुक्त ठरेल.

1.2.3 सर्वेक्षण पद्धती (Survey Method)

'सर्वेक्षण' म्हणजे पाहणी करणे. एखाद्या विशिष्ट वयोगटातील विद्यार्थ्यांच्या अभ्यासासाठी ही पद्धत उपयुक्त ठरते. सर्वेक्षण करताना लिंग, वय, शारीरिक क्षमता, शिक्षण अशा सर्व गोष्टींचा विचार लागतो.

सर्वेक्षण करताना मुलाखत आणि प्रश्नावली या दोन साधनांचा वापर केला जातो. 'मुलाखत' ही दोन व्यक्तींमधील संवाद असतो. मुलाखतीतून खरी माहिती निष्पन्न व्हायची असेल तर मुलाखत देणाऱ्या आणि घेणाऱ्या व्यक्तींनी एकमेकांवर विश्वास ठेवला पाहिजे. त्यामुळे दोघांमध्ये सामंजस्याची भावना निर्माण होईल. मुलाखत घेणे हे एक तंत्र आहे. ज्या व्यक्तीची मुलाखत घ्यायची आहे त्याला साधारणतः कोणते व कशा प्रकारचे प्रश्न विचारले जाणार आहेत याची त्या व्यक्तीला कल्पना दिली पाहिजे, त्यामुळे मुलाखत देणारी व्यक्तीही तयारीने उत्तरे देऊ शकते.

सर्वेक्षण करताना 'प्रश्नावली' हे दुसरे तंत्रही वापरले जाते. प्रश्नावली ही ठराविक प्रश्नांना योग्य प्रतिसाद मिळविण्यासाठी वापरली जाते. प्रश्न हे सोप्या भाषेत व थोडेच असावेत. प्रश्नांची भाषा समजण्यास योग्य परंतु थोडक्यात असावी. आपल्याला हवी असलेली माहिती उत्तरांच्या माध्यमातून अचूकपणे मिळेल अशा प्रकारे प्रश्नांची रचना केलेली असावी. उत्तरांचे संकलन व विश्लेषण करून त्या आधारे सर्वेक्षण केले जाते व सत्य पडताळून पाहिले जाते. अशा संकलित माहितीचा योग्य अर्थ लावून अध्ययनार्थ्यांच्या वर्तनासंबंधी योग्य निष्कर्ष काढले जातात.

सर्वेक्षण पद्धतीचे फायदे

सर्वेक्षण पद्धतीचे फायदे पुढीलप्रमाणे -

(1) सर्वेक्षण पद्धतीने गुणात्मक किंवा संख्यात्मक चित्र उपलब्ध होते.

(2) या पद्धतीने प्राप्त झालेल्या माहितीद्वारे एक निश्चित असा निष्कर्ष काढता येऊ शकतो.

(3) या पद्धतीने प्राप्त झालेल्या माहितीचे विश्लेषण करता येऊ शकते.

(4) अध्ययनकर्त्यांच्या गरजा, समस्या, इच्छा यांविषयीचे खरेखुरे चित्रण या पद्धतीने होते.

(5) या पद्धतीमुळे अगदी कमी वेळेत जास्त व्यक्तींची माहिति उपलब्ध होते.

सर्वेक्षण पद्धतीच्या मर्यादा

सर्वेक्षण पद्धतीच्या मर्यादा पुढीलप्रमाणे -

(1) ज्या व्यक्तीची मुलाखत घेतली जाते ती व्यक्ती खरी माहिती लपवून ठेऊन आदर्श उत्तरे देते.

(2) प्रश्नावली समस्येच्या अनुरोधानेच तयार केली जाते व त्यामुळे नेमकेच प्रश्न विचारावे लागतात.

(3) लहान मुले, मानसिक स्थिती योग्य नसलेल्या व्यक्ती यांच्याकडून अशी प्रश्नावली भरून घेता येत नाही.

(4) उत्स्फूर्त भावना व प्रतिक्रिया यांची सखोल माहिती मिळू शकत नाही.

(5) या पद्धतीत मानसिक प्रक्रिया व वर्तन यांचा अल्पसा भाग विचारात घेतला जातो.

1.2.4 जीवनवृत्तांत पद्धती (Case Study)

एखाद्या व्यक्तीच्या किंवा व्यक्तिसमूहाच्या वर्तनाचा मिळालेल्या सामाजिक, मानसशास्त्रीय, शारीरिक, जीवशास्त्रीय, परिस्थितीय, व्यावसायिक माहितीच्या आधारे केलेला अभ्यास म्हणजे 'जीवनवृत्तांत पद्धती' होय.

थोडक्यात सांगायचे तर व्यक्तिविकासासाठी एखाद्या व्यक्तीने सर्व प्रकारे केलेली शोध-प्रक्रिया म्हणजे 'जीवन वृत्तांत पद्धती' होय. एखादे व्यक्तिमत्त्व चांगले किंवा वाईट का घडले यासाठी त्या व्यक्तीचे पूर्वायुष्य पाहणे फार गरजेचे असते. पूर्वायुष्यातील घटना, सवयी, आनुवंशिकता, बुद्धिमत्ता, कल, वृत्ती, गुण-दोष, जीवनात साधलेले समायोजन अशा बऱ्याच गोष्टीं व्यक्तीविकासावर परिणाम करीत असतात. या सर्व गोष्टींमुळेच व्यक्ती आयुष्यात यशस्वी किंवा अयशस्वी ठरत असते. व्यक्ती जर आयुष्यात यशस्वी ठरली असेल तर तिचे व्यक्तिमत्त्व कशामुळे, कशाप्रकारे घडले याची माहिती इतरांना प्रेरणादायक ठरू शकते. एखादी व्यक्ती आयुष्यात अयशस्वी ठरली असेल तर त्यामागील कारणमीमांसा लक्षात घेऊन त्यात सुधारणा कशी घडवून आणता येईल यासाठी उपाय योजता येतात व पुढील अनर्थ टाळता येऊ शकतात.

जीवनवृत्तांत पद्धतीचे फायदे

जीवनवृत्तांत पद्धतीचे फायदे पुढीलप्रमाणे -

(1) या पद्धतीमध्ये पूर्ण व्यक्तिमत्त्व म्हणून मुलाचा अभ्यास केला जातो. मुलाची सामाजिक, शारीरिक, मानसिक, भावनिक माहिती मिळाल्यामुळे मुलाच्या समस्येचे उत्तर शोधण्यास मदत होते.

(2) शिक्षकाला विद्यार्थ्यांचे मूल्यमापन करताना ही पद्धती उपयोगी पडते.

(3) तज्ज्ञ व्यक्तींनी ही पद्धत हाताळल्यास ही पद्धत जास्त विश्वासार्ह धरली जाते.

(4) शिक्षकांना विद्यार्थ्यांच्या समस्या माहीत झाल्याने शिक्षकांना अध्यापनाची पद्धती ठरवायला याची मदत होते.

(5) अध्ययन प्रक्रियेमध्ये शिक्षकाने मुलांच्या मानसिकतेचा विचार करणे अपेक्षित असते. हे जीवनवृत्तांत पद्धतीमुळे करता येऊ शकते.

(6) शिक्षकाला विद्यार्थ्यांच्या समस्या कळल्याने ते विद्यार्थ्यांच्या समस्या सोडविण्यास मदत करू शकतात, जेणे करून विद्यार्थ्यांच्या वर्तनात चांगला बदल होईल.

(7) विविध विद्यार्थ्यांचा जीवनवृत्तांत अभ्यासल्याने शिक्षकाला अपसामान्य प्रवृत्ती व सामान्य प्रवृत्ती यांतील फरक कळू शकेल, त्यामुळे शिक्षक मुलांच्या वर्तनातील बदलांची नोंद घेतील.

(8) या पद्धतीमुळे व्यक्तीला मार्गदर्शन करणे सोपे जाते.

जीवनवृत्तांत पद्धतीच्या मर्यादा

जीवनवृत्तांत पद्धतीच्या मर्यादा पुढीलप्रमाणे सांगता येतील -

(1) ही पद्धत खूप वेळखाऊ स्वरूपाची आहे.

(2) जीवनवृत्तांतामध्ये व्यक्तीने सांगितलेली व्यक्ती माहिती सत्य असेलच याची खात्री नाही.

(3) समस्याप्रधान व्यक्तींसाठी ही पद्धती आहे. त्यामुळे मानसोपचार तज्ज्ञांना ही पद्धत उपयुक्त आहे, परंतु हे काम सर्वांना करता येण्यासारखे नाही. या पद्धतीसाठी आवश्यक असणारे कौशल्य शिक्षकांजवळ असेलच असे नाही.

(4) या पद्धतीद्वारे काढलेले निष्कर्ष विश्वासार्ह असतीलच असे नाही.

1.2.5 प्रायोगिक पद्धती (Experimental Study)

वुंट याने 1879 साली लिपझिग येथे पहिली मानसशास्त्रीय प्रयोगशाळा उभारली. तेव्हापासून मानसशास्त्रात प्रायोगिक पद्धतीचा सर्रास वापर करण्यात येऊ लागला आहे. यामध्ये प्रयोगाची नियोजनपूर्ण मांडणी करून अंतर्गत व बाह्य चले नियंत्रित ठेवून ज्या घटकाचा परिणाम अभ्यासावयाचा आहे त्याचे उपयोजन प्रायोगिक गटावर करून त्याचे योग्य मूल्यमापन करणे म्हणजे 'प्रायोगिक पद्धत' होय.

यामध्ये समस्या, गृहीतकृत्य, परिस्थितीवर नियंत्रण ठेवून प्रयोग निरीक्षणाची नोंद, निष्कर्ष आणि पडताळा अशा पायऱ्या असतात.

प्रायोगिक पद्धतीमध्ये दोन गट घेतले जातात. एक गट नेहमीसारखाच ठेवला जातो. याला 'नियंत्रित गट' असे म्हणतात. दुसऱ्या समतुल्य गटावर प्रयोग केला जातो याला 'प्रायोगिक गट' असे म्हणतात. यामध्ये समान वय, लिंग, क्षमता, पूर्वज्ञान, सामाजिक परिस्थिती, आर्थिक परिस्थिती घेऊन समतुल्य ठेवण्याचा प्रयत्न केला जातो. प्रयोगाच्या सुरुवातीला प्रयोगपूर्व चाचणी दिली जाते. प्रयोग झाल्यानंतर पुन्हा दोन्ही गटांना प्रयोगानंतरची चाचणी देतात. प्रायोगिक गटावर त्याचा कोणता परिणाम झाला आहे हे शोधून काढले जाते. वर्तनावर प्रयोग करणारे अन्य घटक स्थिर असल्यामुळे बदलत्या घटकाचा परिणाम नोंदविला जातो.

प्रायोगिक पद्धतीचे फायदे

प्रायोगिक पद्धतीचे फायदे पुढीलप्रमाणे -

(1) प्रायोगिक पद्धतीमुळे मुलाचे वर्तन आणि विकासाचे निरीक्षण करणे शक्य होते.

(2) प्रायोगिक पद्धतीमुळे अध्ययनाच्या नियमांचा पडताळा घेता येतो.

(3) व्यक्तिभिन्नतेचा अभ्यास करणे शक्य होते.

(4) मुलांची शिक्षणातील आवड वा नावड याविषयी संशोधन होऊ शकते. प्रयोगांती असे दिसून आली की मुलांना जे विषय आवडतात त्याच विषयांचा ते अभ्यास करतात.
(5) मुलांच्या बुद्धिमत्तेचे प्रायोगिक पद्धतीने निरीक्षण करता येते.
(6) अध्ययन-अध्यापनातील समस्या सोडविण्यासाठी शिक्षकांना या पद्धतीचा फायदा होतो.
(7) ही पद्धत शास्त्रीय असून यातून मिळालेले निष्कर्ष हे वस्तुनिष्ठ, विश्वसनीय व पडताळाक्षम असतात.
(8) प्रायोगिक पद्धतीने काढलेल्या निष्कर्षांचा पडताळा करता येतो.
(9) या पद्धतीत पूर्वग्रहाला अजिबात स्थान नसते.
(10) या पद्धतीचा वापर करून नवनवीन शोध, विचार, कल्पना यास दिशा देता येते.

प्रायोगिक पद्धतीच्या मर्यादा

प्रायोगिक पद्धतीच्या मर्यादा पुढीलप्रमाणे -

(1) मानसशास्त्र आणि शिक्षणशास्त्र या विषयांतील प्रयोग हे फारसे विश्वासार्ह मानले जात नाहीत. कारण, मानवी वर्तनाचे निरीक्षण प्रयोगाने करणे अवघड असते. त्यामुळे या पद्धतीवर मर्यादा येतात.
(2) प्रयोगशाळेत कृत्रिमरित्या मुलांच्या वर्तनाचा अभ्यास करणे कठीण आहे.
(3) प्रयोग हे विविध साधनांच्या साहाय्याने करत असल्यामुळे ही पद्धत खर्चिक आहे.
(4) प्रयोग करताना नियंत्रित परिस्थितीत नैसर्गिक प्रतिसाद मिळणे अवघड आहे.
(5) प्रयोग करण्यासाठी प्रयोज्य व्यक्तींची वृत्ती प्रयोगाला अनुकूल असावी.
(6) प्रायोगिक गट व नियंत्रित गट ते समान असावे लागतात. दोन्ही गटांतील व्यक्तिभिन्नता दूर करणे अवघड आहे.
(7) सर्वच प्रयोग प्रयोगशाळेत करून त्याची निरीक्षणे करता येणार नाही.
(8) आपल्यावर प्रयोग केला जात आहे हे प्रयोज्यांना समजल्यावर त्यांच्याकडून कृत्रिम प्रतिसाद मिळतो.
(9) भावना लपविणे शक्य असल्यामुळे खरे निष्कर्ष मिळू शकणार नाही.

1.2.6 मुलाखत पद्धती (Interview Method)

मानसशास्त्रात मुलाखतीला अतिशय महत्त्व आहे. मुलाखत घेण्यापूर्वी तिची उद्दिष्टे मुलाखतकाराने सुनिश्चित करावयास हवीत. ज्याची मुलाखत घ्यायची आहे त्यांच्या अडचणी त्या अडचणींचे स्वरूप व त्या अडचणी निर्माण होण्याची कारणे इत्यादींबद्दलची माहिती जाणून घेणे महत्त्वाचे असते. मुलाखत कशी घ्यायची याची योजना मुलाखतकाराच्या मनात पक्की असावी लागते. ज्या व्यक्तीची मुलाखत घ्यावायची आहे त्या व्यक्तीला जास्तीत जास्त बोलके करावे लागते. वाद निर्माण होतील असे प्रश्न मुलाखतकाराने शक्यतो विचारू नयेत. या पद्धतीत ज्याची मुलाखत घ्यायची आहे त्याच्या भावना आवडी-निवडी, पसंती-नापसंती, अभिवृत्ती, मते इत्यादींविषयी जास्तीत-जास्त माहिती द्यायला प्रवृत्त करणे अभिप्रेत असते. या मुलाखतीत विषयाचे पक्के बंधन नसल्यामुळे बरीच लवचिकता असते. यामध्ये व्यक्तीचे कौटुंबिक जीवन, आंतर वैयक्तिक संबंध अशी बहुआयामी माहिती अशा मुलाखतीतून प्राप्त होते. व्यक्तीच्या व्यक्तिमत्त्वांसंबंधी बऱ्याच गोष्टी कळून येतात.

मुलाखत ही पूर्वनियोजित असते. ज्या व्यक्तीची मुलाखत घ्यायची आहे त्या व्यक्तीला प्रश्न व बऱ्याचदा उपप्रश्नही विचारले जातात, त्यामुळे एखादा मुद्दा अधिक स्पष्ट करून घेता येतो. मुलाखत ही सहजरित्या यशस्वी होण्यासाठी मुलाखतीचे उद्दिष्ट निश्चित करून त्यानुसार प्रश्नांची रचना करावी लागते. मुलाखत चालू असताना निष्कर्ष काढायचे नसतात. मुलाखतीसाठी पूर्वतयारी करणे आवश्यक असते. ज्याची मुलाखत घ्यायची आहे त्याला आधी विश्वासात घ्यायचे असते.

बहुतेक सर्व उपयोजित मानसशास्त्राच्या शाखांमधील संशोधनात मुलाखत पद्धत अत्यंत उपयुक्त ठरते.

1.3 मानसशास्त्रीय मूलभूत संप्रदाय

(Psychological Major Schools)

मानसशास्त्रज्ञांच्या दृष्टिकोनातील फरकांमधून विविध मूलभूत संप्रदाय निर्माण झाले. हे संप्रदाय मानवी विचार व वर्तणुकीवर प्रकाश टाकतात. मानसशास्त्रात जरी व्यक्तीचा विचार केला असला तरी मनुष्यप्राणी हा समाजभिमुख आहे हे महत्त्वाचे आहे. उपपत्तीद्वारे मानवी वर्तणुकीमागील कारणे समजून घेण्यास मदत होते, परंतु व्यक्ती व्यक्तींमध्ये अतिशय फरक आहे. कोणत्याही एका संप्रदायावरून मानवी वर्तन समजून घेणे अवघड आहे. सर्व संप्रदाय मिळून मानवी वर्तन समजण्यास मदत होते.

1.3.1 रचनावाद (Structuralism)

इतिहास व स्वरूप

प्रसिद्ध मानसशास्त्रज्ञ वुंट याने लिपझिंग येथे पहिली मानसशास्त्रीय प्रयोगशाळा स्थापन केली व येथून मानसशास्त्राला शास्त्रीय बैठक प्राप्त करून देण्याची सुरुवात झाली.

वुंटच्या मते, मानवी अनुभवामध्ये मज्जासंस्था महत्त्वाची भूमिका बजावते. मज्जासंस्थेच्या सहभागाशिवाय कोणताही अनुभव सिद्ध होत नाही. व्यक्तीच्या मानसिक क्रियांचे किंवा अनुभवांचे विश्लेषण करून त्याचे मूळ घटक शोधण्यावर रचनावादाचा भर असतो. या अभ्यासासाठी रचनावादी संप्रदायाने दोन पद्धतींचा वापर केला. त्यांच्या मते, बोधात्मक अनुभवांचा अभ्यास करण्यासाठी प्रयोगपद्धती व आंतरनिरीक्षणातून मिळालेल्या माहितीची जोड द्यावी. त्यामुळे रचनात्मक वर्णनास वस्तुनिष्ठ रूप प्राप्त होऊ शकेल. आंतरनिरीक्षण हे नियंत्रित निरीक्षण असून प्रायोगिक परिस्थितीतील बोधावस्थेच्या अभ्यासासाठी आवश्यक आहे.

रचनावादी हे मनाच्या रचनेच्या अभ्यासावर भर देतात. जसे शरीरातील ज्ञानेंद्रियांच्या रचनेचा अभ्यास केला तर त्या इंद्रियाचे कार्य समजते तसेच आपल्याला मानसिक कार्याचा अभ्यास केला तर मनाच्या रचनेचे कार्य समजू शकते. यामुळेच रचनावादी असे मानतात की, बोधावस्था म्हणजे संवेदना, अवधान, भावना, अवबोध, स्मरणशक्ती, कल्पनाशक्ती यांसारख्या मानसिक क्रियांचे एकीकरण होय.

टिचनेरने मानसशास्त्राची खालीलप्रमाणे व्याख्या केली आहे;

Psychology is the analytic study of the generalized adult normal human mind through introspection. The system of structuralism emphasised the importance of 'is'.

रचनावाद्यांनी माणसाच्या अनुभवावर भर दिला आहे. त्यांनी यातून प्राण्यांना वगळले आहे. रचनावादामध्ये संवेदना, अवधान, भावना, अवबोध, स्मरणशक्ती, कल्पनाशक्ती यांसारख्या सर्व गोष्टींची रचना व स्पष्टीकरण हे मेंदूद्वारे केले जाते. रचनावाद हा खराखुरा मनाशी निगडीत आहे, ज्यामुळे मानवी वर्तन व अनुभव यांचे स्पष्टीकरण केले जाते. बोधावस्था ही वेगवेगळ्या मानसिक क्रियांचे दृश्यस्वरूप म्हणून निर्माण होते.

जर एखाद्याला गुलाबाचे फूल दाखविले तर त्याला ते फूल आहे हा त्याचा मध्यवर्ती अनुभव मानता येईल. फूल म्हटले की त्याचा रंग, वास, ताजेपणा यांचा अनुभव तात्कालिक अनुभूतीत होईल. अशा प्रकारे त्या गुलाबाच्या फूलाचे बोधात्मक अनुभवाचे रचनात्मक वर्णन करता येईल. कोणत्याही बोधात्मक अनुभवाचे पृथक्करण करायचे झाल्यास संवेदना (Sensation), प्रतिमा (Images), भावना (Affection) या तिन्ही बाजू प्रथम लक्षात येतात. अशा रितीने बोधात्मक अनुभवाचे पृथक्करण करून मनाची रचना उलगडून दाखविणे हा रचनावाद्यांचा प्रमुख हेतू होय. जेव्हा ज्ञानेंद्रिये वेगवेगळी असतात तेव्हा संवेदनाही त्यानुसार वेगवेगळ्या असतात. अगोदर घेतलेल्या अनुभूती ज्यावेळी संवेदनेशिवाय पुनरुजीवित होतात त्यावेळी प्रतिमांची निर्मिती होते. अनुभव घेताना निर्माण होणारा भाव, आनंद, दुःख, राग, भीती यांपैकी कोणतीही भावना असतेच.

(1) संवेदना, प्रतिमा, भावना व गुणवैशिष्ट्ये यांतून मनोरचना तयार होते. हे रचनावाद्यांचे मूळ उद्दिष्ट होय. या सर्वांतून अनुभवांचे आकृतिबंध बोधावस्थेत तयार होतात. मनाचे कार्य या आकृतिबंधाच्या रचनेने ठरते.

(2) बोधात्मक अनुभव हा व्यक्तिसापेक्ष असतो. तो त्या व्यक्तीपुरताच मर्यादित असतो. या व्यक्तिनिष्ठ अनुभवांचा अभ्यास करण्यासाठी आत्मनिरिक्षण पद्धतीचा उपयोग करावा लागेल.

(3) रचनावाद्यांच्या मते, शारीरिक व मानसिक क्रिया समांतर पद्धतीने होतात. त्यांच्यात कार्यकारण संबंध असतो. ज्यावेळी संवेदना घडते त्यावेळी त्याचे कारण कोठेतरी बाहेर असते परंतु त्याची प्रतिक्रिया मज्जासंस्था देते. मज्जासंस्था हा शारीरिक घटक तर संवेदना हा मानसिक घटक आहे, परंतु अनुभवासाठी दोहोंचेही अस्तित्व आवश्यक असते.

रचनावादाचे मानसशास्त्राच्या विकासातील योगदान

(1) रचनावादाने मानसशास्त्रास शास्त्रीय बैठक प्राप्त करून दिली. मानसशास्त्रामध्ये याच संप्रदायाच्या प्रेरणेने प्रायोगिक पद्धतीचा वापर होऊ लागला.

(2) रचनावादाने आत्मनिरिक्षण पद्धतीचा पाया घातला असून विविध अनुभवांचे विश्लेषणही रचनावादाने केले.

(3) रचनावादाने संवेदना व प्रतिमा, भावना यांच्या गुणवैशिष्ट्यांची चिकित्सा करून त्यांचे स्वरूप स्पष्ट करण्याचा प्रयत्न केला.

(4) रचनावादाने मानसशास्त्राला तत्त्वज्ञान व अध्यात्म यांच्यातून मुक्त केले. मानसशास्त्राला उपयोजित शास्त्राचे स्वरूप प्राप्त व्हावे हे रचनावाद्यांनी मुळीच मान्य केले नाही.

(5) बोधावस्थेचा व त्याच्याशी संबंधित घटकांचा सखोल अभ्यास करून शुद्ध मानसशास्त्राचा विकास करणे हेच मानसशास्त्राचे प्रथम कर्तव्य आहे असे रचनावाद मानतो.

रचनावादाचे शैक्षणिक विकासातील योगदान/रचनावादाचे शैक्षणिक महत्त्व/रचनावादानुसार शिक्षणातील शिक्षकाची भूमिका

(1) रचनात्मक मानसशास्त्रात संवेदनेला महत्त्व दिले आहे. यावर आधारित इंद्रिय प्रशिक्षणावर भर दिला आहे. शिक्षकांनी विद्यार्थ्यांना ज्ञानेंद्रिये वापरण्यासाठी अधिकाधिक संधी द्यावी. त्यासाठी वर्गात व वर्गाबाहेर विशिष्ट प्रकारचे उपक्रम राबवावे. उदा., निसर्ग निरीक्षण त्यासाठी काढलेल्या सहली.

(2) प्रतिमा, कल्पनाशक्ती, स्मरण यांसारख्या मानसिक प्रक्रियांना महत्त्व आले. त्यामुळे रचनावादाने मानसशास्त्रीय निरीक्षणाला महत्त्व दिले. हे निरीक्षण करायचे प्रशिक्षण दिले गेले पाहिजे असे सांगितले त्यामुळे रचनावादामुळे शैक्षणिक संशोधन व पद्धती याला चालना मिळाली.

(3) प्रायोगिक पद्धती व आत्मनिरीक्षण पद्धती यांचा वापर शैक्षणिक मानसशास्त्रात होऊ लागला.

(4) रचनावादामुळे शिक्षणात भावनांचा नव्याने विचार समाविष्ट झाला. भाव-भावनांचे जीवनातील महत्त्व व त्याचा शिक्षणावर होणारा परिणाम व त्यानुसार होणारा भावनिक विकास यांविषयी रचनावादाने लक्ष वेधले. अशा रितीने शिक्षण ही एक मानसिक क्रिया आहे व अनुभवाधिष्ठित आहे व अनुभवांचा सखोल अभ्यास करणाऱ्या रचनावादाने शिक्षणात मोलाची भर घातली.

(5) शिक्षणामध्ये प्रतिमेला फार महत्त्व आहे. विद्यार्थ्यांना अर्धे चित्र दाखवून चित्र पूर्ण करण्यास सांगावे, अर्धी गोष्ट सांगून ती गोष्ट पूर्ण करण्यास सांगावी व विद्यार्थ्यांच्या कल्पनाशक्तीला वाव द्यावा. विद्यार्थ्यांची स्मरणशक्ती वाढविण्यासाठी विविध शैक्षणिक खेळांचा अध्यापनात समावेश करावा. शैक्षणिक संशोधनामुळे शिक्षणपद्धती आधुनिक काळाशी संलग्न राहू शकते. त्यासाठी शिक्षकाने कृती संशोधनाचा वापर करावा.

(6) भावनिक बुद्धिमत्तेचा पाया रचनावादानेच घातला.

रचनावादाच्या मर्यादा

(1) बोधात्मक अनुभवासाठी वापरली जाणारी आत्मनिरीक्षण पद्धती ही संशोधनामध्ये वापरण्यास अव्यवहार्य ठरते. आत्मनिरीक्षण पद्धती व्यक्तिसापेक्ष असते.

(2) रचनावादानुसार तत्त्वज्ञान व अध्यात्म या घटकांचे मानसशास्त्रामध्ये अस्तित्व नाकारले आहे. परंतु व्यक्तीच्या वर्तनाचे स्वरूप स्पष्ट करताना तत्त्वज्ञान व अध्यात्म यांचे अस्तित्व नाकारणे योग्य ठरत नाही.

(3) रचनावाद्यांनी मानवी वर्तनाचे स्पष्टीकरण देताना मानसिक कार्याच्या अभ्यासाला तितकेसे महत्त्व दिले नाही. त्यामुळे मानवी वर्तनाचे स्पष्टीकरण समग्रपणे दिले जात नाही.

1.3.2 वर्तनवाद (Behaviourism)

इतिहास व स्वरूप

रचनावाद आणि कार्यवाद यांच्या वादातून वर्तनवादाचा जन्म झाला. वर्तनवादामध्ये माणसाच्या वर्तनाचा, कृतीचा अभ्यास होणे गरजेचे आहे. मग ते वर्तन किंवा कृती ही नैसर्गिक प्रेरणेने केलेली असो वा जाणीवपूर्वक केलेली असो.

जे. बी. वॉटसन यांनी अमेरिकेत वर्तनवादाचा शोध लावला. वॉटसनचे म्हणणे असे होते की, माणसाचे वागणे कळण्यासाठी बोधात्मक क्रियांचा व त्याचा शरीरावर होणारा परिणाम बघून उपयोग नाही. त्याने भावना, प्रतिमा, अवधान यांचे महत्त्व नाकारले. वॉटनसच्या म्हणण्यानुसार,मानसशास्त्रात माणसाचे वर्तन व प्रयत्न यांना महत्त्व आहे. प्रत्येक प्राणी मग तो माणूस असो वा प्राणी त्याच्याकडून ज्या कृती घडतात त्या कृतींना विशेष महत्त्व आहे. त्या कृतींचा अभ्यास मानसशास्त्रात होतो. म्हणून मानसशास्त्र हे वर्तनाचे शास्त्र आहे असे वॉटसन यांचे म्हणणे आहे.

वॉटसन यांनी आनुवंशिकता व सहजप्रवृत्ती सिद्धान्त यांचा त्याग केला. वॉटसनच्या मते, मनुष्याचे जीवन सर्वस्वी परिस्थितीच्या प्रभावाने बनते. त्यामुळे मनुष्याचे जीवन जसे पाहिजे असेल तशी परिस्थिती निर्माण केली पाहिजे. माणसाच्या अंगी काही थोड्याच मूलभूत प्रतिक्षिप्त-क्रियाशक्ती असतात. या शक्तीचा प्राप्त परिस्थितीत उपयोग करून शरीराच्या सवयी कायम होतात. या सवयी मूळच्या किंवा मूलभूत प्रतिक्षिप्त क्रियाच्या साहाय्याने निष्प्रभ किंवा अभिसंहित (conditioned) होतात. म्हणून वॉटसन यांच्या मतानुसार, कोणत्याही व्यक्तीचे जीवन हव्या तशा नमुनाबर बनविता येईल. अशा प्रकारे वॉटसनने व्यक्तिमत्त्व जडणघडणीत परिस्थिती या घटकाला अनन्यसाधारण महत्त्व बहाल केले.

थॉर्नडाईक यांच्या अध्ययनविषयक कल्पना (सरावाचा नियम) या वॉटसनने मान्य केल्या. 'चुका आणि शिका' या तत्त्वाद्वारे शिक्षणाचा वर्तनवादातील सहभाग मान्य केला. चेतकामुळे (stimulus) जो प्रतिसाद (response) मिळतो, त्याच्यावर वर्तनवादाचा भर असतो. म्हणजे चेतक - प्रतिसाद ही वर्तनाची यंत्रणा आहे हे वर्तनवाद मानतो. माणूस आणि प्राणी दोघेही याच प्रकारे शिकतात असे वर्तनवादी मानतात.

त्याचप्रमाणे पॅव्हलॉव्ह यांचा अभिसंधान (conditioned reflex) याचा स्वीकार केला. सर्व शारीरिक सवयी म्हणजे चेतक प्रतिसादयुक्त वर्तन होय.

वर्तनवादाचे मानसशास्त्राच्या विकासातील योगदान

(1) वॉटसन याने मन, मानसिक प्रक्रिया, कल्पना, स्मरणशक्ती या त्याज्य ठरविल्या. मानसशास्त्र हे चेतक प्रतिसादाचे शास्त्र आहे हे सिद्ध केले. यामुळे मानसशास्त्राला वस्तुनिष्ठता देण्याचे काम वर्तनवादाने केले.

(2) या संप्रदायाने वस्तुनिष्ठता व प्रायोगिकता यांचा वापर मानसशास्त्रात सुरु केला.

(3) वर्तनवादाने जीवशास्त्राच्या मदतीने मानसशास्त्रीय कल्पना स्पष्ट केल्या. प्राण्याच्या शरीराचा व वर्तनाचा अभ्यास मानसशास्त्रात महत्त्वाचा ठरविला.

(4) प्राणी-मानसशास्त्रात वॉटसन यांनी मोलाची भर घातली. मानवी वर्तनावर नियंत्रण ठेवण्यासाठी या संप्रदायाने वेगवेगळी तंत्रे निर्माण करता येतील असा मोठा विश्वास निर्माण केला.

वर्तनवादाचे शैक्षणिक विकासातील योगदान/वर्तनवादाचे शैक्षणिक महत्त्व/वर्तनवादानुसार शिक्षणातील शिक्षक भूमिका.

(1) शिक्षणातील अध्ययन प्रक्रियेचा खोल विचार वर्तनवादाने केला आहे. मुलांच्या शारीरिक वर्तनावर नियंत्रण ठेवून अध्ययन सुलभतेने घडवून आणता येणे हा महत्त्वाचा विचार पुढे आला.

(2) आपल्याला हवी तशी परिस्थिती विद्यार्थ्यांभोवती निर्माण करून शिक्षणाच्या साहाय्याने विद्यार्थ्यांचे व्यक्तिमत्त्व घडविता येते. जन्मजात गुणांपेक्षा संपादित गुण महत्त्वाचे असतात. यामधूनच व्यक्तीच्या जीवनातील शिक्षक व शिक्षणाचे महत्त्व अधोरेखित होते.

(3) विद्यार्थ्यांच्या जीवनात सुयोग्य शैक्षणिक उपक्रम राबविल्याने त्याच्या आयुष्याला चांगले वळण लागते असे वर्तनवादाचे म्हणणे आहे.

(4) अमूर्त मनावर लक्ष देण्याऐवजी वर्तन करणारे शरीर व त्या वर्तनाला चेतना पुरविणारी परिस्थिती यांचा विचार शिक्षणाने करावा असे वर्तनवादाने स्पष्ट केले.

(5) या विचारधारेमुळे मानसशास्त्रात प्रायोगिक अभ्यासाचा आरंभ झाला.

(6) मानसशास्त्राचा व्यवहारात उपयोग कसा करून घेता येईल याबाबत दिशा दाखविण्याचा प्रयत्न वर्तनवादाने केला.

मर्यादा

(1) मानसशास्त्रात मन, बोधावस्था, अबोधावस्था, अंतस्थ प्रेरणा यांचा विचार वर्तनवादाने चुकीचा ठरविला.

(2) वर्तनावादाने अनुवंशिकता व सहजप्रवृत्ती सिद्धान्त यांचा त्याग केल्यामुळे मानवी वर्तनाचा परिपूर्ण अभ्यास करणे अशक्य ठरले आहे.

(3) अध्ययनासाठी बुद्धिमत्ता व आकलनक्षमतेची आवश्यकता असते ही गोष्ट वर्तनवादानुसार पॅव्हलॉव्हला अमान्य आहे.

(4) आंतरनिरीक्षण त्याज्य ठरविली.

1.3.3 साहचर्यवाद (Associationism)

इतिहास व स्वरूप

साहचर्यवादाची मूळ कल्पना ॲरिस्टॉटल या ग्रीक तत्त्ववेत्त्याची होय. एक विशिष्ट घटना तुम्हाला दुसऱ्या विशिष्ट घटनेची आठवण करून का देते ? या प्रश्नाच्या उत्तराचा वेध घेत त्याने कल्पनांच्या साहचर्यासंबंधीचे स्पष्टीकरण केले आहे.

जेम्स मिल्ल (1773-1836), जॉन मिल (1806-1873), जॉन लॉक, जॉर्ज बर्कले, थॉमस व्हॉब्ज हे साहचर्यवादाचे पुरस्कर्ते आहेत.

साहचर्य म्हणजे एक वस्तू त्या वस्तूशी संबंधित असलेल्या दुसऱ्या वस्तूची आपल्याला आठवण करून देते.

जेम्स मिलने असे म्हटले आहे की, इंद्रिय संवेदना ही मनाच्या अवस्थांचे मूलघटक कल्पून त्यांच्या साहचर्याने विविध मनोवस्था उत्पन्न होतात. मनावर उमटलेला ठसा हा कोणत्या ना कोणत्या अनुभवाशी जोडलेला असतो. त्यामुळे अनुभवांची एक साखळीच तयार होते. यातला एक अनुभव जागृत झाला की त्या अनुभवाशी संबंधित असणाऱ्या दुसऱ्या अनुभवाचे पुनरुज्जीवन होते. त्यानुसार मनाचे कार्य चालते व वर्तन घडते, यालाच 'कल्पनांचे साहचर्य' म्हणतात.

कल्पनांच्या साहचर्याचे नियम

साहचर्याचे प्रमुख नियम (Primary Laws of Association)

(1) सान्निध्याचा किंवा समीपतेचा नियम (Law of Contiguity) : जेव्हा आपण दोन गोष्टी एकाच वेळी एकाच ठिकाणी अनुभवतो तेव्हा त्या दोन गोष्टींत साहचर्य प्रस्थापित होते. समीपता ही दोन प्रकारची असू शकते.

(अ) स्थल सान्निध्याचा नियम : उदा., शाळा-शिक्षक, वाटी-चमचा

(ब) काल सान्निध्याचा नियम : उदा., रात्र-अंधार, उजेड-सूर्यप्रकाश

(2) सादृश्यतेचा किंवा साधर्म्य नियम (Law of Similarity) : समान प्रकारच्या घटना, व्यक्ती व वस्तू यांमध्ये साहचर्य निर्माण होते व त्यांचे स्मरणही एकत्रितपणे होते. उदा., आई-बाबा, गाय-म्हैस

(3) विरोधाचा नियम (Law of Dis-similarity) : परस्परविरोधी गोष्टींमध्ये साहचर्य निर्माण होते. त्यापैकी एक गोष्ट आठवली की दुसरी लक्षात येते. उदा. काळा-पांढरा, दिवस-रात्र

साहचर्याचे दुय्यम नियम (Secondary Laws of Association)

(1) प्राथमिकतेचा नियम (Law of Primacy) : कोणत्याही गोष्टींचा प्रथम घेतलेला अनुभव अत्यंत मोलाचा असतो. First Impression is the last impression उदा., कॉलेजचा पहिला दिवस.

(2) वारंवारितेचा नियम (Law of Frequency) : सातत्याने एका पाठोपाठ येणारा दुसरा अनुभव यांच्यात साहचर्य निर्माण होते. उदा., मुलांनी म्हटलेले पाढे.

(3) नवीनतेचा नियम (Law of Intensity) : नुकतेच अगदी ताजे अनुभव, घटना या स्पष्ट लक्षात राहतात. उदा., नुकताच पाहिलेला सिनेमा.

(4) प्रबलतेचा नियम (Law of Intensity) : एखाद्या घटनेची तीव्रता जास्त असेल तर त्या घटनेचा ठसा मनात खोलवर उमटतो. उदा., एखादी पाहिलेली दु:खद घटना.

(5) मनःस्थिती सापेक्ष साहचर्य : आनंदाच्या क्षणी माणसाला सुखदायक घटना आठवतात तर दु:खाच्या क्षणी दु:खद घटनांचे स्मरण होते. साहचर्यामुळे त्या घटनांचा परस्पर संबंध लावता येतो.

साहचर्यवादाचे मानसशास्त्राच्या विकासातील योगदान

(1) थॉर्नडाईक आणि पॅव्हलॉव्ह यांनी मानसशास्त्रीय प्रयोगात प्राण्यांचा वापर केला. मानव आणि मानवेतर प्राणी यांच्यातील मनाचा संबंध स्पष्ट केला. माणूस आणि प्राणी यांच्यातील शरीर व मन यांचा परस्परसंबंध व पूरक अशा कल्पनांचा समन्वय साहचर्यवादाने साधला.

(2) साहचर्यवादाने मानवी वर्तनाचे सिद्धान्त सुचविले. चेतक व प्रतिसाद यांच्यातील साहचर्य, दृढीकरण या कल्पना आधुनिक मानसशास्त्रात महत्त्वाच्या मानल्या जातात.

(3) मानसिक प्रक्रियांचा अभ्यास करण्यासाठी माणूस व प्राण्यांवर अनेक प्रयोग केले. त्यामुळे साहचर्यवादात प्रायोगिक पद्धत व आंतरनिरीक्षण पद्धत या दोन्हीं पद्धतींचा वापर फार मोठ्या प्रमाणावर केला.

(4) वारंवारितेचा नियम गृहीत धरून एबिंगहॉसने सिद्ध केले की, निरर्थक अक्षर समूहांची यादी वारंवार म्हणून पाठ करता येते व आठवून क्रमाने सांगता येते. अशा तऱ्हेने एबिंगहॉस, थॉर्नडाईक, पॅव्हलॉव्ह यांनी आधुनिक साहचर्यवादी कल्पना मांडल्या.

साहचर्यवादाचे शैक्षणिक योगदान/साहचर्यवादाचे शैक्षणिक महत्त्व/साहचर्यवादानुसार शिक्षणातील शिक्षक भूमिका

(1) साहचर्यवादाने शैक्षणिक जीवनातील अध्ययन-अध्यापन प्रक्रियेवर प्रकाश टाकला. अध्यापन करीत असताना शिक्षकाने कोणती तंत्रे वापरून विद्यार्थ्यांच्या क्षमता विकसित कराव्यात याचे मार्गदर्शन या वादामुळे होते.

(2) शिकविलेल्या ज्ञानाचे प्रबलीकरण कसे करावे, नावीन्यपूर्ण अध्यापन पद्धती व नावीन्यपूर्ण माहिती विद्यार्थ्याला देऊन त्याला प्रोत्साहित कसे करावे याचे मार्गदर्शन थॉर्नडाईक आणि पॅव्हलॉव्ह यांनी शिक्षकाला केले आहे.

(3) शिक्षणात स्मरणाचे महत्त्व लक्षात आणून दिले आहे. केलेले अध्ययन टिकाऊ कसे होईल, याकडे लक्ष वेधले आहे. स्मरणात राहण्यासाठी कल्पनांचे साहचर्य नियम वापरून शिक्षकाने आपले अध्यापन प्रभावी करण्यासंबंधी सुचविले आहे.

(4) अभिसंधान (Conditioning) हे उत्तम साधन शिक्षकाच्या हाती सोपविले आहे. यामुळे शिक्षक मुलांना चांगल्या सवयी लावू शकतात किंवा अयोग्य सवयीतून विद्यार्थ्याला सोडवू शकतात.

(5) अध्ययन-अध्यापनासाठी तयारी, सराव, परिणाम यांचे महत्त्व साहचर्यवादाने दाखवून दिले. आजही ते तितक्याच प्रभावीपणे शिक्षणात आपण वापरतो.

(6) मानसशास्त्राचा प्रत्यक्ष व्यवहारातील उपयोग साहचर्यवादाने दाखवून दिला. अशा रितीने साहचर्यवादाने अध्ययनाच्या मानसशास्त्राचा पायाच घातला व शैक्षणिक मानसशास्त्राचा पाया पक्का केला.

(7) प्रयोग पद्धतीचा वापर अत्यंत पद्धतशीरपणे कसा करायचा यासंबंधीचे मोलाचे मार्गदर्शन साहचर्यवादाने केले.

(8) स्वयंसूचनाचा दृक्-श्राव्य माध्यमाचा व विविध शैक्षणिक साहित्याचा वापर करून अध्यापन अधिक प्रभावी होते. उदा. टेपरेकॉर्डर व संगणक अनुदेशित कार्यक्रम इत्यादींमुळे शैक्षणिक घटक विद्यार्थ्यांना समजण्यास व लक्षात राहण्यास अधिक मदत होते.

मर्यादा

(1) मानवी वर्तनाचा व कृतीचा अभ्यास साहचर्यवादाने तितक्या सखोलपणे केला नाही.

(2) साहचर्यवादामध्ये भावनांचा विचार केला गेला नाही.

1.3.4 समष्टिवाद/साकल्यवाद (Gestalt Psychology)

इतिहास व स्वरूप

समष्टिवादाचा जन्म सन 2912 मध्ये जर्मनीमध्ये झाला. 'Gestalt' हा शब्द जर्मन असून त्याचा अर्थ 'shape', 'form', 'whole', 'pattern' असा होतो. इंग्रजीत याला 'Configuration' असे म्हणतात. 'Configuration' म्हणजे 'समाकार' होय.

मॅक्स वर्दायमर, कुर्ट कोफ्का, कोहलर हे प्रामुख्याने समष्टिवादाचे जनक आहेत. वर्दायमरने समष्टीची (Wholeness) कल्पना मांडली. कोफकाने 'प्रतिमा' व 'विचार' यांविषयी सांगितले तर कोहलरने मर्मदृष्टीचे महत्त्व सांगितले.

प्रत्येक अनुभव हा समष्टिरुप असतो. जर अनुभवाचे पृथक्करण केले तर आपल्याला त्याविषयी पूर्ण माहिती होत नाही. उदा., तीन आंधळ्या व्यक्ती असतात. त्यांना हत्तीला स्पर्श करून त्याचे वर्णन करायला सांगितले जाते. जी व्यक्ती हत्तीच्या पायाजवळ असले ती व्यक्ती त्याच्या पायाविषयी सांगेल, जो हत्तीच्या सोंडेजवळ असेल तो सोंडेविषयी सांगेल, तर जो त्याच्या पाठीला स्पर्श करेल ती व्यक्ती हा खूप मोठा प्राणी आहे असे सांगेल. यामध्ये अवबोधनाची प्रक्रिया (Perception) सर्वांत महत्त्वाची आहे. अवबोधनात अनुभूती व अनुभूतीतून विविध मानसिक प्रक्रिया होतात. जर डोळस माणसाने पूर्ण प्राणी पाहिला तर तो एकच सांगेल की तो हत्ती आहे. म्हणजे समष्टीचे महत्त्व सर्वच मानसिक प्रक्रियांमध्ये महत्त्वाचे आहे. विचार किंवा अनुभवाच्या बाबतीत समग्रतेचे महत्त्व खूप आहे असे समष्टिवादाचे म्हणणे आहे. समष्टिवादामध्ये पृथक्करणाला किंमत नाही.

समष्टिवादाचे स्वरूप

अनुभवातील अनेक घटकांची साखळी तयार होऊन एक पूर्ण आकृतिबंध तयार होतो. तो अनुभव व्यक्तीला येण्यासाठी काही विशिष्ट परिस्थिती कारणीभूत असते. या अनुकूल परिस्थितीचे निकष सांगणारे काही नियम आहेत. ते नियम पुढीलप्रमाणे -

(1) सान्निध्याचा नियम (Principal of Proximity) :

आकृती 1.1 : सान्निध्याचा नियम

घटकांची समीपता संघटनास पूरक ठरते. सोबतच्या आकृतीत एकूण आठ चांदण्या आहेत. तरी चार चांदण्यांचा एक गट आहे असे स्पष्ट जाणवते. समीपतेमुळे अवबोध स्पष्ट होतो.

(2) सादृश्य /साधर्म्य नियम (Principal of Similarity) :

सोबतच्या आकृतीत गोल, त्रिकोण, चांदणी यांचे वेगवेगळ्या आकारामुळे वेगळेपण जाणवते. विशिष्ट आकार पुन्हा पुन्हा आल्याने त्यांच्यात सारखेपणा जाणवतो. आकार, रंग, वास अशा वेगवेगळ्या साधर्म्यांआधारे आपण वस्तूंचे गट पाडू शकतो व हा वेगळेपणा म्हणजेच त्यांचे अवबोधन होय.

आकृती 1.2 : सादृश्य/साधर्म्य नियम

(3) समावेशकतेचा नियम (Principal of Closure) :

आकृती 1.3 : समावेशकतेचा नियम

सोबतच्या आकृतीत/शब्दांत अक्षरात तुटकपणा आहे; परंतु मनामुळे आपल्याला त्याचा अवबोध 'SEA' असा होते. अक्षरांमधील रिकाम्या जागेचा मन समावेश करून घेते.

(4) सातत्याचा नियम (Principal of Continuity) :

सोबतच्या आकृतीत चौकोनाची आकृती अधिकाधिक समग्र होत जाते. घटकातील सातत्य जेवढे जास्त तेवढे अवबोध अधिक अर्थपूर्ण होते.

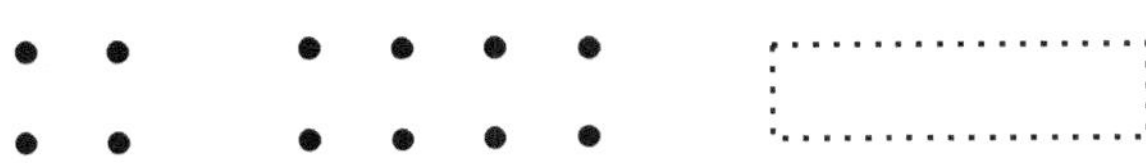

आकृती 1.4 : सातत्याचा नियम

(5) परिचिततेचा नियम (Principal of Familarity) :

सोबतची आकृती टिंबांनी दर्शविली आहे; पण पूर्वी आपण ही आकृती पहिली असल्याने हे केवळ टिंबे आहेत असे न मानता ते झाडाचे पान आहे असा बोध आपल्याला होतो.

आकृती 1.5 : परिचिततेचा नियम

(6) मनःस्थितीचा नियम (Principal of Mental State) : जशी व्यक्तीची मनःस्थिती तसे तिच्या अनुभवाचे अवबोधन असते.

(7) मानसिक प्रभाव क्षेत्र : मानसिक प्रभाव क्षेत्राची कल्पना कोफका याने मांडली. या क्षेत्राला त्याने वर्तनिक वातावरण (Behavioural Environment) असे म्हटले आहे. व्यक्ती परिस्थितीनुसार वर्तन करते. ही परिस्थिती वर्तन करण्याच्या वेळी तिला जशी जाणवली त्यानुसारच तिचे वर्तन होत असते.

(8) मर्मदृष्टी : अध्ययनाच्या प्रक्रियेत कोहलरने मर्मदृष्टीचे फार मोठे महत्त्व प्रयोग करून सिद्ध केले आहे. कोहलर यांनी मर्मदृष्टीचे काही टप्पे सांगितले आहे. ते पुढीलप्रमाणे –

(अ) समस्या व परिस्थिती पूर्णपणे समजून घेतली जाते.

(ब) परिस्थितीतील घटकांचे विश्लेषण केले जाते.

(क) तिसऱ्या टप्प्यात घटकांचे संयोजन केले जाते.

(ड) शेवटच्या टप्प्यात समस्येचे मर्म जाणून समस्या सोडविली जाते.

मर्मदृष्टीची वैशिष्ट्ये

(1) मर्मदृष्टी अचानकपणे घडून येते.

(2) एका विशिष्ट परिस्थितीत प्राप्त झालेली मर्मदृष्टी त्यासारख्या परिस्थितीत उपयोगी ठरते म्हणजेच अध्ययन संक्रमण होते.

(3) मर्मदृष्टीने मिळालेले ज्ञान हे कायमस्वरूपी असते.

(4) मर्मदृष्टी सर्जनात्मक कार्य करण्यासाठी उपयुक्त असते.

समष्टिवादाचे मानसशास्त्राच्या विकासातील योगदान

(1) कोणत्याही वर्तनाचे ज्ञान होण्यासाठी अवबोधनाचा अभ्यास होणे जरूरीचे आहे हे समष्टिवादाने दाखवून दिले.

(2) मानसिक अनुभवांचे घटक हे संघटित स्वरूपात असतात. समष्टिवादाने संघटन म्हणजे अनुभवांची साखळी असे म्हटले आहे.

(3) अनुभूतीच्या वेळी निर्माण झालेली परिस्थिती वर्तनाच्या दृष्टीने महत्त्वाची असते असे समष्टिवाद्याचे म्हणणे आहे.

(4) समष्टिवादाने आंतरनिरीक्षण पद्धतीचा उपयोग केला. मर्मदृष्टीचा पुरावा हा व्यक्तीच्या आंतरनिरीक्षणातून मिळतो. प्राणिवर्तन सहेतुक असते हे त्यांनी प्रयोगांच्या आधारे सिद्ध केले. यासाठी कोहलर, टॉलमन व लेविन यांनी मोलाची भर घातली.

समष्टिवादाचे शैक्षणिक योगदान/समष्टिवादाचे शैक्षणिक महत्त्व/समष्टिवादानुसार शिक्षणातील शिक्षक भूमिका.

(1) समष्टिवादाने पूर्ण व त्याचे भाग याचे महत्त्व लक्षात आणून दिले. आपण मुलाला शिक्षण अशासाठी देतो की त्याने भोवतलाच्या परिस्थितीशी समायोजन करावे; परंतु प्रत्येकाचे स्वतःचे असे एक स्वतंत्र व्यक्तिमत्त्व असते, त्यामुळे तो स्वतःचा मार्ग स्वतःच या कारणामुळे ठरवितो. या कारणामुळे शिक्षकाने त्याच्या व्यक्तिमत्त्वाला साजेशी परिस्थिती निर्माण करणे आवश्यक आहे. शिक्षक त्याला वेगवेगळे खेळ, उपक्रम, सांस्कृतिक कार्यक्रम यात सहभागी करतो. म्हणजेच आपण त्याच्या परिस्थितीला पूरक असे वातावरण निर्माण करतो. समष्टिवादानुसार आपण विद्यार्थ्यांच्या संपूर्ण व्यक्तिमत्त्वाचा विकास करण्याचा प्रयत्न करतो. समष्टिवादाने परिस्थितीचे महत्त्व आणि त्यातून घडणारी परिवर्तन व बदल यांवर भर दिला आहे.

(2) मूल मोठे झाल्यावर त्याच्या भोवतलाची परिस्थिती बदलते. त्याच्यावर बाहेरील परिस्थितीचा प्रभाव सहज पडतो. आपल्याला त्याच्या मनातील संघर्ष त्याच्या वागण्याबोलण्यावरून कळू शकतो. तो संघर्षाला तोंड देत असतो. या संघर्षाचा परिणाम त्याच्या संपूर्ण शरीरावर होत असतो. त्याच्या संपूर्ण वागण्या-बोलण्यावरूनच समष्टिवादाची व्यक्तिमत्त्वाची उकल होण्यासाठी मदत होते. यावरूनच शिक्षकाला विद्यार्थ्यांच्या विकास अवस्थांचे निरीक्षण करण्यास मदत होते.

(3) आजकाल मानसशास्त्रात नवीन विचार रुजू होऊ लागले आहेत. 'गट पद्धत' ही अध्ययन पद्धती महत्त्वाची मानली जाऊ लागली आहे. शिक्षकांनी एखाद्या गटाला प्रकल्प दिला तर त्यासाठी ती मुले कशा पद्धतीने पूर्ण करतात यालाही महत्त्व आहे. प्रकल्पामध्ये मुले काम वाटून घेतात, एकमेकांशी चर्चा करतात, त्यांचे एकमेकांशी वागणे कसे आहे हे सर्व जाणून घेणे महत्त्वाचे आहे. कारण मुलांच्या व्यक्तिमत्त्व विकासात नैतिक, राजकीय, धार्मिक अशा सर्व प्रकारच्या समस्या दिसून येतात. त्यामुळे समाजात येणाऱ्या सामाजिक समस्या सोडविण्यासाठी मदत होऊ शकते. यासाठी सुद्धा समष्टिवादाचा उपयोग होतो. कारण, आपण गटपद्धत ही संपूर्ण एकच अशी अभ्यासणार आहोत. अध्ययनप्रक्रिया स्पष्ट करताना विशिष्ट परिस्थितीला सामोरे जाण्यासाठी प्रतिसाद शोधण्याची प्रक्रिया म्हणजे 'शिक्षण' होय, असे समष्टिवाद सांगतो.

(4) नवनिर्मितीत पूर्वज्ञानाला अतिशय महत्त्व आहे. नव्या अनुभूतीची रचना करण्यासाठी पूर्वज्ञानाचा उपयोग होतो. व्यक्तीची सर्जनक्षमता यातूनच विकसित होते. आजच्या शिक्षणात केलेला सर्जनशीलतेचा विचार हा समष्टिवादाने आग्रहपूर्वक मांडला आहे.

(5) अध्ययन हे मर्मदृष्टीवर अवलंबून असते. कोणत्याही परिस्थितीचे समग्र दर्शन अध्ययनार्थ्यांना घडविले तर मर्मदृष्टी प्राप्त होईल व मर्मदृष्टीमुळे समस्या सोडविण्यास मदत होईल. अशा प्रकारे समष्टिवादाने मर्मदृष्टीला महत्त्व दिले आहे.

मर्यादा

(1) समष्टिवादाने अबोधावस्थेचा विचार केला नाही.

(2) मानवी वर्तनाचा विचार करताना पृथक्करणाला योग्य ती किंमत दिली नाही.

1.3.5 मनोविश्लेषणवाद (Psychoanalytic)

इतिहास व स्वरूप

मनोविश्लेषणवाद हा अबोध मन, जैविक प्रेरणा आणि समाजाची मागणी यातील संघर्ष लहानपणीचे कौटुंबिक अनुभव यांवर भर देतो. मनोविश्लेषणवाद असे सांगतो की, जैविक प्रेरणा, जास्त करून लैंगिक आणि तीव्र भावना या व्यक्तीच्या विचार, भावना व वर्तन यांवर प्रभाव टाकतात. या प्रेरणा अबोध मनामध्ये खोलवर दडून बसलेल्या असतात, ज्या बहुतेक वेळा समाजाच्या नियमांविरुद्ध असतात.

सिग्मंड फ्रॉईड (1856-1939) यांना मानसशास्त्राचे जनक मानले जातात. फ्राईड यांच्या मतानुसार लहानपणीचे पालकांबरोबरचे नातेसंबंध हा मुलाच्या व्यक्तिमत्त्वावर परिणाम करणारा महत्त्वाचा घटक आहे. विसाव्या शतकाच्या सुरुवातीला त्यांनी व्हिएन्नामध्ये त्यांनी मनोविश्लेषणवाद सांगितला. अनेक मानसशास्त्रज्ञांनी त्यांचा दृष्टिकोन मान्य केला. आज मानसशास्त्रज्ञ लैंगिक प्रेरणेला कमी महत्त्व देतात. त्याऐवजी सांस्कृतिक अनुभव हे वर्तन निश्चित करतात असे मानतात. मनोविश्लेषवाद हा प्रायोगिक संशोधनापेक्षा उपयोजित संशोधनाला जास्त महत्त्व देतात. त्यामुळे मनोविश्लेषवाद हा सिद्ध करायला अवघड असतो. तरीसुद्धा मानसशास्त्राचा हा महत्त्वाचा भाग आहे.

इ.स. 1900 च्या सुमारास सिग्मंड फ्रॉईड याने आपल्या मनोविश्लेषणवादी कल्पना जगासमोर मांडली. हा सिद्धान्त बोधावस्थेतील तसेच अबोधावस्थेतील मानसिक क्रियांचे स्पष्टीकरण करतो.

(1) बोधावस्था व अबोधावस्था : बोधावस्थेतील घटनांची आपणास पूर्ण जाणीव असते. अबोधावस्थेचा अभ्यास करणे हे मनोविश्लेषणवादाचे कार्य आहे. अबोधावस्था ही मुक्त साहचर्य व संमोहन यांच्या साहाय्याने अभ्यासता येते. अबोधावस्थेत भूतकाळातील नको वाटणारे अनुभव, अतृप्त इच्छा, आकांशा, आशा-वासना या सर्व गोष्टींचा समाविष्ट असतो. सामाजिक भयापोटी आपण या गोष्टी मनातून बाहेर काढत नाही; परंतु या सर्व गोष्टीं आपल्या मनाच्या अबोधावस्थेत साठविल्या जातात. माणसाच्या जीवनात कोणतीही क्रिया सहज घडत नाही. क्रिया या हेतूपूर्वक घडत असतात, पण काही क्रियांचे हेतू आपणास माहीत नसतात. ती सहज घडली असे आपण मानतो, परंतु ते खरे नाही. फ्रॉईड यांच्या मते, अबोधावस्थेत साठलेल्या प्रेरकांपैकी एखादा प्रेरक ही क्रिया घडवून आणण्याला कारणीभूत असतो. फ्रॉईडच्या मते, अबोधावस्थेत दडपून टाकलेल्या अतृप्त इच्छा, वासना, स्वप्नांच्या माध्यमातून वर येऊन समाधान मिळविण्याचा प्रयत्न करतात. बोधावस्था ही नियंत्रकशक्ती म्हणून काम करत असते. या दडपून टाकलेल्या भावना व बोधावस्था यांच्या झगड्यातून अबोधावस्थेतील कोंडल्या गेलेल्या भावना व्यक्तीला विचित्र वर्तन करायला भाग पाडतात. ते बोधावस्थेत येऊ शकले नाही तर त्यातून मानसिक विकृतीचा जन्म होतो.

(2) लैंगिक जीवन : फ्रॉईडच्या मते, काम प्रवृत्ती ही जीवनातील सर्वांत महत्त्वाची प्रवृत्ती आहे. लैंगिक विषमसमायोजन हे मज्जाविकृतीचे महत्त्वाचे कारण आहे. सामाजिक जीवनातील अनेक रुंद कल्पनांमुळे व्यक्तीच्या लैंगिक भावना दडपल्या जातात. दमन झालेल्या अतृप्त इच्छा अबोध अवस्थेत साठविल्या जातात. तेथून विषम समायोजनाला सुरुवात होते. फ्रॉईडच्या मते, माता व बालक यांच्यातील स्नेह, स्वतःच्या शरीराविषयीचे असलेले प्रेम, अंगठा चोखणे ही सर्व उदाहरणे कामुकतेशी संबंधित आहेत.

(3) अहंप्रवृत्ती व कामचेतना : प्रत्येक व्यक्तीच्या ठिकाणी अहंप्रवृत्ती व कामचेतना या प्रभावी प्रवृत्ती असतात.

अहंप्रवृत्तीचा संबंध इतर मानसिक व शारीरिक वर्तनाशी आहे. ती व्यक्तीच्या स्वसंरक्षणाला चालना देते. अहंप्रवृत्ती वास्तवाचे भान ठेवते.

कामवृत्तीचा संबंध लैंगिक जीवनाशी आहे. ती वंश संरक्षणाच्या वर्तनाला प्रेरणा देते. काम व चेतना व्यक्तीला जे काही सुखकारक आहे ते करावयास भाग पाडते.

कामप्रवृत्ती व अहंप्रवृत्ती या दोन्हींची ओढाताण लहानपणापासूनच होत असते. या दोन्हींपैकी कोणत्याही प्रवृत्तीचा अतिरेक व्यक्तीला विकृतीकडे नेतो. फ्रॉईडच्या मते, अहंगंड आणि कामचेतना या दोन्ही प्रवृत्ती एकाच चेतनेची रुपे आहेत. मानवी जीवनात समतोल साधण्यासाठी या दोन्ही प्रवृती सतत कार्यरत असतात.

(4) आत्मप्रीती (Narcissism) : ग्रीक नायक नार्सिसिस एकदा पालथा पडून पाण्यामध्ये स्वतःचे प्रतिबिंब पाहत असतो त्यावेळी तो स्वतःच्याच प्रेमात पडतो. या गोष्टीवरून या 'नार्सिसिझम' हे नाव पडले. जन्माला आलेली प्रत्येक व्यक्ती स्वतःच्याच प्रेमात पडते.

स्वतःच्या शरीराच्या आकर्षणात सापडलेले बालक हे त्यातून बाहेर पडून पुढील टप्प्यात बालकाला इतरांच्या बद्दल आकर्षण वाटते. मातृगंड, पितृगंड ही त्याचीच रुपे आहेत.

(5) जीवन आणि मरण : मानवी जीवनात जीवन आणि मरण या दोन मूलभूत प्रवृत्ती आहेत असे फ्रॉईडने सांगितले आहे. या प्रवृत्ती परस्परविरोधी आहेत. अहंगंड व कामप्रवृत्ती यांचा समावेश जीवनप्रवृत्तीत होते. स्वरक्षण आणि वंशरक्षण यांच्यामुळेच जनन व विकास यांसारख्या क्रिया जीवनप्रवृत्तीत घडतात. माणसाची जगण्याची धडपड ही शेवटच्या क्षणापर्यंत चाललेली असते; परंतु जीवनातील शेवटची अवस्था ही मृत्यूच आहे. मरण हेच जीवनाचे अंतिम ध्येय आहे. म्हणून मरण ही एक मूलभूत प्रवृत्ती आहे.

जीवन आणि मरण या दोन्ही प्रवृत्तींमुळे माणसाच्या जीवनात प्रेम आणि द्वेष, निर्मिती आणि नाश, संघटन आणि विघटन या प्रक्रिया आढळतात. माणसाचे जीवन अशा प्रक्रियांनी भरलेले दिसून येते.

(6) मनोरचना : मानवी जीवनाची विविधांगी चिकित्सा केल्यानंतर फ्रॉईडने मनोरचनेचे तीन स्तर सांगितले आहेत ते तीन स्तर म्हणजे - जीवात्मा (Id), बोधात्मा (Ego) आणि विवेकात्मा (Super-Ego).

मर्यादा

(1) मनोविश्लेषवादामध्ये लैंगिक प्रेरणेला अवास्तव महत्त्व दिले आहे.

(2) यामध्ये प्रायोगिक संशोधनापेक्षा उपयोजित मानसशास्त्रास जास्त महत्त्व आहे. त्यामुळे मनोविश्लेषवाद हा सिद्ध करायला अवघड असतो. तरीसुद्धा मानसशास्त्राचा हा महत्त्वाचा भाग आहे.

ॲडलर यांचे मनोविश्लेषणवादी विचार (Adler's Psychoanalytical Thinking)

ॲडलर यांच्या मते सत्ता, श्रेष्ठत्व, वर्चस्व या तीनही गोष्टींमुळे व्यक्तीला जीवनात प्रेरणा मिळते. प्रत्येक व्यक्तीला स्वतःला सिद्ध करायचे असते. त्यात त्याला अपयश आले तर त्याच्यात न्यूनगंड निर्माण होतो व मनोविकृती निर्माण होते, असे ॲडलर मानतो. श्रेष्ठत्व मिळविण्यातील अडथळा म्हणजे व्यक्तीत असणारे 'न्यून' होय. त्या न्यूनावर मात करून व्यक्तीला श्रेष्ठत्व प्राप्त करून घ्यायचे असते. आपल्याकडे आपण कितीतरी गायक, अभिनेते, खेळाडू पाहतो की ते अभ्यासात फारसे पुढे नसतात, परंतु त्यांच्या आवडीच्या क्षेत्रात ते फार वरचा दर्जा प्राप्त करतात. याचाच अर्थ माणसाला एका क्षेत्रात न्यून आले तरी तो माणूस दुसऱ्या क्षेत्रात पराक्रम गाजवून आपले श्रेष्ठत्व प्रस्थापित करू शकतो.

व्यक्तीच्या वर्तनाला त्याची जीवनशैली कारणीभूत ठरते. सामाजिक व कौटुंबिक जीवनशैली व्यक्तीच्या वर्तनाला दिशा देते. समाधानी व्यक्ती जीवनातील सुख-दुःखांना हसत-खेळत तोंड देते. असमाधानी व्यक्ती जीवनात सतत कुरकुरत राहते. माणसाच्या योग्य जीवनशैलीने त्या व्यक्तीचे कौटुंबिक जीवन संपन्न होते.

मनोविश्लेषणाचे फ्रॉईडने केलेले स्वप्नांचे विश्लेषण ॲडलर यांना मान्य होते. भूतकाळातील असफल इच्छांची पूर्तता करण्याचा स्वप्न हा एकमेव मार्ग आहे हे ॲडलर यांना मान्य नव्हते. उलट स्वप्नांद्वारे व्यक्तीची वर्तमानकालीन समस्यांकडे पाहण्याची वृत्ती स्पष्ट होते व समस्या सोडविण्याचे मार्गही सुचू शकतात असा दृष्टिकोन ॲडलर यांनी मांडला.

कार्ल युंग यांचे विचार (Carl Jung's Thinking)

कार्ल युंग यांची कामचेतनेबद्दलची कल्पना फ्रॉईड यांच्या कल्पनेपेक्षा अधिक व्यापक होती. व्यक्तीच्या संपूर्ण जीवन-क्रियांमागील कामचेतना ही एकमेव शक्ती आहे असे त्यांनी म्हटले आहे. व्यक्ती वेगवेगळी ध्येये कामचेतनेद्वारे पूर्ण करण्याचा प्रयत्न करते. जसे की - कधी तो लैंगिक सुखाच्या पाठीमागे धावायला लागतो तर कधी सर्जनशीलतेची प्रेरणा, स्वसंरक्षण, वंशसंरक्षण असा सर्व जीवनक्रियांसाठी कामचेतना कारणीभूत असते. ही चेतना माणसाला समाजाभिमुख बनविते आणि व्यक्तीचे सामाजिक व सांस्कृतिक जीवन फुलविते.

कार्ल युंग यांनी व्यक्तिमत्त्वाचे अंतर्मुखी (Introvert) आणि बहिर्मुखी (Extrovert) असे दोन प्रकार सांगितले आहेत. कार्ल युंगच्या मते, अंतर्मुखी व्यक्तिमत्त्वे स्वतःमध्ये जास्तीत जास्त रुची घेतात तर बहिर्मुखी व्यक्तिमत्त्वे भोवतालच्या परिसरात व समाजात जास्त रस घेतात.

मनोविश्लेषणवादाचे मानसशास्त्राच्या विकासातील योगदान

(1) मनोविश्लेषणवादाने मानसशास्त्राची सामान्य व्यक्तीच्या जीवनाशी सांगड घातली. त्यामुळे मानसशास्त्र रोजच्या व्यावहारिक जीवनाच्या जवळ आले.

(2) मज्जाविकृती व मनोविकृती यांवर उपचार करण्यासाठी त्याने वैद्यकशास्त्राला साथ दिली. त्यामुळे वैद्यकशास्त्रही विकसित झाले.

(3) मनाचा अभ्यास केला तर मेंदूचे आजार किंवा इतर शारीरिक व्याधींवर उपचार करणे सोपे ठरते. त्यामुळे मानसशास्त्राला उपयोजानात्मक शास्त्राचा दर्जा प्राप्त करून दिला.

(4) मनोविश्लेषणवादाने व्यक्तिमत्त्व विकासाची संकल्पना स्पष्ट केली. मानवी वर्तनातील अबोध मन, त्याला प्रेरणा देणारे प्रेरक यांचा सखोल अभ्यास होऊ लागला.

(5) व्यक्तीच्या वर्तनातील विसंगती, चुका, गूढ स्वप्ने यांसारख्या प्रक्रियांमागील कारणे शोधण्याचा फ्रॉईड यांनी प्रयत्न केला.

(6) निरीक्षण, अनुभव व तर्क यांचा भक्कम आधार दिल्यामुळे मनोविश्लेषणवादाने मानसशास्त्रात फार मोलाची भर घातली.

मनोविश्लेषणवादाचे शैक्षणिक योगदान

(1) फ्रॉईड यांनी मनोरचना अधिक स्पष्ट केली. सुप्तात्मा (Id), बोधात्मा (Ego) आणि विवेकात्मा (Super-Ego) या व्यक्तिमत्त्व कल्पना त्यांनी स्पष्ट केल्या. त्यामुळे व्यक्तिमत्त्व विकासाची संकल्पना स्पष्ट झाली.

(2) फ्रॉईड यांनी अबोधावस्थेचे महत्त्व सांगितले आहे. त्यामुळे विद्यार्थ्यांच्या मनावर संस्कार करण्याची गरज आणि त्यामागील शिक्षकाचा सहभाग यांचे महत्त्व स्पष्ट होते. अबोधावस्थेतील मनाचे माणसाच्या वर्तनावर, एकूण जीवनशैलीवर नियंत्रण असते. म्हणून मनाचा शोध घेणे आवश्यक आहे हे मनोविश्लेषणवादाने नजरेस आणून दिले.

(3) फ्रॉईडने बालपणाच्या अनुभवांना फार महत्त्व दिले आहे. त्या अनुभवांचे परिक्षण केल्याशिवाय व्यक्तिमत्त्वाचा अभ्यास पूर्ण होणार नाही. त्यामुळे शिशु शिक्षणाला फार महत्त्व आले आहे. बालपणी मुले सुखी असतील तर मोठेपणी ती सुखी होतील असे फ्रॉईडचे म्हणणे आहे.

(4) मनोविश्लेषणवादातील महत्त्वाचा मुद्दा म्हणजे तीव्र भावनांना वाट करून दिली पाहिजे (Catharisis). मुलांना त्यांच्या भावना आणि उद्दिष्ट साध्य करून देण्यासाठी वर्गात आणि बाहेरील वातावरणात संधी उपलब्ध करून दिली पाहिजे. मुलांच्या भावनांना योग्य वाट करून दिली नाही तर त्यांचे विषमसमायोजन होऊ शकते.

(5) शैक्षणिक उपक्रमांना शालेय जीवनात अतिशय महत्त्व आहे. कारण, ते मुलांच्या भावना, विचार, आवड यांना आकार देत असतात.

(6) शिक्षकांचा विद्यार्थ्यांच्या जीवनातील सहभाग अतिशय महत्त्वाचा आहे. शिक्षक-विद्यार्थी संबंध आणि शिक्षकांचा जीवनाकडे पाहण्याचा सकारात्मक दृष्टीकोन याचा परिणाम विद्यार्थ्यांच्या वर्तनावर होतो. त्यामुळे शिक्षकाने सकारात्मक दृष्टिकोन समोर ठेवून विद्यार्थ्यांमधील क्षमता उंचाविण्यासाठी प्रयत्न केला पाहिजे.

(7) व्यक्तीच्या जीवनात विशिष्ट प्रकारे वर्तन करावयास लावणाऱ्या जीवनशैलीत कुटुंब आणि समाजाचे योगदान ॲडलर यांनी विशद केले आहे.

(8) कार्ल युंग यांनी सुचविलेले व्यक्तिमत्त्वाचे अंतर्मुखी व बहिर्मुखी हे प्रकार शिक्षकाला नेहमीच पाहावयास मिळतात. त्यामुळे अंतर्मुखी मुलाला इतर मुलांमध्ये मिसळायला लावून त्याचे सामाजिक जीवन समृद्ध करण्यास मदत होईल व बहिर्मुखी मुलांना त्याच्या जीवनाला योग्य प्रकारे वळण लावण्याची जबाबदारी शिक्षकावर राहील.

1.3.6 मानवतावाद (Humanistic Approach)

मानवतावादानुसार व्यक्तीला अयोग्य, दुर्बल कल्पना आणि विचार यांपासून अलिप्त ठेवून सकारात्मक उत्कृष्ट जीवन प्रणालीचा अंगीकार करण्यावर भर आहे. यात व्यक्तीविकास व आत्मप्रत्ययाची प्रचिती यांवर विशेष भर देण्यात आला आहे. त्यामुळे मानवतावादी विचारांचा मुख्य मुद्दा असा आहे की कोणतीही व्यक्ती ही जन्मतः वाईट नसते. तसेच कोणत्याही व्यक्तीला स्वतःला वाईट मनुष्य म्हणून लोकांनी ओळखावे असे वाटत नाही.

वर्तमानकालीन बोधात्मक प्रक्रियांना या विचारप्रवाहात महत्त्व दिले असून अबोध प्रक्रिया, भूतकालीन कारणे यांना कमी महत्त्व दिले आहे तर मानवी सुप्त क्षमतांना अधिक महत्त्व दिले आहे. भूतकाळापेक्षा भविष्यकाळ उज्ज्वल करण्यासाठी इच्छा, आकांक्षा, आशा, प्रेम, सर्जनशीलता, मूल्ये, व्यक्तीविकास, आत्मसाफल्य यांतून व्यक्ती आत्मप्रगटीकरण करू शकते यावर या विचारसरणीचा विश्वास आहे.

मानवतावादी दृष्टिकोनातून व्यक्तिमत्त्व विकास ही संकल्पना कार्ल रॉजर्स आणि अब्राहम मॅस्लो यांनी मांडली.

कार्ल रॉजर्स याने 'स्व' (Self) चा विकास होतो हे स्पष्ट केले आहे. समाज, परिसर, आंतरक्रिया, भावभावना, संवेदना, समायोजन इत्यादीं मानसिक क्रियांचा विचार केला आहे. 'स्व' ची निर्मिती, विकास आणि आत्मउन्नतीचा विचार सकारात्मक दृष्टीने केला. त्यामुळे व्यक्तीचे वर्तनही सकारात्मक असावे यासाठी सहजीवन, समायोजन व सहकार्याची भावना विद्यार्थ्यांत जोपासणे आवश्यक आहे.

शालेय जीवनात 'स्व' चा विकास होईल अशा नैसर्गिक अनुभूती येण्यासाठीची परिस्थिती निर्माण करणे आवश्यक आहे. विद्यार्थ्यांतील अवगुणांवर, दोषांवर लक्ष केंद्रित न करता, त्यांच्यातील सद्‌गुण, क्षमता, चांगुलपणा, कौशल्य या गुणांवर लक्ष केंद्रित करून प्रोत्साहन दिल्यास आत्मोकर्ष घडतो व विद्यार्थ्यांत समाजाप्रती सकारात्मक दृष्टिकोन वाढीला लागतो. म्हणून कार्ल रॉजर्सची ही उपपत्ती महत्त्वाची आहे. यामध्ये माणुसकी व मानवतावादी दृष्टिकोन जोपासला जातो.

अब्राहम मॅस्लो यांनी व्यक्तीच्या सकारात्मक दृष्टिकोनाचा विचार करणारी नवीन विचारसरणी सांगितली आहे. प्रत्येक व्यक्तीला संकल्प स्वातंत्र्य असते. ती स्वतःचा विकास स्वतः करू शकते. मॅस्लो यांच्या मते, व्यक्ती आत्मप्रगटीकरण करू शकते त्यात तशा क्षमता असतात त्यातून ती आत्मोन्नती करू शकते व चांगले व्यक्तिमत्त्व घडवू शकते असा सकारात्मक दृष्टिकोन मांडला आहे. त्यांच्या व्यक्तिमत्त्व विकास उपपत्तीत गरजा/प्रेरणा या केंद्रस्थानी असून त्याची सुरुवात शारीरिक गरजांनी होते तर शेवट आत्मवास्तविकीकरणांच्या प्रेरणेतून होतो. खालच्या पातळीवरील गरजांची पूर्ती झाल्याखेरीज उच्च दर्जाच्या प्रेरणारूपी गरजांची पूर्तता होत नाही.

मॅस्लोने जो गरजेचा/प्रेरणेचा पिरॅमिड सांगितला आहे त्यामुळे शिक्षण घेणाऱ्या विद्यार्थ्यांची काळजी व त्यांच्या प्राथमिक गरजांची पूर्तता केल्याने अध्ययन विषयक/ बोधनविषयक/बोधात्मक गरजा, प्रेरणांकडे विद्यार्थी जाऊ शकतो म्हणून पालकांनी व शिक्षकांनी विद्यार्थ्यांच्या शारीरिक व भावनिक गरजा ओळखून त्याची पूर्तता करण्याकडे लक्ष देणे गरजेचे असते. व्यक्ती, विद्यार्थी, शिक्षक यांना प्रेरणेच्या पिरॅमिडमुळे प्रेरणा मिळून आत्म-वास्तविकीकरणाचा अतिउच्च अनुभव घेता येतो.

मॅस्लो आणि रॉजर्स या मानवतावादी मानसशास्त्रज्ञांनी आपापल्या उपपत्ती या मानसिकदृष्ट्या सुदृढ असलेल्या व्यक्तीचे निरीक्षण करून मांडलेल्या आहेत.

1.3.7 बोधात्मवाद (Cognitive Approach)

व्यक्ती बौद्धिक विकासातून वस्तू, अभिवृत्ती, पूर्वअंदाज, वर्तनबदल, भावनिक नियंत्रण, नैतिक परिपक्वता, परिस्थितीचा अंदाज व त्याचे आकलन करते व बदलत्या परिस्थितीत समायोजन करते या सर्व बौद्धिक प्रक्रिया आहेत. यातील महत्त्वाचे घटक म्हणजे - संवेदना, अवबोध, संकल्पना, विचारप्रक्रिया, तर्क, स्मृती, सर्जनशीलता इत्यादी होत.

बौद्धिक विकास दर्शविणारी पियाजे यांची उपपत्ती महत्त्वपूर्ण आहे. एखाद्या गोष्टीबाबत संघटनात्मक किंवा एकत्रित स्वरूपात विचार केला की ती समजू शकते. बोधनामुळे व्यक्ती सभोवतालच्या परिस्थितीशी प्रतियोजन (Adaptation) करू शकते आणि बोधनानंतर केलेले प्रतियोजन व्यक्तीचे अस्तित्व पक्के करते.

पियाजे यांच्या मते, बालकाचा विकास हा जैविक परिपक्वन आणि त्याचवेळी बालकाची परिस्थितीशी होणारी आंतरक्रिया यांच्या संयुक्त प्रभावातून घडून येते. पियाजे यांनी प्रतियोजनावर जास्त भर दिला आहे. प्रतियोजनात तीन पूरक प्रक्रियांचा समावेश होतो.

(1) सात्मीकरण (Assimilation) (2) समावेशन (Accommodation) (3) समतोलन (Equilibration)

(1) सात्मीकरण (Assimilation) : बोधनिक विकासामध्ये बाह्य घटकाला वर्तमान रचनेत सामावून घेताना बाह्य घटकात बदल केले जातात.

(2) समावेशन (Accommodation) : सात्मीकरणाच्या उलट समावेशनात नवीन घटकाशी जुळवून घेण्यासाठी वर्तमान रचनेतच काही बदल केले जातात.

सात्मीकरण व समावेशन या संकल्पना आपल्या संपूर्ण आयुष्यावर सर्व प्रकारच्या विकासात घडून येत असतात. यामुळे पुढील गोष्टी घडतात -

(1) नवीन माहितीच्या संदर्भात व्यक्ती आपला पहिला आकृतिबंध तपासून पाहू शकते आणि आवश्यक वाटल्यास त्यात बदल करू शकते.

(2) व्यक्तींमध्येच बदल होत असल्याने जुन्या माहितीकडेच वेगळ्या दृष्टिकोनातून पाहिले जाऊ शकते.

पियाजे यांच्या मते, समतोलनाची प्रवृत्ती प्रत्येक व्यक्तीत जन्मतःच असते. कोणतीही जैविक यंत्रणा संतुलित अवस्थेत असली की असा समतोल हा निश्चितच तत्कालिक असतो. कारण त्या योजनेची प्रतियोजनात्मक भूमिका टिकवायची असेल तर त्या यंत्रणेचे कार्य चालू राहिले पाहिजे.

उत्कृष्ट अध्ययन होण्यासाठी अध्ययन, आशयपद्धती आणि परिस्थिती यांचे संघटन कसे करावे हे बोधात्मवादातून कळते.

शिक्षकांनी आपली अध्यापनपद्धती विद्यार्थ्यांच्या वैचारिक पातळीशी मिळत्या-जुळत्या स्वरूपाची आहे किंवा नाही हे पडताळून पाहिले पाहिजे.

बालकाच्या विकासाला अनुसरून योग्य वातावरण पुरविले गेले तर त्याचा विकास अधिक होईल असे बोधात्मवाद सांगतो.

1.4 मानव एक जैव - मानसशास्त्रीय जीव संकल्पना

(Concept of Man as a Bio-Psychological Organism)

मानसशास्त्रीय कार्यप्रणालीत जीवशास्त्रीय घटकांचे स्थान

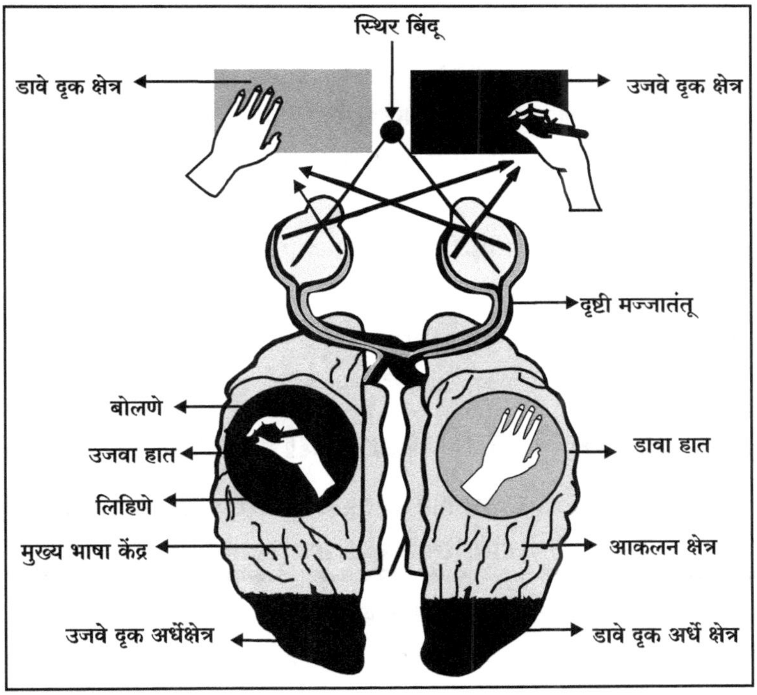

आकृती 1.6 : मानव एक जैव - मानसशास्त्रीय जीव संकल्पना

आपल्या वर्तनाचे संचालन आणि विचारांचे दिग्दर्शन करून आपल्या व्यक्तिमत्त्वाचा विकास घडवून आणण्याची किमया मेंदू करतो. त्याचप्रमाणे चेतासंस्थेतील चेतापेशी यांचे कार्यही महत्त्वाचे आहे.

हाताला चटका बसताच हात चटकन मागे खेचला जातो. मेंदूच्या मध्यस्थीशिवाय या क्रिया घडून येतात. तत्कालिक प्रतिक्रिया चेता-पातळीवरच घडून आलेली असते. शेवटी मेंदूकडून वेदनेचे संदेश पाहोचतात आणि प्राप्त परिस्थितीला अनुसरून मेंदूचीही प्रतिक्रिया होते.

प्रमस्तिष्क बाह्यकाचा बराचसा भाग या साहचर्य क्षेत्राने व्यापलेला असतो. विचार, भाषा, स्मृती, बोलणे इत्यादी उच्च मानसिक प्रक्रियांचे नियंत्रण हे साहचर्य क्षेत्रच करते.

मनुष्य तर्कसंगत निर्णय घेतो त्याला यासाठी साहचर्य क्षेत्राचे साहाय्य होते. जर हा विशिष्ट भाग दुखावला गेला तर नैतिक निर्णय घेण्याच्या क्षमतेचा किंवा भावनांचे नियंत्रण करण्याच्या योग्यतेचा ऱ्हास होऊन मनुष्याच्या व्यक्तिमत्त्वात अनेक परिवर्तने घडून येतात.

साहचर्य क्षेत्राचा विशिष्ट भाग दुखावला गेला तर भाषेचा नीट वापर करता येईनासा होतो. यामध्ये अक्षमतेचे वेगवेगळे प्रकार संभवतात.

सामान्यतः भाषेच्या योग्यतेचे प्रभावकेंद्र मेंदूच्या डाव्या गोलार्धात आढळून येते. बोलणे, वाचन करणे, विचार करणे, तर्क काढणे असे कार्य ज्यामध्ये भाषिक सक्षमतेची आवश्यकता आहे त्या कार्याचे मुख्य केंद्र मेंदूच्या डाव्या भागात आढळते.

भावनात्मक प्रकटीकरण, संगीत आणि चित्रकला व आकृती संबंधाची ओळख हे सर्व मेंदूच्या उजव्या भागामुळे आढळून येते.

मेंदूची डावी बाजू माहितीचा विचार अनुक्रमानुसार करतो तर उजवी बाजू माहितीचे संस्करण समग्र रूपाने करते.

मेंदू हा प्रतियोजनक्षम (Adaptable) असतो. बाह्य परिस्थिती प्रतिकूल झाली तर तिची तीव्रता कमी करण्यासाठी आपल्या कार्यक्षमतेत अनुकूल बदल घडवून आणू शकतो.

अंतःस्रावी ग्रंथींच्या प्रभावाने महत्त्वाच्या अनेक शरीरशास्त्रीय कार्यावर, मानसिक प्रक्रियांवर आणि वर्तन-संघातावर महत्त्वाचे परिणाम घडून येतात त्याचप्रमाणे आजाराचे नियमन, शरीरातील चयापचय, भावनात्मक प्रतिक्रिया आणि प्रेरणावर ग्रंथीकार्याचे परिणाम होत असतात.

ग्रंथीखेरीज मनुष्य वर्तनाच्या जैव आधारांमध्ये गुणसूत्र घटकांचाही उल्लेख करणे गरजेचे आहे. मात्यापित्यांकडील प्राप्त गुणसूत्रांनुसार मुलांकडे गुण-दोष संक्रमित होत असतात.

अशा प्रकारे व्यक्तीमध्ये जे शारीरिक किंवा वार्तनिक भेद आढळतात ते अनुवंशामुळे किंवा वातावरणातील प्रभावामुळे किंवा दोहोंच्या संयुक्त प्रभावाने निष्पन्न झालेले असतात.

1.5 नससंस्था व जैविक घटक यांचे मानसशास्त्रीय महत्त्व

(Neourological and Other Biological Factors of Significance in Psychological Functioning)

ज्ञानेंद्रियांच्या द्वारा मनुष्य जे अनेक प्रकारचे वर्तन करतो त्याचा मूळ आधार म्हणजे पेशींमध्ये घडून येणारी परिवर्तने आणि पेशींच्या परस्पर संबंधात घडून येणाऱ्या जैव प्रक्रिया होय. मनुष्याच्या वर्तनावर चेतापेशी (Neuron), मध्यवर्ती (Central) आणि सीमावर्ती (Peripheral), चेतासंस्था (Nervous system) आणि अंतःस्रावी ग्रंथींचा प्रभाव पडतो.

मध्यवर्ती चेतासंस्थेवर आपल्या वेदना, कारक हालचाली, भावना, विचार, स्मृती अवलंबून असतात. मध्यवर्ती चेतासंस्थेत मेंदू आणि मेरुरज्जू (Spinal chord) यांचा समावेश असतो. सर्व शारीरिक क्रियांचे संघटन आणि समन्वय साधण्यात मध्यवर्ती चेतासंस्थेची महत्त्वाची भूमिका असते. मध्यवर्ती चेतासंस्थेमुळे आपल्याला उद्दीपके प्राप्त होतात आणि आपण त्याला प्रतिक्रिया देतो.

मध्यवर्ती चेतासंस्थेचे कार्य

(1) **प्रतिक्रिया करणे :** जर तुमच्या हाताला गरम भांड्याचा चटका बसला तर संकटाचा संदेश हातातील चेतांद्वारे मेरुरज्जूमध्ये आणि तिथून मेंदूकडे जातो. त्या क्षणी ते मेंदूकडून विशिष्ट प्रतिक्रियेला चालना प्राप्त होते. यात मध्यवर्ती चेतासंस्था अंतर्गामी (Incoming) आणि बहिर्गामी (Outgoing) संदेशाचे संस्करण करते.

(2) **स्वयंप्रेरित क्रिया :** कोणताही विशेष अंतर्गामी संदेश नसतानाही मेंदू स्वतःच विशिष्ट संदेश एखाद्या अवयवाकडे प्रेषित करून त्याला क्रियाप्रवण करू शकतो.

(3) ग्रंथींना आदेश देऊन क्रिया प्रवृत्त करणे. उदा., वातावरणात जास्त उष्णता वाढून उकाडा होऊ लागला तर आपल्याला घाम येऊ लागतो.

सीमावर्ती संस्थेचे कार्य

मेंदूकडे पोहोचविली जाणारी माहिती आणि मेंदूकडून अवयवांकडे पोहोचविण्यात येणारे कार्य व संदेश या दोन्हींमध्ये मध्यस्थाची भूमिका सीमावर्ती चेतासंस्थेची असते.

मध्यवर्ती चेतासंस्थेचे दोन प्रमुख भाग असतात - (1) मेरुरज्जू (2) मेंदू

(1) **मेरुरज्जू (Spinal Chord) :** पाठीच्या मणक्यांनी तयार झालेल्या लांब नलिकेसारख्या रचनेमधून मेरुरज्जू गेलेला असतो. मानेपासून पाठीच्या अधोभागापर्यंत गेलेला मेरुरज्जू एखाद्या श्वेतवर्णी आणि मृदू दोऱ्यासारखा दिसतो. वेगवेगळी वेदनेंद्रिये, स्नायू आणि ग्रंथींशी या चेतांचा संबंध प्रस्थापित झालेला असतो.

मेरुरज्जूचे महत्त्व : जोपर्यंत मनुष्याची शारीरिक निकोपता कायम असते तोपर्यंत मेरुरज्जूच्या कार्याचे महत्त्व लक्षात येत नाही; परंतु समजा एखादा अपघात होऊन मेरुरज्जू दुखावला गेला तर काही प्रकारचे समायोजक वर्तन मनुष्याकडून घडेनासे होते.

(2) **मेंदू (Brain) :** सुमारे तीन पौंड वजनाचा आणि किंचित गुलाबी करड्या रंगाचा मेंदू कवटीच्या आत असतो. तो एखाद्या स्पंजसारखा दिसतो आणि मऊ गोळ्याप्रमाणे असतो. त्याच्या पृष्ठावर अनेक वळ्या व खाचा असतात.

मेंदू विचारांना चालना देतो आणि अप्रगत पातळीवरच्या संवेदनांमुळे प्रभावित होत असतो. मानवी शरीराकडून ज्या अनेक गुंतागुंतीच्या क्रिया घडून येतात त्यांचे सुयोग्य नियंत्रण देखील मेंदूकडून होते.

वरून मेंदूचा जो संपूर्ण भाग दिसतो त्यालाच प्रमस्तिष्क (Ceerbrum) असे म्हणतात. या प्रमस्तिष्काच्या अधोभागी अनेक रचना असतात.

(1) **लंबमज्जा (Medulla) :** श्वासोच्छ्वास, हृदयाची धडधड, रक्तदाब यांसारख्या अनेक जीवनसंरक्षक कार्यांची नियंत्रण केंद्रे लंबमज्जेत असतात. लंबमज्जेच्या महत्त्वाच्या भागामध्ये थोडा जरी बिघाड झाला तरी व्यक्तीचा मृत्यू ओढवू शकतो. उलटी होणे, खोकला येणे यांसारख्या स्वयंचलित क्रियांचे नियमनही लंबमज्जेत होते.

(2) **सेतू (Pons) :** प्राणिसृष्टीत जे जातिविशिष्ट वर्तनप्रकार आढळतात त्याचे संपूर्ण नियंत्रण सेतूकडून होत असते असे आढळून आले आहे. श्वासोच्छ्वासाचे नियमन आणि चेहऱ्यावरील अविर्भावरील प्रभाव या दोन्हींच्या बाबतीत दिग्दर्शन करणारी विशिष्टाकृत केंद्रे सेतूमध्ये आढळतात.

(3) **अनुमस्तिष्क (Cerebellum) :** जलद आणि वारंवार दिशा बदलण्यासंबंधीच्या हालचालींमध्ये क्षणोक्षणी सुसूत्रता प्रस्थापित करणे हे अनुमस्तिष्काचे कार्य असते. अनुमस्तिष्क जर दुखावला गेला असेल तर हालचालींमधील समन्वय नष्ट होऊन त्या बेढब होतात.

(4) जालरचना बंध (Reticular Formation) : यामुळे मनुष्य आपल्या भोवतालच्या वातावरणाशी अधिक जागरूकतेने प्रतिक्रियाक्षम होतो. निद्रा आणि जागृतीच्या चक्राशीही जालरचना बंधाचा संबंध असतो.

(5) किनारी संस्था (Limbic System) : प्रेरण, अध्ययन आणि स्मृतीच्या बाबतीत या संस्थेचा महत्त्वाचा कार्यभाग असतो. भावनात्मक प्रकटीकरणाशीही हा भाग निगडीत असतो.

(6) अधश्वेताक्षेपक : भूक, तहान, प्रेरणा, भावनांचा अविष्कार आणि लैंगिक वर्तनाचे नियमन करणाऱ्या विशिष्ट पेशी बहुसंख्येने अधश्वेताक्षेपकात असतात.

(7) चेताक्षेपक : ज्ञानेंद्रियाकडून जे संदेश येतात ते चेताक्षेपकाच्या मध्यस्थीने प्रमस्तिष्काच्या विविध क्षेत्रामध्ये प्रक्षेपित होत असतात.

(8) प्रमस्तिष्क बाह्य (Cerebral Cortex) : मनुष्याची विचारशक्ती, मूल्यमापन शक्ती आणि कठीण निर्णय घेण्याची क्षमता प्रमस्तिष्क बाह्यकावरच अवलंबून असते.

2

वाढ व विकास

Growth and Development

2.1 विकास

2.1.1 व्याख्या

2.1.2 विकासाची तत्त्वे

2.1.3 विकासाच्या अवस्था

2.1.4 विकासाची परिमाणे

2.1.5 विकासाच्या परिणामांची ध्येये

2.1.6 वैकासिक कार्ये

2.2 विकासावर परिणाम करणारे घटक

2.2.1 अनुवंश

2.2.2 जैविक घटक

2.2.3 पर्यावरण

2.2.4 भौतिक

2.3 विकासाची उपपत्ती

2.3.1 पियाजे यांची बोधात्मक विकास उपपत्ती

2.3.2 फ्रॉईड यांची मनोलैंगिक विकास उपपत्ती

2.3.3 एरिक एरिकसन यांची मनोसामाजिक विकास उपपत्ती

2.3.4 हॅविंग घर्स्ट यांची वैकासिक कार्य उपपत्ती

2.3.5 कोहलबर्ग यांची नैतिक विकास उपपत्ती

2.3.6 गेसेल यांची परिपक्वन उपपत्ती

2.3.7 लेव व्योदत्स्की यांची समाज-सांस्कृतिक उपपत्ती

2.4 बोधनिक विकास

2.4.1 विचारप्रक्रियेचे स्वरूप

2.4.2 संकल्पना निर्मिती

2.4.3 समस्या निराकरण

2.4.4 चिकित्सक विचारक्षमता

2.4.5 युक्तिवाद

2.4.6 निर्णयक्षमता

2.4.7 बोधनिक विकासाचे शैक्षणिक महत्त्व

2.5 भावात्मक विकास

2.5.1 अभिवृत्ती

2.5.2 अभिरुची

2.5.3 मूल्य

2.6 कारककौशल्यांचा विकास

2.6.1 कारककौशल्ये

2.6.2 कारककौशल्यांचे कार्य विश्लेषण

2.6.3 कारककौशल्यांचे गुणधर्म

2.6.4 कारककौशल्यांची चले

2.6.5 कारककौशल्यांचे शैक्षणिक महत्त्व

2.7 भाषिक विकास

2.7.1 भाषेवरील जैविक प्रभाव

2.7.2 भाषेवरील परिस्थितीचा प्रभाव

2.8 सामाजिक विकास

2.8.1 सामाजिक विकासाचे गुणधर्म

2.8.2 एरिकसनची मनोसामाजिक उपपत्ती

2.8.3 सामाजिक विकासावर परिणाम करणारे घटक

2.8.4 सामाजिक विकासाचे शैक्षणिक उपयोजन

2.9 नैतिक विकास

2.9.1 स्वरूप

2.9.2 पियाजे यांची बोधनिक विकासाची उपपत्ती

2.9.3 कोहलबर्ग यांची नैतिक विकासाची उपपत्ती

2.10 भावनिक विकास

2.10.1 भावनांचे गुणधर्म

2.10.2 भावनिक विकासात शिक्षकाचे महत्त्व

इयत्ता सातवीच्या वर्गातील कान्हाराम नावाचा एक अतिशय हुशार विद्यार्थी. इयत्ता 7 वी च्या शिष्यवृत्तीच्या परिक्षेला राज्यात नववा क्रमांक मिळविलेला. ही शाळा सातवीपर्यंतच असल्याने आठवीत दुसऱ्या शाळेत गेला. आठवीच्या दिवाळीच्या सुट्टीमध्ये त्याने त्याच्या इयत्ता 7 वी च्या वर्गशिक्षिकेला घरी जाऊन सांगितले की बाई, तुमच्यासारखे शिक्षक तेथे नाहीत. नंतर मध्ये 12-13 वर्षांचा काळ गेला. हा मुलगा डॉक्टर बनला. डॉक्टर बनल्यावर पहिला फोन त्याने आपल्या 7 वी च्या वर्गशिक्षिकेला केला आणि सांगितले की बाई मी डॉक्टर झालो. इतके शिकलो पण तुमच्यासारखे शिक्षक मला भेटले नाही. मला तुमच्यासारखे बनायचेय.

विद्यार्थ्यांना घडविण्यात शिक्षकांचा फार मोलाचा वाटा असतो. शिक्षक विद्यार्थ्यांच्या क्षमता, मूल्य, ध्येये एकूणच आयुष्य घडवित असतो. मग शिक्षकांचे कोणते बोलणे, वागणे हे विद्यार्थ्यांवर परिणाम करते? शिक्षकांमुळे विद्यार्थ्यांच्या भवितव्यावर चांगला परिणाम होतो असे विद्यार्थी तुम्हाला माहित आहेत का?

शालेय शिक्षणामध्ये विद्यार्थ्यांचा बोधात्मक, भावात्मक, सामाजिक, नैतिक विकास होत असतो. आज विभक्त कुटुंब पद्धतीमुळे मुलांच्या सामाजिक, नैतिक, भावनिक विकासावर परिणाम होतो आणि यामुळे शिक्षकांचे विद्यार्थ्यांच्या आयुष्यातील महत्त्वाचे स्थान अधोरेखित होते. यातूनच आपल्याला प्रश्न पडू शकतो की विद्यार्थ्यांच्या विकासासाठी कोणती शिक्षण पद्धती योग्य आहे? हा घटक समजून घेतल्यानंतर तुम्ही खालील माहिती सांगू शकाल?

- विकास म्हणजे काय?
- बालकाचा वेगवेगळ्या अवस्थांमधील विकास आणि त्यांची वैशिष्टये कोणती?
- विकासाची परिमाणे कोणती?
- वैकासिक कार्य म्हणजे काय?
- पियाजेच्या बोधनिक विकास उपपत्तीचे स्पष्टीकरण करून तिचे शैक्षणिक महत्त्व सांगा.
- फ्रॉईडच्या मनोलैंगिक उपपत्तीचे स्पष्टीकरण करून तिचे शैक्षणिक महत्त्व सांगा.
- एरिकसन यांची मनोसामाजिक विकासाची उपपत्ती सांगून तिचे शैक्षणिक महत्त्व सांगा.
- हैविंगघर्स्टची विकासात्मक कार्य उपपत्ती सांगून वैकासिक कार्याचे महत्त्व स्पष्ट करा.
- कोहलबर्ग यांच्या नैतिक विकास उपपत्तीची वैशिष्ट्ये सांगा.
- गेसेलच्या परिपक्वन उपपत्तीचे शैक्षणिक उपयोजन सांगा.
- बोधात्मक विकासाची संकल्पना स्पष्ट करा.
- व्यक्तीच्या विचारप्रक्रियेत कोणते घटक कार्य करतात हे स्पष्ट करा.
- अभिवृत्ती व अभिरूची यांच्या विकासात शाळेची भूमिका स्पष्ट करा.
- कारक कौशल्यांचे शैक्षणिक महत्त्व स्पष्ट करा.
- भाषेवरील जैविक व परिस्थितीचा प्रभाव स्पष्ट करा.
- सामाजिक विकास म्हणजे काय ते सांगून सामाजिक विकासावर परिणाम करणारे घटक सांगा.
- नैतिक विकासावरील पियाजे आणि कोहलर यांची भूमिका स्पष्ट करा.
- भावनिक विकासातील शिक्षकाचे महत्व स्पष्ट करा.

2.1 विकास (Development)

2.1.1 व्याख्या (Definitions)

माणसामध्ये जन्मापासून मृत्यूपर्यंत बदल होत असतो. 'विकास' म्हणजे कार्यातील व वर्तनातील सुधारणा होय.

- ''आयुष्याच्या सुरुवातीला साधारणपणे चांगल्यासाठी तसेच जास्त रचनात्मक, समावेशनात्मक, परिणामकारक आणि गुंतागुंतीचे झालेले वर्तनातील बदल म्हणजे विकास होय.''

  – मूसन, कॉन्गर आणि कागन (1984)

  (The 'changes', at least those that occur early in life, are generally assumed to be for the better and to result in behaviour that is more adaptive, more organised, more effective and more complex.) **– Mussen, Conger, & Kagan (1984)**

- "Development as the sense of changes which an organism undergoes in passing from an embryonic state of maturity. These changes refer to physical, emotional and intellectual changes. " **Webster डिक्शनरी**

'विकास' या संकल्पनेत पुढील घटकांचा समावेश असतो –

(1) विकासाचे मापन गुणात्मक पद्धतीने करावे लागते.

(2) अनुवंश आणि परिस्थितीचा परिणाम विकासावर दिसून येतो.

(3) विकासाचे स्वरूप वाढीपेक्षा अधिक व्यापक व सर्वसमावेशक असते.

(4) विकास सातत्याने होत असतो; तसेच तो ठराविक क्रमाने होताना दिसतो.

(5) परिवर्तन हे सकारात्मक असते. यात परिपक्वन व अध्ययन या दोन्ही घटकांचा समावेश असतो.

2.1.2 विकासाची तत्त्वे (Development Principles)

(1) व्यक्तीचा विकास हा वेगवेगळ्या पद्धतीने होतो : वर्गामध्ये विविध प्रकारची मुले असतात. काही मुले मोठी असतात, विचाराने परिपक्व असतात. सगळ्यांशी मिळून मिसळून वागतात. काही मुले बरोबर त्याच्या उलट असतात. अपरिपक्व, प्रत्येक कृती हळू करणारी किंवा वेळ लावणारी असतात. काही खूप हुशार किंवा खूप मंद अशा मुलांचा गट सोडला तर सामान्य मुलांचा एक गट असतो त्यांच्यातील फरक हा थोडाफार पद्धतीने वेगळा असतो.

(2) विकास हा सूत्रबद्ध असतो : काही मुलांच्यात शारीरिक क्षमता लवकर प्राप्त होतात तर काहींच्या थोड्या उशीरा. उदा., अर्भकावस्थेत ते चालण्यापूर्वी बसतात, स्पष्ट बोलण्यापूर्वी बोबडे बोलतात. शाळेमध्ये गणित शिकताना अंक लवकर शिकतात, बेरीज करायला शिकतात. कशाच्या आधी मुले काय लवकर शिकतात यावर जरी एकमत नसले तरी ते तार्किकदृष्ट्या सूत्रबद्ध शिकत असतात.

(3) विकास हा सातत्यपूर्ण होत असतो : मुलांच्यात एका रात्रीत बदल घडून येत नसतो. जरी एखाद्या मुलात जर गणिते करण्याची क्षमता नसली तरी काही काळानंतर सरावाने शारीरिक व मानसिक परिपक्वतेनंतर हळूहळू ती येऊ शकते. या गोष्टीला वेळ लागू शकतो. पण प्रत्येक व्यक्तीचा विकास हा सतत होत असतो.

2.1.3 विकासाच्या अवस्था (Development Stages)

मानवी विकासाची वैशिष्ट्ये व्यक्तींमध्ये दिसत असतात. त्या वैशिष्ट्यांवरूनच त्या व्यक्तीचे व्यक्तिमत्त्व ठरत असते. त्या वैशिष्ट्यांच्या आधारे तिच्या समस्या किंवा परिपोषक घटक आढळतात आणि त्या घटकांमुळे व्यक्तीच्या समस्या निर्माण होतात. शेवटी वर्तन आणि समस्या या परस्परांशी निगडित असतात. म्हणूनच मानसशास्त्रात विकासाची वैशिष्ट्ये दिसणाऱ्या मानवी अवस्थांचा विचार करणे क्रमप्राप्तच असते. या अवस्था सुरू होणे आणि संपणे हे प्रत्येक व्यक्तीबाबत भिन्न असू शकते. साधारणपणे त्या अवस्थांमधील विकासाची वैशिष्ट्ये लक्षात घेऊन कुटुंब आणि शाळेमध्ये जर तिच्याबरोबर समन्वय साधला गेला तर दोघांनाही ते सोयीचे जाते. उदा., बालकाकडून गैरवाजवी अपेक्षा ठेवणे किंवा बालकाच्या गरजांची पूर्ती नकळतपणे पूर्ण न होणे यांसारख्या चुका शाळा आणि कुटुंब टाळू शकतात. म्हणूनच विकासाच्या अवस्था माहीत असणे आवश्यक आहे.

विकासाच्या सर्वसामान्य अवस्था खालीलप्रमाणे आहेत :

(1) जन्मपूर्व अवस्था (Prenatal) - गर्भधारणेपासून जन्मापर्यत.

(2) नवजात अवस्था (Neonate) - जन्मापासून 2 आठवड्यांपर्यंत

(3) शैशव अवस्था (Infancy) - दोन आठवड्यांपासून तीन वर्षांपर्यंत

(4) बाल्यावस्था (Childhood) 3 वर्षे ते 12 वर्षांपर्यंत

- पूर्वबाल्यावस्था (Early Childhood) : 3 वर्षे ते 6 वर्षांपर्यंत
- उत्तर बाल्यावस्था (Late Childhood) : 6 वर्षे ते 12 वर्षांपर्यंत

(5) कुमारावस्था/कौमार्यावस्था (Adolescence) - 13 वर्षे ते 19 वर्षांपर्यंत

(6) तारुण्यावस्था (Youth) - 20 वर्षे ते 40 वर्षांपर्यंत

(7) प्रौढावस्था (Adulthood) - 40 वर्षे ते 60 वर्षांपर्यंत

(8) वृद्धावस्था (Old Age) - 60 वर्षे ते मृत्यूपर्यंत

वाढ आणि विकास : व्यवहारात वाढ आणि विकास हे शब्द समान अर्थाने वापरले जातात; परंतु त्यांचा अर्थ वेगवेगळा आहे. वाढीमध्ये संख्यात्मक बदल आढळतो तर विकासामध्ये गुणात्मक बदल दिसतो.

वाढ आणि विकास या घटाकांचा अनुवंश आणि परिस्थिती या घटकांशी असलेला परस्पर संबंध (Correlation between Heredity, Environment, Growth and Development) : बालकामध्ये आई-वडील आणि मागील आठ पिढ्यांमधील आजी-आजोबा, पणजी-पणजोबा यांची गुणवैशिष्ट्ये संक्रमित होतात त्यास 'आनुवंशिकता' असे म्हणतात.

बालकाची उंची, ठेवण, आवाज, रंग, रूप, केस, डोळ्यांचा रंग, विशिष्ट आजार इत्यादी गोष्टी अनुवंशाने मिळत असते. त्याचप्रमाणे बालकाचे वर्तनवैशिष्ट्ये, स्वभाव, सवयी इत्यादी गोष्टी परिस्थितीद्वारे प्राप्त होतात. आधुनिक मानसशास्त्रज्ञांच्या मते, अनुवंश आणि परिस्थिती यांचा समान परिणाम वाढ आणि विकासावर होत असतो.

एकाच मातापित्याच्या मुलांमध्ये आनुवंशिक बरेच घटक समान असतात. परंतु काही बाबतीत भिन्न सुद्धा असतात. त्याचप्रमाणे परिस्थितीद्वारे विकास सुद्धा भिन्न असू शकतो. वाढत्या वयानुसार त्यांच्यामध्ये अधिकाधिक भिन्नता दिसते.

परिपक्वतेची वाढ आणि विकासातील भूमिका : योग्य त्या प्रेरणा व उद्दिपक, प्रशिक्षण, विशिष्ट सराव, येणारा अनुभव, मिळणारे यश/अपयश इ. गोष्टींमुळे वाढ व विकासामध्ये परिपक्वता प्राप्त होत असते. एलिझाबेथ हरकॉफ यांच्या मते, ''परिपक्वन व अध्ययन यांच्या संयुक्त परिमाणातून निर्माण होणारी अनुक्रमिक, सुसंबद्ध, पूर्वकथनक्षम परिवर्तनाची, प्रगतिसूचक मालिका म्हणजे विकास होय.''

विकासाचे विविध विभाग (Sections of Development) : (1) शारीरिक विकास (2) भावनिक विकास (3) बौद्धिक विकास (4) सामाजिक विकास (5) नैतिक विकास या पाचही विभागांचा परस्परसंबंध असतो. त्याचप्रमाणे व्यक्तिपरत्वे या विभागांचे प्रमाण सुद्धा भिन्न-भिन्न असू शकते. एखाद्या व्यक्तीचा बौद्धिक विकास सामान्य असला तरी तिचा सामाजिक विकास उच्च दर्जाचा असू शकतो.

विविध अवस्थांमधील मानवी विकास

(1) जन्मपूर्व अवस्था : (गर्भधारणेपासून जन्मापर्यंत शारीरिक विकास) **शारीरिक विकास :** अंडपेशी (Ovum) व रेतपेशी (Sperm cell) यांच्या एकत्रिकरणाद्वारे फलित पेशी (Fertilised Ovum) तयार होते आणि नवीन जीव निर्माण होतो. त्या निर्मितीच्या वेळी अनुवंशाचे जे घटक बालकामध्ये येतात तो त्या बालकाचा 'अनुवंश' होय. त्याचप्रमाणे या निर्मितीच्या वेळीच फलित पेशींचे लिंगसुद्धा निश्चित होते. त्याचप्रमाणे अर्भकाची संख्या आणि जन्मक्रम (थोरला, मधला, धाकटा) या गोष्टी ठरतात.

(2) नवजात अवस्था : (जन्मापासून दोन आठवडे) **शारीरिक विकास :** वाढ व विकासाच्या दृष्टीने विश्रांतीचा काळ समजला जातो. या अवस्थेत स्नायू लवचिक व लहान असतात. श्वसन, उत्सर्जन क्रिया सुरू होते. मोठा कालावधी झोपण्यासाठी वापरला जातो, जांभया देणे, भूक लागल्यावर रडणे, हात-पायांच्या हालचाली सुरू होतात.

(3) शैशव अवस्था : (दोन आठवड्यांपासून तीन वर्षेपर्यंत) **शारीरिक विकास :** वाढ व विकास वेगाने होऊ लागतो. श्वसन नियमित होते. एका कुशीवर झोपू शकतो. रांगणे, चालणे, धावणे, जिना चढणे-उतरणे करता येते. आत्मविश्वास वाढतो, संवाद साधता येतो.

कारक विकास : मान सावरणे, बसणे, उभे राहणे, चालणे, कपडे घालणे, वस्तू पकडणे.

भाषिक विकास : रडणे, हुंकार देणे, उच्चारांची पुनरावृत्ती करणे, सोपे शब्द संख्या वाढ.

भावनिक विकास : नाराजी, भीती, राग, आनंद व्यक्त करणे.

सामाजिक विकास : हावभावांना प्रतिसाद देणे, हाक मारणे, ओळखीचे व अनोळखी व्यक्ती-व्यक्तींमध्ये फरक समजतो, आत्मकेंद्री वृत्तीमध्ये वाढ होते.

(4) बाल्यावस्था : (तीन वर्षेपासून ते 12 वर्षापर्यंत) **शारीरिक विकास :** शारीरिक ठेवण स्पष्ट होऊ लागते. मुलांचे स्नायू अधिक बळकट तर मुलींचा चपळपणा अधिक दिसून येतो. मुलगा व मुलगी यांचेमध्ये उंचीमध्ये 1 ते 2 सें. मी. तर वजनात 1 ते 2 कि. ग्रॅ. चा फरक आढळतो. खेळण्याकडे मोठ्या प्रमाणात कल दिसून येतो.

कारक विकास : दोन पायांची उडी, सायकल चालविणे, स्वत:च्या हाताने अन्नग्रहण, लंगडी घालणे, चेंडू खेळणे, सोप्या आकृत्या काढणे इ. कृती करता येतात.

भाषिक विकास : शब्दसंग्रहात मोठी वाढ, वाक्य निर्मिती करता येते, शब्दार्थ समजतो, जाहिराती मनोरंजक कविता पाठ करता येतात.

भावनिक विकास : भीती, राग, संयम, आनंद, प्रेम, उत्सुकता, श्रेष्ठत्व व्यक्त करता येते. भावनिक असुरक्षितता समजू लागते. त्यामुळे आई-वडीलांचा-मित्रांचा आधार घेण्याची प्रवृत्ती वाढते, तोतरेपणा निर्माण होऊ शकतो.

सामाजिक विकास : बरोबरीच्या मुलांच्या भावना समजू लागतात, इतरांबरोबर खेळायला आवडते. काल्पनिक जग आवडू लागते. सवंगडी व शिक्षक जवळचे होतात. पालक काही प्रमाणात दुरावतात, सांकेतिक भाषा व खाणाखुणा करणे सुरू होते, समाज अमान्य अशा लैगिंक सवयी लागू शकतात.

शैक्षणिक महत्त्व : बाल्यावस्थेतील विकासाच्या वैशिष्ट्यांचा पालक व शिक्षक खालीलप्रमाणे उपयोग करून घेऊ शकतात -

(1) लिखाण आणि वाचन करण्यास उत्तेजन देणे.

(2) बालकाला पालकांनी आणि शिक्षकांनी शारीरिक हालचाली करण्यास पुरेशी जागा, स्वातंत्र्य आणि वेळ देणे.

(3) बालकांच्या विश्रांतीचा सुद्धा विचार करावा.

(4) शिक्षणाबद्दल गोडी वाटेल असे शालेय वातावरण उपलब्ध करून द्यावे.

(5) सांघिक उपक्रमात बालकाचा सहभाग वाढवावा.

(6) गटामध्ये राहून शिस्तीचा भंग केल्यास सहानुभूतीद्वारे बालकात बदल घडवून आणावा.

(7) हितकारक स्पर्धांचा वापर करून युद्धप्रवृत्ती कमी करावी.

(8) जिज्ञासा वाढ आणि पूर्ती यासाठी आवर्जून वेळ उपलब्ध करून द्यावा.

(9) क्षेत्रभेटी घडवून आणाव्यात.

(10) संग्रहप्रवृत्ती आणि रचनात्मक कलाकृतींना वाव द्यावा.

(11) पालकांच्या व शिक्षकांच्या वर्तनात लिंगभिन्नता दिसू देऊ नये.

(12) संबोध निर्मितीकडे लक्ष द्यावे.

(13) उदाहरणे व प्रसंग याद्वारे मूल्यांविषयी जाणीव करून द्यावी. त्याविषयी आग्रह धरावा.

(14) स्वावलंबी प्रवृत्तीला उत्तेजन द्यावे.

(15) धर्म, जात, भाषा, संस्कृती, राजकारण, समाजकारण यांच्या प्राथमिक स्वरूपाद्वारे बालकाच्या अभिवृत्तींना योग्य वळण द्यावे.

(16) बालकाशी एकरूप होण्याचा प्रयत्न करून त्याच्या समस्या समजून घेऊन त्यावर प्रत्यक्ष किंवा अप्रत्यक्ष उपाययोजना कराव्यात.

(5) कुमारावस्था (Adolescence) (कालावधी 13 ते 19 वर्षे) : 'Adolesence' याचा अर्थ 'to grow' असा आहे. देश, समुदाय, संस्कृती यानुसार हा कालखंड वेगवेगळा असतो. बालावस्थेचा शेवट आणि प्रौढावस्थेची सुरुवात यातील कालखंड म्हणजे 'कुमारावस्था'.

शारीरिक विकास : वजन, उंची, स्नायू, आकारमान सर्व आंतरिक व बाह्य इंद्रिये आणि सर्व ग्रंथी याबाबत पूर्णत्व प्राप्त होते. लैंगिक इंद्रियांची वाढ होते. उदा., नितंब, स्तन, दाढी, मिशा, आवाज, छाती, स्वआकर्षण (Self Attraction), समलिंगी आकर्षण (Homo Sexuality), विषमलिंगी आकर्षण (Hetro Sexuality), मासिक पाळी किंवा वीर्यपतन दिसून येते. शारीरिक संबंधाबाबत आकर्षण तयार होते.

बौद्धिक विकास : बौद्धिक विकास पूर्णपणे झालेला असतो. आदर्शवादी व तर्कनिष्ठ दृष्टिकोन तयार होतो. एकाग्रता अंगी येते. टीकात्मक विचारशक्तीचा विकास होतो. कलाकार, कवी, लेखक होण्यास लागणाऱ्या प्रतिभेची सुरुवात याच काळात होते. कल्पनाशक्तीमध्ये वाढ होते; परंतु कल्पनाशक्तीला योग्य मार्गदर्शन लाभले नाही तर दिवास्वप्न या सरंक्षण यंत्रणेचा गैरवाजवी वापर केला जातो.

भावनिक विकास : कुमारावस्थेत भावनिक विकास पूर्ण होतो. चिंता, राग, संवेदनशीलता, लहरीपणा यात वाढ झालेली दिसते. शारीरिक ग्रंथींमधील स्रावाच्या (ग्रंथीस्राव) प्रमाणात बदल झाल्यामुळे ताणतणावात वाढ होते. विषमलिंगी आकर्षण पण संकोच या द्वंद्वात तो गोंधळतो. काल्पनिक व शृंगारिक वाङ्मय आवडू लागते.

सामाजिक विकास : कुमारांचे सामाजिक संबंध वाढू लागतात. समाजातील उत्तम गोष्टींचे अनुकरण करण्याचा प्रयत्न करू लागतो. गटा-गटांत रमू लागतात. कुटुंबापेक्षा मित्रांचा गट अधिक जवळचा वाटू लागतो. धार्मिक गोष्टींची चिकित्सा करू लागतो. त्यावर विश्वास किंवा अविश्वास निश्चित करतो.

शैक्षणिक महत्त्व : कुमारावस्थेच्या वैशिष्ट्यांचा शिक्षक म्हणून परिणामकारक उपयोग कसा कराल ?

(1) काल्पनिक जग : किती प्रमाणात काल्पनिक जगात वावरायचे याचे मार्गदर्शन शिक्षक विद्यार्थ्यांना करू शकतात.

(2) विद्यार्थ्यांच्या कल्पनाशक्तीचा सर्जनशीलता विकसनासाठी वापर करू शकतात.

(3) तार्किक शक्तीचा विकास घटकाद्वारे वादविवाद स्पर्धेत वा वक्तृत्व स्पर्धेत विद्यार्थ्यांना आपली मते मांडण्यास किंवा इतरांच्या मतांचे खंडन करण्यास मार्गदर्शन करणे.

(4) मुले-मुली यांचे गट पाडून त्यांच्याकडून शिक्षक उत्तम असे सामाजिक कार्य घडवून आणू शकतात.

(5) या अवस्थेतील कुमार अमूर्त घटक समजून घेऊ शकतात. म्हणून राष्ट्रनिष्ठा, सामाजिक एकता, समाजसेवा इ. गोष्टींचा पाया घेऊन शिक्षक कुमारांकडून उपक्रम पूर्ण करून घेऊ शकतात.

(6) नैतिक चारित्र्य विकसनासाठी उपक्रम राबविणे.

(7) कुमारवयीन विद्यार्थ्यांना शारीरिक बदलांविषयी शास्त्रीय माहिती द्यावी.

(8) विद्यार्थ्यांसाठी आर्थिक स्वातंत्र्य व व्यावसायिक संधी उपलब्ध करून द्यावी.

2.1.4 विकासाची परिमाणे (Dimensions of Development)

बालकाच्या उत्कृष्ट पालनपोषणासाठी म्हणजेच त्याच्या आरोग्यासाठी आजुबाजूच्या सर्व समाजाने खालील सहा परिमाणांचा (Dimensions) विचार करणे आवश्यक आहे. संपूर्ण बालमानसशास्त्रसुद्धा याच पायावर आधारलेले आहे.

(1) शारीरिक व मानसिक आरोग्य (Physical and Mental Health) : या परिमाणामध्ये पुढील गोष्टींचा विचार करावा लागतो - बालकाच्या दंत आरोग्याच्या गरजा, त्याचे मानसिक आरोग्य, आरोग्यपूर्ण माहितीचे संकलन, आरोग्य विमा आणि आरोग्यदायी योजनांचा वापर, मानसिक स्वास्थ; तसेच वांशिक घटकांचा विचार आवश्यक आहे. लैंगिक शिक्षणाचाही यात समावेश असावा.

(2) सामाजिक व भावनिक विकास (Social-Emotional Development) : यामध्ये बालकाच्या कुटुंबाची व त्याच्या मित्रपरिवाराची माहिती गोळा करणे. या माहितीच्या आधारे बालकाचा सामाजिक व भावनिक विकास होण्याच्या दृष्टीने उपाय सुचविले जातात; तसेच बालकांना प्रशिक्षणपण दिले जाते. नवीन बदलांना बालक कशी प्रतिक्रिया देतो, तणावांचा सामना कसा करतो, योग्य स्व-संकल्पना कशी विकसित करतो ते पहा.

(3) दर्जेदार शिक्षण (Quality Education) : बालकाचा परिणामकारकपणे विकास होणे हे या परिमाणाचे ध्येय आहे. बालकाचे इतर मुलांबरोबरचे संबंध यांचा विचार व्हावा. बालकाच्या शैक्षणिक गरजांची पूर्तता करणाऱ्या प्रौढांचाही येथे समावेश करावा.

(4) सुरक्षित आणि पोषक वातावरण (Safe and Nurturing Environment) : यामध्ये घर आणि त्यांच्या आजुबाजूचे वातावरण बालकासाठी व कुटुंबियांसाठी सुरक्षित आणि पोषक बनविण्यावर भर दिला जातो. कोंडवाडा ते क्रिडांगण असे विस्तृत क्षेत्र या परिमाणामध्ये समाविष्ट आहे. 'सहानुभूती' हा घटक बालकात किती दिसतो ते पहावे. बालकाचे पालक व समवयस्क यांच्याबरोबरचे संबंध इत्यादींचा विचार करण्यात यावा.

(5) अध्यात्मिक पाया आणि सामर्थ्य (Spiritual Foundation and Strength) : या परिमाणाद्वारे बालकाचे उत्तम पालनपोषण होण्यासाठी त्याच्या आत्म्याचा विकास करण्यावर लक्ष केंद्रीत केले आहे. त्यामध्ये अध्यापनाची आणि पोषणाची वैशिष्ट्ये; मोठ्याने वाचन करणे, क्षेत्रभेटी; संगीत, चळवळी, नाटके किंवा इतर कलांमधील शोध यांचा समावेश होतो.

(6) आर्थिक स्थैर्य (Economical Stability) : या परिमाणामुळे खडतर कष्ट करणाऱ्या कुटुंबांना आर्थिकदृष्ट्या स्थिर होण्यास मदत होईल आणि त्यामुळे दीर्घ स्वातंत्र्यासाठी पुढचे पाऊल टाकले जाईल.

(7) ओळख (Identity) : 'व्यक्ती' म्हणून बालकाची ओळख ही भावना वाढू लागते. यात स्व, स्व-क्षमता, स्व-प्रतिमा आणि स्व-संकल्पना इ. विषयींचे बालकांचे विचार यांचा समावेश होतो. जात, धर्म, वय, लिंग, अक्षमता इ. चा समावेश होतो. यामध्ये जवळच्या व्यक्तींच्या भावना, समवयस्क, समाज, इतर सांस्कृतिक गट, कुटुंबातील स्थान इ. सर्व गोष्टी समाविष्ट आहेत.

(8) समाजातील सामाजिक ओळख (Social Presentation) : बाह्यदर्शन, वर्तन व इतर गोष्टी ज्यामध्ये समाजाचे प्रतिबिंब पडते त्या गोष्टींमध्ये बालकाची असणारी समज आणि त्याविषयीची छाप या गोष्टीं या परिमाणामध्ये येतात. यात वय, लिंग, संस्कृती आणि धर्म यांना शोभेल असा पेहराव किंवा वेश, स्वच्छता व वैयक्तिक आरोग्य आणि पालकांद्वारे व इतर वडील व्यक्तींद्वारे मिळणारे सल्ले या सर्व गोष्टी या परिमाणात येतात.

2.1.5 विकासाच्या परिणामांची ध्येये (Goals of Dimensions)

(1) आरोग्यामध्ये येणारे शारीरिक, सामाजिक किंवा परिस्थितीजन्य असे अनेक अडथळे (उदा., लैंगिक व इतर प्रकारचे शोषण किंवा दुर्लक्ष केले जाणे) असतात. अशा अडथळ्यांपासून मुक्त असणारे घर प्रत्येक बालकाला मिळावे.

(2) आरोग्यपूर्ण वातावरणातील अडथळे उदा., गजबजाट, प्रदूषण, आरडाओरडा, रहदारी, ड्रग्ज सेवन, बालकांचे अपहरण इ. पासून मुक्त असा परिसर प्रत्येक बालकाला निवासासाठी उपलब्ध व्हावा.

(3) सुरक्षित सोयी, खेळ व मनोरंजन सुविधा आणि इतरांबरोबर सकारात्मक आंतरक्रिया होऊ शकतील असा परिसर प्रत्येक बालकाला उपलब्ध व्हावे.

(4) प्रत्येक बालकाला सकस व पोषक आहार उपलब्ध करून देणे.

बालकाला केवळ अन्न-वस्त्र पुरविणे जेवढे महत्त्वाचे आहे तेवढेच सुरक्षित व पोषक वातावरण पुरविणे सुद्धा महत्त्वाचे आहे, नव्हे तो बालकाचा हक्क आहे. त्यासाठी आवश्यक ते सर्व प्रयत्न पालकांनी किंवा माता-पित्यांने करणे हे त्यांचे आद्य कर्तव्य ठरते.

2.1.6 वैकासिक कार्ये (Developmental Task)

प्रत्येक व्यक्तींच्या आयुष्यात गुंतागुंतीचे प्रसंग येतच असतात. त्या प्रसंगातील यश व्यक्तीला आनंद देते, तसेच आव्हानांना सामना करण्यासाठी प्रोत्साहन देतात. येथे मार्ग सुलभ नसल्यामुळे भविष्यातील गोष्टी पूर्ण करण्यास मात्र उशीर होतो.

रॉबर्ट हॅविंघर्स्ट यांच्या मते, व्यक्तीच्या आयुष्यात विशिष्ट कालावधीत निर्माण झालेले कार्य ज्यात यश मिळाले तर आनंद होतो व नंतरच्या कृतींमध्येही यश मिळते; परंतु अपयश आले तर दु:ख होते, समाजमान्यता मिळत नाही व नंतरच्या कृती करण्यात अडचणी येतात.

त्यांच्या मते वैकासिक कार्ये तीन घटकांद्वारे होतात. ते घटक पुढीलप्रमाणे -

(1) शारीरिक परिपक्वन : चालणे, बोलणे, लिहिणे, कुमारावस्थेत भिन्न लिंगी व्यक्तीशी योग्य वर्तन करणे. तरुण वयात, गरोदरपणात, मध्यम वयात रजोनिवृत्तीशी जुळवून घेणे इ. कार्ये शारीरिक परिपक्वनात होतात.

(2) सामाजिक सांस्कृतिक दडपणे : लग्नानंतर जोडीदाराबरोबर जमवून घेणे, अपत्यांचे संगोपन करणे यांसारखी कार्ये जबाबदार नागरिकाचे कर्तव्ये या दडपणामुळे घडतात.

(3) व्यक्तिगत : वैयक्तिक मूल्ये, व्यावसायिक कौशल्ये, विवाहबाह्य संबंध इ. गोष्टी परिपक्व होणाऱ्या व्यक्तिमत्त्वातून होतात.

बाल्यावस्थेतील वैकासिक कार्य : हॅविंघर्स्ट याने अर्भकावस्था, बाल्यावस्था, कौमार्यवस्था, तारुण्यावस्था, प्रौढावस्था व वृद्धावस्था या सहा अवस्थांमधील वैकासिक कार्ये सांगितली आहेत. ती पुढील प्रमाणे :

- लिंगभेदाचे ज्ञान होणे.
- वाचनाची तयारी.
- 'चूक की बरोबर' समजणे.
- खेळातील शारीरिक कौशल्य शिकणे.
- एखाद्याविषयी विशिष्ट मत तयार होणे.
- वाचन/लेखन/गणित यांतील मूलभूत कौशल्य आत्मसात करणे.
- दैनंदिन जीवनातील संकल्पना समजणे.
- समाजाबाबत सकारात्मक दृष्टिकोन तयार होणे.

कुमारावस्थेतील वैकासिक कार्य

- स्त्री-पुरुष यांच्यातील प्रौढ नाते तयार करणे.
- समाजातील भूमिका साकारणे.
- स्वत:चे शारीरिक घटक मान्य करणे. उदा., रंग, उंची, ठेवण इ.
- विवाहास, कौटुंबिक जीवनास तयारी.
- आर्थिक गरजेसाठी व्यवसाय/नोकरी साठी तयार.
- मूल्यांची जपणूक करणे, सामाजिक व जबाबदार नागरिकाची भूमिका पार पाडणे.

2.2 विकासावर परिणाम करणारे घटक

(Factors Influencing Development)

माणसाच्या वाढ आणि विकासावर प्रत्यक्ष वा अप्रत्यक्षपणे बरेच घटक परिणाम करतात. त्यांपैकी काही महत्त्वाचे घटक पुढीलप्रमाणे आहेत.

2.2.1 अनुवंश (Genetic)

अनुवंश हा वाढ आणि विकासाचा पाया आहे. याद्वारे शारीरिक आणि सामाजिक गुणधर्म हे पालकांकडून मुलाकडे येतात. उंची, वजन, शारीरिक ठेवण, केसांचे व डोळ्यांचा रंग, बुद्धिमत्ता, अभिवृत्ती, सहजप्रेरणा हे सर्व मुलांना आनुवंशिकतेने पालकांकडून येते. आनुवंशिकता म्हणजे मुलाला त्याच्या पालकांकडून गुणसूत्रांनी संक्रमित झालेले व्यक्तिविशेष होय. त्यामुळे प्रत्येक मूल बऱ्याच अंशी त्याच्या पालकांसारखे असते.

2.2.2 जैविक घटक (Biological)

अर्नोल्ड गेसेल यांच्या मते, शारीरिक व मानसिक परिपक्वता येते तेव्हाच मूल शिकते. भावनिक प्रतिक्रियेत शारीरिक व मानसिक परिपक्वता महत्त्वाची भूमिका बजावते. यासाठी लिंगफरक, पोषण, वंश, ग्रंथ हे जैविक घटक हे मुलांमधील वैविध्य ठरविण्यास कारणीभूत ठरतात.

(1) लिंग फरक : मुलाच्या आणि मुलीच्या विकासात लिंग फरकामुळे परिणाम होतो. आजही आपल्या समाजात मुलाला 'वंशाचा दिवा' मानल्याने त्यांच्या पोषण, शिक्षण या गोष्टींवर लहानपणापासून जास्त भर दिला जातो. मुलगा वयात येताना दाढीमिशी येणे, स्नायू तयार होणे, लिंग मोठे होणे या प्रकारचे बदल होतात. मुलगी वयात येताना छाती मोठी होणे, मासिक पाळी येणे इत्यादी अशा प्रकारचे बदल दिसून येतात. थोडक्यात, मुलांची शरीररचना आणि वाढ ही मुलींपेक्षा वेगळी असते. मुलांची आणि मुलींची कार्ये निसर्गत:च वेगळी असतात.

(2) पोषण : कोणत्या प्रकारचे अन्न मूल खाते ? त्याला जीवनसत्त्वयुक्त आहार व समतोल मिळतो का ? पुरेशा प्रमाणात त्याला अन्न मिळते का ? त्याच्या शरीराच्या अन्नाची गरज योग्य प्रकारे भागते का? या सर्वांच्या मुलाच्या वाढ आणि विकासावर परिणाम होतो. कुपोषणामुळे मुलाच्या शारीरिक आणि मानसिक वाढीवर परिणाम होतो. मूल शारीरिकदृष्ट्या सक्षम नसल्याने हालचाली मंदावतात, थकवा व आळस येतो, कशातही मन लागत नाही अशा समस्या उद्‌भवतात.

(3) वंश : मूल कोणत्या वंशात जन्मले यावर त्याची उंची, वजन, रंग, चेहऱ्याची ठेवण, शरीरबांधा हे सर्व अवलंबून असते. अमेरिकन लोक गोरे असतात, त्यांची मुलेही गोरी असतात. आफ्रिकन लोक काळे असतात, त्यांची मुलेही काळी असतात. शरीररचना आणि काही प्रमाणात मानसिक क्षमता या त्यांच्या मूळच्या भौगोलिक रचनेवर अवलंबून असतात.

(4) ग्रंथी : ग्रंथीचे आपल्या शरीरात विशेष महत्त्व आहे. आपल्या शरीरात बऱ्याच अंतर्ग्रंथी आहेत. ग्रंथी या शरीराचे किंवा एखाद्या भागाचे कार्य जास्त करते किंवा मंदावते. उदा., पित्ताशयातील पित्तरस आतड्यांमध्ये स्रवतो. याचा अन्नावर परिणाम होतो अणि अन्नपचन प्रक्रियेसाठी हा स्राव महत्त्वाचा आहे. पित्ताशय रक्तामध्ये इन्सुलिन तयार करते. त्यामुळे रक्तातील साखर स्नायू वापरतात व त्यामुळे स्नायूंमध्ये ऊर्जा निर्माण होते. जर पित्ताशय खराब झाले तर वाढ आणि विकासावर त्याचा विपरीत परिणाम होईल.

2.2.3 पर्यावरण (Environmental)

वर्तनवादी मानसशास्त्रज्ञ वॉटसन यांच्या मते, पर्यावरण व्यक्तीच्या शिकण्यातील महत्त्वाचा घटक असतो. पर्यावरण नियंत्रित करून कोणतेही उद्दिष्ट साध्य होईल. यावरून बालविकासातील परिस्थितीचे महत्त्व आपल्या लक्षात येईल. व्यक्तीची शारीरिक आणि मानसिक वाढ आणि विकासावर परिस्थितीचा प्रभाव पडतो. आजूबाजूच्या वातावरणातून व्यक्तीला जे आकलन होत जाते त्यानुसार व्यक्ती घडत जाते. शारीरिक, सामाजिक, मानसिक अशा वेगवेगळ्या प्रकारची परिस्थिती व्यक्तीच्या वाढ आणि विकासावर परिणाम करत असते. कुटुंब, शाळा, समाज, समवयस्क या सर्वांचा परिणाम हा व्यक्तीच्या विकासावर होतो आणि हे सर्व माणसाचे वर्तन नियंत्रित करते.

2.2.4 भौतिक (Physical)

शिक्षण आणि सराव : मुलांच्या परिस्थितीनुसार ज्या भौतिक सुविधा मिळतात त्यावर त्याचे कौशल्य, सवयी, समायोजन अभिवृत्ती ठरत असतात. हे सर्व घटक कुटुंब व शाळा, समाज यामधून उपलब्ध होत असतात. अशा प्रकारे भौतिक गोष्टीही मुलांच्या विकासावर परिणाम करीत असतात. शिक्षण मुलाच्या विकासासाठी आवश्यक आहे. त्यामुळे मुलांचा मानसिक विकास योग्य प्रकारे होतो. मूल हे जन्मल्यापासून काहीना काही तरी शिकत असते. सभोवतालच्या वातावरणातून, कुटुंबातून, शाळेतून ते विविध गोष्टी शिकत असते. मुलाचे सामाजिकीकरण हे त्याच्या शारीरिक, मानसिक, भावनिक, बौद्धिक, सामाजिक, अभिवृत्तीच्या विकासासाठी आवश्यक आहे. सर्वज्ञान, कौशल्य, चांगल्या व वाईट सवयी, व्यक्ती व वस्तूबरोबरचे समायोजन, अभिवृत्ती हे सर्व शिकविले जाऊ शकते. हे सर्व व्यक्तीच्या मनावार बिंबविण्यासाठी सराव होणे महत्त्वाचा आहे.

2.3 विकासाची उपपत्ती (Developmental Theories)

विकासाची व्याख्या ही जास्त करून मानसशास्त्रीय असते, ज्यामध्ये माणसाचा जन्मापासून मृत्यूपर्यंत बदल होत असतो. माणसाचा विकास हा वेगवेगळ्या प्रकारे होत असतो. जसे की, शारीरिक विकास म्हणजे शरीरातील बदल. व्यक्तिगत विकास म्हणजे व्यक्तीच्या व्यक्तिमत्त्वातील बदल. 'सामाजिक विकास' म्हणजे व्यक्तीचे दुसऱ्याशी असलेले संबंध. 'बोधनिक विकास' म्हणजे विचारातील बदल.

विकास होताना व्यक्तीमध्ये वाढीशी आणि परिपक्वतेशी संबंधित बदल होतात. 'परिपक्वता' म्हणजे नैसर्गिकपणे, उत्फूर्तपणे होणारा बदल जे गुणसूत्रांमुळे घडत असते. शारीरिक वाढीबरोबर ही परिपक्वता येत जाते. परिस्थितीमुळे परिपक्वतेवर फारसा परिणाम होत नाही. अर्थातच, कुपोषण आणि गंभीर आजारामुळे मात्र यावर परिणाम होतो.

व्यक्ती परिस्थितीशी समायोजन करत वाढत असते त्यामुळे बरेचसे बदल हे अध्ययनातून घडत असतात. मग ते अध्ययन औपचारिक असो किंवा अनौपचारिक. हे बदल व्यक्तीच्या सामाजिक बदलाचा भाग बनते. विचारांचा आणि व्यक्तिमत्त्वाचा विकास हा परिपक्वता आणि परिस्थितीशी समायोजन यामुळे होतो असे बरेच मानसशास्त्रज्ञ मानतात.

2.3.1 पियाजे यांची बोधात्मक विकास उपपत्ती (Piaget's Cognitive Development Theory)

पियाजे यांच्या मते, मोठ्या व्यक्तीसाठी विचार करणे जेवढे सोपे असते तेवढे ते लहान मुलांसाठी नसते. कधी-कधी नवीन संकल्पना मुलांना शिकविताना त्यांचा मूलभूत संबोध स्पष्ट करावे लागतात. कधी-कधी त्यांना काही शिकविले तरी त्यांना कळत नाही. तो संबोध शिकण्याची मुलाची तयारी झालेली नसते. भूतकाळ किंवा भविष्यकाळा विषयी त्यांना कळत नाही.

बोधनिक विकास हा आधीच्या माहितीमध्ये नवीन माहिती किंवा कल्पना यांचा संग्रह करणे नव्हे. पियाजे यांच्या मते, विचारप्रक्रिया ही हळूहळू होत असते व सतत बदलत असते.

जन्मापासून ते परिपक्वन होईपर्यंत आपण जगाशी समायोजन करीत असतो. हे समायोजन आपण कशाप्रकारे करत असतो त्यासाठी पियाजे यांनी चार घटक स्पष्ट केले आहे. ते पुढीलप्रमाणे :

(1) जैविक परिपक्वन (Biological Maturation)

(2) कृती (Activity)

(3) सामाजिक अनुभव (Social Experiences)

(4) समतोलन (Equilibration)

या चारही घटकांची एकत्रित सरमिसळ होऊन तुमच्या विचारांवर परिणाम होत असतो व ते बदलत जातात.

(1) जैविक परिपक्वन (Biological Maturation) : नैसर्गिकपणे, उत्स्फूर्त असा गुणसूत्रांमुळे होणारा बदल म्हणजे जैविक परिपक्वन. शिक्षकांचा आणि पालकांचा यावर फारच थोडा प्रभाव असतो. यामध्ये पालकांनी मुलांचे शारीरिक पोषण योग्य प्रकारे करून त्यांना तंदुरुस्त ठेवणे अपेक्षित असते.

(2) कृती (Activity) : शारीरिक परिपक्वतेमुळे मुलांमधील परिस्थितीला तोंड देण्याची क्षमता विकसित होते आणि मुले त्यातून शिकत असतात. उदा., मुलगा सी-सॉ खेळत असेल तर त्याला आपोआपच दोन्ही बाजूला समतोल राखला पाहिजे हे कळते. त्यानंतर आपण त्याला प्रयोग करायला दिला, निरीक्षण करायला सांगितले तर त्याच्या विचारांमध्ये आपोआपच बदल होईल.

(3) सामाजिक अनुभव (Social Experiences) : पियाजे यांच्या मते, समाजाचा मुलांच्या विचारांवर प्रभाव पडतो. आपल्या अवतीभोवती कितीतरी व्यक्ती असतात. बऱ्याचशा व्यक्ती आपल्या बोधनिक विकासानुसार त्यांच्या सामाजिक परिस्थितीतून शिकत असतात.

परिपक्वता, कृती, सामाजिक प्रेषण या सर्व गोष्टी एकत्रितपणे बोधनिक विकासावर प्रभाव पाडतात, पण या सर्व गोष्टींना आपण कशाद्वारे प्रतिसाद देतो याचे स्पष्टीकरण पियाजे यांनी खालील गोष्टीतून केले आहे.

विचारप्रक्रियेतील मूळ घटक

पियाजे म्हणतात, प्रत्येक व्यक्तीमध्ये दोन मूलघटक संक्रमित होत असतात -

(1) संघटन : वर्तन आणि विचार यांच्यातील संलग्नता, त्यांची एकत्रित रचना करून संघटन करणे.

(2) अनुकूलन (Adaptation) : परिस्थितीशी समायोजन करणे.

(1) संघटन : व्यक्तीमध्ये जन्मत:च विचार प्रक्रियेचे संघटन हे मानसशास्त्रीय रूपात करण्याचे सामर्थ्य असते. हे मानसशास्त्रीय रूप म्हणजे आपली समज आणि परिस्थितीला दिलेला प्रतिसाद होय. उदा., अर्भकावस्थेत मूल एकतर वस्तू पाहू शकते किंवा वस्तूच्या जवळ आल्यावर ती पडण्याचा प्रयत्न करते. ते एकाच वेळी पाहणे आणि पकडणे करू शकत नाही; परंतु पुढे त्याचा विकास झाल्यानंतर मूल वस्तू पाहून ती पकडण्यासाठी जाते. तरी पाहणे आणि वस्तू पकडणे या दोन्ही क्रिया वेगवेगळ्या होतात.

पियाजे या मानसशास्त्रीय रूपाला 'आकृतिबंध' म्हणतात. वस्तू पाहून व अनुभवून वस्तूचा एक आकृतिबंध मुलाच्या मनात तयार होतो. विचारांचे किंवा कृतींचे संघटन मुलाच्या मनात तयार होते जे मुलाला त्या वस्तूविषयी विचार करायला प्रवृत्त होते. हा आकृतिबंध लहान असेल किंवा विशिष्ट असेल (उदा., स्ट्रॉने सरबत पिणे किंवा गुलाबाचे फूल ओळखणे) किंवा आकृतिबंध मोठा असेल वा सामान्य असेल. (उदा., पिणे किंवा झाड ओळखणे)

जस जशी मुलांच्या विचारप्रक्रियांचे संघटन होत जाते आणि नवीन आकृतिबंध तयार होत जातो, तसतसे मुलांचे वर्तन विशिष्ट दिशेने जायला लागते आणि ते परिस्थितीतीशी समायोजन करते.

(2) अनुकूलन : व्यक्तीमध्ये परिस्थितीशी जुळवून घ्यायची प्रवृत्ती जन्मतःच संक्रमित होत असते. यामध्ये सात्मीकरण आणि समावेशन या दोन मूलप्रवृत्ती आहेत.

(अ) सात्मीकरण (Assimilation) : जिवाच्या वर्तमान पूर्वरचनेमध्ये नवीन बाह्य घटकांचा किंवा परिस्थितीचा समावेश करणे. उदा., मुलाने मांजर पाहिले तर ते त्याला कुत्रा म्हणते. म्हणजेच ते प्राणी ओळखण्यासाठी आधीच्या माहितीचा वापर करते.

(ब) समावेशन (Accommodation) : सात्मीकरणाच्या उलट प्रक्रिया समावेशनात होते. वर्तमान पूर्वरचनेत नवीन घटकाशी जुळवून घेण्यासाठी बदल केले जातात. जर मिळालेली माहिती आधीच्या आकृतिबंधात योग्य प्रकारे बसत नसेल तर मिळालेली माहिती आधीच्या माहितीत योग्य प्रकारे बसण्यासाठी बदल केले जातात. माहिती बदलण्याऐवजी आपण आपले विचार नवीन माहितीनुसार बदलतो.

मुलगा मांजर कसे असते ते जाणून घेते. त्यावरून कुत्रा व मांजर अशा वेगवेगळ्या प्राण्यांचा संबोध स्पष्ट होतो. जेव्हा नवीन अनुभव आपण आधीच्या आकृतिबंधात घालतो तेव्हा आकृतिबंध हा मोठा होतो आणि बदलतो म्हणजेच सात्मीकरणामध्ये समावेशनही होत असते.

(क) समतोलन (Equilibration) : व्यक्तीचा बोधनिक आकृतिबंध आणि परिस्थितीतून मिळालेली माहिती यांच्यात तोल संभाळण्यासाठी केलेली धडपड म्हणजेच समतोलन होय.

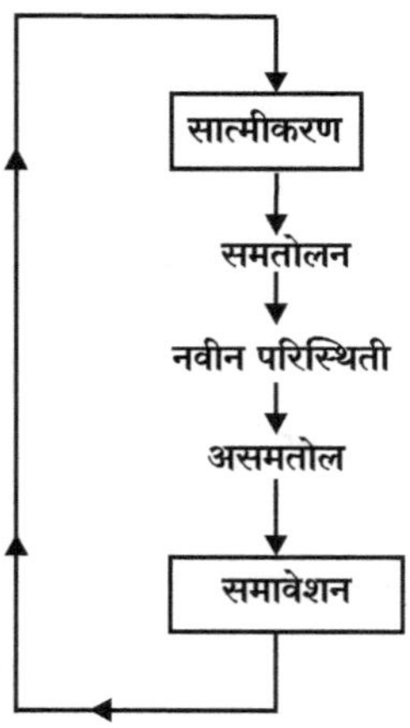

आकृती 2.1 : पियाजे यांची बोधनिक विकास उपपत्ती

पियाजे यांच्या मते, विचारप्रक्रियेत प्रत्यक्षात बदल हे समतोलनामुळेच होतात. कोणताही जीव स्वतः आणि परिस्थिती यांच्यात समतोल साधण्याचा प्रयत्न करत असते. समतोलाची प्रक्रिया आयुष्यभर चालत राहते. ही प्रक्रिया पुढीलप्रमाणे घडते :

जेव्हा मुलाच्या आकृतिबंधात नवीन घटकाचा समावेश होतो म्हणजेच सात्मीकरण होते तेव्हा मूल त्या घटकाशी, परिस्थितीशी स्वतःला जुळवून घेते. अशा प्रकारे समतोलन घडते; परंतु जर एखाद्या वेळी असमतोल निर्माण करणारी परिस्थिती असेल, तर व्यक्तीला सुखावह वाटत नाही. अशा परिस्थितीमुळे व्यक्तीला सात्मीकरण व समावेशन यांच्यामार्फत मार्ग काढण्याची प्रेरणा मिळते.

अशा प्रकारे आपले विचार बदलतात आणि आपण पुढे जातो. व्यक्ती परिस्थितीशी समायोजन करते.

बोधनिक विकासाच्या चार अवस्था

पियाजे यांनी मुलांच्या विकासावस्थेतील फरक चार अवस्थांमध्ये सांगितला आहे :

- संवेदीकारक अवस्था (Sensorimotor stage) : 0 ते 2 वर्षे
- क्रियापूर्व अवस्था (Preparational stage) : 2 ते 7 वर्षे
- मूर्त क्रियात्मक अवस्था (Concrete operational) : 7 ते 11 वर्षे
- औपचारिक क्रियात्मक अवस्था (Formal operational) : 11 वर्षांनंतर

पियाजे यांना विश्वास होता की, सर्व व्यक्तींना या चार अवस्थांमधून अगदी याचप्रकारे जावे लागते. या अवस्था ठराविक वयांशी निगडित आहेत. त्या खालील आकृतीत दिल्या आहेत.

या अवस्था जेव्हा विशिष्ट वयाशी जोडलेल्या बघाल तेव्हा त्या खूप सामान्य नियम सांगतात; परंतु विशिष्ट वयातील सगळ्या मुलांना त्या जशाच्या तशा लागू होतील असे नाही. पियाजे विशिष्ट वयामध्ये मुलांच्या विचारात कशा प्रकारे बदल होतो ते सांगतात; पण प्रत्येक मुलात एकसारखाच बदल असू शकणार नाही. यामध्ये एखाद्या अवस्थेचे गुणधर्म मूल किती काळ दाखवेल हे आपण सांगू शकत नाही किंवा, वरील किंवा खालील अवस्थेतील गुणधर्म मूल वेगळ्या परिस्थितीमध्ये दाखवू शकते. त्यामुळे आपण विद्यार्थ्यांच्या वयावरून तो कशाप्रकारे विचार करेल हे सांगू शकत नाही.

पियाजे यांच्या बोधनिक विकासाच्या अवस्था

विकास अवस्था	अंदाजे वय	गुणधर्म
1. संवेदीकारक अवस्था	0 -2 वर्षे	अनुकरण करते, माहितीचे संयोजन करते. त्याच्या दृष्टीसमोरून एखादी वस्तू दूर नेलेली विसरते पण पुढे त्या गोष्टीचाही शोध घेते. विशिष्ट ध्येयनिर्दिष्ट वर्तन ते करू लागते.
2. क्रियापूर्व अवस्था	2-7 वर्षे	भाषिक वापर विकसित होतो. सूचक प्रतिमांचा विचार करण्याची क्षमता प्राप्त होते. एखाद्या वस्तूच्या एखाद्या पैलूवर लक्ष केंद्रित केले जाते. दुसऱ्या व्यक्तीचा दृष्टिकोन समजू शकत नाही.
3. मूर्त क्रियात्मक कालखंड	7-11 वर्षे	दृष्टीसमोरच्या वस्तू, व्यक्तींच्या संदर्भात एक तर्कशुद्ध विचारप्रक्रियेचा अवलंब करता येऊ शकतो. वर्गीकरण आणि क्रमितीकरण प्रभावीपणे जमू लागते. उदा., चढता-उतरता क्रम लावणे.
4. औपचारिक क्रियात्मक अवस्था	11 वर्षांपासून पुढे	अमूर्त कल्पनांचा तर्कशुद्ध विचार करू लागते. अधिक शास्त्रोक्त पद्धतीने विचार करू लागते. सामाजिकता, 'स्व'विषयी जाणीव होऊ लागते.

पियाजेच्या बोधनिक विकासाच्या उपपत्तीचे उपयोजन

मुले ऐकून कशाप्रकारे विचार करतात, त्यांच्या समस्या सोडविण्यावर कसे लक्ष केंद्रित करतात हे पियाजेंच्या उपपत्तीमुळे आपल्याला कळते. जर आपल्याला मुलांचे विचार कळू शकले तर आपण मुलांच्या क्षमतेनुसार योग्य अध्यापनपद्धती वापरू शकू.

(1) मुलांचे विचार समजून घ्या : आपल्या वर्गामध्ये वेगवेगळ्या वैचारिक पातळीचे आणि शैक्षणिक माहिती वेगवेगळी असणारी मुले असतात. शिक्षक म्हणून विद्यार्थ्यांच्या समस्या समजून घेताना, त्या मुलाला समजत नाही, का त्याची विचारक्षमता कमी आहे हे लक्षात घेणे आवश्यक आहे. तुमच्या उपस्थितीमध्ये ते अभ्यास करत असताना तुम्ही त्याचे निरीक्षण करा. अभ्यासातील समस्या सोडविताना ते कोणता विचार करतात ? ते एकाच दिशेने विचार करतात का ? का त्यांना वरवर समजलय ? त्यांनी उत्तर पद्धतशीरपणे सोडवून काढलेत आहे का ? अंदाजे सोडवलेत वा विसरून गेलेत ? विद्यार्थ्यांनी कशाप्रकारे समस्या सोडविण्याचा प्रयत्न केला हे समजून घ्या. त्यांची विचारप्रक्रिया समजून घ्या. त्यांच्या पुन्हा-पुन्हा चुका होण्यामागील कोणते विचार कारणीभूत आहेत हे जाणून घ्या. विद्यार्थी स्वत:ची विचारक्षमता काय आहे हे दाखवून देतील.

(2) क्षमता विकसित करणारी योग्य अध्यापनपद्धती वापरणे : विद्यार्थी अभ्यासाने कंटाळता कामा नये किंवा शिक्षकांचे शिकविणे समजत नाही म्हणून त्याने अभ्यास सोडून देता कामा नये. मुलांसमोर पुढे जाण्यासाठी असमतोल असला पाहिजे. मुलांपुढे आव्हानात्मक परिस्थिती निर्माण करा. जेणेकरून मुले त्या परिस्थितीतून मार्ग काढण्याचा विचार करू लागतील.

उदा., लाकडी जड ठोकळा बुडेल कारण तो जड असतो; पण प्रत्यक्षात लाकूड पाण्यावर तरंगते हे माहीत असते. असे का होते याचा त्यांना विचार करावा लागेल आणि ज्ञान प्राप्त होईल.

बऱ्याचशा संज्ञा व संबोध या प्रकारे वर्गात शिकवल्यास मुलांच्या विचारशक्तीचा विकास होईल. परीकथेसारख्या गोष्टी मूर्त व सूचक अवस्थेपर्यंत मुलांना आनंद देतात.

(3) संबोधनिर्मिती : पियाजे यांच्या उपपत्तीचे मूलतत्त्व म्हणजे प्रत्येकाला स्वत: विचार करण्याची क्षमता विकसित करता आली पाहिजे. शिकणे ही निर्मितीक्षम प्रक्रिया आहे. मुलांमध्ये बौद्धिक विकास होत असताना, मुलगा कृतीमध्ये गुंतवून राहिल याकडे आपण लक्ष दिले पाहिजे. विद्यार्थ्याला मिळालेले ज्ञान हे त्याच्या आकृतिबंधात साठविले गेले पाहिजे. त्यासाठी त्याने मिळालेल्या माहितीचा वापर केला पाहिजे. शालेय शिक्षण हे बाहेरच्या जगाचे एक छोटे रूपच आहे. हा प्राथमिक पातळीवरील मुलाचा अनुभव फक्त शारीरिक क्रियांवर मर्यादित न राहता वर्गातील प्रकल्प, उपक्रम अशा मानसिक क्रियांद्वारे घडला पाहिजे. उदा., प्राथमिक शाळेतील शिक्षिकेने मुलांना एका स्त्रीचे चित्र दाखवून विचारले की, चित्रातील व्यक्ती कोण असेल ? त्यानंतर मुले उत्तर देतील की डॉक्टर, इंजिनिअर, सेक्रेटरी आणि आणखी काही. त्यावर शिक्षिका त्यांना सुचवेल की बहिणीसारखे सांगाल ? त्यावर उत्तरे असतील की बहीण, आई, काकू, आजी अशा प्रकारे येतील. यावरून चित्राच्या अर्थाचा परीघ विस्तारतो आणि एकाच चित्राचे अनेक अर्थ स्पष्ट होतात.

हेच चित्र माध्यमिक शाळेतील मुलांना दाखविले तर ते म्हणतील की, ही व्यक्ती स्त्री आहे, माणूस आहे, सस्तन प्राणी आहे. कारण या वयोगटातील मुलांना प्राण्यांचे प्रकार, वर्गीकरण हे घटक शिकलेले असतात.

सर्व विद्यार्थ्यांनी आपले अनुभव शिक्षकांसमोर व्यक्त केले पाहिजे त्यामुळे त्यांचे विचार योग्य दिशेने चालले आहेत का ते कळून येईल आणि बाकीच्यांची विचारपद्धतीही कळून येईल. जेव्हा शिक्षक किंवा एखादा मुलगा विचारांची नवी दिशा देतो त्यावेळेस असमतोल निर्माण होतो. सामान्य नियमानुसार व मिळालेल्या अनुभवानुसार विद्यार्थ्याने कृती करावी, तर्कशुद्ध विचार करावा, निरीक्षण करावे व त्यानंतर बोलावे किंवा लिहावे. मूर्त अनुभव हे विचारांना पूरक असतात.

(4) पियाजेच्या विकासाच्या उपत्तीचा वापर करून अभ्यासक्रम हा त्या-त्या वयाच्या मुलांना योग्य आहे का हे शिक्षकांना कळू शकते.

(5) नवीन संशोधनातून असे दिसून आले की सारखे वय आणि सारखी इयत्ता असणाऱ्या मुलांमध्ये बेरीज व वजाबाकी करताना फरक दिसून आला. मूर्त क्रिया अवस्थेतील (7 ते 11 वर्षे) मुले बेरीज व वजाबाकीची उदाहरणे चांगल्या प्रकारे सोडवत असलेली दिसून आली.

(6) गणित क्रिया करण्याची योग्यता ही क्रिया कौशल्यांवर प्रभुत्व व गणिती क्रिया करण्यासाठीची तयारी यावर अवलंबून असते. जे शिक्षक क्रियापूर्व अवस्था (2-7) आणि मूर्तक्रिया अवस्था (7 ते 11 वर्षे) वयोगटातील मुलांना शिकवितात त्यांनी, मुलांची विकासावस्था लक्षात घेऊन मुलांची बोधावस्थेतील विकास अपेक्षित घ्यावा.

शिक्षकाने मुलाच्या व्यक्तिगत विकास लक्षात घेऊन त्याच्याकडून योग्य शैक्षणिक अपेक्षा ठेवणे हे अपेक्षित आहे.

(7) पियाजे यांची उपपत्ती देशाच्या शैक्षणिक धोरणावर प्रकाश टाकते.

(8) सातत्यपूर्ण सर्वंकष मूल्यमापन हे प्राथमिक शिक्षणाचे धोरण हे पियाजेंच्या सिद्धान्तानुसार आहे.

(9) प्रत्येकाची वैयक्तिक अध्ययन क्षमता, अभ्यासक्रमातील लवचिकता, बालककेंद्रित शिक्षण, नैसर्गिक परिस्थितीशी सांगड, मुलांच्या विकासाचे योग्य मूल्यामापन हे सर्व पियाजेंच्या उपपत्तीनुसार महत्त्वाचे आहे. शिक्षकाने ज्या गोष्टींचे मापन होते तेवढ्याच गोष्टी महत्त्वाच्या धरू नयेत.

(10) पियाजेच्या उपपत्तीनुसार जैविक परिपक्वन आणि विकासाच्या अवस्थेची तयारी ही महत्त्वाची मानली आहे. पियाजे यांच्या म्हणण्यानुसार जर मुलाची शिक्षण घेण्याची शारीरिक, मानसिक तयारी झाली असेल तरच ठराविक नियम व सिद्धान्त मुलाला शिकवावेत अन्यथा शिकवू नये.

(11) शिक्षकाचे अध्यापन हे विद्यार्थीकेंद्रित हवे. शिक्षकाने नुसते व्याख्यान पद्धतीने शिकवू नये तर विद्यार्थ्यांला अध्ययनाला प्रोत्साहित करावे. यासाठी शिक्षकाने वर्गात खालील गोष्टी कराव्यात -

(अ) 'किती' शिकविले यापेक्षा आपण शिकविलेले मुलांना 'समजले' का याकडे लक्ष द्यावे.

(ब) सत्य शोधण्यासाठी मुलांना वेगवेगळ्या कृती करायला सांगाव्यात.

(क) प्रत्येक विद्यार्थ्याला सामावून घेता येईल अशी अध्यापन पद्धती वापरावी. कारण मुले एकमेकांना शिकवत असतात.

(ड) मुलांचा शारीरिक, मानसिक विकास किती झाला हे लक्षात घ्यावे म्हणजे त्यांना त्यानुसार कृती करण्यास सांगता येईल.

2.3.2 फ्रॉईड यांची मनोलैंगिक विकास उपपत्ती (Psycho-sexual Theory)

सिग्मंड फ्राईड यांनी अबोध मनाचा वर्तनावर कसा परिणाम होतो हे सांगून व्यक्तिमत्त्वाचे स्पष्टीकरण करण्यासाठी मनोविश्लेषणात्मक सिद्धान्त मांडला. व्यक्तिमत्त्वावर व पर्यायाने वर्तनावर मनोलैंगिक (Psychosexual) विकासाचा प्रभाव असतो हे त्याने विविध विकास अवस्थांमधून दाखवून दिले. त्याच्या मते, लैंगिकता ही फक्त शारीरिक संबंधांशी निगडित नसून ती त्वचेला स्पर्शामुळे मिळणाऱ्या आनंददायी सुखात आहे. फ्रॉईड यांच्या मते, आपल्या आयुष्यात वेगवेगळ्या वेळी, शरीराचे वेगवेगळे अवयव आपल्याला सुख देत असतात. नंतर याला मानसशास्त्रज्ञांनी 'शृंगारिक क्षेत्रे' (Erogenous Zones) म्हटले.

जसे अर्भकावस्थेत चोखण्यामुळे मुलाला आनंद मिळतो. कोणतीही वस्तू त्याच्या तोंडाजवळ आल्यावर ती वस्तू ते चोखण्याचा प्रयत्न करते. नंतर बालकाला आपल्या मलमूत्र विसर्जन क्रियेवर नियंत्रण ठेवता येते. त्यामुळे आपली शक्ती वाढत आहे असे त्याला वाटते. नंतर 3 ते 5 वर्षानंतर बालकाला आपल्या जननेंद्रियाबाबत रुची निर्माण होते. त्यानंतर शारीरिक परिपक्वता आल्यावर त्याला नैसर्गिक लैंगिक संबंधांमुळे सर्वोच्च आनंद मिळतो हे कळते. हे सर्व निरीक्षण केल्यानंतर फ्रॉईड यांनी मनोलैंगिक विकासाच्या काही पायऱ्या सांगितल्या आहेत. त्या पुढीलप्रमाणे –

(1) मौखिक अवस्था (Oral Stage)

- जन्मापासून ते 18 महिने.
- तोंडाने चोखणे आणि चावणे या आवडत्या कृती होत.
- या क्रियांमुळे अतिसमाधान किंवा अतिवंचना झाल्यास व्यक्तीला पुढे समायोजनात त्रास होऊ शकतो. व्यक्ती पुढे प्रौढावस्थेत धुम्रपान करणे, अति खाणे, बडबड करणे, वर्मी लागेल असे बोलणे इत्यादी मुखाशी संबंधित वर्तन करते.

(2) गुदावस्था (Anal Stage)

- 18 महिने ते 3 वर्षे
- बालकाला आपली मलमूत्र विसर्जन या क्रियेवर नियंत्रण ठेवता येते. त्यामुळे आपल्या शक्तीत वाढ होत आहे असे त्यास वाटते.
- पालकांनी शौच प्रशिक्षणात अतिरेक केल्यास प्रौढवयात हेच बालक अतिशिस्त प्रिय किंवा अतिबेशिस्त बनते.

(3) शैश्निक अवस्था (Phallic Stage)

- 3 ते 5 वर्षे
- बालकाला आपल्या जनेंद्रियांशी चाळा करण्यापासून समाधान मिळते.
- व्यक्तिमत्त्व विकासातील ही सर्वांत महत्त्वाची अवस्था होय.
- विरुद्धलिंगी पालकांबद्दल मुलांना प्रेम वाटते. उदा., मुलींना वडिलांबद्दल व मुलाला आईबद्दल आकर्षण वाटते, परंतु हे लैंगिक आकर्षण या अर्थाने नसून लैंगिक उत्सुकता व पालकांबद्दल जिव्हाळा याचे मिश्रण या अर्थाने आहे हे लक्षात ठेवावे.

(4) सुप्तावस्था (Latency Stage)

- 5 - 6 वर्षे ते पौंगडावस्था.
- नावाप्रमाणे या अवस्थेत कामवासना सुप्त असते.
- या काळात व्यक्तीच्या वर्तनात फारसे लिंगनिष्ठ बदल झालेले दिसत नाहीत.

(5) जननेंद्रियावस्था (Genital Stage)

- पौगंडावस्था ते प्रौढावस्था
- कामवासना जागृत होते.
- विरुद्धलिंगी व्यक्तीबरोबर परिपक्व व नैसर्गिक लैंगिक संबंध हे या अवस्थेचे वैशिष्ट्य होय.

फ्रॉईडचा ठाम विश्वास होता की, लैंगिक आवेग ही आंतरिक शक्ती व्यक्तीचे वर्तन घडविते. ही शक्ती प्रत्येकात असते. भिन्न अवस्थांमध्ये ती वेगवेगळ्या रूपात असते आणि त्यानुसार तिची अभिव्यक्ती होते. या शक्तीला फ्रॉईडने 'कामशक्ती' (Libido) असे संबोधले आहे. त्यामुळे मनोविश्लेषण हे मानसोपचार तंत्र समायोजनाच्या समस्यांमागील लैंगिक प्रेरणेशी संबंधित कारणे शोधण्याचे शास्त्रीय तंत्र म्हणून त्या काळी सर्वमान्य झाले व आजही त्याचा वापर केला जातो.

फ्रॉईडच्या मते, अहम्‌मध्ये अशी यंत्रणा असते जी स्व-अस्तित्व धोक्यात आल्यावर निर्माण झालेली परिस्थिती हाताळण्यासाठी सरंक्षण यंत्रणा सक्रिय करते. यामध्ये दमन, प्रक्षेपण, उदात्तीकरण, वृथा समर्थन, परागमन, अस्वीकार या संरक्षण यंत्रणेद्वारे व्यक्ती आपल्या भावनांचे समायोजन करते.

शैक्षणिक उपयोजन : वरील विकास अवस्थांसंबंधित असमायोजन झाले तर व्यक्तिमत्त्वामध्ये दोष निर्माण होतो. यालाच (Fixation) 'स्थिरण' म्हणतात. प्रत्येक अवस्थेतील 'स्थिरण' हे व्यक्तिमत्त्वात कायमस्वरूपी दोष निर्माण करते.

(1) अर्भकावस्थेतील पहिले 8 महिने, मुलाला चोखायला आवडत असते; परंतु याबाबतीत मुलाचे समाधान झाले नाही तर त्याला मौखिक अवस्थांशी आसक्ती निर्माण होते. उदा., खाणे-पिणे, सिगारेट ओढणे. जणूकाही बाल्यावस्थेतील राहिलेला आनंद ते घेत आहेत.

(2) गुदावस्थेमध्ये शारीरिक क्रियांवर नियंत्रण ठेवायला शिकवतात. प्रथम मूल कुठेही आणि केव्हाही मलमूत्र विसर्जन करत असते; परंतु नंतर त्याला ठराविक वेळेला व ठराविक ठिकाणीच मलमूत्र विर्सजन करण्याचे प्रशिक्षण दिले जाते. जणू काही पालकांच्या आयुष्याचे सार्थक त्यातच आहे. जे पालक गोडीने, समजूत घालून जबरदस्ती करतात ते मूल पुढे गबाळे, बेशिस्त कधी-कधी दुष्टही होऊ शकते. याउलट जे पालक कडक शिस्तीने ही गोष्ट मुलांना शिकवितात ते अतिशय स्वच्छतेचे भोक्ते, हुकुमशहा, वक्तशीर असतात. म्हणजेच गुदावस्थेतील कडक नियंत्रण त्यांना प्रत्येक गोष्टीत कडक बनवते.

(3) शैश्निक अवस्थेमध्ये जर मुलाला आई सारखी रागवत असेल आणि वडील अतिशय कडक असतील तर मुलगा मोठा झाल्यावर स्वत:ला कमी समजू लागतो. असा मुलगा मुलींशी फारसा बोलणार नाही. 'तो पुस्तकी किडा' होण्याची शक्यता असते किंवा तो मुलींसारखे वर्तन करू शकतो. अशाच प्रकारचे विरुद्ध वर्तन मुलींमध्ये दिसून येते.

अशा प्रकारे लहानपणी प्रत्येक छोट्या वाटणाऱ्या गोष्टींचा माणसाच्या मनावर अतिशय प्रभाव पडतो. विकासाच्या भिन्न टप्प्यावर व्यक्तीला समायोजन करावे लागते. संघर्षाला तोंड द्यावे लागते. व्यक्ती संघर्ष सोडविण्यात आणि समायोजन करण्यात यशस्वी ठरते की अपयशी यावर तिचा पुढचा विकास अवलंबून असतो.

प्रत्येक अवस्थेतील लक्षणांत वाढ आणि विकास हा सामाजिक नियंत्रण आणि मान्यतेच्या चौकटीतून परंतु योग्यवेळी विकास होत गेल्यास संतुलित विकास घडतो. अन्यथा विषम समायोजन होऊ शकते. हे टाळण्यासाठी पालक आणि शिक्षक यांनी प्रत्येक अवस्थानिहाय वाढ आणि विकासास अनुकूल वातावरण निर्माण केल्यास संतुलित परिपूर्ण वाढ आणि विकास होऊ शकतो.

2.3.3 एरिक एरिकसन यांची मनोसामाजिक विकास उपपत्ती (Psycho - Social Development Theory)

एरिक एरिकसन यांनी मनोसामाजिक विकास सांगताना 'स्व' चे महत्त्व, अस्तित्वाची धडपड आणि दुसऱ्यांशी व समाजाशी झालेले समायोजन यांचे महत्त्व स्पष्ट केले आहे. वेगवेगळ्या संस्कृतीतील विविध मुलांचा अभ्यास केल्यानंतर एरिकसन यांनी काही महत्त्वाचे निष्कर्ष काढले. सर्व मानवाच्या मूलभूत गरजा सारख्या आहेत आणि प्रत्येक समाजाने त्या गरजा त्यांच्या पद्धतीने पुरविल्या पाहिजेत. मानसिक बदल आणि त्यांचे सामाजिक परिस्थितीशी असलेले संबंध प्रत्येक समाजात सारखेच असतात. या मुळेच एरिकसन यांनी संस्कृती आणि व्यक्ती यांच्या संबंधावर प्रकाश टाकणारी मनोसामाजिक विकासाची उपपत्ती सांगितली.

एरिकसन यांच्या मते, विकास हा ठराविक अवस्थांमधून जात असतो. प्रत्येक अवस्थेला विशिष्ट ध्येय, नियम आणि धोके असतात. प्रत्येक अवस्था ही दुसरीवर अवलंबून असते. Accomplishments at later stages depend on how conflicts are resolved in the earlier years. प्रत्येक अवस्थेमध्ये व्यक्ती वैकासिक संघर्षाला तोंड देत असते. Each crisis involves a conflict between a positive alternative and a potentially unhealthy alternative. ज्या प्रकारे व्यक्ती प्रत्येक संघर्षाला तोंड देते त्याच्या व्यक्तिमत्त्वावर कायमस्वरूपी परिणाम होतो व व्यक्तीचा समाजाविषयी दृष्टिकोन बनत जातो. जर विकासाच्या आरंभीच्या अवस्थेमध्ये जर संघर्षाला नीट हाताळले गेले नाही तर व्यक्तीची आयुष्यभर नकारात्मक भूमिका तयार होते. कधी-कधी नंतरच्या अवस्थेत हे नुकसान भरुन येऊ शकते. एरिकसन याला 'मनोसामाजिक आठ अवस्था' असे म्हणतात.

एरिकसन यांच्या मनोसामाजिक विकासाच्या आठ अवस्था

विकासाची अवस्था	अंदाजे वयोगट	महत्त्वाच्या कृती	वर्णन
1. मूलभूत विश्वास वि. अविश्वास (Trust v/s Mistrust)	जन्मापासून ते 12-18 महिने	खाणे Feeding	अर्भकाचे मातेबरोबर विश्वासाचे, प्रेमाचे नाते तयार होते किंवा अविश्वास निर्माण होऊ शकतो.
2. स्वायत्तता वि. लज्जा, शंका (Autonomy v/s shame & doubt)	18 महिने ते 3 वर्षे	मलमूत्र विसर्जनावर नियंत्रण (Toilet - Training)	चालणे, पकडणे, पळणे यांसारख्या शारीरिक कौशल्यांतून मुलांची वाढ होते आणि या क्रियांमुळे ऊर्जा बाहेर पडते. मूल त्याच्या मलमूत्र विसर्जनावर नियंत्रण मिळवते व त्यावर नियंत्रण मिळविता आले नाही तर त्याला लाज वाटते.
3. पुढाकार वि. अपराधभाव (Initiative v/s Guilt)	3 ते 6 वर्षे	स्वातंत्र्य	पालक, मित्र कुटुंब यांचा प्रभाव.
4. उद्यमशीलता वि. न्यूनत्वभाव (Industry v/s Inferiority)	6 ते 12 वर्षे	शाळा	मूल नवीन कौशल्ये शिकविण्याची मागणी करते किंवा असमायोजन न्यूनगंड, नापास यांचा धोका, नकारात्मक गोष्टी घडण्याची धास्ती
5. स्व-तादाम्य वि. संभ्रम (Identity v/s Confusion)	कौमार्या 12 ते 18	समवयस्कांशी मैत्री	कुमारअवस्थेतील मुले स्वत:विषयी तसेच राजकारण, धर्म यांविषयी जागरूक असतात.

(क्रमश:)

विकासाची अवस्था	अंदाजे वयोगट	महत्त्वाच्या कृती	वर्णन
6. जवळीक वि. एकाकीपणा (Intimacy v/s Isolation)	तारुण्य	प्रेम, पती-पत्नी, स्नेही यांचे नातेसंबंध	तरुण मुले जवळीकतेचे नाते निर्माण करतात किंवा एकटेपणाच्या भावनेने त्रस्त होतात.
7. निर्मायकता वि. अवरुद्धता (Generativity v/s Stagnation)	प्रौढावस्था	पालकत्व	प्रत्येक प्रौढ पुढील पिढीची काळजी करते व त्यांना मदत करते.
8. एकात्मिक अहम् वि. नैराश्य (Ego Inteqrity v/s Despair)	वृद्धावस्था	स्वत: - आयुष्याचा स्वीकार व समायोजन	वैश्विक दृष्टिकोन

एरिकसनच्या मनोसामाजिक उपपत्तीचे शैक्षणिक महत्त्व

(1) मुलांना वयाच्या 6 वर्षांपर्यंत स्वत: कृती करण्यासाठी प्रोत्साहित करा. मुलांना स्वत:चा खेळ निवडण्याचे व खेळण्याचे स्वातंत्र द्या. मुलांनी सांगितलेल्या सूचना अमलात आणा जेणेकरून त्यांना स्वत:विषयी आत्मविश्वास वाटेल. स्वत: पुढाकार घेऊन काम करण्याची, समस्या सोडविण्याची सवय लागेल. नकारात्मक सूचना टाळा.

प्रत्येक मुलाला यशाचा अनुभव द्या. खेळ खेळताना चांगल्या कृतींसाठी शाबासकी द्या. जेणेकरून मुलाला उत्साह वाटेल. मुलगा काही करत असताना चूक झाली तर संयमाने वागा, ओरडू नका. जेणेकरून त्यांच्यात अपराधभाव निर्माण होणार नाही याची काळजी घ्या.

(2) कुमारावस्थेतील मुलांना उपक्रम, प्रकल्प राबविण्याची संधी द्या. प्रत्यक्ष अनुभव घेणारे प्रसंग निर्माण करा. त्यांना ते राबविण्याचे स्वातंत्र्य द्या व त्यांच्यावर जबाबदारी टाका, त्यामुळे स्वत:ला काय आवडते किंवा आवडत नाही याची त्यांना जाणीव होईल. मागे पडणाऱ्या मुलांना पुढे येण्यासाठी मदत करा. त्यांना धीर द्या. त्यांच्यामध्ये निकोप स्पर्धा निर्माण करा जेणे करून व्यक्तिमत्त्व विकासाला मदत होईल.

(3) सुप्रसिद्ध व्यक्तींचे जन्मदिन किंवा पुण्यतिथी साजरी करा जेणेकरून किशोरावस्थेतील मूल त्यांचा आदर्श डोळ्यासमोर राहिल्याने व त्यांनी केलेल्या संघर्षावरून आयुष्य जगण्याची प्रेरणा मिळेल. त्यांना पुढील आयुष्यासाठी प्रगतीच्या संधी उपलब्ध होतील. त्यांच्या वैयक्तिक समस्या शिक्षकांशी, समुपदेशकांशी बोलायला सांगा जेणे करून मूल मोकळे होईल. त्यांच्या भावनांचा निचरा होईल. त्यामुळे योग्य निर्णय होऊ शकतील.

एरिकसन यांच्या मनोसामाजिक उपपत्तीमुळे आपणाला मुलांचे कुमारावस्थेतील व किशोरावस्थेतील व्यक्तिगत किंवा सामाजिक विकास कसा होतो हे कळून येते.

2.3.4 हॅविंग घर्स्ट यांची वैकासिक कार्य उपपत्ती (Having Hurst's Developmental Task)

रॉबर्ट हॅविंग घर्स्ट यांच्या मते (1972) वैकासिक कार्य म्हणजे व्यक्तीच्या आयुष्यात विशिष्ट काळात निर्माण होणारे असे कार्य की जे यशस्वीपणे साध्य झाल्यास व्यक्तीला आनंद होतो व त्यानंतरच्या कृतींमध्येही यश मिळते. जर तसे झाले नाही तर व्यक्तीला दु:ख तर होतेच शिवाय तिला सामाजिक मान्यता मिळत नाही व नंतरच्या कृती साध्य करण्यात अडचणी येतात. व्यक्तीचा आयुष्यभर विकास होत असतो. विकासाची प्रक्रिया ही निरंतर चालू असते. या विधानाला हॅविंग घर्स्टची वैकासिक कार्ये पुष्टी देतात.

त्यांनी वैकासिक कार्यांची तीन उगमस्थाने सांगितली आहेत -

(1) शारीरिक परिपक्वन : चालणे, बोलणे, कुमारवयात भिन्नलिंगी व्यक्तीशी सुयोग्य वर्तन करणे, मध्यम वयामध्ये रजोवृत्तीशी जुळवून घेणे इत्यादी कार्ये शारीरिक परिपक्वनात निर्माण होणारी आहेत.

(2) व्यक्तिगत : अनेक वैकासिक कार्ये परिपक्व होणाऱ्या व्यक्तिमत्त्वातून निर्माण होतात आणि पुढे यांनाच व्यक्तिगत मूल्यांचा आणि आकाक्षांचा आकार येतो.

(3) सामाजिक-सांस्कृतिक दडपणे : वाचनकौशल्य आत्मसात करणे किंवा जबाबदार नागरिकाची भूमिका शिकणे ही कार्ये सामाजिक दडपणामुळे साध्य केली जातात.

आपल्या जैवमानस-सामाजिक प्रतिकृतीनुसार, पहिला भाग 'जैविक' आहे, दुसरा भाग 'मानसिक' आहे तर तिसरा भाग 'सामाजिक' आहे.

हॅविंग घर्स्ट यांनी वयानुसार सहा प्रमुख भाग केले आहेत -

(i) अर्भकावस्था व पूर्वबाल्यावस्था : (0- 5 वर्षे)

(ii) मध्य बाल्यकाळ : (6-12 वर्षे)

(iii) किशोरावस्था : (13-18 वर्षे)

(iv) पूर्व प्रौढावस्था : (19-29 वर्षे)

(v) मध्य प्रौढावस्था : (30–60 वर्षे)

(vi) उत्तर परिपक्वावस्था : (61+)

पुढील तक्त्यात प्रत्येक भागाची ठराविक वैकासिक कार्ये दाखविली आहेत.

वैकासिक कार्ये

अर्भकावस्था व पूर्वबाल्यावस्था (0 - 5)	मध्य बाल्यकाळ (6 -12)	किशोरावस्था (13-18)
1. चालणे	1. खेळांसाठी शारीरिक कौशल्यांची तयारी	1. खेळातून ऊर्जा बाहेर पडते. आनंद मिळतो.
2. अन्न घेणे (जेवणे)	2. समवयस्कंबरोबर मिसळून वागायला शिकते.	2. स्त्रीविषयक किंवा पुरुष विषयक दृष्टिकोन तयार होतो.
3. बोलणे	3. मुलगा किंवा मुलगी म्हणून कसे वागायचे हे शिकतो.	3. शरीरबांधा तयार होतो.
4. गुद्स्नायूंवर नियंत्रण मिळविणे	4. वाचन, लेखन, गणितीकौशल्य यांसारख्या मूलभूत क्रियांचा विकास होतो.	4. भावनिक व स्वतंत्र विचार करू लागतात.
5. लिंग फरक समजू लागतो.	5. रोजच्या जीवनासाठी आवश्यक दृष्टिकोन तयार होतो.	5. लग्न, कुटुंबव्यवस्थेसाठी शारीरिक, मानसिक जडण-घडणीची सुरुवात होते.
6. सामाजिक व भौतिक गोष्टींबाबत संबोध स्पष्ट होतात.	6. नैतिकता व मूल्यांची जाणीव वाढीस लागते.	6. स्वत:च्या भविष्याचा विचार करू लागतात.

(क्रमश:)

समस्या : एका माणसाची बायको मृत्युशय्येवर आहे. एका महागड्या इंजेक्शनमुळे ती वाचू शकते. त्या माणसाची परिस्थिती गरिबीची आहे. तो माणूस ते इंजेक्शन खरेदी करू शकत नाही. ते औषध दुकानदार कमी किमतीला द्यायला तयार नाही. शेवटी तो माणूस निराश झाला आणि ते इंजेक्शन त्याने बायकोसाठी चोरण्याचा विचार केला. त्याने काय केले पाहिजे ? का ?

पायरी	सामाजिक दृष्टिकोन	व्यक्तिगत दृष्टिकोन
1.	आज्ञाधारक	त्या माणसाने इंजेक्शन चोरू नये. कारण, त्यामुळे तो तुरुंगात जाईल व वाईट माणूस ठरेल किंवा चोरले तरी चालेल, पकडला जाईल.
2.	'स्व'चे महत्त्व	त्याने इंजेक्शन चोरले पाहिजे. कारण, बायको वाचली तर तो सुखी होईल किंवा चोरले नाही पाहिजे कारण बायकोच्या मृत्यूपेक्षा तुरुंग वाईट आहे.
3.	आंतरव्यक्तीक स्थिती	त्याने इंजेक्शन चोरावे. कारण, त्याच्या बायकोला त्याची जरूरी आहे. त्यामुळे तो चांगला नवरा ठरेल किंवा चोरू नये. कारण, चोरी करणे वाईट आहे आणि तो चोर नाही.
4.	कायदा व सुव्यवस्था	त्याने इंजेक्शन चोरू नये. कारण, ती बेकायदेशीर गोष्ट आहे किंवा त्याने चोरावे. परंतु त्या गुन्ह्याची शिक्षा भोगावी आणि दुकानदाराला त्याच्या जवळील असतील तेवढे पैसे द्यावे.
5.	माणुसकी	त्याने इंजेक्शन चोरावे कारण कायद्यापेक्षा माणसाचे आयुष्य खूप महत्त्वाचे आहे किंवा चोरू नये. कारण, जरी त्याची बायको आजारी असली तरी चोरीचे कृत्य हे योग्य ठरत नाही.
6.	सार्वत्रिक नैतिकतेची स्थिती	त्याने इंजेक्शन चोरावे. कारण, एखाद्या व्यक्तीचे आयुष्य वाचविणे हे दुसऱ्या व्यक्तीच्या व्यक्तिगत अधिकारापेक्षा मोठे आहे किंवा चोरू नये कारण दुसऱ्यांनाही त्याची खूप गरज आहे. त्यांची आयुष्य पण तेवढीच महत्त्वाची आहेत.

कोहलबर्ग यांच्या मते, एखाद्या परिस्थितीचे बालकाचे आकलन हे त्याच्या अर्थ लावण्यावर अवलंबून असते.

कोहलबर्ग यांच्या उपपत्तीचे शैक्षणिक उपयोजन

नैतिकतेचा विकास हा बोधात्मक आणि भावनिक वाढीवर अवलंबून असतो.

(1) मुलांची निर्णयक्षमता ही सर्वप्रथम समाजमान्य नियम पाळण्याकडे असते. पुढे तीच निर्णयक्षमता कायदा आणि माणुसकी या दोन्हींचा विचार करते. मोठेपणी नैतिकतेचा विकास होताना अमूर्त गोष्टींचा विचार करणे महत्त्वाचे असते. दुसऱ्याच्या भावनांचा विचार करणे, त्यांचा आदर करणे ही क्षमता मुलांच्यात निर्माण होणे महत्त्वाचे आहे. जगा आणि जगू द्या (Live and let live) या वाक्यातच कोहलबर्ग यांच्या उपपत्तीचे महत्त्व दडले आहे. कायदा आणि नियम यांचे पालन करताना कर्तव्य, माणुसकी, आयुष्याची किंमत या सर्वांचा विचार मोठेपणी केला जातो व सुयोग्य निर्णय घेतला जातो.

(2) जरी मुली जास्त भावनिक असतात आणि मुले ही शारीरिकदृष्ट्या जास्त बळकट असतात तरी कायदा आणि माणुसकी या दोन्ही गोष्टी रोजच्या जीवनात महत्त्वाच्या आहेत.

(3) दुसऱ्यांच्या भावना जाणून घेणे व त्यानुसार प्रतिसाद देणे हा खूप महत्त्वाचा घटक आहे. मुले दुसऱ्याचा सहानभूतिपूर्वक विचार करतात आणि त्यांना मदत करायला तत्पर असतात. शिक्षकांनी मुलांना एकमेकांबरोबर काम करण्याची संधी निर्माण केली पाहिजे व त्यांना काम करताना कसे वाटले, मिळालेल्या अनुभवांविषयीचे त्यांचे मत काय आहे याची चर्चा शिक्षकाने वर्गात घडवून आणली पाहिजे.

(4) मुलांचे वैयक्तिक प्रश्न त्यांच्या सामाजिक विकास यामुळे त्यांच्या अध्ययनावर परिणाम होत असतो. त्यामुळे शिक्षकांनी अभ्यासात मागे पडलेल्या मुलांची कारणे शोधून त्यावर उपाय योजले पाहिजेत.

(5) ज्ञान आणि शिक्षण यांचा नैतिक विकासात महत्त्वाचा सहभाग आहे. वैयक्तिक दृष्टिकोन आणि नैतिक विकास या दोन्ही गोष्टी अन्य पातळीवर जावे तसे गुंतागुंतीच्या होत जातात. दुसऱ्यांना समजून घ्यायची क्षमता ही व्यक्तीच्या दृष्टिकोनावरून कळून येते. पहिल्या पातळीवर ती अजिबात नसते; तर सहाव्या पातळीवर ती उच्च दर्जाची असते. समाजातील निर्णयक्षमता ही भोवतालच्या सामाजिक परिस्थितीनुसार सामाजिक नियम बनत असते.

(6) कोहलबर्ग यांनी गृहीत धरले आहे की माणूस हा समाजप्रिय आहे, त्याला इतरांना, जगाला समजून घेण्याची क्षमता आहे. कोहलबर्ग यांनी दिलेल्या पायऱ्या या व्यक्तीच्या नैतिकतेविषयी साधारण दृष्टिकोन दाखवितात. त्यामुळे जर त्यानुसार घडले नाही तर व्यक्तीचे चारित्र्य व कृती यांना दोष देऊ नये किंवा कौतुक करू नये.

2.3.6 गेसेल यांची परिपक्वन उपपत्ती (Gesell's Developmental Maturation Theory)

गेसेल यांच्या मते, ''The measure of a society is its reverence for children.'' गेसेल (1880-1961) हा पहिला शालेय मानसशास्त्रज्ञ होता ज्याने मुलांची शारीरिक, सामाजिक, भावनिक संपादणूक शास्त्रशुद्ध पद्धतीने झालेली सांगितली. गेसेल यांनी अनुवंश आणि परिस्थिती यांचे महत्त्व स्पष्ट केले. या उपपत्तीचे मूळ अनुवंशिकतेच्या आणि उत्क्रांतीच्या अभ्यासात आहे. गेसेल असे मानत होता की मुलांची योग्य वाढ ही जीवशास्त्रीयदृष्ट्या तेव्हाच होते जेव्हा त्यांच्या अनुवंश संक्रमणाला योग्य वातावरण मिळते, गेसेल याला 'परिपक्वन प्रक्रिया' म्हणायचा.

परिपक्वन विकासाविषयी एक महत्त्वाची गोष्ट म्हणजे हा विकास ठराविक क्रमानेच होतो. उदा., जेव्हा भ्रूणाचा विकास होतो, तेव्हा त्याच्या हृदयाचा विकास पहिल्यांदा होतो आणि कार्य सुरू होते. मेंदू व डोके यांची वाढ हात व पाय यांच्या आधी होते. गुणसूत्रांचा आराखड्यानुसार जो क्रम ठरलेला असतो तो कधीही बदलत नाही.

त्याचप्रमाणे जन्मानंतरचा विकासही क्रमानेच होतो. उदा. भ्रूणावस्थेत जशी डोक्याची लवकर वाढ होते, त्याचप्रमाणे जन्मानंतरसुद्धा डोक्याचाच विकास लवकर होतो. अर्भक प्रथम ओठ व जीभ यावर नियंत्रण मिळविते. नंतर डोळ्यांच्या हालचाली, मान, खांदे, हात, बोटे, कंबर, पाय आणि पावले याच क्रमाने अवयवांवर नियंत्रण मिळविते.

जसे मूल वाढते तसे ते बसायला, उभे राहायला, चालायला, पळायला शिकते. या क्षमतासुद्धा विशिष्ट क्रमानेच विकसित होतात. गुणसूत्रांमुळे संक्रमित झालेल्या मज्जासंस्थेच्या वाढीबरोबर त्या क्षमता प्राप्त होतात.

शारीरिक परिपक्वतेवर परिस्थितीचा परिणाम होतो. परिस्थिती वाढीला मदत करते; परंतु जो गुणसूत्रांचा ठराविक क्रम ठरलेला आहे त्यामध्ये परिस्थितीचा प्रत्यक्ष सहभाग नसतो. गेसेल यांच्या मते, मुलाला स्वत:च्या क्षमता ओळखण्यासाठी सामाजिक परिस्थितीची गरज असते. मुलाचे सामाजिकीकरण हे त्याच्या आतील परिपक्वन तयारीशी जुळते तेव्हाच मुलांचे सामाजिकीकरण होते.

गेसेल यांनी शारीरिक परिपक्वते आधी मुलांना गोष्टी शिकवायच्या प्रयत्नाला विरोध केला आहे. जेव्हा मुलांची मज्जासंस्था पुरेशी परिपक्व होईल, त्यांची शारीरिक तयारी होईल तेव्हा मुले आपोआप बसतील, चालतील, बोलतील. योग्य वेळेला, त्यांच्या आतून प्रत्येक गोष्टीची गरज वाटेल तेव्हाच ते त्यांच्या कामामध्ये तयार होतील. तोपर्यंत त्यांना शिकविण्यात अर्थ नाही. उलट, त्यामुळे मुलांच्यात आणि सांभाळ करण्यात तणाव निर्माण होऊ शकतो.

परिपक्वतेमध्ये गुणसूत्रांमुळे क्रमाने होणारा विकास हा मुलातील कृतीच्या पद्धती ठरवितो. गुणसूत्रे ही स्वतंत्र काम करत नाही ती एकमेकांबरोबर काम करतात.

गेसेल यांच्या मते, जसे सुपीक जमीन रोपाला वाढायला मदत करते; तसेच अनुवंशाचे संक्रमण होते तेव्हा स्थिर, योग्य परिस्थिती त्याच्या वाढीवर प्रभाव टाकते. मुलांचे अनुभव, खेळ, भीती यासारख्या नैसर्गिक गोष्टी मुलांच्या विकासात फारच थोड्या मदत करतात. आपल्या शरीरामध्ये सर्व माहिती असते जी उत्क्रांती होऊन विकास होण्यास आवश्यक असते. पालकांनी आणि शिक्षकांनी फक्त संयम आणि संवेदनशीलता दाखवली पाहिजे. कारण, ते वाढीवर काहीच परिणाम करू शकत नाहीत. त्यांनी फक्त मुलांना मार्गदर्शन केले पाहिजे.

गेसेल यांनी अर्भकापासून कुमारावस्थेपर्यंत मुलांच्या वाढ आणि विकास यांची निरीक्षणे केली. त्यावरून त्यांनी मुलांचे वाढ होतानाचे ठराविक वर्तन नोंदविले. त्यांनी त्या वर्तनाचे दहा भाग केले त्याला त्यांनी वाढीचे टप्पे (Gradients of Growth) म्हटले आहे.

आकृती 2.2 : गेसेलची परिपक्वन उपपत्ती

(1) **कारक गुणधर्म :** यामध्ये शारीरिक कृती, हस्तनियंत्रण, डोळ्यांची क्षमता येते.

(2) **वैयक्तिक आरोग्य :** खाणे, झोपणे, मलमूत्र नियंत्रण, आंघोळ, कपडे घालणे, आरोग्याच्या तक्रारी, तणाव बाहेर पडण्याचा मार्ग.

(3) **भावना व्यक्त करणे :** भावात्मक अभिवृत्ती, रडणे, कणखरपणा, राग.

(4) **भीती आणि स्वप्न**

(5) **स्व आणि काम**

(6) **आंतरवैयक्तिक नाती :** आई-मुलगा, मुलगा-मुलगा एकत्रित खेळणे

(7) **खेळ आणि फावला वेळ :** रुची, आवड, वाचन, गाणे, रेडिओ, सिनेमा पाहणे.

(8) **शालेय जीवन :** शाळेत समायोजन, वर्गात बसणे, वाचणे, लिहिणे, गणिती क्रिया करणे.

(9) **नैतिक समज :** दोष देणे, शिक्षा व स्तुती याला प्रतिसाद देणे, चांगला किंवा वाईट यांची जाणीव, सत्य व मालमत्ता याविषयी माहिती.

(10) **मूल्यांकडे बघण्याचा दृष्टिकोन :** वेळ, परिस्थिती, भाषा, विचार, युद्ध, मृत्यू, देव यांच्या बाबतीत दृष्टिकोन.

गेसेलच्या वाढीच्या टप्प्यांवरून ठराविक माहिती घेऊन शिक्षक/पालकांना आपल्या मुलाचे वर्तन सामान्य आहे का याबाबत कळू शकते.

विद्यार्थ्यांचा अभ्यास करताना गेसेल यांनी वर्तनाचे विशिष्ट मूल्यमापन सांगितले ते महत्त्वाचे आहे. अभ्यासक्रमात अपेक्षित असलेला विकास हा गेसेल यांच्या मूल्यमापनामुळे कळू शकतो.

2.3.7 लेव व्योदत्स्की यांची समाज-सांस्कृतिक उपपत्ती (Lev Vygotsky's Socio-Cultural Theory)

लेव व्योदत्स्की यांच्या मते बोधनिक विकास हा बालकाच्या आजूबाजूच्या व्यक्ती आणि सांस्कृतिक रूढी, पद्धती यांच्यावर अवलंबून असतो. बालकाचे ज्ञान, कल्पना, दृष्टिकोन, मूल्ये हे सर्व बालकाचे इतरांशी होत असलेल्या विचारांच्या आदानप्रदानातून घडत असते. त्याचप्रमाणे वास्तव आणि प्रतिकात्मक साधने, उदा., कॉम्प्युटर, पेन, पेन्सिल, संख्या, गणितीय पद्धती, चिन्हे आणि भाषा हे सर्व बालकाच्या बोधनिक विकासामध्ये महत्त्वाची भूमिका बजावतात. म्हणजे बालकाच्या विकासामध्ये सामाजिक विकास प्रथम होतो आणि नंतर त्याचा व्यक्तिगत विकास होतो.

लेव व्योदत्स्की यांच्या मते भाषा ही अध्ययनाची महत्त्वाची प्रतिकात्मक पद्धती आहे. भाषेमुळे आपण विचार व्यक्त करू शकतो, प्रश्न विचारू शकतो, विचार आणि संबोधांचे वर्गीकरण करू शकतो. भूतकाळ व भविष्यकाळ एकमेकांना जोडू शकतो. जेव्हा आपण एखादी समस्या सोडवितो, तेव्हा आपण शब्दात विचार करतो. व्योदत्स्की असे मानत होते की, स्वत:शी केलेल्या संभाषणामुळे बोधनिक विकासाला चालना मिळते. स्वत:शी केलेल्या विचारांमुळे समस्या सुटण्यास मदत होते आणि वर्तन नियंत्रित केले जाते.

शैक्षणिक उपयोजन

(1) साहाय्यकारी अध्ययन (Assisted Learning) : व्योदत्स्की यांच्या मते, साहाय्यकारी अध्ययन जास्त प्रभावी आहे, ज्यामध्ये प्रत्यक्ष अध्ययन करणे व अध्ययनासाठी योग्य वातावरण निर्मिती करणे महत्त्वाचे आहे. विद्यार्थ्यांना वर्गामध्ये मार्गदर्शन करण्यामध्ये पुढील गोष्टीं अपेक्षित आहेत - त्यांना ज्ञान देणे, त्यांचा सराव घेणे, त्यांना योग्य वेळी व पुरेसे प्रोत्साहन देणे आणि नंतर हळूहळू विद्यार्थ्यांनी स्वत:च जास्तीत जास्त अध्ययन करणे.

(2) मूल्यमापन व अध्यापन : यामध्ये शिक्षक विद्यार्थ्याला समस्या सोडवयास सांगतात, त्याला काही सूचक तंत्र सांगतात. त्यानंतर विद्यार्थी कसा अध्ययन करतो याचे निरीक्षण करतात. विद्यार्थ्याला किती मदत लागते यावर शिक्षक लक्ष ठेवतात आणि त्यानुसार अनुदेशित गट तयार करतात, स्वाध्याय देणे, सराव देणे यांसारख्या कृती निश्चित करतात. व्योदत्स्की यांच्या मते, वातावरण निर्मितीपेक्षाही विद्यार्थी स्वत:च शोध लावू शकेल असे काहीतरी शिक्षकाने केले पाहिजे. विद्यार्थ्यांना समवयस्कांबरोबर शिकायला प्रोत्साहन दिले पाहिजे. शिकण्यासाठी संभाषण व चर्चा ही दोन उपयुक्त साधने आहेत.

2.4 बोधनिक विकास (Cognitive Development)

2.4.1 विचारप्रक्रियेचे स्वरूप (Concept and Development of Thinking)

मनुष्य इतर प्राण्यांपेक्षा वेगळा मानला जातो. कारण मनुष्याजवळ विकसित मेंदू आणि त्याद्वारे मिळालेली उच्च विचारक्षमता हे होय. स्वत:चे विचार मनुष्य भाषेद्वारे मांडू शकतो. त्यामुळे तो इतर प्राण्यांवर प्रभुत्व गाजवू शकतो. दैनंदिन जीवनात अव्याहतपणे विचारांच्या साहाय्याने अनेक क्रिया करत असतो. अगदी जागेपणी व झोपलेल्या अवस्थेतही विचार करत असतो. रोजच्या जीवनात सकाळी उठल्यापासून ते झोपेपर्यंत विचार-प्रक्रिया चालूच असते. अगदी बोलत नसलो तरीसुद्धा मनात कशाचे तरी विचार आपण करत असतो.

व्याख्या

- पुराव्यांमधील रिक्त जागा भरून काढणारे एक संकीर्ण आणि उच्चस्तरीय कौशल्य. - **बर्टलेट (1958)**
- परिस्थितीशी सुयोग्य समायोजन करण्याच्या दृष्टीने जेव्हा सर्वसामान्य पद्धती निरुपयोगी ठरते तेव्हा कार्यान्वित होणारे संकीर्ण स्वरूपाचे बोधनिक वर्णन. - **व्हिटॅकर (1970)**

थोडक्यात, प्रश्नांची उकल करण्यासाठी, उत्तरे शोधण्यासाठी आणि ध्येयांपर्यंत पोहोचण्यासाठी प्राप्त माहितीच्या माानसिक प्रतिरूपांची रचना व पुनर्रचना करणारी एक प्रक्रिया म्हणजे विचार.

विचारप्रक्रियेत एकापेक्षा अधिक कृती किंवा प्रक्रिया अंतर्भूत असतात. त्यातील महत्त्वाच्या पाच प्रक्रिया आपण बघणार आहोत.

विचार प्रक्रिया

Concept Formation **संकल्पना निर्मिती**	Problem solving **समस्या निराकरण**	Critical thinking **चिकित्सक विचार क्षमता**	Reasoning **युक्तिवाद**	Decision Making **निर्णयक्षमता**

2.4.2 संकल्पना निर्मिती (Concept Formation)

आपल्या मनात वेगवगळे विचार चालू असतात. अशा विचारांना वेगवेगळ्या संकल्पना चालना देतात. संकल्पना म्हणजे मानसिक वर्गीकरण ज्यामध्ये वस्तू, प्रसंग, गुणधर्म यांचे वेगवेगळे वर्ग तयार होतात. माणसाकडे ही एक विशिष्ट क्षमता आहे, ज्याद्वारे वेगवेगळे वर्गीकरण करून तो माहितीचा संग्रह करतो. उदा., सफरचंद आणि मोसंबी ही फळे या वर्गीकरणात मोडतात. जरी त्यांची चव, रंग वेगवेगळे असले तरी. म्हणजे आपल्यामध्ये अशी क्षमता आहे की ठराविक गुणधर्माच्या आधारे आपण वर्गीकरण करू शकतो. संकल्पना ही खालील कारणांसाठी महत्त्वाची आहे - संकल्पनेमुळे सामान्यीकरण होते.

(अ) सामान्यीकरण : सामान्यीकरण अमूर्तीकरणाच्या माध्यमातून मूल फळांच्या विविध साम्यांच्या आधारे एक सामान्य तत्त्व तयार करते. मग कोणतेही फळ पाहिले की मूल फळ आणि भाज्या यातील फरक ओळखते.

(ब) वस्तू आणि अनुभव : वस्तू आणि अनुभव यांच्याद्वारे संकल्पनातील संबोध पक्के होत जातात. उदा., क्रिकेट, हॉकी, लंगडी हे सर्व खेळ आहेत. खेळाची संकल्पना आपल्याला याच्याशी संबंधित क्रिया, विविधता यांचा विचार करायला लावतात.

(क) स्मरणशक्ती : संकल्पनांमुळे स्मरणशक्ती पक्की होऊन ती प्रभावशाली बनते. उदा. वर्तमानपत्र वाचताना खेळ म्हणजे काय याविषयी आपल्याला विचार करावा लागत नाही. कारण खेळाची संकल्पना अगोदरच स्पष्ट आहे.

(ड) प्रतिक्रिया : संकल्पनेमुळे एखाद्या गोष्टीला किंवा अनुभवाला कशा प्रकारे प्रतिक्रिया द्यायची याची कल्पना येते. उदा., एका डिशमध्ये फळे आहेत. फळांची संकल्पना माहीत असल्यामुळे फळे खाणे योग्य आहे हे आपल्याला माहीत होते.

संकल्पना निर्मिती करणे ही अतिशय गुंतागुंतीची गोष्ट आहे. यामध्ये निरीक्षण, गृहीतक, परीक्षण, सामान्यीकरण, योग्य वा अयोग्य भेद करण्याची कुवत अशा अनेक गोष्टी संकल्पना निर्मितीत समाविष्ट असतात.

2.4.3 समस्या निराकरण (Problem Solving)

निश्चित केलेल्या ध्येयापर्यंत कसे पोहोचायचे हे शोधून काढण्यासाठी ठरविलेला मार्ग किंवा प्रयत्न म्हणजे समस्या निराकरण. संकल्पनानिर्मिती शिवाय समस्या निराकरण करणे अशक्य आहे. रोजच्या जीवनात समस्या निराकरणाला अतिशय महत्त्व आहे.

समस्यानिराकणात चार पायऱ्यांचा विचार केला जातो.

(1) समस्या शोध : समस्या सोडविण्याआधी ती ओळखता आली पाहिजे. हे खूप महत्त्वाचे आहे.

(2) समस्यानिराकरणासाठी व्यूहरचना : समस्या सोडविण्यासाठी योग्य व्यूहरचना करणे गरजेचे आहे. यामध्ये प्रथम छोटी ध्येये, अल्गोरिदम, नवगामी पद्धत तयार केली पाहिजे.

(अ) छोटी ध्येये : यामध्ये शेवटच्या टप्प्यापर्यंत जाण्यासाठी ताबडतोब करायच्या कृतींचा समावेश होतो.

(ब) अल्गोरिदम : अल्गोरिदम म्हणजे असा नियमांचा संच की जो आहे तसा अमलात आणल्यास समस्येच्या उत्तरापर्यंत व्यक्ती पोहोचते. उदा., पाठांतर करून परीक्षा घेणे, गणितातील समस्या इत्यादी.

(क) नवगामी पद्धत (Heuristic) **:** या पद्धतीला 'उपयुक्ततेचे नियम' किंवा 'लघुमार्ग' या नावाने ओळखतात. प्रत्येक समस्येचे एक अवकाश (Problem space) असते. काहींचे अवकाश मर्यादित असते तर काहींचे व्यापक असते. हा लघुमार्ग समस्येसाठी मार्ग सुचविणारा मार्गदर्शक असतो पण त्यामुळे उत्तर नक्की मिळेल याची खात्री नसते. रोजच्या जीवनात अल्गोरिदमपेक्षा आपण नवगामी पद्धतीचाच वापर करतो. ही पद्धत समस्येचे उत्तर मिळण्याची शक्यता निर्माण करते आणि योग्य मार्गावर आणून सोडते.

(3) योजनेचे मूल्यमापन : एकदा आपण समस्या सोडविली की आपल्याला योजना योग्यरितीने कार्यान्वित होईपर्यंत योग्य उत्तर मिळाल्याची खात्री नसते. आपल्याला खात्रीशीर उपाय हवा असतो.

(4) पुनर्विचार आणि पुनर्नियोजन : योजना कार्यान्वित होऊन उत्तर मिळाल्यानंतरच आपल्याला कळते की, योजनेनुसार पुढे जायचे की योजनेचा पुनर्विचार व पुनर्नियोजन करायचे. आवश्यक वाटल्यास व्यक्ती योजनेत योग्य ते बदल करते.

समस्या निराकरणाचे शैक्षणिक महत्त्व

विद्यार्थी अध्ययनातील समस्या जाणून घेतो. त्याविषयी सुरुवातीपासून अभ्यासाचे नियोजन करतो. त्यातील संकल्पना, संबोध समजून घेतो. विद्यार्थी ठरल्याप्रमाणे योजना सातत्यपूर्णरित्या अमलात आणतो. विद्यार्थी तयार केलेले वेळापत्रक वेळोवेळी तपासतो. तेवढा वेळ रोजच्या रोज त्याला अभ्यासासाठी देता येतो की नाही हे तपासतो. योजनेची उपयुक्तता परीक्षेच्या निकालाच्या वेळेसच कळते. तेव्हाच विद्यार्थी ठरवितो की आहे त्या योजनेनुसार पुढे जायचे की योजनेचा पुनर्विचार आणि पुनर्नियोजन करायचे. आवश्यक वाटल्यास तो योजनेत योग्य तो बदल करतो. स्वत:ची बौद्धिक क्षमता, कुवत लक्षात घेऊन विद्यार्थी गरज पडल्यास अभ्यासपद्धतीत बदल करतो.

2.4.4 चिकित्सक विचारक्षमता (Critical Thinking)

मिळालेल्या पुराव्याचे योग्य मूल्यमापन, विचारांची उपयुक्तता तपासणे म्हणजेच चिकित्सक विचारक्षमता होय. ज्या व्यक्ती अचूक व योग्य निर्णय घेतात त्या परिस्थितीचे खोलवर आकलन करतात, स्वत:ला प्रत्येक पर्यायासाठी तयार करतात आणि त्यानंतर कशावर विश्वास ठेवायचा किंवा काय करायचे हे ठरवितात. बरेचवेळा आपण एखाद्या गोष्टीची ठराविक बाजूच बघतो. त्याचा सर्व अंगांनी विचार करत नाही. साधारणपणे व्यक्ती दुसऱ्या बाजूने काही पर्याय असू शकतो यावर विश्वास ठेवत नाही. सॉक्रेटिसच्या मते, कधी-कधी आपल्याला काहीच माहीत नाही हे माहीत असणे हाच खरा शहाणपणा आहे.

शाळेमध्ये आपण बऱ्याच वेळेला पाठ केलेले उत्तर देतो. शिक्षक विद्यार्थ्यांच्या पाठांतर, व्याख्या, पद्धती यावरच भर देतात. खरे म्हणजे शिक्षकांनी मुलांना नवीन-नवीन कल्पना करण्यासाठी प्रोत्साहन दिले पाहिजे. त्यांना निरीक्षण, अनुमान, मूल्यामापन, विचार, पुनर्विचार करायला शिकविले पाहिजे. कारण, बरेच वेळेला आपण समस्येचा वर-वर विचार करतो. त्याच्या मूळापर्यंत जाण्यासाठी वरील गोष्टी शिक्षकांनी मुलांना शिकविल्या पाहिजे.

2.4.5 युक्तिवाद (Reasoning)

'युक्तिवाद' म्हणजे माहितीचे रूपांतर करून निष्कर्षापर्यंत पोहोचवणारी मानसिक कृती. युक्तिवाद हा जवळ-जवळ निर्णायक विचारक्षमते सारखाच असतो. युक्तिवाद हा उद्‌गामी किंवा अवगामी असतो.

(अ) उद्‌गामी (Inductive) युक्तिवाद : विशिष्टाकडून सामान्याकडे जाणारा हा युक्तिवाद आहे. यामध्ये आधी उदाहरणे सांगून मग नियम दिले जातात. हे निष्कर्ष म्हणजे मिळणाऱ्या शक्यता असतात, पण नियम कधी-कधी त्या चुकीचे असू शकतात.

(ब) अवगामी (Deductive) युक्तिवाद : सामान्याकडून विशिष्टाकडे जाणारा हा युक्तिवाद आहे. जेव्हा तुम्ही सामान्य नियम शिकता आणि त्याचा उपयोग कशा प्रकारे करायचा हे सांगतो म्हणजेच अवगामी युक्तिवाद होय.

अवगामी युक्तिवादात नियम योग्य असेल तर तुम्हाला लगेचच निष्कर्ष मिळतो.

2.4.6 निर्णयक्षमता (Decision Making)

वेगवेगळ्या पर्यायांचे मूल्यमापन करणे आणि त्यामधील योग्य पर्याय निवडणे म्हणजेच निर्णयप्रक्रिया होय.

उद्गामी तार्किक युक्तिवादामध्ये व्यक्ती नियमांचा वापर करून ठराविक अनुमान काढतात. त्याविरुद्ध, जेव्हा आपण निर्णय घेतो तेव्हा असे काही नियम तयार करीत नाही आणि निर्णयांची निष्पत्ती काय होणार हेही माहीत नसते. इष्ट स्रोतांकडून माहिती मिळाली असेल तर योग्य निर्णय अचूकपणे घेण्यास मदत होते.

निर्णयप्रक्रियेचे पाच प्रक्रियेत विभाजन होते –

(1) ध्येय निश्चित करणे : बांदूरा यांच्या मते, निर्णय घेणाऱ्याच्या ध्येयावर निर्णय अवलंबून असतो. व्यक्ती तिच्या भावी योजनांचा अंदाज घेते. तिची तत्त्वे, मूल्ये आणि आयुष्यातील अग्रक्रमावर असलेल्या गोष्टी यांचा साकल्याने विचार करते.

(2) माहिती गोळा करणे : निर्णय घेण्यापूर्वी विविध उपलब्ध पर्यायांची माहिती असणे आवश्यक असते. त्याचबरोबर प्रत्येक पर्यायाचे संभाव्य परिणाम काय होतील, इतर पर्याय खुले राहतात की बंद होतात इत्यादीची माहिती करून घेणे आवश्यक असते. कोणत्या निकषाच्या आधारे पर्याय निवडावा हे ही माहीत असावे लागते.

(3) माहितीचे संघटन करणे : विशेषत: क्लिष्ट निर्णय घेताना माहितीचे संघटन करणे आवश्यक ठरते. क्लिष्ट अशा अर्थाने की अनेक पर्याय उपलब्ध असतात त्यामुळे अनेक निकषांचा वापर करून निर्णय घ्यावयाचा असतो.

(4) अंतिम निवड करणे : गोळा केलेल्या माहितीचा अभ्यास केल्यानंतर योग्य त्या पर्यायाची निवड केली जाते. काही टप्प्यांची भविष्यात पुनरावृत्ती केली जाते; काही टप्प्यात सुधारणा केली जाते. सरतेशेवटी योजना आखली जाते.

योग्य निर्णय घेण्यासाठी माहिती गोळा करणे अपरिहार्य असते; परंतु काही वेळा दिशाभूल करणारी माहिती मिळण्याचा धोका संभवतो. खालील काही गोष्टींमुळे निर्णयप्रक्रिया चुकू शकते.

(1) प्रतिनिधित्व : मोठ्या समूहाचा अभ्यास न करता छोट्या गटाचे निरीक्षण करून निष्कर्ष काढणे.

(2) अति आत्मविश्वास : कधी-कधी फाजील आत्मविश्वासापायी चुकीचे निर्णय घेतले जातात.

(3) भूतदृष्टी पूर्वग्रह (Hindsight bias) : प्रत्यक्ष निर्णयाचा चुकीचा परिणाम पाहिल्यानंतर असे होणारच होते असे भविष्य सांगणे.

(4) पुष्टीपूर्वग्रह : निर्णयाच्या संदर्भात स्वत:च्या निर्णयाला पुष्टी देणाऱ्याच माहितीचा शोध घेणे आणि इतर माहितीकडे दुर्लक्ष करणे म्हणजे पुष्टीपूर्वग्रह. आपल्या निर्णयाला फाटा देणाऱ्या व्यक्ती आपण टाळतो हे ही अयोग्यच. कारण, यामुळे निर्णयाच्या योग्यतेविषयीची खरी माहिती आपल्यापुढे येतच नाही.

(5) भासमान सहसंबध : कधी-कधी अर्धवट ज्ञान असलेल्या माहितीच्या आधारे दोन गोष्टींमध्ये संबंध जोडला जातो.

(6) संदर्भबिंदू : एक कोणती तरी माहिती संदर्भबिंदू म्हणून धरली जाते व तेथून सुरुवात करून उत्तर शोधले जाते. संदर्भ माहितीवर आधारित निर्णय चुकीचा ठरू शकतो.

2.4.7 बोधनिक विकासाचे शैक्षणिक महत्त्व

व्यक्तीच्या विकासात लहानपणीच्या विचार प्रक्रियेला खूप महत्त्व असते. बोधनिक विकास म्हणजे व्यक्तीला आकलन कसे होते तो कसा विचार करतो आणि त्यास जगाचे आकलन कसे होते हे होय. बोधनिक विकासामध्ये माहिती प्रक्रिया, बुद्धिमत्ता, भाषिक विकास, स्मरणशक्ती, तार्किक युक्तिवाद या प्रक्रिया येतात. विचारप्रक्रिया आणि भाषिक विकास यांचा अभ्यास केल्याने मुलांना कशा प्रकारे शिकवावे या विषयी मार्गदर्शन होते. बोधनिक विकास म्हणजे विचारप्रक्रियेची रचना ज्यामध्ये संकल्पनानिर्मिती, समस्यानिराकरण, निर्णयक्षमता ही बालपणापासून किशोरावस्थेपर्यंत व शेवट प्रौढावस्थेतही होतो. त्यामुळे शिक्षकांनी बोधनिक विकासाची प्रक्रिया समजून घेतल्याने मुलांची विचारप्रक्रिया व भाषिक विकास समजून येण्यास मदत होईल.

2.5 भावात्मक विकास (Affective Development)

बालकाच्या अर्भकावस्थेमध्ये अभिरुची, अभिव्यक्ती, मूल्य या गोष्टी सुप्तावस्थेत असतात. त्या फारशा वेगळ्या करता येत नाही. त्याला 'मुलाचे भावनात्मक स्वरूप' असे म्हणता येईल. व्यक्तीचा जसजसा विकास होत जाईल तसतसे त्याच्यात जीवनातील अनुभवांवरून काही वर्तन गुणधर्म दिसून येतात. त्यावरून त्याच्यामधील वैशिष्ट्यपूर्ण अभिरुची, अभिव्यक्ती, मूल्य वेगळ्या सांगता येतात.

2.5.1 अभिवृत्ती (Attitude)

अभिवृत्ती म्हणजे भावनात्मक आशय, समजुती, पूर्वग्रह, कल, मान्यता, पूर्वतयारी या सर्व अनुभवातून तयार होणारी कल्पना.

ज्या अनुभवाचा व्यक्तीवर परिणाम होतो आणि व्यक्ती इतरांना त्याप्रमाणे प्रतिसाद देते अशी मनाची आणि मज्जातंतू अवस्थेची तयारी म्हणजे अभिवृत्ती.

➤ अभिवृत्तीमध्ये अनुभवातून आलेले जैविक, सामाजिक, भावनिक घटक असतात. हे घटक व्यक्तीच्या वर्तनावर प्रभाव टाकतात. अभिवृत्ती म्हणजे व्यक्तीच्या विकासाची अशी अवस्था जी जैवमानस प्रक्रियेतून तयार होते आणि व्यक्तीच्या प्रतिसादात्मक वर्तनाला प्रत्यक्ष आणि अप्रत्यक्षरित्या प्रोत्साहन देते. **– ऑलपोर्ट**

(Mental and neural state of readiness, organized through experience, exerting a directive or dynamic influence upon the individuals response to all objects with which it is related)

व्यक्तीच्या आयुष्यात वेगवेगळ्या प्रकारच्या अभिवृत्ती असतात. आरोग्य, आयुष्य, माणसे, जन्म-मृत्यू, नृत्य, कला, काम, संगीत, सरकार धर्म अशा वेगवेगळ्या गोष्टींच्या अभिवृत्तींना व्यक्तीच्या आयुष्यात महत्त्व असते. त्या अभिवृत्ती काही ठरवून शिक्षण देऊन तयार होतात तर काही नकळत मनावर परिणाम करत असतात. त्यामुळे योग्य अभिवृत्ती तयार करणे ही शाळेची जबाबदारी असते. त्यामुळे यांच्याविषयी शिक्षकांनी स्वत: माहिती करून घेणे आवश्यक ठरते.

काही अभिवृत्ती बालकामध्ये अर्भकावस्थेत जैविक समाधान किंवा असमाधानाचे फलित म्हणून तयार होतात तर काही आई, वडील, भावडांविषयी आनंद किंवा दु:खाचे फलित म्हणून तयार होतात.

अर्भक जेव्हा खाते, रडते, झोपते या आणि अशा छोट्या-छोट्या गोष्टींमध्ये ते सभोवतालच्या वातावरणाला प्रतिसाद देत असते. हा प्रतिसाद म्हणजे निसर्गाशी केलेले समायोजन होय.

जसजशी बालकाची वाढ आणि विकास होतो तसतश्या बालकांच्या गरजा बदलत जातात आणि बालक नवीन वस्तूंना, घटनांना नवीन प्रकारे प्रतिसाद देते. विकासाच्या अवस्थातील बदल बालकाच्या वस्तू आणि घटनांमधील प्रतिसादाला कारणीभूत ठरतात.

कौटुंबिक वातावरण, कुटुंबातील त्याचे स्थान, भावंडातील स्त्री-पुरुष फरक अशा गोष्टींचाही मुलांच्या अभिवृत्तीवर परिणाम होतो.

मित्र, शेजारी, नातेवाईक व पालकांची आर्थिक परिस्थिती गोष्टींचा मुलांच्या अभिवृत्तीवर प्रत्यक्ष-अप्रत्यक्षपणे परिणाम होत असतो.

रोजच्या जीवनातील अनुभवांचा मूल कसा अर्थ लावते या गोष्टींचा मुलाला वस्तू, कृती, प्रसंग याविषयी काय वाटते यावर परिणाम होतो.

अभिवृत्ती ही मुलाला त्याच्या ध्येयाकडे नेण्यास मदत करते. मुलांना चांगले अनुभव देऊन अभिवृत्ती बदलता येऊ शकते. शिक्षणाचे हे ध्येय आहे की, आधीच्या नकारात्मक अभिवृत्ती बदलून मुलांना नवीन सकारात्मक दृष्टिकोन देणे. यासाठी विशिष्ट शिक्षकाचा प्रभाव व आदर्श मुले, मित्र, एखादा प्रसंग, अभ्यासक्रम, अभ्यासेतर उपक्रम अशा अनेक गोष्टींनी सकारात्मक दृष्टिकोन तयार होऊ शकतो. मुलांना एकाच वेळी सहकार्याची भावना शिकवतात आणि त्याचवेळी एकमेकांत स्पर्धा लावली जाते, अशा निकोप भावनेमुळे त्यांच्यात इर्षा निर्माण होऊन ध्येय साधण्यासाठी धडपड केली जाते. आयुष्य हे विविधतेने भरलेले आहे; परंतु शिक्षकांनी मुलांची योग्य अभिवृत्ती तयार करून त्यांना आयुष्याला तोंड देण्यासाठी तयार करणे गरजेचे आहे. शाळेत तयार झालेल्या योग्य अभिवृत्ती आयुष्यभर लक्षात राहतात.

2.5.2 अभिरुची (Interests)

अभिरुची म्हणजे आवड, नावड, कल, ध्येय, हेतू. अभिरुची हा असा घटक आहे की तो व्यक्तीला वस्तू, व्यक्ती आणि कृती यापासून दूर ठेवतो किंवा जवळ आणतो. अभिरुची म्हणजे आवड आणि तिटकारा म्हणजे नावड. अभिरुचीमुळे व्यक्तीला प्रोत्साहन मिळते. अभिरुची या घटकामध्ये नावड हा घटक वगळलेला आहे.

अर्भकावस्थेत उजेड, आवाज, स्पर्श यांमुळे शरीराला संवेदना होऊन हालचाल होते आणि ते वातावरणाला प्रतिसाद देते. लोकांच्या हालचाली आणि नुसत्या वस्तू बघून मुलाला आनंद होत असतो. सुरुवातीला या हालचाली जैविक असतात, परंतु नंतर त्या मनाशी निगडित बनतात. मूल ज्या हालचालींमुळे आनंदीत होते तेवढ्याच हालचाली चालू ठेवते आणि नको असलेल्या हालचाली टाळते. विकासाच्या अवस्थांमध्ये मूल वेगवेगळा फरक करायला शिकते आणि त्याला संबोध स्पष्ट होतात, मग भाषा विकसित झाली की त्या संबोधाला मूल नाव देते. वातावरणाशी एकरूप होईपर्यंत मुलाची ओळख करून घेणे ही प्रक्रिया चालूच असते. मोठ्यांचे लक्ष वेधून घेणे, त्यांचे अनुकरण करणे यातच बालकाला आवड असते. जसजशी मुलांची वाढ व विकास होत जातो तसतसे मुलाचे वेगवेगळ्या गोष्टींमुळे मनोरंजन होत असते. कृतियुक्त हालचाली या मुलाला आनंद देतात.

मुलांना त्यांच्या उत्स्फूर्त इच्छा दर्शविणाऱ्या कृती करायला आवडतात. मुलांच्या ध्येयावरून त्यांचा कल दिसून येतो. मुले जसजशी मोठी होत जातात तसतशी त्यांची आवड बदलत जाते. मोठ्या मुलांमध्ये ठराविक खेळांमध्ये आवड निर्माण होते. मुलांना टेक्निकल माहिती, नोकरी, व्यवसाय यांमध्ये आवड निर्माण होत जाते तर मुलींचा ऑफिस, मनोरंजनाची साधने याकडे जास्त कल असतो. व्यावसायिक अभिरुची ही मुलांसाठी सर्वांत जरूरीची गोष्ट आहे. मुलांना स्वत:च्या कुवतीनुसार आवडीचा व्यवसाय निवडता येणे गरजेचे आहे. मुलांना जेव्हा दुसरी व्यक्ती त्यांच्यात आवड दाखवते तेव्हा मुलांची अभिरुची उत्पन्न होते. त्यामुळे शिक्षकांनी अभ्यासक्रम आवडीने शिकवावा जेणे करून विद्यार्थ्यांना शिक्षणाविषयी गोडी निर्माण होईल. बहुतेक मुलांना विज्ञान आणि गणित हे विषय आवडत नाही. याचे कारण त्यांचे प्राथमिक शिक्षणातील स्त्री शिक्षकांची अनास्था होय. कारण, स्त्रियांना विज्ञान आणि गणित विषयांची आवड कमी असते. कदाचित हे खरे असेल किंवा नाही. शिक्षकांच्या विषय अभिरुचीचा जर विद्यार्थ्यांच्या अध्ययनावर परिणाम होत असेल तर शिक्षकाने मुलांच्या कल्याणासाठी स्वत:ला बदलणे गरजेचे आहे.

वयाच्या अकरा वर्षांपर्यंत अभिरुची ही अस्पष्ट असते. 11 ते 17 वर्षांपर्यंत ती तात्पुरती असते, तर 17 व्या वर्षानंतर ती कायमची, वास्तव असते. परिपक्वतेमुळे त्यांना आर्थिक आणि सामाजिक जबाबदाऱ्या कळू लागतात. त्यामुळे परिस्थितीनुसार अभिरुची बदलते.

विद्यार्थीकेंद्रित अध्यापन पद्धती असणे गरजेचे आहे. मुलांना 'स्व' ची ओळख करून देणारे शैक्षणिक मार्गदर्शन आणि समुपदेशन केंद्र शाळेमध्ये असणे गरजेचे आहे. अशा छोट्या तंत्रांनी मुलांना स्वत:विषयी माहिती करून देणे हे विद्यार्थीकेंद्रित शिक्षकाचे ध्येय असले पाहिजे.

2.5.3 मूल्य (Value)

'मूल्य' असा एकमेव मौखिक संबोध आहे ही ज्याचा ठराविक वस्तू, कृती, अटींबाबत व्यक्ती आणि समाजाकडून महत्त्वपूर्ण संबंध जोडला जातो. (Values are unique verbal concepts that relate to the worth given to specific kinds of objects, acts and conditions by individuals and groups.)

मूल्यांविषयी तीन गोष्टी आढळून येतात -

(अ) मूल्यांचे मूल्यमापन केले जाते.

(ब) मूल्यांचे व्यक्तीच्या आदर्शानुसार त्याचे स्वरूप बदलते.

(क) समाज हा व्यक्तिगत मूल्यसंवर्धनामुळे टिकून राहतो.

सामाजिक संदर्भानुसार, मूल्ये ही शिक्षणाद्वारे दिली पाहिजे. कारण शिक्षण हे समाज बदलाचे साधन आहे आणि मूल आणि शाळा हे या समाजाचे भाग आहेत.

(1) समाधान व असमाधान देणारे अनुभव (2) वर्तनाचा होणारा परिणाम याचे निरीक्षण (3) दुसऱ्यांच्या कृतीचा होणाऱ्या अनुभवातून शिकणे (4) माणुसकीचे ज्ञान (5) भोवतालची परिस्थिती.

या सर्व गोष्टी मूल्ये तयार होण्यासाठी महत्त्वाच्या ठरतात.

चांगले व वाईट अनुभवातून मूल चांगल्या गोष्टींमध्ये स्वत:ची ऊर्जा खर्च करते आणि वाईट गोष्टी टाळते. दुसऱ्यांच्या अनुभवावरून मुलांना बरेच शिकता येते. व्यक्ती आणि समाज यांच्यातील संबंध मुलांना माहीत पाहिजे. कारण, त्यावरून मूल ठराविक निष्कर्षाला पोहोचते आणि त्याच्याकडून विशिष्ट कृती घडते. पालकांच्या आणि समाजाच्या आचारविचार पद्धतीनुसार वागले तरच आपण आपले ध्येय गाठू शकतो. हे मूल शिकते. हे संबोध मुलांच्या मनात पक्के होतात आणि कदाचित याचा चुकीचा अर्थ लावून व्यक्तिगत मूल्यांवर परिणाम होतो.

नियम आणि मार्गदर्शन हे मुलाच्या इच्छेनुसारच वापरावे. मुलांना मूल्यांचे महत्त्व समजून सांगावे. जेणे करून त्याने ते आनंदाने स्वीकारावे आणि त्यानुसार त्याचे वर्तन घडले पाहिजे. जबरदस्तीने वागायला लावल्यामुळे त्याचा उलट परिणाम होण्याची शक्यता जास्त राहते.

शाळा मुलांसाठी अशा प्रकारचे अभ्यासक्रम आणि उपक्रम राबविते ज्यामुळे मूल मोठेपणी समाजाचा एक भाग बनल्यावर त्याचा फायदा त्याला मिळतो आणि पुढे ते स्वत:च्या कुटुंबाची काळजी घेऊ शकतात. शाळेमध्ये मुलांना आनंद मिळाला तर त्यांच्यामध्ये सकारात्मक पद्धतीने मूल्ये रुजतात. त्यामुळे प्रत्येक मुलाला यशामुळे मिळणारा आनंद माहीत पाहिजे. मूल्य विकासासाठी शाळेत शिक्षक-विद्यार्थी, विद्यार्थी-विद्यार्थी यांच्यातील संबंध हे आनंददायी राहिले पाहिजेत. अशा आनंददायी संबंधामुळे मुले शिकण्यासाठी तयार होतात आणि शिक्षकांचे ऐकतात, तसेच मित्रांबरोबर समरस होतात. यासाठी खालीलप्रकारे शिक्षण हवे -

(1) मुलांना मूल्याधिष्ठित शिक्षण हवे.

(2) हे शिक्षण वास्तववादी आणि मुलांच्या गरजा भागविणारे हवे.

(3) मूल्यांचा वेगवेगळ्या दृष्टिकोनातून विचार करणारे उपक्रम हवेत.

(4) वर्तमान आणि भविष्यातील मूल्यांसंबंधी मुलांना मुक्तपणे बोलू दिले पाहिजे.

वर्गातील अनुभवांचा मूल्य संपादणुकीवर परिणाम होतो. शालेय अनुभवांमुळे जबाबदारी आणि प्रामाणिकपणाचा विकास होतो.

मुलांमध्ये धार्मिक, सामाजिक, व्यक्तिगत मूल्ये रुजवावी. यशस्वी सामाजिक जीवन जगण्यासाठी मुलांना कुटुंब, शाळा, समाज, धर्म अशा गोष्टींचे महत्त्व पटवावे. कुटुंब मुलांच्या सांस्कृतिक वारसावर प्रभाव टाकते. नैतिक आणि धार्मिक मूल्येही तितकीच महत्त्वाची आहेत. मुलांच्या भावी आयुष्यासाठी शाळेने रुजविलेली सामाजिक आणि व्यक्तिगत मूल्ये तितकीच महत्त्वाची आहेत. माणुसकी, संस्कृतीचे स्वरूप, सांस्कृतिक बदल, विचारांचे आदान-प्रदान, लोकशाहीचे स्वरूप, प्रगतीचा संबोध या सर्वांशी निगडित मूल्ये ही सर्व वयोगटातील मुलांसाठी आवश्यक आहे. मूल्ये शिक्षणापासून वेगळी करता येत नाहीत. ती शिक्षणाचाच एक भाग आहे. ती वर्तनावर प्रभाव पाडतात आणि वर्तनामुळे ती प्रभावी ठरतात.

2.6 कारककौशल्यांचा विकास (Psychomotor Development)

व्यक्तीच्या विकासामध्ये कारककौशल्यांचा विकास होणे याला फार महत्त्व आहे. इतर विकास होतानाच कारककौशल्यांचा विकासही बाल्यावस्थेत आणि किशोरावस्थेत होत असतो. यामध्ये विविध प्रकारच्या शारीरिक क्रिया आणि व्यायामाचे महत्त्व फार आहे. त्यामुळे महाविद्यालयांमध्ये आता बौद्धिक विषयांबरोबर शारीरिक व्यायाम, विविध खेळ, वेगवेगळे उपक्रम राबविले जातात. यामुळे विद्यार्थ्यांना विविध प्रकारच्या हस्त-कौशल्यांचा विकास होतो. ज्यामुळे पुढील आयुष्यात या कौशल्यांचा त्याला फायदा होतो. उदा., टाइपिंग करणे, जेवण बनविणे इ. सर्व प्रकारच्या हस्त-कौशल्यांमध्ये कारककौशल्यांच्या नियंत्रणाची जरूरी असते. व्यक्तीच्या सर्वांगीण विकासासाठी कारककौशल्यांचा विकास हा आवश्यक आहे.

2.6.1 कारककौशल्ये (Psychomotor Skills)

कारककौशल्य शिकणे म्हणजे मज्जातंतूची कार्ये आणि स्नायूंची हालचाल यांच्यातील संबंध समजून घेणे. कारककौशल्य ही शारीरिक कौशल्यांवरून समजून येतात. जसे की हालचाल, समन्वय, क्रिया कौशल्य (Dexterity), हस्तकौशल्य, आकर्षक (Grace), ताकद, वेग कृती होय.

या कारककौशल्यांमुळे पुढील कृती घडतात. उदा., एखाद्या यंत्राचा वापर, नृत्य व वादन यांसारख्या कलांमध्ये शरीराचा वापर होतो. रोजच्या वर्तनात गाडी चालविणे, बॉल फेकणे, एखादे वाद्य वाजविणे या सारख्या कृती कारककौशल्यांमध्ये अंतर्भूत होतात. कारक कौशल्यांच्या विकासामध्ये खांदा, हात, बोटे, पाय यांचा समन्वय करणाऱ्या कृतींवर जास्त लक्ष दिले पाहिजे.

कारककौशल्याच्या पाच पायऱ्या

(1) **अनुकरण :** मूल प्रत्येक लहान गोष्टीत दुसऱ्याचे अनुकरण करत असते.

(2) **क्रिया कौशल्य :** यामध्ये मूल दिलेल्या सूचनांनुसार अनुकरण करते.

(3) **अचूकता :** मुलाच्या कृतीतील कौशल्य वाढल्यावर ती कृती जास्त रेखीव, बिनचूक, प्रमाणशीर होऊ लागते.

(4) **संधीकरण :** एखाद्या कृतीमध्ये विविध हालचाली असतात. त्या सर्व हालचालींमधील समन्वय साधणे मुलाला शक्य होते.

(5) **स्वाभाविकीरण :** एखादे कौशल्ये अंगवळणी पडले की ते कार्य करताना मुलांमध्ये सहजता दिसून येते क्रिया सहज घडते.

जेव्हा व्यक्ती शारीरिक कौशल्य शिकते तेव्हा त्याच्या मज्जातंतूमध्ये बदल नोंदविले जातात. त्या हालचालींचा जास्त सराव केल्यावर, मज्जातंतूतील संबोध पक्के होतात.

2.6.2 कारककौशल्यांचे कार्य विश्लेषण (Task Analysis of Psychomotor Skill)

कारककौशल्ये ही तीन स्तरावर विभागली जातात.

(1) आकलन स्तर (Cognitive Phase) : शिकणारा काय करायचे ते शिकतो आणि कसे करायचे माहीत असणे महत्त्वाचे नाही. या अवस्थेत कारककौशल्ये शिकताना तोंडी स्पष्टीकरण लागते.

(2) संघटनास्तर (Associative Phase) : यामध्ये शिकणारा शारीरिक क्रियाकौशल्य शिकतो. येथे क्रिया कशी करायची हे महत्त्वाचे असते.

(3) स्वायत्त स्तर (Autonomous Phase) : शिकण्याचे कौशल्ये सफाईने करू लागतो आणि कौशल्याचा विकास अशा तऱ्हेने होतो की आपोआप कौशल्याची क्रिया होऊ लागते.

2.6.3 कारककौशल्यांचे गुणधर्म (Characteristics of Psychomotor Skill)

(1) अचूकता : कौशल्यामुळे अचूकता येते.

(2) वेग : वेगवान आणि आत्मविश्वासपूर्ण हालचाली होतात.

(3) कार्यक्षमता : हालचालींमुळे फायदा होतो.

(4) वेळ : बरोबर क्रमाने हालचाली होतात.

(5) सातत्य : कृतीत सातत्य दिसते.

(6) अपेक्षा : अपेक्षित कृती पटकन होते.

(7) समायोजन : वर्तमान परिस्थितीनुसार कौशल्यात बदल केले जातात.

(8) बोध : कमीत-कमी सूचनांवरून जास्तीत जास्त माहिती मिळते.

2.6.4 कारककौशल्यांची चले (Variables of Psychomotor Skill)

(1) प्रेरणा : विद्यार्थ्यांच्या प्रेरणेचा सकारात्मक प्रभाव हा कारक कौशल्यांच्या विकासावर होतो. शिक्षणामधील महत्त्वाची पायरी म्हणजे विद्यार्थ्यांच्या मनामध्ये कौशल्याविषयी उत्सुकता निर्माण करावी. प्रेरणा देण्यासाठी वैयक्तिक आवड, कौशल्याचे महत्त्व, उत्सुकता, नवीन आव्हान आवश्यक असते. विद्यार्थ्यांमध्ये कौशल्य कशाप्रकारे साध्य झाले याविषयी सकारात्मक प्रतिसाद द्यावा. कौशल्याचा सराव घ्यावा. निकोप स्पर्धा निर्माण करावी.

(2) प्रात्यक्षिक : कारककौशल्याची प्रत्यक्ष कृती करून दाखवावी. वॉटसन यांच्या मते, प्रात्यक्षिकामुळे तंत्र, आत्मविश्वास आणि योग्य कृती समजते. कार्य होण्यासाठी छोटे-छोटे भाग करावे आणि क्रमाने प्रात्यक्षिक दाखवावे. मुलांना छोट्या भागांचा सराव द्यावा मगच पुढील भाग घ्यावा. प्रात्यक्षिकामुळे भीती कमी होते.

(3) शारीरिक सराव : सराव म्हणजे कौशल्यांमध्ये सुधारणा होण्यासाठी पुन्हा-पुन्हा केलेली कृती. योग्य कृती येण्यासाठी क्रिया कौशल्यांचा सराव आवश्यक आहे. एकदम संपूर्ण सराव करण्यापेक्षा छोट्या-छोट्या कृतींचा सराव जास्त वेळ करावा. त्यामुळे क्रियाकौशल्यांमध्ये सुधारणा होते.

(4) मनाचा सराव : एका मागून एक कृती सतत केल्याने कौशल्याचा सराव मनावर ठसतो. यामध्ये शिक्षकांनी आणि मुलांनी कौशल्याच्या तंत्राचा विचार केला पाहिजे. शारीरिक सरावानंतर मानसिक सराव असे एका मागून एक पुन्हा-पुन्हा केल्याने कारककौशल्यांचा प्रभावीपणे विकास होतो. मनाचा सराव होण्यासाठी विद्यार्थ्यांना कौशल्याची ओळख हवी. विद्यार्थ्यांना सूचनांची गरज असते. कारककौशल्यांचे छोटे भाग केल्याने मनाच्या सरावाला फायदा होतो. हा सराव विद्यार्थी स्वत:च्या वेळेनुसार कोठेही करू शकतो. मनाचा सराव पाच मिनिटांपेक्षा जास्त नसावा.

(5) प्रत्याभरण : विद्यार्थ्यांनी कारक कौशल्य किती प्रमाणात साध्य केली याविषयीचा प्रतिसाद विद्यार्थ्यांस कळणे म्हणजे प्रत्याभरण होय. प्रत्याभरणामुळे चुका कळून येतात आणि त्या सुधारता येतात. वारंवार प्रत्याभरण केल्यामुळे कौशल्यामध्ये अचूकता येते आणि कौशल्य विकासाचा वेग वाढतो.

2.6.5 कारककौशल्यांचे शैक्षणिक महत्त्व (Importance of Psychomotor Skill)

कारककौशल्यांच्या अध्ययनात विद्यार्थ्यांना प्रेरणा देणे, कौशल्याचे प्रात्यक्षिक देणे, विद्यार्थ्यांना सराव देणे आणि विद्यार्थ्यांना सरावाचे प्रत्याभरण देणे हे घटक अंतर्भूत होतात.

(1) कारककौशल्यांविषयी प्रश्न विचारून, चर्चा करून आवड उत्पन्न करणे. यामुळे आपण याविषयी आणखी जाणून घेतले पाहिजे अशी विद्यार्थ्यांची भावना होते.

(2) विद्यार्थ्यांना कारककौशल्यांच्या वर्णन करणाऱ्या पायऱ्या विचारा. चुका दुरूस्त करा आणि काय बदल केले ते सांगा. प्रत्येक कृती कशी केली यावर चर्चा करा म्हणजे पूर्ण वर्ग तयार होईल. त्यामुळे प्रात्यक्षिकासाठी पूर्ण वर्ग तयार होईल.

(3) कारककौशल्याचे प्रात्यक्षिक दाखवा. विद्यार्थी मनाने आणि शरीराने प्रात्यक्षिकात सहभागी झाले तर कारककौशल्य प्रभावीपणे आत्मसात होईल. प्रात्यक्षिकातील पायऱ्या क्रमाने दाखवा आणि त्याचबरोबर स्पष्टीकरण द्या.

(4) विद्यार्थ्यांना कौशल्याचा सराव द्या. योग्य कृती करणारा गट तयार करा, जेणे करून भविष्यातील तंत्र तपासले जाईल.

(5) कारककौशल्यांची योग्य क्षमता मिळेपर्यंत एका पाठोपाठ एक सतत सराव आणि मूल्यमापन करा. कारककौशल्यांचा अधिकाधिक सराव देऊन त्यातील चुकांची दुरूस्ती केली तर त्या विशिष्ट कौशल्यात अचुकता, सफाई, गोडी वाढणे शक्य होईल.

वाढ आणि विकास समजून घेताना काही मूलभूत संबोध लक्षात घेऊ. विकास हा आनुवंशिक, परिस्थितीय आणि नैसर्गिक प्रक्रिया आहे. मुलाने चांगले काय आणि वाईट काय हे शिकले पाहिजे. जर मुलाला सतत आज्ञा करीत राहिले आणि त्याचे निर्णय त्याला घेऊ दिले नाही तर मोठेपणी त्याच्यात आत्मविश्वास निर्माण होत नाही. कारण, त्याला आकाशात भरारी मारायची संधी मिळालेली नसते. मुलांच्या सर्वांगीण वाढ आणि विकासासाठी विकासाच्या उत्पत्ती समजून घेणे फार गरजेचे आहे.

2.7 भाषिक विकास (Language Development)

'भाषा' हे संवादाचे रूप आहे मग तो संवाद शब्दरूपात असेल, तोंडी असेल किंवा चित्ररूपात असेल. हे चिन्हांच्या रूपावर अवलंबून असेल. भाषा हे संवादाचे एकमेव माध्यम नाही. जगामध्ये हे सिद्ध झाले आहे की भावना आणि संदेश देण्यासाठी अशाब्दिक चिन्हांचाही वापर करतात. प्राण्यांमधील आणि माणसांमधील चेहऱ्यावरून अशाब्दिक संदेश देण्याची पद्धत जवळजवळ सारखीच आहे.

रोजच्या जीवनात आपल्यासाठी भाषा फार महत्त्वाची आहे. आपल्याला दुसऱ्याशी बोलण्यासाठी भाषेची गरज आहे. दुसऱ्याचे ऐकण्यासाठी, वाचण्यासाठी, लिहिण्यासाठी भाषेची गरज आहे. भाषेमुळे आपण भूतकाळातील घटनांचे वर्णन करू शकतो आणि भविष्यकाळासाठी योजना आखू शकतो. भाषा नसती तर आपले सगळे विचार स्वत:जवळच राहिले असते. भाषेमुळे माहिती व ज्ञान एका पिढीकडून दुसऱ्या पिढीकडे संक्रमित होते आणि उज्ज्वल सांस्कृतिक वारसा निर्माण होतो ज्यामुळे रोजच्या वापरातल्या आपल्या भाषेवर आणि जगाचा विचार करण्याच्या दृष्टिकोनावर परिणाम होतो.

आपण कायम शब्दांनी विचार करत नाही; परंतु आपले विचार शब्दांशिवाय दुर्बल ठरू शकतात. भाषा आणि विचार यांच्यातील संबंध हा बऱ्याच मानसशास्त्रज्ञांमध्ये वादाचा मुद्दा आहे. विचार हा भाषेवर अवलंबून आहे का भाषा ही विचारांवर अवलंबून आहे ?

भाषेचा बोधनिक विकासात काय संबंध आहे ? स्मरणशक्ती ही आकार व ध्वनीबरोबरच शब्दांच्या रूपात साठविली जाते. भाषेमुळे आपण विचार करतो, अनुमान काढतो, समस्या सोडवितो, निर्णय घेतो. भाषा हे आपल्या कल्पना मांडण्यासाठी विचारांचे साधन आहे.

भाषेचा आणि विचारांचा विकास हा एकाच प्रक्रियेतून होत नाही. भाषा आणि विचार हे मनाचे जैविक वेगवेगळे रचना असलेले भाग आहेत.

2.7.1 भाषेवरील जैविक प्रभाव (Biological Influence on Language)

माणसाने लाखो वर्षांपूर्वी भाषा संपादन केली असे बरेचसे शास्त्रज्ञ मानतात. उत्क्रांतीवादामध्ये मात्र भाषा ही खूप अलीकडच्या काळातील मानवाची क्षमता आहे. आपल्या पूर्वजांमधील मेंदू, मज्जातंतू संस्था आणि स्वरयंत्र यांमध्ये हजारो वर्षांपूर्वी बदल झालेले आहेत. त्यांनी शारीरिक बदलांशी जुळवून घेतले आहे. होमो सेपियन यांनी रेकणे, किंचाळत ओरडणे या पलीकडे जाऊन अमूर्त भाषा विकसित केली. या भाषाक्षमतेने माणसाला इतर प्राण्यांपेक्षा श्रेष्ठ सिद्ध केले आणि त्याच्या अस्तित्वाच्या संधी वाढल्या.

नोम चोमस्की (Noam Chomsky, 1957) यांच्या मते, मुलांमध्ये भाषा शिकण्याची क्षमता जन्मत:च असते. चोमस्की यांच्या मते, मुलांमध्ये भाषा संपादन करण्याचे तंत्र निसर्गत: असते. ज्यामुळे भाषेची मुख्य तत्त्व व व्याकरण मुलांच्या मेंदूमध्ये आपोआप समजून घेतले जाते. मुलांना फक्त नवनवीन शब्द माहीत करून घ्यायचे असतात आणि मेंदूतील तंत्राने वाक्यरचना तयार करायची असते. चोम्स्की यांची उपपत्ती सगळ्या भाषांना लागू होते. कारण, प्रत्येक भाषेत नाम, क्रियापदे, स्वर असतात आणि मुले व्याकरण सतत शिकत असतात. प्रत्येक मुलगा/मुलगी त्यांच्यामध्ये बौद्धिक क्षमता कितीही असो वयाच्या 5 ते 6 वर्षांपर्यंत स्वत:ची मातृभाषा शिकतोच.

भाषा शिकणे हे मेंदूच्या डाव्या भागाकडून कार्य होते. शास्त्रज्ञांच्या मते, मूल जेव्हा 9 महिन्यांचे होते, तेव्हा त्याचा मेंदू माहिती साठविण्यासाठी आणि वापरण्यासाठी पूर्ण सक्षम झालेला असतो. याच वेळेला मूल शब्दांचे अर्थ समजून घ्यायला लागते, कृती व भाषा यांचा मेळ घालायला लागतो आणि त्याच्या आकलनशक्तीत वाढ होत असते.

2.7.2 भाषेवरील परिस्थितीचा प्रभाव (Environmental Influence on Language)

प्रसिद्ध वर्तनवादी बी. एफ. स्कीनर (1957) यांच्या मते, भाषा हे एक वेगळे वर्तन आहे. जसे की, बसणे, चालणे, पळणे. त्यांच्या मते, भाषा धरून सर्व वर्तन हे सरावाने शिकता येते. अल्बर्ट बांदुरा (1977) यांनी भाषा अनुकरणाने शिकता येते यावर भर दिला.

मुलांनी उत्तम भाषा येत असणाऱ्या बरोबर संवाद केला पाहिजे. शास्त्रज्ञांच्या मते, जी आई स्वत:च्या बालकाशी चांगल्या भाषेत व जास्त बोलते त्या मुलांचा शब्दसंग्रह वयाच्या दुसऱ्या वर्षी जास्त दिसून येतो. ज्या मुलांची भाषा शिकण्याची शारीरिक तयारी चांगली असते आणि चांगल्या भाषेचे वातावरण त्यांना मिळते ती मुले लहान वयातच चांगल्याप्रकारे भाषा जाणतात.

जन्मापासून ते 6 महिन्यांपर्यंतचे बालक हे उत्कृष्ट भाषा ग्रहण करणारा असतो. कारण, त्यास मनुष्याचे बोलणे समजते तसेच वेगवेगळ्या ध्वनींमधील फरकही तो जाणतो. मुलाचे भाषिक कौशल्य साध्य होण्यामध्ये कुटुंब, शेजारी,

इतर सामाजिक व्यक्ती यांचा सहभाग फार महत्त्वाचा असतो. त्याचप्रमाणे शाळेतील औपचारिक शिक्षणही महत्त्वाचे असते. शाळेमध्ये मूल व्याकरणयुक्त भाषा शिकते. त्यांचा शब्दसंग्रह वाढतो आणि वेगवेगळे संबोध स्पष्ट करण्यासाठी भाषा कशी वापरायची हे शिकतात.

आईने अर्भकाशी अशा तऱ्हेने बोलले पाहिजे की जणू काही त्याला तुम्ही बोललेले समजत आहे. ही प्रक्रिया 4 ते 5 वर्षे चालेल, पण त्यामुळे मूल भाषेचे वेगवेगळे अर्थ समजू लागेल. तुम्ही तुमच्या मुलाशी बोलत असताना बाकीचे काय म्हणतील याकडे लक्ष देऊ नये. जे बोलणे तुम्हाला योग्य, चांगले, आनंददायी वाटेल त्या भाषेत मुलाशी बोला. यातूनच मुलाचे भावी आयुष्यातील भाषिक कौशल्य वाढीस लागेल.

मुलाचा भाषिक विकास हा जीवनातील अनुभव ऐकण्याची व बोलण्याची क्षमता पालक आणि इतर मोठ्यांचे बोलण्यासाठीचे प्रोत्साहन यावर अवलंबून असतो. अशा तऱ्हेने शारीरिक, सामाजिक, बोधनिक प्रक्रिया, भाषिक क्षमता, मूर्त व अमूर्त कल्पना यांचा मुलांच्या भाषिक विकासावर प्रत्यक्ष परिणाम होतो.

2.8 सामाजिक विकास (Social Development)

समाजामध्ये योग्य रीतीने वावरता येणे किंवा व्यवहार करता येणे म्हणजेच मुलाचा सामाजिक विकास झाला असे म्हणता येईल. यामध्ये समाजातील संकेत, मूल्ये आणि रूढी-परंपरा हे शिकून त्याचा योग्य रीतीने वापर करणे म्हणजे 'सामाजिक विकास' होय. यामध्ये मूल वेगवेगळे विचार शिकते, त्याच्या आवडीमध्ये बदल घडून येतो, नवीन मैत्री किंवा नातेसंबंध तयार करत असते. म्हणजेच नवीन वातावरणाशी समायोजन करत असते.

सामाजिक विकासाचे स्वरूप आणि गती ही प्रत्येक व्यक्तीच्या वयानुसार आणि मानसिक क्षमतेनुसार बदलत असते.

- 'सामाजिक विकास' म्हणजे सामाजिक नियमांनुसार वागण्याची क्षमता होय. **– क्रो आणि क्रो (1944)**
- सामाजिक वाढ आणि विकासामुळे स्वत:शी आणि दुसऱ्याशी समायोजन करण्याची क्षमता वाढते. **– हर्बर्ट सोरेनसन (1948)**
- 'सामाजिक विकास' म्हणजे कशी प्रक्रिया जिच्यामुळे जैविक शरीर हे माणूस, व्यक्तीमध्ये बदलते. **– गॅरेट (1968)**

2.8.1 सामाजिक विकासाचे गुणधर्म (Social Development Characteristics)

जागतिक बदल लक्षात घेता सामाजिक विकासाचे वेगवेगळे पैलू पडतात. त्यानुसार सामाजिक विकासाचे काही गुणधर्म पुढीलप्रमाणे :

(1) मूल आईच्या उदरातून बाहेर आलेल्या दिवसापासून आणि ते मूल इतरांच्या संपर्कात आल्यापासून त्याचा सामाजिक विकास सुरू होतो.

(2) लहानपणापासून ते आयुष्यभर त्याचा सामाजिक विकास होत असतो.

(3) त्याचे सामाजिक वातावरणाशी कायम आदान-प्रदान होत असते.

(4) सामाजिक विकासामुळे सकारात्मक दृष्टिकोन, अध्ययन आणि व्यक्तीची समाजातील प्रतिमा तयार होण्यास व त्यामध्ये वाढ होण्यास मदत होते.

(5) सामाजिक विकासामुळे मूल सामाजिक वातावरणाशी समायोजन करते आणि त्याची समाजात विविध व्यक्तींशी योग्य संबंध प्रस्थापित करण्यास मदत होते.

(6) सामाजिक विकासामुळे व्यक्तीची भावनिक, नैतिक, बोधानिक विकास होण्यास मदत होते.

2.8.2 एरिकसनची मनोसामाजिक उपपत्ती (Erikson's Psycho-socio Test)

वय	मानसिक संघर्ष	प्रभावी नातेसंबंध	मानसिक क्रिया	मानसिक गुण	असमायोजन
0-1	मूलभूत विश्वास विरुद्ध अविश्वास	आई	घेणे	आशा, विश्वास	अविश्वास दर्शविते.
2-3	लज्जा वि. आशंका	दोन्ही पालक	धरून ठेवणे, सोडून देणे	इच्छाशक्ती	विध्वंसक वृत्ती
3-6	पुढाकार वि. अपराधभाव	कुटुंब	खेळणे अनुकरण करणे.	हेतू	हालचाल व विचारांवर मर्यादा येतात.
7-12	उद्यमशीलता- न्यूनत्वभाव	शेजारी, शाळा	एकत्र जुळणी करणे	कार्यक्षमता	न्यूनगंड
12-18	स्वतादात्म्य - भूमिकासंभ्रम	समवयस्क	'स्व' ची जाणीव वाटून घेणे	सत्यता, प्रामाणिकपणा	गोंधळलेपणा येतो. बंडप्रवृत्ती वाढते.
18-35	जवळीक- एकाकीपणा	जोडीदार, मित्र	गमावणे आणि स्वत:ला दुसऱ्यामध्ये शोधणे.	प्रेम	इतरांमध्ये मिसळू शकत नाही, मनाचा गोंधळ उडतो.
35-65	निर्मायकता - अवरुद्धता	कुटुंबसमाज	जपणूक, काळजी घेणे.	काळजी घेणे	नाकारलेपणाची भावना
65 च्या पुढे	एकात्मिक, अहम्- नैराश्य	संपूर्ण मानवजात	अस्तित्वाची जाणीव किंवा कोणीच नसल्याची जाणीव	शहाणपण	निराशा, तिरस्कार

माणसाच्या आयुष्यातील या आठही पायऱ्या आपल्याला व्यक्तिमत्त्व विकासाबद्दल वेगळाच दृष्टिकोन देतो. सध्यातरी यावरून आपल्याला कोणत्या वयात कशी परिस्थिती निर्माण होते याची थोडक्यात माहिती होते. मुलाला विविध अवस्थांमधून वाढविणे आणि सकारात्मक दृष्टिकोन तयार करणे हे एक अवघड कार्य आहे. हे आपल्याला चिंताग्रस्त पालक आणि शिक्षकांवरून कळून येते.

2.8.3 सामाजिक विकासावर परिणाम करणारे घटक (Factors Influencing Social Development)

व्यक्तीचा-व्यक्तीशी येणारा संबंध आणि व्यक्तीचा एखाद्या संस्थेशी येणारा संबंध यांचा सामाजिक संस्थांचा उल्लेख खाली दिला आहे.

(1) घर : कुटुंब आणि शेजारी, नातेवाईक यांचा प्रभाव शाळेत जाण्यापूर्वी मुलावर पडलेला असतो. मुलाचे चुकीचे वागणे सुधारायची जबाबदारी शाळेवर येते. हे करण्यापूर्वी शाळेने मुलाच्या घराच्या वातावरणाचा विचार करणे गरजेचे आहे.

मुलाला विविध स्रोत्र पाठांतर, छोट्या-छोट्या गोष्टी, संतांच्या व शूरांच्या गोष्टी सांगणे याचा परिणाम सामाजिक विकासावर होतो.

(2) सरकारी धोरणे : व्यक्तीचा मूलभूत हक्क, स्वातंत्र्य, समानता, स्त्री-पुरुष दृष्टिकोन अशा सर्व बाबींचा परिणाम सामाजिक विकासावर होतो.

(3) भाषा : मुलाचे सामाजिकीकरण हे भाषेच्या माध्यमातून होते. भाषा आणि संवाद हे एकाच नाण्याच्या दोन बाजू आहेत.

(4) शिक्षण : व्यक्तीची वाढ होताना शिक्षण हे फार महत्त्वाचे ठरते. शिक्षण ही अशी संस्था आहे ज्यामध्ये समाजाचे प्रायोगिक तत्त्वावर शिक्षण मिळते. सामाजिक परंपरांविषयी, नियमांविषयी शिकविणे हे शिक्षणाचे एक महत्त्वाचे ध्येय आहे आणि त्यामुळेच त्या जतन केल्या जातात. मुलांच्या वर्तमान आणि भविष्यकालीन कृतींचे प्रतिबिंब हे शिक्षणात असले पाहिजे.

(5) सामाजिक स्तर : मुलगा ज्या स्तरातून आला याचा विचार शिक्षकाला करणे आवश्यक आहे. कारण व्यक्ती त्याच्या स्तरानुसार विचार करते, भावना व्यक्त करते. मुलांचे वर्तन समजून घेण्यासाठी त्यांचे सांस्कृतिक वातावरण समजून घेणे आवश्यक आहे.

(6) दृष्टिकोन : दृष्टिकोन हा कृतीशी संबंधित असतो. इच्छाशक्तीमुळे माणसाकडून कृती केली जाते. सामाजिक वातावरण दृष्टिकोन, कल्पना, पूर्वग्रह, भावना तयार करते.

(7) शाळा आणि मूल्यशिक्षण : चारित्र्य संवर्धनात शाळेचा महत्त्वाचा वाटा असतो आणि लोकांचीही शाळेकडून तशीच अपेक्षा असते. मुलांच्या शिक्षणात चारित्र्याचे महत्त्व समाजाकडून ठेवले जाते.

मूल्यसंवर्धन हे आजच्या अभ्यासक्रमात महत्त्वाचे उद्दिष्ट आहे. यामध्ये सुयोग्य शालेय वातावरण, शिक्षकांचा प्रभाव, योग्य अभ्यासक्रम, मार्गदर्शन, समुपदेशन, विद्यार्थी सहभाग, योग्य सवयींचे संवर्धन, आदर्श मूल्ये या सर्वांचा सामाजिक विकासात उपयोग होतो. समाजातील स्पर्धात्मक, ताणतणावयुक्त वातावरणात शाळेवर मूल्यसंवर्धन करण्याची जास्त जबाबदारी येऊन पडते.

2.8.4 सामाजिक विकासाचे शैक्षणिक उपयोजन (Educational Importance of Social Development)

मुलांच्या सामाजिक विकासात शिक्षकाचा सहभाग महत्त्वाचा आहे. मुलांच्या व्यक्तिमत्त्व विकासावर शिक्षकाचा खूप प्रभाव पडतो. दुर्खिम (Durkhim) यांच्या मते, शिक्षक व पालक हे मुलांसाठी दैवत असतात. त्यामुळे खालील गोष्टी मुलांच्या सामाजिक विकासासाठी करणे अपेक्षित आहे.

(1) पालक आणि शिक्षकांनी वेगवेगळ्या जाती व धर्माच्या मुलांना एकमेकांत मिसळण्याची संधी निर्माण केली पाहिजे आणि त्यास प्रोत्साहन दिले पाहिजे.

(2) शिक्षक आणि पालकांनी मुलांच्या व्यक्तिमत्त्वाचा आदर केला पाहिजे.

(3) कौतुक व दूषण, बक्षीस व शिक्षा अशा गोष्टींचा वापर शिक्षकाने काळजीपूर्वक केला पाहिजे.

(4) पालकांना योग्य सामाजिक शिक्षण दिले पाहिजे, जेणे करून त्यांना मुलांच्या समाजिकीकरणाचे महत्त्व समजेल.

(5) शिक्षकाने लोकशाही दृष्टिकोन ठेवला पाहिजे.

(6) शिक्षकाने स्वत:ची मते मुलांवर लादू नये. मुलांना चांगले, खेळीमेळीचे वातावरण दिले पाहिजे. जेणे करून मुलांमध्ये स्वातंत्र, समानता, एकता, प्रामाणिकपणा, देशभक्ती हे गुण आपोआपच बिंबले जातील.

(7) समाजसेवा, राष्ट्रीय सेवा योजनेचे (NSS) शिबिर यांसारखे सामाजिक उपक्रम राबविले पाहिजे.

(8) मुलांच्या सामाजिक विकासासाठी शिक्षक आणि पालक यांच्यात परस्पर सामंजस्य हवे.

(9) मुलांना जर एखादी वर्तन समस्या असेल तर पालकांनी शिक्षकांशी व मुख्याध्यापकांशी बोलले पाहिजे जेणेकरून त्यावर योग्य उपाययोजना केली जाईल.

(10) समूह-कृतीसाठी विविध विषय मुलांना दिले पाहिजेत.

(11) महात्मा गांधी, शिवाजी महाराज इत्यादी सारख्या थोर व्यक्तींची माहिती गोष्टीच्या रूपाने मुलांना सांगितली पाहिजे. जेणेकरून मुलांना त्यावरून प्रोत्साहन मिळेल.

(12) मुलांना ऐतिहासिक स्थळे, बागा, संग्रहालये अशा ठिकाणी भेट देण्यासाठी नेले पाहिजे.

मुलांचा सामाजिक विकास म्हणजेच सामाजिक परिपक्वतेची प्रक्रिया होय.

2.9 नैतिक विकास (Moral Development)

2.9.1 स्वरूप

'नैतिक विकास' हा समाजावरून ओळखला जातो. 'Moral' हा शब्द लॅटिन भाषेतील 'Mores' या शब्दावरून घेतला आहे. 'Mores' या शब्दाचा अर्थ रीती, पद्धती, लोकजीवन असा आहे.

मुलाची वाढ होत असताना, मूल अनेक चांगल्या आणि वाईट अशा दोन्ही गोष्टी शिकत असते. यातील चांगल्या गोष्टी, वैयक्तिक कर्तव्य या नैतिकतेच्या गोष्टी म्हणून पाहिल्या जातात. नैतिकता ही माणसाच्या विकासात आणि सामाजिकतेत महत्त्वाची भूमिका बजावते. नैतिक मूल्य ही वैयक्तिक आणि समाजामध्ये वापरली जातात.

'नैतिक विकास' म्हणजे मुलांचा समाजातील दुसऱ्यांसाठी विकसित झालेला योग्य दृष्टिकोन आणि वर्तन होय. हा विकास सामाजिक मूल्ये, सांस्कृतिक पद्धती, नियम, रीतीरिवाज यांवर अवलंबून असतो. यामध्ये आणखीनही काही उपमूल्ये आढळतात. जसे की प्रामाणिकपणा, नियमाने वागणे, दुसऱ्यांचा आदर करणे इत्यादी. विद्यार्थ्यांनी जरी चूका केल्या तरी त्यांनी नैतिकतेसाठी त्या दुरुस्त केल्या पाहिजे. त्यामुळे शिक्षकांना प्रथम नैतिक विकास होताना ही मूल्ये माहीत असणे गरजेचे आहे.

मुलांमधील नैतिक विकास म्हणजे मुलांमध्ये विविध मूल्ये रुजविणे आणि अभ्यासक्रमामध्ये त्यासाठी विविध संधी उपलब्ध करून देणे. नैतिक मूल्ये म्हणजे शब्दामध्ये आणि कृतीमध्ये प्रामाणिकपणा असणे. खरेपणा, आत्मसन्मान, दुसऱ्यांचा आदर, कायद्याचे पालन, स्वत:वर नियंत्रण, कर्तव्यांचे पालन, दुसऱ्यांची जाणीव असणे.

सॅन्ट्रॉक (2008) यांच्या मते, नैतिक विकास हा नियम आणि रूढी-परंपरा यांचे लोकांमधील आदान-प्रदान होय.

'कॅम्बेल आणि बाँड' (Combell and Bond) यांनी 1982 मध्ये चारित्र्य विकासासाठी चार महत्त्वाचे प्रश्न विचारले ते पुढील प्रमाणे :

(1) चांगले चारित्र्य म्हणजे काय ?

(2) चारित्र्य कशामुळे वाईट ठरू शकते ?

(3) चारित्र्याचे मोजमाप कसे करता येईल ज्यामुळे सुधारण्यासाठी योग्य मूल्यमापन करता येईल.

(4) चारित्र्याचा विकास कसा करता येईल ?

व्याख्या

➤ व्यक्ती इतरांशी वागताना जे नियम व परंपरा वापरतात त्यातील विचार, भावना आणि कृती म्हणजेच नैतिक विकास होय. **– सॅन्ट्रॉक**

बोधनिक, वर्तनवादी व भावनिक या तीन घटकांद्वारे नैतिक विकास अभ्यासला जातो. बोधनिक घटकांमध्ये विद्यार्थी नीतीमूल्यांचा कशाप्रकारे अर्थ लावतो हे येते. वर्तनवादी घटकांमध्ये विद्यार्थी नैतिकतेने वागतो का याचा विचार होतो. भावनिक घटकांमध्ये विद्यार्थी प्रत्यक्ष प्रसंगाचा नैतिक अनुभव कसा करतो हे येते.

2.9.2 पियाजे यांची बोधनिक विकासाची उपपत्ती (Piaget's Cognitive Theory)

पियाजे यांच्या मते, बोधनिक विकासाचा परिणाम म्हणजेच नैतिक विकास होय. संपूर्ण परिस्थितीचे आकलन झाल्याशिवाय मूल्य हे समजू शकत नाही.

मुलांच्या खेळण्यातील कृतीवरून मुलांचे वर्तन योग्य आहे की नाही ते कळू शकते.

पियाजेच्या उपपत्तीतून दोन घटक अभ्यासले गेले – नियमांचा सराव आणि त्याबाबतची सजगता. सरावामध्ये असे दिसून येते की, मुलांची वयानुसार आकलनशक्ती कशी वाढते हे ते मूल नियम कशा पद्धतीने वापरते यावरून कळून येते. मुले नियमांचे बंधन किती पाळतात आणि त्याबाबतची जागृती किती प्रमाणत आहे यावर जाणीवपूर्वक भर दिला पाहिजे. बऱ्याच संशोधनानंतर पियाजे यांनी सांगितले की मुले दोन अवस्थांमधून जात असतात. त्या पुढीलप्रमाणे –

(1) नियम हे बाहेरून लादले जातात आणि ते आदरणीय मानले जातात.

(2) नंतर व्यक्तिगत क्रिया, एकमेकांची परवानगी आणि स्व-जाणीव यातून घडून येते.

प्रत्येक अवस्थेत विशिष्ट वर्तन घडून येते. पहिल्या अवस्थेत बंड किंवा आज्ञाधारकपणा यापैकी कोणतेही एक वर्तन घडून येते. दुसऱ्या अवस्थेत स्वत:ची आणि सामाजिकतेची खात्री म्हणजेच सहकार्य असते.

पियाजे यांच्या बोधनिक विकासाच्या अवस्था

अंदाजे वय	पायरी	ठराविक विकास
जन्मापासून 2 वर्षांपर्यंत	वेदक-कारक कालखंड	मूल मिळालेल्या माहितीचे संयोजन करते आणि विशिष्ट ध्येयनिर्दिष्ट वर्तन करू लागते.
2 ते 7 वर्षे	क्रियापूर्व कालखंड	मुलांचे विचार आत्मकेंद्रित असतात. दुसऱ्या व्यक्तीची भूमिका स्वीकारण्याची क्षमता नसते.
7 ते 11 वर्षे	मूर्त क्रियात्मक कालखंड	दृष्टीसमोरच्या वस्तू, व्यक्ती, घटना अशा मूर्त गोष्टींच्या संदर्भात तर्कशुद्ध विचारप्रक्रियेचा अवलंब बालकाला करता येऊ लागतो; परंतु सैद्धान्तिक समस्या तितक्याच परिणामकारकपणे हाताळता येत नाहीत.
11-15 वर्षे	वस्तुनिष्ठ क्रियात्मक कालखंड	मूल अमूर्त गोष्टींचाही अधिकाधिक वास्तवतेने विचार करते. परिणामी, विविध प्रकारच्या समस्यांना सामोरे जाण्याची व्यक्तीची क्षमता वाढत जाते.

पियाजे यांच्या मते प्रत्येक बालक हे आयुष्यात दोन अवस्थांतून जात असते.

(1) **विभिन्न नैतिकता** (4 - 10 वर्षे) : मोठ्या माणसांकडून लादलेला एकतर्फी आदर आणि दबाव.

(2) **'स्व' नैतिकता** (10 वर्षे व त्यापुढे) : एकमेकांविषयी आदर आणि अहंकार जो हळूहळू वाढत जातो.

नैतिक विकासाचे गुणधर्म

नैतिक विकासाचे तीन गुणधर्म असतात. ते पुढीलप्रमाणे -

(1) कायदापालन म्हणजेच नियमांचे निरीक्षण करणे.

(2) काहीही झाले तरी नियम हे पाळले गेलेच पाहिजे.

(3) घटनेचा हेतू लक्षात न घेता त्याचा यथार्थ दर्शनावरून मूल नैतिक कृतींचे योग्य मूल्यमापन करते.

2.9.3 कोहलबर्ग यांची नैतिक विकासाची उपपत्ती (Kohlberg's Moral Development Theory)

कोहलबर्ग यांनी नैतिक विकास हा समाजमान्य वर्तनावर आधारित असतो असे सांगितले. कोहलबर्ग यांनी तीन पायऱ्या सहा घटकांमध्ये विभागल्या आहेत.

पायरी 0 - आत्मकेंद्रितता शालेयपूर्व - 4 वर्षांच्या आसपास	योग्य काय ? चांगले असण्याचे कारण	मी माझ्या पद्धतीने वागेन त्यामुळे मला बक्षीस मिळेल आणि शिक्षा टळेल.
पायरी 1 - आज्ञाधारकपणा बालवाडीचे वय	योग्य काय ? चांगले असण्याचे कारण	मला जे सांगितले ते मी केले. त्रासापासून दूर राहणे.
पायरी 2 - माझ्यासाठी यात चांगले काय आहे ? मध्य बाल्य	योग्य काय ? चांगले असण्याचे कारण	माझ्यासाठी यात चांगले काय आहे ? आणि माझ्याशी जे चांगले वागतात त्यांच्यासाठी चांगले आहे काय ? स्वत: विषयी आवड
पायरी 3 - एकमेकांशी जुळवून घेणे- मध्य बाल्य ते किशोरावस्था	योग्य काय ? चांगले असण्याचे कारण	मी चांगली व्यक्ती आहे आणि लोकांच्या अपेक्षेनुसार मी वागत आहे आणि त्यांची काळजी करतो. म्हणून बाकीच्यांनी माझ्याविषयी चांगला विचार केला पाहिजे आणि मी स्वत:बद्दल चांगला विचार केला पाहिजे.
पायरी 4 समाजाप्रती जबाबदारी किशोरावस्था ते कुमारावस्था	योग्य काय ? चांगले असण्याचे कारण	मी सामाजिक मूल्यांचा आदर करून माझ्या जबाबदाऱ्या पार पाडतो. व्यक्ती म्हणून स्वत:चा आदर करतो.
पायरी 5 महत्त्वपूर्ण जाणीव जागृती तारुण्यावस्था	योग्य काय ? चांगले असण्याचे कारण	मी कायद्याचा आदर करतो. दुसऱ्यांचा आदर करतो आणि माणुसकीचे बंधन पाळतो. सर्व मानवजातीचा आदर करण्याचे बंधन माझ्या जाणिवेत आहे.

कोहलबर्ग यांच्या मते नैतिक वर्तन म्हणजे जगाकडे बघण्याचा हा एक योग्य दृष्टिकोन आहे. या पायऱ्यांमध्ये व्यक्ती त्याच्या गुणांमधून, नियमांमधून, तत्त्वांमधून स्वतःचा दृष्टिकोन ठरविते आणि त्याचे एकत्रित परिणाम म्हणून नैतिक मूल्य स्वीकारते. मुलांचा वैचारिक दृष्टिकोन हा त्यांच्या अनुभवनातून तयार होत असतो; ज्यामध्ये न्याय, समानता, माणुसकी अशा मूल्यांची समज आलेली असते. प्रत्येक व्यक्तीमध्ये आयुष्यभर नैतिक विकास होत असतो.

नैतिक विकास म्हणजे जेव्हा व्यक्ती एखाद्या सामाजिक समस्येला तोंड देते तेव्हा तिच्या वर्तनातील योग्य कृती. नैतिक विकास हा व्यक्तीवर समाजाने लादलेले नियम पाळणे नव्हे. त्यामुळे शिक्षणतज्ज्ञांनी आणि मानसशास्त्रज्ञांनी हे लक्षात घेतले पाहिजे की बोधनिक विकास हा नैतिक विकासासाठी आवश्यक आहे.

2.10 भावनिक विकास (Emotional Development)

भावना म्हणजे व्यक्तीचा प्रतिसाद, ज्यामध्ये जैवशारीरिक प्रतिसाद, दृश्य वर्तन आणि अनुभवांची जाणीव होणे. भावना म्हणजे संवेदनशीलता व्यक्त करणे. व्यक्तीनुसार याची तीव्रता कमी जास्त होते. आपल्याला माहीत असलेल्या भावना म्हणजे राग, भीती, आनंद, दुःख, द्वेष. भावनांचे दोन प्रकार पडतात. एक, सकारात्मक भावना आणि दोन, नकारात्मक भावना.

आनंद, कौतुक, उत्सुकता, प्रेम यांसारख्या भावना सामान्य वर्तनासाठी अतिशय आवश्यक व महत्त्वाच्या असतात त्यांना 'सकारात्मक भावना' म्हणतात. राग, भीती, द्वेष, संशय, मत्सर यांसारख्या दुःखकारक भावना व्यक्तीच्या विकासासाठी योग्य नसतात, त्यांना 'नकारात्मक भावना' म्हणतात. या सर्व सकारात्मक भावना नेहमीच चांगल्या असतात आणि नकारात्मक भावना वाईट असतात, असे समजू नये. कोणत्याही गोष्टीचा अतिरेक वाईटच. व्यक्त केलेल्या भावना व्यक्तीसाठी चांगल्या किंवा वाईट हे त्या घटनेवर किंवा प्रसंगावर अवलंबून असते.

व्याख्या

- व्यक्तीचे अंतर्मन, मानसिक, मानसशास्त्रीय यांची घुसळण होऊन आलेला प्रभावी अनुभव आणि तो व्यक्तीच्या वर्तनातून दिसून येतो. **– क्रो आणि क्रो**
- भावना म्हणजे व्यक्तीची मानसशास्त्रीय परिस्थिती ज्यामुळे शारीरिक कृती घडते आणि घटनेबाबत संवेदनशीलता दाखवते. **– यंग**

2.10.1 भावनांचे गुणधर्म (Characteristics of Emotion)

'भावना' हे बोधावस्थेचे एक रूप आहे. भावना या काही अंतःप्रेरणा किंवा जैविक कारणांमुळे अनुभवास येतात. अनुभव हे व्यक्तींमधील शारीरिक आणि मानसिक बदलांमुळे निर्माण होतात. डोळे बारीक होणे, चेहरा लाल होणे, अश्रू येणे, छातीत धडधड होणे इत्यादी बदल सहज निरीक्षण करता येतात. शरीराच्या अंर्तभागातही बदल घडून घेतात. जसे – रक्त प्रवाहात बदल, पचनशक्तीत बदल, काही ग्रंथींचे कार्य बदलते. बहुतेक वेळा भावना या तात्पुरत्या असतात आणि व्यक्तीच्या रोजच्या जीवनात महत्त्वाच्या असतात.

लहानपणी छोटे कारणही भावना व्यक्त करायला पुरते. मुले त्यांच्या भावना लपवू शकत नाही. चेहऱ्यावरील हावभाव आणि शारीरिक हालचालींवरून मुले त्यांच्या भावना दर्शवितात. रडणे, नखे चावणे, अंगठा चोखणे, बोलण्यात अडथळा येणे या कृती त्यांच्या भावना दर्शवितात.

काही भावना विकासाच्या कोणत्याही पायरीवर जुन्या काळात किंवा नवीन काळात कायम दिसतात.

मॅकडुगल यांनी 14 मूळ अंत:प्रेरणा आणि त्यामुळे येणाऱ्या भावना सांगितल्या आहेत. त्या पुढीलप्रमाणे -

	सहजप्रवृत्ती	अंत:प्रेरणेमुळे येणाऱ्या भावना
(1)	प्राप्ती (Acquisition)	'स्व' ची भावना
(2)	मान्यता (Appeal)	तणावमुक्ती
(3)	निर्मिती (Construction)	नवनिर्मितीचा आनंद
(4)	उत्सुकता	आश्चर्य
(5)	पळून जाणे	भीती
(6)	अन्नग्रहण	भूक लागणे
(7)	समाजशील (Gregariousness)	एकटेपणाची भावना
(8)	हास्य	मनोरंजन (Amusement)
(9)	पालकत्व	प्रेम, जवळीक
(10)	लढा (Combat)	राग
(11)	तिटकारा (Repulsion)	द्वेष
(12)	आत्मप्रौढी (Self Assertion)	सकारात्मक भावना
(13)	काम	तीव्र वासना
(14)	शरणागती (Submission)	नकारात्मक भावना

मूल बालवाडी आणि प्राथमिक शाळेत असताना त्याच्या भावनिक विकासात वाढ होत असते. त्यामुळे मुलांचे पालकांशी, शिक्षकांशी, मित्रांशी चांगल्या रीतीने व सलोख्याचे संबंध तयार होतात.

लहान वयात मुले पालकांवर आणि शिक्षकांवर अवलंबून असतात. शिक्षक मुलांच्या भावनिक विकासात अतिशय महत्त्वाची भूमिका बजावतात. कोणत्याही घटनेकडे पाहताना सकारात्मक आणि नकारात्मक संवेदनातील फरक हा भावनिक विकासामुळे घडून येतो. भावनिक विकासाशी संबंधित कोणताही बदल मुले ग्रहण करीत असतात. भावनिक विकासामध्ये अडथळा आल्यास रोजच्या जीवनातही मुलाला अडथळा येऊ शकतो. समस्यानिराकरण करणे हे आव्हानात्मक काम मुलांना करायचे असते. सहाजिकच, मुलांना सकारात्मक दृष्टिकोनाची जरुरी असते. ज्यामुळे रोजच्या जीवनातील अडचणी ते सोप्या रीतीने सोडवू शकतील. अशा रीतीने भावनिक विकास मुलांना समस्या सोडविण्याची क्षमता वाढविण्यास मदत करतो व त्यात वाढही करतो.

भावनिक विकास हा वयाच्या 5-15 वर्षांच्या शालेय काळात जास्त प्रमाणात होतो. शाळेच्या सुरुवातीच्या काळात मुलांमध्ये खूप बदल होत असतात. या काळात मूल हे खेळण्यातून समायोजन शिकत असते आणि नंतर घरातून शाळेच्या नवीन वातावरणात येत असते. शाळेच्या या काळात भावनिक विकास हा वेगवेगळ्या प्रकारे होत असतो. मुलाला स्वत:च्या संपादणुकीचा अभिमान वाटू लागतो. मुलाचा भावनिक विकास होताना शारीरिक वाढ आणि आरोग्य, बुद्धिमत्ता, कुटुंब, शाळा, समवयस्कांशी मैत्री, शेजारी, समाज, जैविक घटक, मानसिक घटक, सामाजिक घटक, आर्थिक घटक यांचा प्रभाव मुलांवर पडतो.

2.10.2 भावनिक विकासात शिक्षकाचे महत्त्व (Importance of Teacher in Emotional Development)

मुलांचा भावनिक विकास होण्यासाठी शिक्षकांची खूप मदत होते. बऱ्याचवेळेला मुले अंधाराला, कुत्र्याला, पोलिसांना घाबरतात. भावना म्हणजे जीवनातील रस आहे. व्यक्ती कामात आनंद घेते, लोकांमध्ये मिसळते, समाजाच्या कल्याणासाठी झटते हे सर्व रोजच्या जीवनात भावनांमुळे घडते. हे सर्व लहानपणीच सकारात्मक दृष्टिकोन शिकविल्यामुळे घडू शकते.

मूल 3 ते 4 वर्षांचे असताना, दररोज वेगवेगळ्या भावना निर्माण होतात. 3 वर्षांच्या मुलाला भावना समजायला लागतात. जर त्याला काही गंमतीशीर दिसले तर ते हसते. घाबरल्यासारखे वाटले तर ते रडते. या पायरीला मुलांचा स्वत:चा स्वत:च्या भावनांवर ताबा नसतो. त्याला वाटते ती कृती मूल करते. जर मुलाला दुसऱ्या मुलाकडून खेळणे हवे असेल तर तो ते हिसकावनूही घेतो. 3 ते 4 वर्षांचे मूल त्याची समस्या सोडविण्यासाठी चावते, मारते, ढकलते. त्यांना चूक की बरोबर असे काही समजत नाही.

चार वर्षांच्या मुलांना विनोद कळायला लागतो. ते मूल आपल्या वेगवेगळ्या कृतीतून लोकांना हसवते. दुसऱ्यांनाही भावना असतात हे त्यांना याच वयात कळायला लागते. आपल्या मित्रांना वाईट वाटले तर त्यांनाही वाईट वाटते.

मूल 5 वर्षांचे असताना त्याची बरीच भावनिक वाढ होते. मूल स्वत:च्या भावना नियंत्रित ठेवते आणि स्वत:च्या भावना व्यक्त करु शकते. जर त्याला कुणी मूर्ख म्हटले तर तो मारण्याऐवजी शब्दाने राग व्यक्त करू शकतो.

अशा तऱ्हेने मुलांचा भावनिक विकास कळून घेतल्यामुळे त्यांच्या भावनांना, वागण्याला शिक्षक योग्य वळण लावू शकतात. मुलांच्या भावना ही त्यांची शक्ती आहे आणि ती शक्ती त्यांचे आयुष्य बदलू शकते.

3

व्यक्तिमत्त्व

Personality

3.1 व्यक्तिमत्त्व

3.1.1 व्याख्या

3.1.2 स्वरूप

3.1.3 प्रकार

3.1.4 वर्गतत्त्व उपपत्ती : (अ) हिप्पोक्रेटिस (ब) क्रेश्मर (क) शेल्डन (ड) कार्ल युंग (इ) फ्रिडमन रोझेनमन

3.1.5 गुणतत्त्व उपपत्ती : (अ) ऑलपोर्ट (ब) कॅटल (क) महापंचघटक (ड) आयझेंक

3.1.6 मानवतावादी उपपत्ती : (अ) कार्ल रॉजर्स (ब) अब्राहम मॅस्लो

3.1.7 मनोविश्लेषण उपपत्ती : (अ) सिग्मंड फ्रॉईड

3.1.8 वर्तनवादी उपपत्ती : (अ) अल्बर्ट बांदुरा (ब) डोलार्ड आणि मिलर

3.2 व्यक्तिमत्त्व विकासाची भारतीय संकल्पना

3.3 'स्व' संकल्पना

3.3.1 स्वरूप

3.3.2 'स्व' संकल्पनेचे घटक

3.3.3 'स्व' संकल्पनेवर परिणाम करणारे घटक

3.4 व्यक्तिमत्त्व निर्धारक घटक

3.4.1 प्रेरणा

3.4.2 संपादित प्रेरणा

3.4.3 सवयी

3.4.4 कौशल्य संपादन

3.4.5 व्यक्तिमत्त्वावर परिणाम करणारे घटक : (अ) शारीरिक (ब) सामाजिक

3.5 व्यक्तिमत्त्व मापन

3.5.1 संश्लिष्ट अभिगम : (अ) मुक्त मुलाखत (ब) दिशा नसलेली मुलाखत (क) प्रमाणित मुलाखत

3.5.2 लक्षणमापन अभिगम : (अ) रेमंड कॅटल यांची लक्षणमापिका (ब) मिनेसोटा मल्टीफेजिक पर्सनॅलिटी इन्हेंटरी (क) बेचली समयोजन चाचणी (ड) आयझेंकची व्यक्तिमत्त्व शोधिका (इ) एडवर्डची व्यक्तिगत प्राधान्य यादी (ई) कॅलिफोर्निया व्यक्तिमत्त्व चाचणी

3.5.3 प्रक्षेपण तंत्रे : (अ) रोशार्क कसोटी (ब) कथावस्तू आसंवेदन चाचणी (क) शाब्दिक प्रक्षेपण कसोटी

3.5.4 वर्तन परीक्षण पद्धती : (अ) पदनिश्चयन श्रेणी (ब) वारंवारता गणन

3.6 व्यक्तिमत्त्व मापनाचा हेतू

वर्गामध्ये शिकविताना पुस्तकी ज्ञानापेक्षा इतरही गोष्टी माहीत असणे गरजेचे असते. एका 8 वी च्या वर्गातील अमोल नावाच्या मुलाची गोष्ट. वर्गशिक्षिका त्यांना इंग्रजी शिकवित होती. अचानक वर्गशिक्षिकेच्या लक्षात आले की अमोल या वर्षी जास्त अभ्यास करतोय. त्यांनी अमोलला विचारले की, ''तू या वर्षी कसा काय जास्त अभ्यास करायला लागलास ?'' त्यावर अमोलने उत्तर दिले की, ''मला स्वतःला मी आता आवडायला लागलो आहे. हे सर्व तुमच्यामुळे घडले.''

प्रत्येक व्यक्ती स्वतंत्र व्यक्तिमत्त्व आहे. एकासारखी दुसरी गोष्ट नाही. आपल्या आजूबाजूच्या व्यक्तींचे निरीक्षण केल्यावर कळेल की व्यक्तिमत्त्वाच्या उपपत्ती समजून घेणे गरजेचे आहे. मुलांच्या व्यक्तिमत्त्वातील महत्त्वाचे घटक, त्यांच्या प्रेरणेतील फरक, कमी कौशल्य संपादनाची कारणे हे विद्यार्थ्यांना शिकविताना समजून घेणे गरजेचे आहे. वेळप्रसंगी मुलांच्या व्यक्तिमत्त्वाचे मापन योग्य प्रकारे करून त्यांच्या वर्तनाला योग्य दिशा देणेही गरजेचे आहे. हा घटक वाचल्यानंतर खालील प्रश्नांची उत्तरे तुम्ही देऊ शकाल.

- वर्गतत्त्व उपपत्तीचे प्रकार सांगून त्यांचे महत्त्व विशद करा.
- गुणतत्त्व उपपत्ती म्हणजे काय? ऑलपोर्ट आणि कॅटेल यांच्या उपपत्तीतील गुणविशेषांचे वर्गीकरण कसे केले ते सांगून त्यांचे महत्त्व विशद करा.
- 'स्व' चा विकास कसा होतो हे रॉजर्स यांच्या उपपत्तीद्वारे स्पष्ट करा.
- यश आणि अपयश यावरील प्रेरणेचे परिणाम सांगा आणि या परिणामांचा विद्यार्थ्यांच्या क्षमता वाढविण्यास कसा उपयोग करून घेता येईल ते सांगा.
- व्यक्तिमत्त्व विकासावर परिणाम करणारे घटक सांगा.
- प्रक्षेपणतंत्राद्वारे विद्यार्थ्यांच्या व्यक्तिमत्त्वाचे मापन कसे कराल ते स्पष्ट करा.

3.1 व्यक्तिमत्त्व (Personality)

व्यक्तीच्या सर्व गुणधर्मांची गोळाबेरीज म्हणजे 'व्यक्तिमत्त्व' होय. माणसाच्या आयुष्यावर आणि व्यक्तिमत्त्वावर सामाजिक, आर्थिक आणि सांस्कृतिक विकासाचा प्रभाव पडतो. सामाजिक आणि सांस्कृतिक बदल हे समाजाचा आणि व्यक्तीचा चेहरामोहरा बदलतात. प्रत्येकजण स्वतःच्या व्यक्तिमत्त्वाबाबत जागरुक असतो. व्यक्तिमत्त्वामध्ये सर्व भावनिक, मानसिक, सामाजिक वर्तनबदलांच्या गुणधर्मांचा समावेश होतो.

'Personality' हा शब्द ग्रीक शब्द 'Persona' या शब्दापासून आला आहे. 'Persona' म्हणजे 'मुखवटा'. व्यक्तिमत्त्व विकास हा मुलांच्या पालकांच्या आणि शिक्षकांच्या मानवतावादी व वर्तनवादी संदर्भात संबंधित आहे. व्यक्तिमत्त्वाचा संबोध हा व्यक्तीच्या गुणांशी, प्रतिसाद देण्याच्या प्रवृत्तींशी संबंधित आहे जसे की, एखादा माणूस प्रामाणिक, धाडसी, भावनाप्रधान, विनोदी आहे असे आपण म्हणतो.

3.1.1 व्याख्या (Definitions)

- शास्त्रीय दृष्टिकोनातून व्यक्तिमत्त्व म्हणजे व्यक्तीचे वैशिष्ट्यपूर्ण वर्तन व विचार निर्धारित करणारे मनोभौतिक संरचनेचे गतिशील संघटन. **– किंम्बल**
- व्यक्तीचे इतरांपेक्षा वेगळेपण दर्शविणारे व त्याच वेळी इतर लोक तिच्याशी कसे वागतात हे निश्चित करणारे साधारणतः स्थायी स्वरूपाच्या वैशिष्ट्यांचे अनन्यसाधारण संघटन म्हणजे व्यक्तिमत्त्व होय. **– वॉरन**

व्यक्तिमत्त्व म्हणजे इतरांपासून ठळकपणे वेगळेपणा दर्शविणारे व्यक्तीच्या बोधात्मक, भावात्मक, कार्यात्मक आणि शारीरिक वैशिष्ट्यांचे एकात्म संघटन.

3.1.2 स्वरूप (Nature of Personality)

मानसशास्त्रज्ञांच्या मते, प्रत्येक व्यक्ती एखाद्या प्रसंगाचा वेगवेगळ्या प्रकाराने अर्थ लावतात आणि लावलेल्या अर्थानुसार वर्तणूक करतात. त्यातूनच त्याचे व्यक्तिमत्त्व दिसून येते. काही मानसशास्त्रज्ञांच्या मते जैविक घटक आणि अनुवंशिकता हे व्यक्तिमत्त्व घडविण्यास कारणीभूत असतात तर काहींच्या मते, आपले विचारच हे आपले व्यक्तिमत्त्व घडवितात.

3.1.3 प्रकार (Types of Personality)

व्यक्तिमत्त्वामध्ये माणसाच्या स्वभावाचे विविध पैलू दिसून येतात. व्यक्तिमत्त्वाच्या उपपत्ती या मनुष्य स्वभावाचे वास्तव दर्शन घडविते. त्यामुळे आपल्याला व्यक्ती समजून घ्यायला मदत होते. या उपपत्तीमध्ये काही सूचकदर्शक वर्णने, गणितीय प्रारूपे आहेत. या उपपत्ती व्यक्तिमत्त्वाचे प्रकार समजून घेण्यासाठी मदत करतात. प्रत्येकाचे व्यक्तिमत्त्व हे स्वतंत्र आणि वेगळे असते. व्यक्तिमत्त्व हे आनुवंशिकता, परिस्थिती आणि सामाजिक परिस्थिती मिळून बनते.

व्यक्तिमत्त्व शास्त्रज्ञ	उपपत्ती	मुख्य मुद्दे
सिग्मंड फ्रॉईड	मनोविश्लेषणात्मक	मनोलैंगिक विकास, अहम्,
कार्ल युंग	मनोविश्लेषणात्मक	अबोध मनाची संकल्पना, अंतर्मुख-बहिर्मुख व्यक्तिमत्त्व

(क्रमशः)

व्यक्तिमत्त्व शास्त्रज्ञ	उपपत्ती	मुख्य मुद्दे
आल्फ्रेड ॲडलर	मनोविश्लेषणात्मक	सामाजिक इच्छा, संवेदनशीलता जन्मक्रम
कॅरेन हॉर्नी	मनोविश्लेषणात्मक	सामाजिकपेक्षा जैविक प्रभाव व्यक्तिमत्त्वावर असतो.
हॅरी स्टॅक सुलिव्हान	मनोविश्लेषणात्मक	आपापसातील संबंध, सामाजिक मान्यता आणि आत्मसन्मान
जॉन बॉउलबी	जवळीक	पालक-मूल नातेसंबंध, सामाजिक मान्यता आणि आत्मसन्मान
मेरी इनवर्थ	जवळीकता	प्रभावी प्रसंग उपपत्ती, पालकांचे निरीक्षण
एरिक एरिकसन	मनोसामाजिक	मुलाचे आईशी असलेले विश्वासाचे नाते, सुरुवातीच्या विकासावर भर.
कार्ल रॉजर्स	मनोसामाजिक	अनुभवावर आधारलेली मानवतावादी उपपत्ती, स्व-समज
जॉन वॉटसन	वर्तनवादी	परिस्थितीचा वर्तनावर परिणाम
इव्हान पॉव्हलॉव	वर्तनवादी	कुत्र्यावर प्रयोग, अभिजात अभिसंधान प्रयोग
बी.एफ.स्कीनर	वर्तनवादी	साधक अभिसंधान, वर्तनासाठी
जॉर्ज केली	बोधनिक	स्व चे प्रतिबिंब, आकलन आणि अर्थ लावणे, याचा वर्तनावरील परिणाम
अल्बर्ट बांदुरा	सामाजिक अध्ययन	मानवीक्षमता, विशिष्ट आकृतिबंध, विचारप्रक्रिया
वॉल्टर मिशेल	गुणतत्त्व	सामाजिक बदल हे मानवी स्वाभावातील गुंतागुंत सांगतात.
गॉर्डन ऑलपोर्ट	गुणतत्त्व	सकारात्मक गुणांना महत्त्व गुण हे कायमस्वरूपी असतात.
रेमंड कॅटेल	गुणतत्त्व	16 गुण जे सकारात्मक किंवा नकारात्मक गुणधर्म दाखविते व व्यक्तिमत्त्वावर परिणाम करते.
हॅन्स आयसेंक	गुणतत्त्व	तीन घटक उपपत्ती, बहिर्मुखता, चेतापदशिता, दुर्मनस्कता.

3.1.4 वर्गतत्त्व उपपत्ती (Theories Depending on Body Type)

आपण व्यक्तींचे वेगवेगळ्या निकषांवर वर्गीकरण करतो. उदा., लिंग, शिक्षण, सामाजिक-आर्थिक दर्जा, शरीरयष्टी इत्यादी.

वर्गतत्त्व दृष्टिकोन म्हणजे सहजपणे दृष्टीस पडणारे गुणवैशिष्ट्य आणि वर्तन यांच्यात संबंध प्रस्थापित करणे. वर्गतत्त्व दृष्टिकोन असे सांगतो की व्यक्तीचे व्यक्तिमत्त्व 'क' प्रकारचे असते किंवा 'य' प्रकारचे असते.

वर्गतत्त्व दृष्टिकोनावर आधारित प्रमुख पाच सिद्धान्त

शास्त्रज्ञ	वर्गीकरणाचा आधार	सुचविलेले प्रकार
1. हिप्पोक्रेटिस (इ.स.पूर्व 400)	शरीरद्राव	रक्त, कफ, पित्त, वात.
2. कार्ल युंग (1921)	मानसिक कार्य	अंतर्मुखी, बहिर्मुखी, उभयमुखी
3. क्रेश्मर (1925)	देहयष्टी	स्थूलदेही, सुदृढदेही, कृशदेही, अपदेही
4. विल्यम शेल्डन (1982)	शरीरबांध	मेदोदेही (Endomorphy) स्नायूप्रधानदेही (Mesomorphy) अस्थिप्रधान देही (Ectomorphy)
5. फ्रिडमन, रोझेनमन (1959)	ताणप्रवणता	'अ' प्रकार (Type A) 'ब' प्रकार (Type B)

(अ) हिप्पोक्रेटिस

हिप्पोक्रेटिसच्या मते, चार द्राव सिद्धान्तानुसार शरीरातील काही रासायनिक द्रव्यांचा संबंध स्वभाव गुणधर्मांशी आणि विशिष्ट वर्तन प्रवृत्तींशी असतो. ज्या शरीरद्रव्याचे शरीरात अधिक्य असते त्यावर व्यक्तीचा स्वभाव अवलंबून असतो.

रासायनिक द्रव्याचे आधिक्य	स्वभाव गुणधर्मानुसार प्रकार	व्यक्तिमत्त्वाचा स्थायीभाव
रक्त	आनंदी	सह्रदय, प्रसन्न
पित्त	तामसी	शीघ्रकोपी
कफ	सुस्त	संथ, मंद
वात	दुःखी	विषण्ण

अशा प्रकारच्या वर्गीकरणास जरी मान्यता मिळाली नाही तरी आयुर्वेदात आजही वरील दोषांचा स्वभावाशी संबंध जोडला जातो.

(ब) क्रेश्मर

क्रेश्मर या जर्मन मानसशास्त्रज्ञाने देहयष्टी आणि स्वभाववैशिष्ट्ये यांचा संबंध दर्शविणारा सिद्धान्त मांडला.

क्रेश्मरचे व्यक्तिमत्त्वाचे वर्गीकरण

शरीरयष्टीचे प्रकार	व्यक्तिमत्त्व वैशिष्ट्ये
कृशदेही (Asthenic)	अबोल, आत्मकेंद्री, हळवा.
सुदृढदेही (Athletic)	क्रियाशील, उत्साही, आक्रमक
स्थुलदेही (Pyknic)	विश्रांतीप्रिय, आनंदी, समाजशील.

वरील वर्गीकरणास वास्तवतेचा आधार मिळू शकला नाही.

(क) शेल्डन

शेल्डन याने उंदरांचा घेर, त्यांच्या स्नायूंचे प्राबल्य आणि त्वचा या उंदरांच्या शरीरयष्टी संबंधित वैशिष्ट्यांच्या संदर्भात अभ्यास केला. त्याने मांडलेले निष्कर्ष नंतर 'काय प्रारुप' (Somato Type) सिद्धान्त या नावाने ओळखले जाऊ लागले.

शेल्डनचे व्यक्तिमत्त्व वर्गीकरण

देहयष्टीचा प्रकार	स्वभाव गुणधर्म	व्यक्तिमत्त्व वैशिष्ट्ये
मदोदेही (Endomorph)	उदरबल्यता (Viscerotonia)	आरामप्रिय, समाजशील, इतरांशी बोलण्याची आवड, संघ प्रतिक्रिया
स्नायूप्रधान (Mesomorph)	देहबल्यता (Somatotonia)	क्रियाशील, जोखीम पत्करण्याची तयारी, आक्रमक वृत्ती
अस्थिप्रधान (Ectomorph)	प्रस्तिष्कबल्यता (Cerebrotonia)	एकांतप्रिय, आत्मकेंद्री, हळवा, लिहिण्या वाचण्याची आवड, संयमी

(ड) कार्ल युंग

युंग यांनी वर्तनातील ठळक गुणवैशिष्ट्यांच्या आधारे तीन प्रकारात वर्गीकरण केले.

प्रकार	व्यक्तिमत्त्व वैशिष्ट्ये
अंतर्मुखी (Introvert)	अबोल, शांतताप्रिय, स्वतःच्या विश्वात रममाण असतो, नियमांचे पालन करणारे, ताठर वृत्तीच्या, थंड, सर्जनशील
बहिर्मुखी (Extravert)	समाजप्रिय, नवीन मित्र-मैत्रिणी जोडायला व थट्टामस्करी करायला आवडते. दुसऱ्यांनी केलेली टीका मनावर घेत नाहीत. विश्वासू, सभ्य, भावनिकदृष्ट्या आवेगशील, साहसी
उभयमुखी (Ambivert)	परिस्थितीनुरुप त्या कधी अंतर्मुखी वर्तन करतात तर कधी बहिर्मुखी वर्तन करतात. त्यांना समूहात वावरायला, इतरांशी आंतरक्रिया करायला आवडते, त्याचबरोबर कधीतरी एकांतात स्वतःच्या विश्वातही रमतात.

(इ) फ्रिडमन आणि रोझेनमन

मेयर फ्रिडमन आणि डॉ. रे. रोझेनमन यांनी वर्तन आणि हृदयाचा विकार यांच्यात संबंध दर्शविणारा सिद्धान्त मांडला.

फ्रिडमन आणि रोझेनमन यांचा सिद्धान्त

	प्रकार	व्यक्तिमत्त्व वैशिष्ट्ये
1.	'अ' - प्रकार ('A' Type)	या प्रकारच्या व्यक्ती खूप महत्त्वाकांक्षी असतात. अतिव्यवस्थित, ताठर, स्पर्धाभावी, प्रतिष्ठा जागरूक असतात. तशाच त्या सच्च्या असतात, इतरांची काळजी घेतात, इतरांना मदत करतात, असहनशील व ताण-प्रवण असतात. सतत काम करीत असतात.
2.	'ब' - प्रकार ('B' Type)	या प्रकारच्या व्यक्ती 'अ' प्रकारच्या अगदी विरुद्ध असतात. त्यांना कशामुळेही ताण येत नाही. त्या संथ गतीने काम करत असतात. त्यांना कामात यश मिळाले की आनंद होतो पण अपयशामुळे त्या ताणग्रस्त होत नाही. या व्यक्ती सर्जनशील असतात. नवनवीन कल्पना आणि संकल्पना शोधायला आणि तपासून पाहायला त्यांना आवडते.

वर वर पाहता 'अ' - प्रकारच्या व्यक्ती आणि चिंताग्रस्त व्यक्ती सारख्याच आहेत असे वाटते. परंतु दोहोंमध्ये मुलभूत फरक आहे. 'अ' - प्रकारच्या व्यक्ती एखाद्या आव्हानाला घाबरुन न जाता सामोऱ्या जातात. ते मिळालेली संधी गमवत नाहीत. याउलट, चिंताग्रस्त व्यक्ती आव्हानात्मक परिस्थितीला घाबरुन माघार घेतात.

3.1.5 गुणतत्त्व उपपत्ती (Trait Theories)

गुणतत्त्व दृष्टिकोनातून, काहींमध्ये गुणविशेष असतात आणि इतरांमध्ये ते नसतात, असे कधीच नसते. काही गुणविशेष सर्वांमध्येच असतात फक्त त्यांचे प्रमाण कमी अधिक असते. एखाद्या गुणविशेषाचे व्यक्तीमध्ये किती प्रमाण आहे याचे मापन करता येते. उदा., जर 'क' व्यक्ती मनमिळाऊ आहे तर 'ड' व्यक्ती कमी किंवा मनमिळाऊ नाही असे सांगता येईल. यामध्ये मनमिळाऊ हे गुणविशेष आहे.

गुणविशेष म्हणजे व्यक्तिमत्त्वाची अशी गुणवैशिष्ट्ये जी सापेक्षतः टिकाऊ स्वरुपाची असतात आणि त्यांच्यामुळे वर्तनात सुसंगती येते.

(अ) ऑलपोर्ट

व्याख्या

- सभोवतालच्या वातावरणाशी वैशिष्ट्यपूर्ण समायोजन साधता येते अशा व्यक्तिमधील मानसभौतिक व्यवस्थांचे गतिशील संघटन म्हणजे व्यक्तिमत्त्व. **- ऑलपोर्टने**

  (As a generalised and focalised neuropsychic system with capacity to render many stimuli functionally equivalent and to imitate and guide consistent forms of adaptive and expressive behaviour.)

यातील मानसभौतिक व्यवस्थेत व्यक्तीच्या सवयी, अभिवृत्ती, भावनात्मक अवस्था, स्थिरभाव, प्रेरणा व धारणा या सर्वांचा समावेश होतो. या सर्व मानसिक बाबींबरोबरच चेतनी (Neural), ग्रंथिक (Glandular) आणि सर्वसाधारण शारीरिक अवस्थांचा (General Bodily States) पायाही लाभलेला असतो. हे सर्व शारीरिक आधार व्यक्तींच्या मानसिक घडामोडींना काही प्रमाणात निर्धारित करीत असतात. म्हणूनच कोणत्याही व्यक्तीत हे आंतरिक, शारीरिक आधार आणि वर सांगितलेली मानसिक वैशिष्ट्ये यांच्यात कशा प्रकारचे संघटन घडून आलेले असेल यावर तिच्या व्यक्तिमत्त्वाचे स्वरूप अवलंबून असते. एखादी व्यक्ती विविध परिस्थितीत सातत्याने ज्या विशिष्ट प्रकारे वर्तन करताना दिसेल ते सातत्य तिची आंतरिक घडण कशा प्रकारची आहे यावर अवलंबून राहील असे त्याचे मत होते. विविध गुणांचे एक वैशिष्ट्यपूर्ण संघटन प्रत्येक व्यक्तीत झालेले असते. त्यानुसार विशिष्ट वर्तन करण्याची वृत्ती तिच्यात निर्माण होईल हे ऑलपोर्टने त्याच्या गुणविशेष सिद्धान्तात सांगितले आहे.

ऑलपोर्ट यांनी इंग्लिश शब्दकोशांमधून व्यक्तीचे वर्णन करणारे 18,000 शब्द शोधून काढले. त्यातील समानार्थी शब्द वगळल्यानंतर ही शब्दसंख्या 4,500 वर आणण्यात यशस्वी झाले, तरी त्यांच्यापुढे यांपैकी मूलभूत गुणविशेष कोणते ? हा प्रश्न उपस्थित होतो. या प्रश्नाचे उत्तर म्हणून त्यांनी असे सांगितले की गुणविशेषांचे तीन मूलभूत प्रवर्ग असतात. ते पुढीलप्रमाणे -

(1) प्रधान गुणविशेष (Cardinal Trait) : हा एकच असतो, तो व्यक्तीच्या वर्तनाला विशिष्ट दिशा देतो. अशी व्यक्ती दुसऱ्यावर प्रभाव पाडणाऱ्या व सामर्थ्यवान असतात. हा गुणविशेष व्यक्तीचे जीवन व्यापून टाकतो. या सर्वच व्यक्तींमध्ये प्रधान गुणविशेष पूर्णपणे विकसित झालेला असतोच असे नाही. उदा., महात्मा गांधी, हिटलर.

(2) केंद्रीय गुणविशेष (Central Trait) : हे गुणविशेष मात्र प्रत्येक व्यक्तीच्या ठायी असतात. यांची व्याप्ती प्रधानगुण विशेषापेक्षा कमी असते. केंद्रीय गुणविशेष सर्वसामान्य आणि टिकाऊ असतात आणि हे गुणविशेषच व्यक्तिमत्त्वाचे पायाभूत आधार बनतात. उदा., प्रामाणिकपणा, वक्तशीरपणा इत्यादी.

(3) दुय्यम गुणविशेष (Secondary Trait) : असे गुणविशेष ज्यांचा वर्तनावर क्वचित परिणाम होतो. हे गुणविशेष कमी प्रमाणात टिकाऊ असतात. उदा., कपड्यांविषयीची आवड, व्यायामाची आवड इत्यादी.

शैक्षणिक महत्त्व

(1) वर्तनावरून व्यक्तीचे अंतरंग कळून येते. त्यावरून व्यक्तीच्या स्वभावाची गुणवैशिष्ट्ये समजून येतात. त्यामुळे वर्तनाला योग्य दिशा देण्याची जबाबदारी शिक्षकाची आहे.

(2) गुणविशेषांची संख्या अधिक असल्याने व्यक्ती व प्रसंगाची संख्या मर्यादित होते. त्यामुळे एकाच व्यक्तीत भिन्न गुण विशेषांचा संघात (Pattern) कसा असतो यावर अभ्यासाचा जोर असतो.

(3) त्याचबरोबर या गुणविशेषांची मात्रा एकाच व्यक्तीत कशी असते हे ही अभ्यासले जाते. त्यामुळे व्यक्तीच्या संदर्भात गुणविशेषांचे सर्वसामान्य प्रकटीकरण कसे असते हे समजून येते.

(4) वेगवेगळ्या गुणविशेषांचे प्रमाण एकाच व्यक्तीत कसे आढळते हे आणि तसेच त्या गुणविशेषांचे अद्वितीयत्वही व्यक्तिसापेक्ष उपागमात समजून येते.

(5) वर्तनातील सातत्याचे नेमकेपणाने स्पष्टीकरण या सिद्धान्ताच्या आधारे करता येते.

(6) या सिद्धान्तामुळे गुणविशेषांचे मापन करण्यासाठी विविध प्रमाणित चाचण्या विकसित करण्याचा मार्ग खुला झाला. साहजिकच, त्यामुळे दोन व्यक्तींची परस्पर तुलना करून कोणामध्ये कोणता गुण विशेष अधिक प्रमाणात आहे हे शास्त्रीय पद्धतीने वस्तुनिष्ठपणे ठरविणे सहज शक्य झाले.

गुणतत्त्व सिद्धान्तावर एक आक्षेप घेतला जातो की गुणविशेष सिद्धान्त व्यक्तिमत्त्वाचे वर्णन करण्यास मदत करतात, स्पष्टीकरण मात्र देत नाहीत. उदा., एखादी व्यक्ती दुसऱ्या व्यक्तीला आजारपणात मदत करते. कारण ती 'कनवाळू' आहे असे सूचित होईल; परंतु दुसरी व्यक्ती तिच्या अगदी जवळच्या नात्यातील आहे का ? ठराविक माणसांनाच मदत करते का ? याचे उत्तर देण्यास हा दृष्टिकोन असमर्थ ठरतो. परिणामतः व्यक्तिमत्त्वाचे पूर्णपणे स्पष्टीकरण आपल्याला मिळत नाही.

(ब) कॅटल

कॅटलचे व्यक्तिमत्त्व संशोधन नियमसापेक्ष (Homothetic) पद्धतीवर आधारलेले आहे. कॅटलचा अभ्यास व्यक्तींच्या समूहावर आधारित आहे. कॅटलने गुणविशेषांचे दोन भाग केले – (1) दर्शनी गुणविशेष (Surface Trait) (2) मूळ गुणविशेष (Source Trait). कॅटेल यांनी 46 इतके दर्शनी गुणविशेष सुचविले आहेत. दर्शनी गुणविशेष हे विविध प्रसंगी व्यक्तीच्या वर्तनातून सातत्याने आणि सुसंगतपणे प्रकट होत असतात. दर्शनी गुणविशेषासंबंधी भरपूर माहिती कॅटलने मिळविली. आपल्याला व्यक्तीचे वर्तन व व्यक्तिमत्त्व यांचे संवेदन कसे होते यावर दर्शनी गुण अवलंबून असतो. त्यांच्यात व्यक्तिनिष्ठता असण्याची शक्यता नाकारता येत नाही.

या दर्शन गुणविशेषांच्या माहितीचे सांख्यिकी विश्लेषण करून तसेच घटक विश्लेषण करून कॅटेलने 16 मूळ गुणविशेष मिळविले. हे मूळ गुणविशेष व्यक्तिमत्त्वाची बाह्य वर्तनातून सहज अभिव्यक्त होत नाहीत. तथापि, दर्शनी गुणविशेषांवर त्यांचा प्रभाव कायम असतो.

कॅटेलने 16 घटकांचे वर्णन विरुद्ध शब्दांच्या जोडीने केले. या सोळा जोड्यांचे वर्णन खालीलप्रमाणे –

(1)	भिडस्त	विरुद्ध	मनमोकळा
(2)	कमी बुद्धीचा (Less Intelligent)	विरुद्ध	अधिक बुद्धिमान (More Intelligent)
(3)	लीन (Submissive)	विरुद्ध	अधिकार गाजविणारा (Dominant)
(4)	भावुक (Emotional)	विरुद्ध	भावनेने स्थिर (Emotional Stable)
(5)	गंभीर (Serious)	विरुद्ध	खुशालचेंडू (Happy-Go-Lucky)
(6)	हितदक्ष (Expedient)	विरुद्ध	कर्तव्यदक्ष (Conscious)
(7)	भित्रा (Timid)	विरुद्ध	साहसी (Adventurous)
(8)	कणखर (Tough Minded)	विरुद्ध	संवेदनशील (Sensitive)
(9)	भोळा (Trusting)	विरुद्ध	संशयी (Suspicious)
(10)	वास्तववादी (Practical)	विरुद्ध	कल्पनेत रमणारा (Imaginative)
(11)	सरळमार्गी (Forthright)	विरुद्ध	चतुर (Shrewd)
(12)	स्व-आश्वस्त (Self Assured)	विरुद्ध	साशंक (Apprehensive)
(13)	पुराणमतवादी (Conservative)	विरुद्ध	प्रयोगशील (Experimenting)
(14)	समूहावलंबी (Group Dependent)	विरुद्ध	स्वयंपूर्ण (Self-sufficient)
(15)	अनियंत्रित (Uncontrolled)	विरुद्ध	नियंत्रित (Controlled)
(16)	शिथिल (Relaxed)	विरुद्ध	तणावग्रस्त (Tense)

शैक्षणिक महत्त्व

(1) कॅटलची उपपत्ती नियमसापेक्ष आहे. त्यामुळे त्या उपागमात अभ्यासासाठी बऱ्याच व्यक्ती असतात; परंतु प्रसंग आणि गुणविशेषांची संख्या कमी असते. त्यामुळे बऱ्याच व्यक्तींच्या संदर्भात सिद्धान्त कसे लागू होतात त्याचा शोध या पद्धतीत घेतात.

(2) हे सिद्धान्त सामान्यपणे सर्वांनाच लागू असतात. त्यामुळे या उपागमामुळे होणारा अभ्यास व्यक्तिनिरपेक्ष असतो.

(3) या उपागमात अभ्यासासाठी गुणविशेषांची संख्या अत्यंत कमी असून हे गुणविशेष समूहातील व्यक्तीत किती प्रमाणात दिसतात हे शोधून काढण्यावर जास्त भर असतो.

(4) या गुणविशेषांची मात्रा वेगवेगळ्या व्यक्तीत कशी बदलते हेदेखील अभ्यासले जाते.

(5) या उपागमांचा मुख्य उद्देश कोणत्याही गुणविशेषाचा समूहात आढळून येणारा सामान्य स्तर कसा असतो हे शोधून काढण्याचा असतो. ही गुणविशेषांची मात्राच पुढे मापदंड म्हणून समजण्यात येते.

कॅटेल यांनी 1965 मध्ये हजारो व्यक्तींच्या व्यक्तिमत्त्व गुणांची माहिती तीन भिन्न पद्धतींचा उपयोग करून जमा केली. माहिती जमा करण्यासाठी पुढील पद्धतीचा अवलंब केला –

(1) यादीतील गुणविशेषांबाबत पदनिश्चयन श्रेणी तयार करून त्या आधारे विविध व्यक्तींच्या जीवनासंबंधी माहिती मिळविली, त्याला इंग्रजीमध्ये 'L-Data' असे म्हणतात.

(2) प्रश्नावलीच्या आधारे जमा केलेली माहिती त्यास 'Q-Data' असे म्हणतात.

(3) वर्तनविषयक काही वस्तुनिष्ठ चाचण्यांच्या आधारे मिळविलेली माहिती, त्यास 'T -Data' असे म्हणतात.

L-Data, T-Data आणि Q-Data या तिन्ही मार्गांनी व्यक्तिमत्त्वाबाबत मिळविलेल्या माहितीचे घटक विश्लेषण तंत्राद्वारे विश्लेषण करून व्यक्तिमत्त्व गुणांचे दोन प्रकार सांगितले.

(क) महापंचघटक (The Big Five Personality Factors)

गोल्डबर्ग (1990) यांनी हा पंचघटकांचा सिद्धान्त मांडला. यामध्ये अनुभव सन्मुखता (Openness), सदसद्विवेकबुद्धि (Conscientiousness), बहिर्मुखता (Extraversion), समायोजकता (Agreeableness), चेतापदशा (Neurosis) यांचा समावेश होतो.

Openness **अनुभव सन्मुखता**	**Conscientiousness** **सदसद्विवेक बुद्धी**	**Extraversion** **बहिर्मुखता**	**Agrreableness** **समायोजकता**	**Neurosis** **चेतापदशा**
• कल्पक/व्यवहारी • वेगळेपणाची आवड/ नेहमीच्या वाटेने जाणारा • स्वतंत्र/जुळवून घेणारा	सुसंघटित/असंघटित जबाबदार/बेजबाबदार शिस्तप्रिय/बेशिस्त	समाजप्रिय/शांत भूमिकेशी ठाम/भिडस्त समाजाभिमुख/एकलकोंडा	हळूवार/उद्धट विश्वासू/संशयी सहकार्य करणारा/ सहकार्य न करणारा	शांत/चिंताग्रस्त सुरक्षित/असुरक्षित समाधानी/असमाधानी/ दुःखी

आकृती 3.1 : गोल्डबर्गचा महापंचघटक सिद्धान्त

व्यक्तिमत्त्वाच्या या पाच घटकांचा इंग्रजीमधील नावांची आद्याक्षरे घेऊन त्यापासून 'OCEAN' या नावाने ओळखले जाते.

संशोधकांचा महा पंचघटक उपपत्तीचा शोध होत असताना असे आढळून आले की जगामध्ये सर्व संस्कृतीमधील लोकांच्या व्यक्तिमत्त्वाचे मापन करताना हे पंचघटक आढळून आले. वेगवेगळ्या वयाच्या व्यक्तींना, वेगवेगळ्या काळामध्ये ही 'पंचघटक उपपत्ती' लागू होते. काही संशोधकांच्या मते, हा काही गुणविशेषांचा शेवट नाही. उदा., आणखी काही गुणविशेषांवर काम चालू आहे.

(ड) आयझेंक

हॅन्स आयझेंक (1916–1997) यांनी घटक विश्लेषण तंत्राचा वापर करून व्यक्तिमत्त्वाचे घटक शोधण्याचा प्रयत्न केला. त्यासाठी त्यांनी खूप लोकांना व्यक्तिमत्त्व मापनाच्या चाचण्या दिल्या आणि प्रत्येक व्यक्तीच्या प्रतिसादावरून निष्कर्ष काढले. आयझेंक (1967) यांनी व्यक्तिमत्त्व स्पष्ट करणारी तीन परिमाणे सांगितली.

(1) अंतर्मुख/बहिर्मुख (Introverted/Extroverted) : अंतर्मुख व्यक्ती ही शांत, समाजात फारशी न मिसळणारी, काळजी करणारी असते. बहिर्मुख व्यक्ती ही सर्वांमध्ये मिसळणारी आशावादी, उत्साही असते.

(2) चेतापदशिता (Neuroticism) : या प्रकारात भावनिकदृष्ट्या स्थिर आणि अस्थिर व्यक्तींचा समावेश होतो. भावनिकदृष्ट्या स्थिर व्यक्ती शांत, समतोल वृत्तीची, फारशी काळजी न करणारी, नेतृत्व करणारी असते. भावनिकदृष्ट्या अस्थिर व्यक्ती ही चिंताग्रस्त, आळशी, मनाला लावून घेणारी अशी असते.

(3) दुर्मनस्कता (Psychotics) : ही वास्तवता विरूपणाशी (Reality Distortion) संबंधित आहे. ही व्यक्ती एक तर दुष्ट असते किंवा अतिशय काळजी करणारी असते.

आयझेंक उपपत्ती

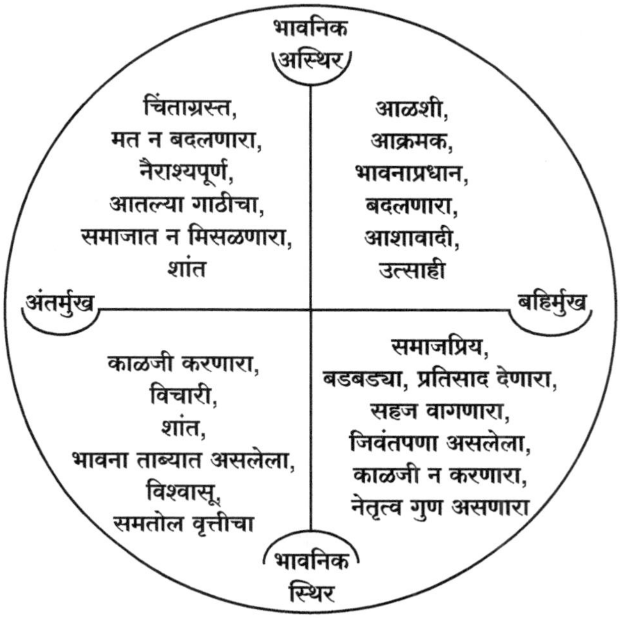

आकृती 3.2 : आयझेंक

आयझेंक यांच्या मते, जर मानसिक दोष नसेल तर व्यक्तिमत्त्वाची मूळ दोनच परिमाणे आहेत. (1) अंतर्मुख / बहिर्मुख (2) स्थिर/अस्थिर. वरील आकृतीतील परिमाणांचे वेगवेगळ्या स्वरूपात एकीकरण केले तर काही व्यक्तिमत्त्वाचे प्रकार पहायला मिळतात. उदा., बहिर्मुख व अस्थिर व्यक्ती बहुतेक वेळा भावनाप्रधान असतात. चटकन राग येणे, आनंद होणे या त्यांच्या भावना तीव्र असतात.

3.1.6 मानवतावादी उपपत्ती (Humanistic Perspective)

मानवतावादी दृष्टिकोनानुसार व्यक्तीला अयोग्य, दुर्बल कल्पना आणि विचार यांपासून अलिप्त ठेवून सकारात्मक व उत्कृष्ट जीवन प्रणालीचा अंगिकार करण्यावर भर दिला आहे. मानवतावादी मानसशास्त्रज्ञ असा विचार करतात की, प्रत्येकामध्ये ताणावर मात करण्याची क्षमता असते. प्रत्येकाचे स्वत:च्या आयुष्यावर नियंत्रण असते आणि स्वत:ला हवे ते मिळवू शकतात. प्रत्येकामध्ये स्वत:ला आणि जगाला समजण्याची क्षमता असते. वर्तमानकालीन बोधात्मक प्रक्रियांना या विचारप्रवाहात महत्त्व दिले आहे. मानवी सुप्त क्षमतांना अधिक महत्त्व दिले आहे.

(अ) कार्ल रॉजर्स (Carl Roger's : Phenomenological Development of Personality)

रॉजर्सने त्याच्या उपपत्तीत 'स्व' (Self) चा विकास कसा होतो हे स्पष्ट केले आहे. रॉजर्स यांच्या मते, बऱ्याच लोकांना स्वत: 'स्व' विषयीची कल्पना मान्य नसते. बरेच वेळा आपण पालकांचे, भावंडांचे शिक्षकांचे आणि मित्रांचे ऐकत असतो. 'असे करू नकोस ?' 'तू हे बरोबर केले नाहीस ?' 'तू असा मूर्खासारखा का वागलास ?' आपण जर थोडेसे जरी चुकले तरी आपल्याला शिक्षा केली जाते. पालकांनी सांगितल्याप्रमाणे वागले नाही तर ते रागराग करतात. यामुळे स्व-आदरभाव (Self Esteem) हा कमी होतो. हे दडपण आणि नकारात्मक प्रतिसाद मोठेपणीही कायम राहतो. याचा परिणाम व्यक्तीच्या नातेसंबंधात संघर्ष निर्माण होते किंवा दुसऱ्याच्या मतांशी आपण जुळवून घेतो. त्यामुळे आपण 'स्व' बद्दलचा आदरभाव कमी करतो.

कार्ल रॉजर्स यांचे तीन संबोध (Roger's Three Concepts)

कार्ल रॉजर्स यांनी तीन संबोध सांगितले आहेत ते पुढीलप्रमाणे -

(1) 'स्व' (Self) : प्रत्येकाची जगातील अनेक जैविक आणि अजैविक घटकांशी सातत्याने आंतरक्रिया होत असते. यातून 'स्व' ला अनुभूती मिळत असते. 'स्व' म्हणजे स्वत: संपूर्ण. यामध्ये व्यक्तीचा स्वत:बद्दलचा दृष्टिकोनही येतो. जसे मी किती छान दिसतो ? माझे सगळ्यांशी छान जमते, मी किती छान चित्रकार आहे ! यासारख्या वर्तमानातील किंवा भविष्यातील व्यक्तिमत्त्वाविषयी सांगणारी विधाने व्यक्तीच्या तोंडून येतात. यामध्ये वरील विधानांशी जोडून म्हणजे दृष्टिकोनाशी संबंधित मूल्ये जसे चांगले/वाईट, जाणीवपूर्वक अशा प्रकारची मूल्ये येतात. 'स्व' संकल्पना म्हणजे व्यक्तीने त्यांच्या क्षमता, वर्तन, व्यक्तिमत्त्व यासंबंधीचा दृष्टिकोन आणि केलेले मूल्यमापन होय.

रॉजर्स यांच्या मते, व्यक्तीची 'स्व' संकल्पना जेव्हा स्पष्ट नसते तेव्हा व्यक्तीचे असमायोजन होण्याची शक्यता असते. वास्तवातला 'स्व' जो स्वत:च्या अनुभवातून व्यक्ती ठरविते आणि आदर्श 'स्व' जो व्यक्तीने स्वत:साठी ठरविलेला असतो. यामध्ये जर फरक निर्माण झाला तर व्यक्ती गोंधळात पडते आणि व्यक्तीचे असमायोजन होते. योग्य समायोजनासाठी आपण स्वत:च्या 'स्व' संबंधी सकारात्मक दृष्टिकोन ठेवला पाहिजे, दुसरे काय म्हणतात याकडे लक्ष देऊ नये आणि जगाकडे सकारात्मक दृष्टिकोनातून पाहावे.

(2) नैसर्गिक सकारात्मक दृष्टिकोन, तद्नुभूति, खरेपणा (Unconditional Positive Regard, Empathy and Genuineness) : रॉजर्स व्यक्तीचा सकारात्मक 'स्व'च्या विकासासाठी तीन मार्ग सुचवितात. रॉजर्स यांच्या मते, दुसऱ्यांनी आपल्याला आपण आहोत तसेच स्वीकारावे ही व्यक्तीची गरज असते. नैसर्गिक सकारात्मक दृष्टिकोन (Unconditional Positive Regard) म्हणजे दुसऱ्या व्यक्तीच्या वर्तनाचा विचार न करता त्या व्यक्तीला आहे असे स्वीकारणे, त्याला महत्त्व देणे, त्याचा सकारात्मक विचार करणे होय. रॉजर्स यांच्या मते, दुसऱ्याचा कोणत्याही अटीशिवाय स्वीकार केल्यावर स्वत:च्या नजरेत स्वत:ची किंमत वाढते; परंतु रॉजर्स यांनी नैसर्गिक सकारात्मक दृष्टिकोनातून निर्माण होणारी व्यक्तीची स्वत:ची किंमत आणि व्यक्तीच्या वर्तनातून निर्माण होणारा स्वाभिमान यात फरक स्पष्ट केला आहे. ती व्यक्ती असे म्हणू शकते की, मला तुझे वागणे आवडत नाही; परंतु व्यक्ती म्हणून तू मला आवडतोस. काही वेळा विचार पटत नसले तरी 'व्यक्ती' म्हणून माणसे चांगली असतात. आपण जर (Empathic) तद्नुभूति असणारे आणि (Genuine) खरे असू तर आपण दुसऱ्यांना मदत करून 'स्व' चा विकास करून घेतला पाहिजे. तद्नुभूति असणे म्हणजे संवेदनशील श्रोता असणे आणि दुसऱ्यांच्या खऱ्या भावना जाणून घेणे. खरेपणा असणे म्हणजे आपल्या भावना मोकळेपणाने व्यक्त करणे आणि ढोंगीपणा न करणे. रॉजर्स यांच्या मते, सकारात्मक दृष्टिकोन, तद्नुभूति आणि खरेपणा हे मानवी नातेसंबंधातील महत्त्वाचे घटक आहेत.

हे तीनही घटक व्यक्तींना स्वत:ला चांगले वाटावे यासाठी मदत करतात आणि दुसऱ्यांशी चांगले वागायला मदत करतात.

(3) पूर्ण विकसित व्यक्तिमत्त्व (The Fully Functioning Person) : रॉजर्स यांनी पूर्ण विकसित व्यक्तिमत्त्वावर भर देताना व्यक्तीचा 'स्व' (Self) आणि जगाशी एकरूप होणे आणि दुसऱ्याशी योग्य समायोजन होणे या दोन्हीतील एकजिनसीपणातून व्यक्तिमत्त्वाची जडणघडण होते. रॉजर्सच्या मते, व्यक्तीच्या मूळ प्रवृत्ती या आत्मप्रत्यक्षीकरण (Self Actualization), आत्मनिर्वाह (Self Maintenance), आत्मोत्कर्ष (Self Enhancement) या आहेत. व्यक्तीला बौद्धिक व भावनिक कार्यासाठी ऊर्जेची, प्रेरणेची गरज असते. यातूनच गतिशील व्यक्तिमत्त्व साकारते. म्हणून व्यक्तिमत्त्वाची गतिमानता ही आत्मप्रत्यक्षीकरणावर अवलंबून असते आणि हीच शक्ती व्यक्तीला परिपूर्णतेकडे घेऊन जाते.

आत्मप्रत्यक्षीकरणाची क्षमता व्यक्तीमध्ये उपजतच असते आणि व्यक्ती आपल्या परिसराविषयी, कार्याविषयी समाधानी असेल व त्यातून त्यांना सुखद अनुभव मिळत असतील तर व्यक्ती आत्मप्रत्यक्षीकरण करू शकते.

शैक्षणिक महत्त्व

(1) परिसर, संवेदना, समायोजन या सर्व मानसिक क्रियांचा संबंध 'स्व' निर्मिती आणि विकास यांच्याशी येतो. यांचा विचार सकारात्मक दृष्टीने केल्यामुळे व्यक्तीचे वर्तनही सकारात्मक असावे यासाठी विद्यार्थ्यांमध्ये सहकार्याची भावना जोपासणे गरजेचे आहे. त्यामुळे त्यांचे योग्य समायोजन होईल.

(2) शालेय जीवनात 'स्व' चा विकास होईल अशी नैसर्गिक परिस्थिती निर्माण करणे आवश्यक आहे.

(3) पुस्तके वाचून प्रत्यक्ष अनुभूती मिळत नसल्याने अध्ययन-अध्यापनात प्रात्यक्षिक कार्यावर जोर द्यावा.

(4) व्यक्तीमध्ये अध्ययनक्षमता निसर्गत:च असते. त्यामुळे अध्ययन पूरक वातावरण व्यक्तीला उपलब्ध करून द्यावे, जेणे करून व्यक्ती स्वत: अनुभव घेईल आणि 'स्व' चा विकास करेल.

(5) विद्यार्थ्यांचा मनोचिकित्सेसाठीही उपपत्ती उपयुक्त ठरली आहे.

(6) विद्यार्थ्यांच्या दोषांवर लक्ष न देता त्यांच्यातील सद्‌गुण, क्षमता, चांगुलपणा कौशल्य या गुणांवर लक्ष केंद्रित करून प्रोत्साहन दिल्यास त्यांचा सकारात्मक दृष्टिकोन वाढीस लागतो, यामुळे मानवतावादी दृष्टिकोन जोपासला जातो.

(ब) अब्राहम मॅस्लोचा सिद्धान्त (Maslow's Need Hierarchy Theory)

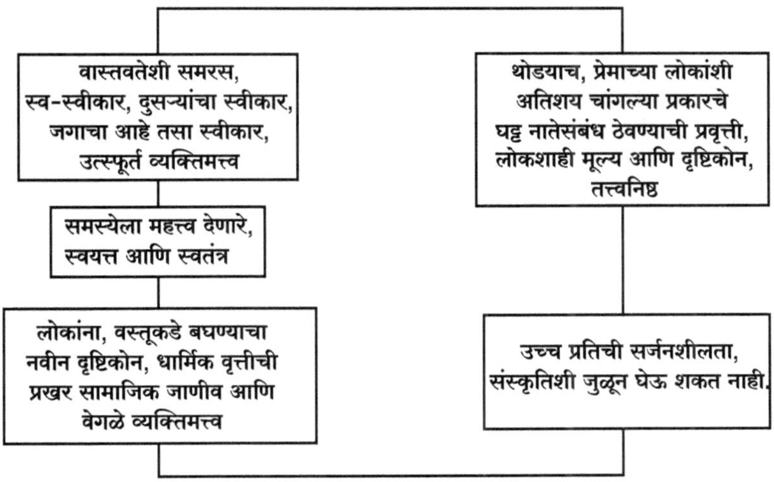

आकृती 3.3 : मॅस्लोचे आत्मवास्तविकीकरण

मॅस्लोच्या आत्मवास्तविकीकरण असलेल्या व्यक्तीचे गुणधर्म प्रत्येक वर्तनामागे कारण आणि निर्माण करणारी प्रेरणा असते. माणसाच्या काही महत्त्वाच्या प्रेरणा असतात. पहिली प्रेरणा पूर्ण झाल्याशिवाय व्यक्ती दुसऱ्या प्रेरणेकडे जात नाही. अशा सात महत्त्वाच्या प्रेरणा अब्राहम मॅस्लो यांनी सांगितल्या आहेत. मनुष्यामध्ये विविध चांगल्या सुप्त क्षमता असतात. त्या क्षमतांचा जास्तीत जास्त विकास साधण्याचा मनुष्य प्रयत्न करीत असतो. या धडपडीतून विविध गरजांची पूर्ती आणि शेवटी आत्मविष्कारापर्यंत मनुष्य प्रयत्नशील राहतो. असा विचार मॅस्लो यांनी मांडला आणि यातूनच 'मॅस्लोचा प्रेरणांचा वर्चस्व श्रेणी सिद्धान्त' उदयास आला.

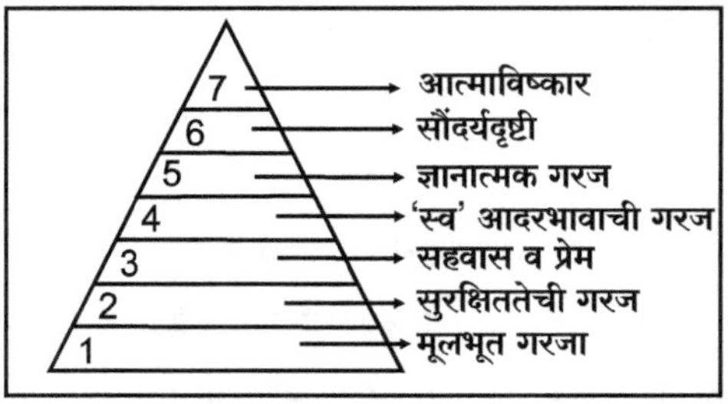

आकृती 3.4 : मॅस्लोची प्रेरणांची वर्चस्व श्रेणी

मॅस्लोची प्रेरणांची वर्चस्व श्रेणी

मॅस्लोच्या वर्चस्व श्रेणीत अपूर्ण प्रेरणांना कशा प्रकारे प्राधान्य दिले जाते, त्या प्रेरणांचे सामर्थ्य कसे आहे, त्याच्या क्रमावर आधारित ही रचना या वर्चस्व श्रेणीतील टप्पे चढत्या क्रमाने दिले आहेत.

(1) मूलभूत (शारीरिक) गरजा : माणसाच्या जीवनात भूक, तहान, झोप, लैंगिकता, मातृत्व या शारीरिक गरजा पूर्ण होणे अतिशय महत्त्वाचे आहे. व्यक्तीचा बराचसा वेळ या जैविक गरजा पूर्ण करण्यातच जातो; परंतु या गरजा भागल्याशिवाय व्यक्ती इतर प्रेरणांचा विचार करू शकत नाही.

(2) सुरक्षिततेची गरज : व्यक्तीच्या मूलभूत गरजांची पूर्ती झाल्यावर सुरक्षिततेच्या गरजांचा विचार सुरू होतो. सुरक्षितता या गरजेत संक्रमण, स्थिरस्थावर होणे, स्वावलंबन, निर्भयता इत्यादी गरजांचा समावेश होतो.

(3) सहवास आणि प्रेम : माणसाला एकटे राहणे सहसा आवडत नाही. आईची माया, वडिलांचे कौतुक, मित्रांबरोबरचे चांगले संबंध या सर्व गोष्टींमुळे मुलाला मानसिक स्वास्थ्य लाभते, आनंद होतो. प्रेम व सहवास ही लहानांपासून मोठ्यांपर्यंत सर्वांची गरज आहे.

(4) स्व - आदरभावाची गरज : स्वत:करिता असलेला आदर व इतरांनी व्यक्तीला द्यावयाचा आदर या दोन्हींचा समावेश 'स्व आदरभाव' गरजेमध्ये होतो. यामध्ये प्रभुत्व, आत्मविश्वास, स्वातंत्र्य, मानसन्मान, आदर इत्यादींचा समावेश होतो. या गरजा पूर्ण झाल्या नाही तर व्यक्तींमध्ये कमीपणाची भावना निर्माण होते.

(5) ज्ञानात्मक गरज : वरील सर्व गरजा भागविल्यानंतर व्यक्तीच्या मनाच्या व विचारांच्या गरजा असतात. सभोवताली ज्या घटना घडत असतात, त्या जाणून घेण्याचा व्यक्तीचा प्रयत्न असतो आणि त्यातूनच व्यक्ती ज्ञान मिळवित असते.

(6) सौंदर्यदृष्टी : निसर्गाने निर्माण केलेल्या सृष्टीत अणू-रेणू, झाडे-फुले, दगड-गोटे असे जे जे आहे ती सर्व निसर्गाची अभिजात निर्मिती आहे. त्याविषयी विचार करण्याची, चिंतन करण्याची दृष्टी म्हणजेच 'सौंदर्यदृष्टी' होय.

(7) आत्माविष्कार : आत्माविष्कार म्हणजे स्वत:मध्ये जे चांगले गुण, क्षमता, कला-कौशल्ये आहेत, त्यांचा अलौकिक पातळीवर अविष्कार करण्याचा प्रयत्न म्हणजे आत्माविष्कार होय. आपल्याला जे काम चांगल्या प्रकारे जमते, त्या कामाची संधी मिळावी असे वाटणे म्हणजे आत्माविष्कार होय.

मॅस्लो या वर्चस्व श्रेणीमध्ये प्रत्येक व्यक्ती शारीरिक प्रेरणेपासून चढत्या क्रमाने एक - एक पातळी किंवा टप्पा वर चढण्याचा प्रयत्न करते. प्रत्येक पातळीवरील प्रेरणांची वर्तनाला प्रेरित करण्याची एक मर्यादित क्षमता असते. या मर्यादेच्या पलीकडे वरची पातळी निर्माण व्हावी लागते. तरच वर्तनाला प्रेरणा मिळते. अन्यथा व्यक्ती प्रयत्न करणार नाही.

3.1.7 मनोविश्लेषण उपपत्ती (Psychoanalytical Theory by Sigmund Freud)

सिग्मंड फ्राईड (1856-1939) याने विसाव्या शतकामध्ये व्यक्तिमत्त्वाचे स्पष्टीकरण करण्यासाठी मनोविश्लेषणात्मक सिद्धान्त मांडला. त्याने वर्तन समजण्यासाठी अबोध मनातील विचार समजून घेतले पाहिजे, हे सांगितले. आपले आयुष्य हे दडपण आणि संघर्ष या दोन गोष्टींनी भरलेले आहे. या दोन गोष्टीं कमी करण्यासाठी आपण त्रास देणाऱ्या गोष्टी अबोध मनात फेकून देतो.

प्रत्येक प्रतिक्रिया वा गोष्टींमागे असे विनोद, हास्य, दु:ख, राग काहीतरी कारण असते. स्वप्नांमध्ये आपल्या वर्तनाचे सूचक संदर्भ दडलेले असतात. फ्रॉईडच्या मते, स्वप्ने ही अबोध मनाचे प्रतिनिधी असतात. ज्या संघर्षांना, दडपणांना आपण जागृत अवस्थेत तोंड देऊ शकत नाही त्या व्यक्तिमत्त्वाला हिमनगाची उपमा दिली. कारण हिमनगाचे छोटे टोक पाण्याच्या वर असते आणि बराच समभाग पाण्याखाली असतो. त्याचप्रमाणे व्यक्तिमत्त्वाचे स्वरूप असते.

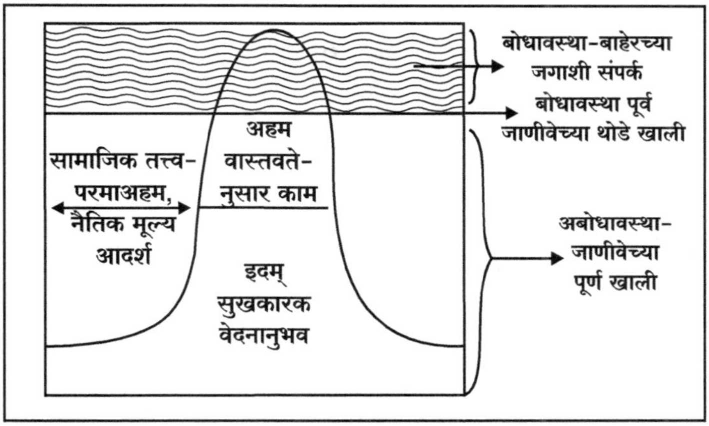

आकृती 3.5 : सिग्मंड फ्राईडची मनोविश्लेषणात्मक उपपत्ती

बोध आणि अबोध मनाची अवस्था

व्यक्तिमत्त्वाची रचना

फ्रॉईडने व्यक्तिमत्त्वाचे स्वरूप जाणून घेण्यासाठी तीन सांकेतिक संकल्पना मांडल्या.

(1) इदम् (Id) : इदम्‌मध्ये सहज प्रवृत्ती आणि व्यक्तीची मानसिक ऊर्जा सामावलेली असते. इदम् हा अबोध पातळीवर काम करीत असतो. त्याचा वास्तवतेशी संबंध नसतो. इदम् सुखकारक वेदनानुभव मिळविण्याचा प्रयत्न करतो. त्रास नेहमीच टाळतो. सामाजिक बंधने, नैतिकता, मूल्ये सतत त्याच्या गरजापूर्तीच्या आड येतात.

(2) अहम् (Ego) : अहम् हा भाग 'वास्तवता' तत्त्वानुसार काम करतो. अहम् व्यक्तिगत सुख हे सामाजिक संकेत पाळून मिळवितो. अहम्‌मुळे आपले वर्तन सामाजिक नियम तोडू शकत नाही. आपण स्वत:ला त्रास करून घेत नाही ना याकडे अहम् लक्ष देतो. अहम्‌चे कार्य काही प्रमाणात बोधावस्थेत चालते. आपल्या मानसिक प्रक्रिया जसे समस्या निराकरण, निर्णयक्षमता यांची बांधणी अहम्‌मुळे होते.

इदम् आणि अहम् हे चांगले किंवा वाईट ठरवत नाही.

(3) परमाहम् (Superego) : हा भाग 'नैतिक' तत्त्वानुसार काम करतो. याला आपण सदसद्विवेकबुद्धी (Conscience) असे म्हणतो. परमाहम् हे इदम्‌ने सांगितलेले वर्तन हे नैतिक मूल्य पाळते का यावर लक्ष ठेवते. इदम् आणि परमाहम्‌मुळे अहम् सुखावतो. परमाहम् हा अबोध पातळीवर काम करतो.

इदम्‌च्या स्वार्थी कृत्यांना वेळीच रोखणे आणि परमाहम्‌ला व्यावहारिक सोयीसाठी तडजोड स्वीकारण्यास भाग पाडणे या दोन्ही गोष्टी एकाच वेळी साधून अहम् दोन्ही टोकाच्या भूमिकांचा सुवर्णमध्य गाठतो.

संरक्षण यंत्रणा (Defence Mechanism)

अहम् अशी यंत्रणा सुरू करतो ज्यामुळे वास्तवामध्ये संघर्ष सुरू होतो आणि इदम्ची अबोध इच्छा आणि परमाहम्चा प्रतिरोध या सर्वांमध्ये सुवर्णमध्य गाठतो.

अबोध मनाची वास्तवतेशी चाललेल्या संघर्षातून निर्माण झालेली चिंता, अहम् ज्या संरक्षण पद्धतीने कमी करतो त्यांना 'संरक्षण यंत्रणा' म्हणतात.

(1) सर्वप्रथम या संरक्षण यंत्रणा अबोधावस्थेत असतात. आपण त्या नकळत तयार करतो.

(2) आपण त्या तात्पुरत्या स्वरूपात वापरतो. कारण त्यावेळी त्या आपल्या मानसिक आरोग्यासाठी आवश्यक असतात.

संरक्षण यंत्रणा

संरक्षण यंत्रणा	कशा प्रकारे काम करतात ?
तादात्मीकरण (Identification)	व्यक्ती आपल्याला आलेले अपयश इतरांच्या बाबतीत पूर्ण होत असल्याचे पाहून सुसह्य करते.
वृथा समर्थन (Rationalization)	अहम् चुकीच्या वर्तनाचे इतरांना योग्य वाटेल अशा शब्दात उत्तरे द्या.
प्रक्षेपण (Projection)	अहम् स्वत:तील चुकीच्या इच्छांचा अस्वीकार करतो आणि त्या दुसऱ्यांमध्ये पाहतात.
उदात्तीकरण (Sublimation)	एखाद्या चुकीच्या भावनेचे समाजमान्य चांगल्या भावनेत रूपांतर होणे
परागमन (Regression)	प्राप्त परिस्थितीतील समस्या सोडविण्यासाठी पूर्वीच्या विकासावस्थेतील मार्गांचा अवलंब करणे
अस्वीकार (Denial)	चिंता, दु:ख निर्माण करणाऱ्या सत्याचा स्वीकार करण्यास नकार देणे म्हणजे अस्वीकार.
भावविस्थापन (Denial)	अहम्मुळे एका प्रसंगाविषयीची भावना व्यक्त न करता आल्यामुळे दुसऱ्या ठिकाणी त्या भावना व्यक्त करणे. उदा., ऑफीसमध्ये आपल्या वरिष्ठांवर राग काढता न आल्याने ऑफीसमधून घरी आल्यानंतर आपला राग नवऱ्यावर अथवा बायकोवर काढणे.
प्रतिक्रियात्मक रचना (Reaction Formation)	अहम्मुळे चुकीच्या प्रेरणेविरुद्ध वर्तन करणे. उदा., एखाद्याला लैंगिक संबंधांविषयी भीती वाटत असेल तर ती व्यक्ती धार्मिक रचना प्रवृत्तीची होते.

व्यक्तिमत्त्व विकासातील मनोलैंगिक अवस्था

फ्रॉईडच्या मते, लहानपणाच्या अनुभवातून व्यक्तिमत्त्व घडत जाते. त्यांच्या मते प्रत्येक जण व्यक्तिमत्त्व विकासाच्या पाच अवस्थांतून जात असतो. विकासाच्या प्रत्येक अवस्थेत एका शरीराच्या अवयवाला दुसऱ्या अवयवांपेक्षा सुखानुभव येतो. फ्रॉईडच्या मते, लहानपणीच्या मुखावस्था, गुदावस्था आणि शैश्निक अवस्था यांतील संघर्षाबरोबर आपण कसे तोंड देतो यांवर आपले मोठेपणीचे व्यक्तिमत्त्व अवलंबून असते.

अवस्था	वयोगट	वैशिष्ट्ये	वास्तवातील उपयोग
1. मौखिक अवस्था	जन्मापासून 18 महिने	मौखिकी क्रिया जसे- चोखणे, चावणे, चघळणे इ.	अर्भकावस्थेतील ताण कमी होतो.
2. गुदावस्था	18 महिने ते 3 वर्षे	मलमूत्र अवरोधन, मलमूत्र उत्सर्जन	गुद्भागातील स्नायूंचा व्यायाम, ताण कमी करतो.
3. शैश्निक अवस्था	3 वर्षे ते 5-6 वर्षे	जननेंद्रियांमध्ये स्त्री समलिंगी पालकांबरोबर तादात्मीकरण	मूल समलिंगी पालकांसारखे वर्तन करण्याचा प्रयत्न करते व ताण कमी करते.
4. सुप्तावस्था	6 वर्षे ते पौगंडावस्था	सुप्त कामवासना, सामाजिक आणि बौद्धिक कौशल्यांवर भर	मुलाची ऊर्जा ही भावनात्मक क्रिया सांभाळण्यासाठी उपयोगी येते. त्यामुळे या अवस्थेतील संघर्षाचे समायोजन होतो.
5. लिंगनिष्ठ अवस्था	पौगंडावस्था ते प्रौढावस्था	कामवासनेचा पुनरोद्भव विरुद्धलिंगी व्यक्तींबरोबर परिपक्व लैंगिक संबंध	पालकांबरोबरचा संघर्ष पुन्हा उफाळून येतो; परंतु नंतर समायोजन झाल्यावर मूल स्वतंत्र व्यक्ती म्हणून वावरू लागते.

फ्रॉईडच्या मते व्यक्तींच्या विकासाच्या अवस्थेतील संघर्ष योग्य रितीने शमला नाही तर विकासाच्या अवस्थेमध्ये मुलाचे स्थिरण (Fixation) होते. स्थिरण (Fixation) म्हणजे मनोविश्लेषणवादी संरक्षण यंत्रणा जी व्यक्तींच्या गरजा पूर्ण झाल्या नाही तर तयार होते.

अवस्था	मोठेपणीचे स्थिरण	उदात्तीकरण
मौखिक अवस्था	धूम्रपान करणे, अति खाणे, बडबड करणे, लगट बोलणे	खायला आवडते, विनोद करायला व माहिती मिळवायला आवडते.
गुदावस्था	अति ताठर, अति शिस्तप्रिय किंवा अति बेशिस्त, गबाळी	चित्रकला, शिल्पकला यात रस दुसऱ्यासाठी करण्याची वृत्ती
शैश्निक अवस्था	लैंगिक आकर्षण	कवितेत रस, दुसऱ्यावर प्रेम करणे, अभिनयात रस, यशासाठी धडपड.

बालपणीच्या अनुभवांचा नंतरच्या व्यक्तिमत्त्व विकासावर प्रभाव राहतो हा वैशिष्ट्यपूर्ण विचार फ्रॉईडने प्रथम मांडला. या अनुभवांचा शोध घेण्यासाठी आणि वर्तन समस्येमागील कारणांचा शोध घेण्यासाठी मनोविश्लेषण तंत्र उपयुक्त ठरले.

3.1.8 वर्तनवादी उपपत्ती (Behavioural Theory)

(अ) अल्बर्ट बांदुरा यांची सामाजिक वर्तनवादी व्यक्तिमत्त्वाची उपपत्ती (Albert Bandura's Social Behavioural Theory of Personality)

व्यक्तिमत्त्वाच्या वर्तनवादी सामाजिक उपपत्तीनुसार, वर्तन, परिस्थिती आणि बोधनिक घटक हे व्यक्तिमत्त्व जाणून घेण्यासाठी महत्त्वाचे घटक आहेत.

बांदुरांच्या मते, निरीक्षणात्मक शिक्षण (Observational Learning) हे आपल्या शिकण्यातील मूळ घटक आहेत. निरीक्षणातून आपण दुसऱ्यांच्या वर्तनाबद्दल आडाखे बांधत असतो आणि कदाचित आपणही तसेच वागू लागतो. उदा., जर लहान मुलाने आपल्या वडिलांना आरडाओरडा करताना पाहिले तर तोही मित्रांबरोबर वागताना आरडा ओरडा करू लागतो. सामाजिक वर्तनवादी विचारसरणी असे मानते की, आपण दुसऱ्यांचे निरीक्षण करून वर्तन, विचार, भावना घेत असतो. निरीक्षण हा आपल्या व्यक्तिमत्त्वाचे अविभाज्य अंग आहे.

सामाजिक वर्तनवादी मतानुसार, जरी परिस्थिती बदलली तरी आपण आपले वर्तन हे नियंत्रणात ठेऊ शकतो.

बांदुरा यांच्या मते, मानवी वर्तन हे माणसाच्या सान्निध्यात येणाऱ्या व व्यक्ती आणि वस्तू यात घडणाऱ्या अन्योन्य आंतरक्रियांची फलनिष्पत्ती असते.

आत्मस्वीकृती (Self Efficacy) : आत्मस्वीकृती ही एक बोधात्मक प्रक्रिया असून ती व्यक्तीला सकारात्मक कार्य करण्यासाठी प्रेरित करते. आत्मस्वीकृतीमुळे व्यक्तीच्या जीवनात सकारात्मक बदल होतात त्यामुळे त्या आपल्या समस्या सोडवू शकतात. आत्मस्वीकृतीमुळे व्यक्ती समाजाभिमुख बनते त्यामुळे त्यांच्यापुढे कितीही संकटे आली तरी व्यक्ती ताण सहन करते.

आत्मस्वीकृतीमुळे व्यक्तीला संकटातसुद्धा आपण यशस्वी होऊ असे वाटू लागते.

बांदुराने व्यक्तिमत्त्व विकासावर प्रभाव टाकणाऱ्या पैलूंचा विचार करून नवीन व्यक्तिमत्त्व मापनाची साधने सांगितली आहे.

व्यक्ती वैशिष्ट्ये - मापन साधने

(1) वर्तनात्मक चलांचे मापन - पदनिश्चयन श्रेणी

(2) आदर्शीकरणांचे अनुकरण - मानसशास्त्रीय मानके

(3) विद्यार्थ्यांचे अध्ययन - संपादणूक चाचण्या

(4) व्यक्ती लक्षण - लक्षण परीक्षिका

(5) बोधात्मक परिवर्तके - आत्मप्रगटीकरण तंत्र

शैक्षणिक महत्त्व

(1) विद्यार्थ्यांच्या समस्या सोडविण्यासाठी, विविध कौशल्ये आत्मसात करण्यासाठी, वर्तन बदलण्यासाठी ही उपपत्ती महत्त्वाची असते.

(2) बांदुराने त्याच्या प्रतिरूप अनुसरण संकल्पनेद्वारे व्यक्तींमधील एखाद्या विषयाची भीती घालविण्यात यश येते.

(3) प्रतिकात्मक पारितोषिक देणे, वर्तन विषयक करार करणे व योग्य वळण लावणे या क्रिया मुलांकडून करून घेता येतात, त्यासाठी धनप्रबलकीचा वापर केला जातो.

(4) आपले म्हणणे योग्य पद्धतीने न सांगता येणे, विचार व्यक्त करता न येणे यासाठी सकारात्मक प्रशिक्षण (Assertive Training) चा वापर करता येतो.

(ब) व्यक्तिमत्त्वाची वर्तनवादी प्रबलन उपपत्ती - डोलार्ड आणि मिलर (Behavioural Reinforcement Theory of Personality - Dollard and Miller)

डोलार्ड व मिलर यांच्या मते, व्यक्तिमत्त्व हे बदलणारे असून त्यासाठी गरजा व अध्ययन प्रक्रियेतील प्रबलन हे प्रमुख घटक आहेत.

डोलार्ड आणि मिलर यांनी आठ घटकांवर भर दिला आहे. ते पुढीलप्रमाणे -

(1) अध्ययन प्रक्रिया (Learning Process) : या घटकाचे चार उपघटक आहेत. ते पुढीलप्रमाणे -

(A) **उर्मी (Urge) :** उर्मी म्हणजे प्रेरणा. साध्या सोप्या उर्मीतून जटील उर्मी कठीण कृती करण्यास माणसाला प्रेरित करतात. यातूनच व्यक्तिमत्त्व विकास घडून येतो.

(B) **संकेत (Cue) :** संकेत विविध प्रकारचे असतात. उदा., ज्ञानेद्रियांद्वारा मिळणारे संकेत, प्रकाशाचे संकेत याचे व्यक्ती अध्ययन करते व व्यक्तिमत्त्व विकास करते.

(C) **प्रतिसाद (Response) :** संकेताला अनुसरून आपण जे काही शाब्दिक, भावात्मक, क्रियात्मक वर्तन करतो ते म्हणजे प्रतिसाद. प्रत्येक चेतकाला प्रत्येक व्यक्तीचा, प्राण्याचा वेगवेगळा प्रतिसाद असतो. हा प्रतिसाद म्हणजेच एक प्रकारचे अध्ययन असते.

(D) **प्रबलन (Reinforcement) :** प्रबलनाचा योग्य वेळी, अपेक्षित कृती केल्यावर बक्षीस मिळाल्याचा सुखद अनुभव आला तर प्रतिसाद देण्याच्या कृतीस बळकटी मिळते.

(2) अनुकरण (Imitation) : कुटुंब, समाज, धर्म यातील घटक आपल्या समोरील व्यक्तींचे आदर्श समोर ठेऊन त्यांच्या वर्तनाचे, पोशाखांचे, बोलींचे चालीरितींचे अनुकरण करण्याचा प्रयत्न करतात. मुले सुद्धा घरातील व्यक्तींचे व आजूबाजूच्या व्यक्तींचे अनुकरण करण्याचा प्रयत्न करतात.

(3) भीती आणि चिंता (Fear and Anxiety) : धोक्याचा उगम स्पष्ट माहीत असताना वाटणारी भावना म्हणजे 'भीती'. 'भीती' ही मूलभूत भावना असून ती चेतासंस्थेशी निगडीत आहे. चिंता ही आंतरिक अवस्था आहे. काहीतरी भयंकर घडणार या कल्पनेपायी मनाची जी अवस्था होते ती चिंता. उदा., दहावीच्या बोर्डाच्या परिक्षेला जाताना वाटते ती भीती. परीक्षा झाल्यावर कोणत्या कॉलेजला प्रवेश मिळेल ही वाटते ती चिंता.

(4) संघर्ष (Conflict) : संघर्षातून परिस्थितीवर मात केली म्हणजे व्यक्ती आयुष्यात पुढे जाते. जर व्यक्ती परिस्थितीवर मात करू शकली नाही तर निराशा येते. म्हणून डोलार्ड व मिन्नर यांच्या मते, संघर्षामुळे व्यक्तीच्या व्यक्तिमत्त्वाला पैलू पडण्यास मदत होते.

(5) दमन आणि अबोधन (Regressive and Unconscious) : समाजात व्यक्तीला काही गोष्टी आवडल्या तरी तिला स्वतःच्या इच्छा दडपून टाकाव्या लागतात, याला 'दमन' असे म्हणतात. दुसरे मन असे करणे योग्य नाही असे सांगून तिला यापासून परावृत्त करते त्याला 'अबोधन' म्हणतात. दमन मार्गाने तीव्र संघर्षाचे निराकरण करण्याचा प्रयत्न झाल्यास मानसिक आजार उद्‌भवू शकतात.

(6) उच्च मानसिक क्रिया (High Mental Process) : भीती, चिंता विकृती निर्माण करणाऱ्या मानसिक प्रक्रियांना 'उच्च मानसिक क्रिया' म्हणतात. या मानसिक प्रक्रिया नियंत्रणाबाहेर गेल्यास तणाव निर्माण होतो.

(7) अपसामान्य व्यक्तिमत्त्वाचा विकास : व्यक्ती तणावग्रस्त अवस्थेतून वाटचाल करीत असताना जर ती तणावातून लवकर मोकळी झाली नाही तर भीती व चिंताग्रस्त परिस्थिती निर्माण होते. नैराश्य येण्याची शक्यता राहते आणि यांचे रूपांतर अपसामान्य वर्तनात होण्याची शक्यता राहते.

डोलार्ड व मिलर यांच्या मते, सकारात्मक प्रेरकाबरोबरच नकारात्मक प्रेरक भीती, चिंता, संघर्ष, शिक्षा यांमुळे हे अध्ययन घडते. अपसामान्य वर्तन हे व्यक्तीने संपादित केलेले वर्तन असते.

3.2 व्यक्तिमत्त्व विकासाची भारतीय संकल्पना

(Indian Concept of Personality Development)

प्राचीन भारतीय शिक्षण पद्धतीचा भर व्यक्तिविकासावर होतो. हा व्यक्तिविकास स्वाभिमान, संयमन, आत्मविश्वास, निर्णयक्षमता या गुणांनी घडवून आणावयाचा. शिष्याने नेहमी आपण भारतीय संस्कृतीचे रक्षणकर्ते आहोत असे मानले पाहिजे. ख्रिस्त पूर्व पाचव्या शतकापर्यंत वर्णव्यवस्था (पुढे झालेली जातिसंस्था) लवचिक होती. अनुवंशिक व्यवसाय करण्याकडे जरी सामान्य प्रवृत्ती होती तरी व्यक्तीला आपल्याला आवडेल तो व्यवसाय करण्याची मुभा होती. सर्व विद्यार्थ्यांनी वैदिक वाङ्मयाचा वीस वर्षे अभ्यास केलाच पाहिजे असा दंडक नव्हता. तर्कशास्त्र, वाङ्मय-काव्य, विधी, आयुर्वेद, धनुर्वेद, गांधर्ववेद, शिल्पवेद यांपैकी कोणताही आपल्या आवडीचा विषय शिष्याला घेता येई.

प्राचीन काळी वेद ही एकच राशी होती. त्याचे नंतर चार भाग व अनेक शाखा निर्माण झाल्या. ऋगवेद, यजुर्वेद, सामवेद, अथर्ववेद यांमध्ये विविध विषयांची माहिती दिली आहे.

जसे की, देवतांची प्रार्थना, यज्ञाविषयीचे मंत्र, मंत्राचे गायक, तंत्रमंत्र, राजकर्म यांसारख्या विषयांची चर्चा आहे. याशिवाय संहिता, ब्राह्मण, आरण्यक, उपनिषद यांसारख्या ग्रंथांमधूनही जीवनपद्धतीचे मार्गदर्शन केले जाते. तसेच व्यावहारिक जीवनातील संस्कारही महत्त्वाचे आहेत. पुढे 'ऋण' संकल्पनेचा आधार घेऊन मनुष्यजीवनात आश्रमव्यवस्था आली. ब्रह्मचर्याश्रम, गृहस्थाश्रम, वानप्रस्थाश्रम, संन्यासाश्रम सांगितले गेले; तसेच 'पुरुषार्थाची' संकल्पना भारतीय नीतीशास्त्राच्या दृष्टीने मौलिक आहे. धर्म, अर्थ, काम, मोक्ष हे चार पुरुषार्थ मानले आहेत. धर्म व मोक्ष यांच्या बरोबरीने अर्थ आणि काम यास पुरुषार्थ रूपात समाविष्ट करुन स्वार्थ आणि परमार्थाची एकत्र सांगड घालून मानवी जीवन समृद्ध करण्याचा मार्ग वैदिक काळात विकसित करण्यात आला. 'जे मानवाला आत्मनिर्भर आणि स्वार्थ निरपेक्ष बनविते तेच शिक्षण होय' असे ऋग्वेदामध्ये स्पष्ट केले आहे. 'सा विद्या या विमुक्तेये ।' असे उपनिषद सांगते.

वरील व्याख्यांमधून शिक्षणाचे स्वरूप स्पष्ट होते. शिक्षण हा व्यक्तिसामर्थ्याचा प्रमुख स्रोत आहे. शारीरिक, मानसिक, बौद्धिक आणि अध्यात्मिक क्षमतांचा सातत्यपूर्ण आणि सामंजस्ययुक्त रितीने विकास शिक्षणाच्या साहाय्याने होत असतो. त्यातून आपल्या स्वभावात चांगले परिवर्तन होत असते. या काळातील शिक्षणाने विद्यार्थ्यांच्या विकासाकडे विशेष लक्ष दिले होते. गुरुकुलातील प्रत्येक छात्राला त्याच्या गुणांचा विकास होण्यास योग्य संधी दिली जात होती. त्यांच्यातील सुप्त गुण ओळखून व्यक्तिमत्त्व विकासाला योग्य दिशा मिळत होती.

भगवत्गीतेच्या तत्त्वज्ञानातून व्यक्तिमत्त्वाचे उन्नयन स्थितप्रत स्थितीकडे नेण्याचे शिक्षणाचे उद्दिष्ट असल्याचे आढळते. जी व्यक्ती मनातील सर्व इच्छा-आकांक्षांचा त्याग करते, तिची बुद्धी स्थिर होते. एक अत्युच्च क्षणी तेजाची अनुभूती होते.

भारतीय संकल्पनेत व्यक्तिमत्त्व विकासाची सत्त्व, राजस आणि तामस अशी वैशिष्ट्ये आढळतात. फ्रॉईडच्या व्यक्तिमत्त्वाच्या तीन पातळींशी तुलना करता, तदात्मा म्हणजे तामस व्यक्तिमत्त्व (Id), बोधात्म म्हणजे राजस व्यक्तिमत्त्व (Ego) आणि ध्येयात्मा (Super Ego) म्हणजे सात्विक व्यक्तिमत्त्व असे म्हणता येईल. प्रत्येक व्यक्तिमत्त्वाची वेगवेगळी गुणवैशिष्ट्ये आहेत; परंतु भारतीय मानसशास्त्रात 'आत्मा' ही मनुष्याची सर्वश्रेष्ठ अवस्था मानली आहे. ती उंची ध्येयात्मा गाठू शकत नाही.

प्रत्येक व्यक्तीमध्ये वेगवेगळी गुणवैशिष्ट्ये आणि त्यांचे प्रमाणही कमी-जास्त आढळते. खालीलप्रमाणे ही गुणवैशिष्ट्ये आहेत.

सत्त्व गुण : खरे बोलणे, कर्तव्य व शिस्त पाळणे, स्वच्छता राखणे, मानसिक संतुलन राखणे, स्वनियंत्रण, दुर्दम्य इच्छाशक्ती, प्रखर बुद्धिमत्ता.

राजस गुण : वेगवेगळी कामे करणे, कृतज्ञता व्यक्त करणे, समाधानी व्यवहारी दृष्टिकोन हे गुण राजस गुणात येतात.

तामस गुण : राग, उद्धटपणा, मानसिक असंतुलन, उदासिनता, आळशी वगैरे गुण तामस गुणांमध्ये येतात.

भगवद्गीतेमध्ये वरील तीन गुण 'मूळ रूप' म्हणून सांगितले आहे -

याशिवाय आयुर्वेदामध्ये शरीरबांधा व प्रकृतीवरून वात, पित्त, कफप्रधान प्रवृत्ती स्पष्ट केल्या आहेत.

(1) **वातप्रधान व्यक्ती :** सतत बदलण्याची वृत्ती, उत्साही, लहरी स्वभाव, कोणत्याही गोष्टीची चटकन सुरुवात करतात, पण ज्या गोष्टीची सुरुवात केली ती पूर्ण करण्याचा कंटाळा, शांततापूर्ण जीवन आवडते, स्थूल देह असतो. खाणे व झोपणे आवडते.

(2) **पित्तप्रधान व्यक्ती :** चटकन कृती करणाऱ्या, भावनाप्रधान, पटकन चिडणाऱ्या, रोजच्या सवयी अथवा कृती व्यवस्थित करणाऱ्या. मध्यम बांध्याच्या सहनशीलता जास्त, वजन आटोक्यात ठेवतात, खाणे व झोप व्यवस्थित घेतात.

(3) **कफ प्रधान :** निवांत, फारशा रागवत नाहीत, हळूहळू खाणे, कृतीसुद्धा हळू करतात. जास्त वेळ झोपतात, वजन जास्त असू शकते. जाड, कडक असतात. पचनशक्ती कमी असते.

व्यक्तीचे व्यक्तिमत्त्व हे शारीरिक, भावनिक, मानसिक, मनोविश्लेषणात्मक या चार परिमाणांनी आपण मोजू शकतो. याला आपण 'मनाचा आतला आवाज' म्हणतो.

3.3 'स्व' संकल्पना (Self Concept)

प्राचीन वाङ्मयानुसार 'स्व' म्हणजे आत्मा. आपल्या अस्तित्वाची खूण म्हणजे 'स्व' होय. 'स्व' हा विविध प्रकारे पाहता येतो. 'स्व' हा अमूर्त, आत्मिक आणि मुक्त असतो.

तज्ज्ञांच्या मतानुसार, व्यक्तीचा अनुभव हा मनामध्ये घडून येतो, परंतु 'स्व' च्या विकासामुळे हा त्याचा स्वत:चा अनुभव आहे हे समजून येते. नवीन संबोधानुसार, व्यक्तीला जगाचे आकलन होते आणि त्याप्रमाणे त्याची कृती होते. सर्वांतील विविधता एकामध्ये समाविष्ट असते. 'स्व' मध्ये आपण विचार कसा करतो आणि स्वत:चे मूल्यमापन कसे करतो हे येते. स्वत:ची जाणीव होणे हे एक 'स्व' चा संबोध आहे. 'स्व' संबोध हा सामाजिक मानसशास्त्रासाठी आणि मानवतेसाठी महत्त्वाचा संबोध आहे.

रॉजर्स (1959) यांनी 'स्व' संबोधाचे तीन घटक सांगितले आहेत.

(1) तुमचा स्वत:विषयी दृष्टिकोन

(2) तुम्ही स्वत:ची किती किंमत करता ?

(3) तुम्ही कोणासारखे बनावे असे तुम्हाला वाटते ?

3.3.1 स्वरूप (Nature)

व्यक्तीच्या गुणवैशिष्ट्यांचा आणि समाजाचा माहितीपूर्ण अविष्कार म्हणजे 'स्व' संकल्पना होय. स्वत:ची स्वत:विषयीची प्रतिमा म्हणजे 'स्व'-संकल्पना होय. व्यक्ती जगाकडे कशी बघते आणि जग व्यक्तीला कसे ओळखते हे निश्चित करणारी व्यक्तीची स्वत:ची प्रतिमा म्हणजे त्या व्यक्तीची 'स्व' संकल्पना होय.

व्यक्तीचा स्वत:कडे पाहण्याच्या अभिवृत्तीचा स्व-संकल्पनेत समावेश होतो. व्यक्तीच्या अभिवृत्तीचे तीन विभाग पडतात. ते पुढीलप्रमाणे -

(1) **बोधात्मक :** यामध्ये स्वत:बद्दलच्या वर्णनाचा समावेश होतो. उदा., मी प्रामाणिक आहे.

(2) **भावात्मक :** यामध्ये स्वत:विषयीच्या भावनांचा समावेश होतो. उदा., मी सापाला घाबरतो.

(3) **क्रियात्मक :** यामध्ये मनुष्य स्वत: कसा वागेल किंवा कसे वागण्याची शक्यता आहे याचा समावेश होतो. उदा., वडिलांच्या आजाराची बातमी ऐकून मला रडू आले.

व्यक्तिमत्त्वाचा विकास स्व-संकल्पनेतून होत असतो. प्रभावी व्यक्तिमत्त्वासाठी निकोप स्व-संकल्पना रुजविणे गरजेचे आहे.

3.3.2 'स्व' संकल्पनेचे घटक (Factor's of Self-concept)

'स्व'-संकल्पनेचे तीन घटक मानले आहेत. ते पुढीलप्रमाणे -

(1) स्व-एकरूपता (Self Identity) : बालकाचा जन्मापासून स्व-विकास झालेला नसतो. जसजसे ते मोठे होत जाते, तसतसे त्याला शरीर आणि वातावरण यातील फरक समजू लागतो. जेव्हा त्याची स्वत:च्या शरीराविषयीची संवेदना जेव्हा तयार होते तेव्हा त्याला 'देह प्रतिमा' (Body Image) असे म्हणतात. स्व-संकल्पनेचा हा मूळ पायाच समजला जातो. इतर लोक त्या बालकाशी त्याचे बाह्य स्वरूपावरून संवेदना तयार करतात आणि त्याला प्रतिसाद देतात आणि म्हणूनच देह प्रतिमा ही स्व-संकल्पनेच्या विकासात संपूर्ण जीवनात महत्त्वाचा पैलू ठरतो.

बालकाच्या अंतरंगातील आणि बाह्य परिस्थितीतील अनेक घटक बालकाला स्व-एकरूपतेच्या विकासात मदत करतात. घरातील माणसे बालकाला जो प्रतिसाद देतात त्यातून ते स्वत:चे चित्र स्पष्ट बनवू लागतात. माझा शहाणा राजा, शहाणी मुले वडील माणसांनी सांगितलेले ऐकतात. अशी घरातील माणसांच्या विधानांमुळे बालक स्वत:ला इतरांपासून वेगळे समजू लागते.

मूल थोडे मोठे झाल्यावर घरातील माणसे त्याच्यावर जबाबदारी टाकतात. त्यातूनच ते स्वत:च्या भावनांना आवर घालण्याचे शिकते. बालकाला स्वत:च्या क्षमतांची जाणीव होते. इतरांशी तुलना करून सत्त्व जपण्याची वृत्ती वाढीस लागते.

मोठे होत असताना बालकाच्या अनुभवात भर पडत जाते आणि सामाजिकीकरण होण्यास सुरुवात होते. त्याच्या स्व-संकल्पनेत विविध वस्तूंचा समावेश होत जातो. त्यातून कुटुंब, शेजार-पाजार, शाळा, गाव, देश यांच्याविषयी प्रेम निर्माण होते. समाज, संस्कृती, मित्र-मैत्रिणी यांच्याबरोबर झालेल्या आंतरक्रियांमधून स्व-संकल्पना दृढ होत जाते.

(2) स्व-मूल्यांकन (Self Evaluation) : स्व-एकरूपता विकसित होत असतानाच व्यक्ती स्वत:विषयीचा गुणात्मक निर्णय घेऊ लागते. हे स्व-मूल्यांकन इतर लोक त्यांचेकडे कसे बघतात यावरच पूर्ण अवलंबून असते.

स्व-संकल्पना : कोणत्या गोष्टी चांगल्या, कोणत्या वाईट याचा योग्य निर्णय घ्यायला शिकते. यामध्ये प्रामुख्याने आई, वडील, शिक्षक, सभोवतालच्या व्यक्ती यांचा वाटा आहे. जर या लोकांनी सतत मुलाला नावे ठेवली तर

मुलांमध्ये स्वत:साठी नकारात्मक भावना तयार होते. उलट त्याचे कौतुक झाले तर ती व्यक्तींमध्ये स्वत:साठी सकारात्मक भावना तयार होते (Self Esteem). व्यक्तीच्या धारणेचे आणि योग्यतेचे स्व-मूल्यांकन तिच्या व्यक्तिमत्त्वावर प्रभाव पाडते. हा प्रभाव जवळजवळ कायमस्वरूपाचा असतो.

(3) स्व-आदर्श (Self Ideal) : व्यक्तीच्या स्व-संकल्पनेत व्यक्तीच्या आशा-आकांक्षा, महत्त्वाकांक्षाना महत्त्वाचे स्थान आहे. त्या व्यक्तीला ऊर्जा प्रदान करतात. या आशा-आकांक्षा, महत्त्वाकांक्षा ती व्यक्ती कशी पूर्ण करते यालाही तेवढेच महत्त्व आहे. त्यामुळे व्यक्तीची स्व-प्रतिमा सुधारते. आकांक्षा सोपी की अवघड हे व्यक्तीची क्षमता, उपलब्ध संधी आणि दुर्दम्य इच्छाशक्ती यावरून ठरते; परंतु ही आकांक्षा वास्तवातील असावी. ती अति उच्च असेल तर अपयश येईल.

व्यक्तीला प्रेरित करण्यासाठी स्व-एकरूपता आणि स्व-आदर्श यांमध्ये फरक असावा.

स्व-संकल्पनेचा विकास (Development of Self-concept)

स्व-संकल्पनेत विकास घडवून आणण्यासाठी प्रथम ध्येय निश्चित केले पाहिजे. ध्येय निश्चित केल्याने निश्चित दिशा ठरविता येते. त्यामुळे कोणत्या मार्गाने गेले पाहिजे याचा अंदाज येतो. त्यानंतर ध्येय गाठण्यासाठी छोटी-छोटी उपध्येये ठरविता येतात. एकदा उपध्येये ठरली की त्यावर येणाऱ्या अडचणींचा अंदाज बांधता येतो. अडचणींची तीव्रता निश्चित करता येते. तीव्रतेच्या अंदाजावरून अडचणींवर मात कशी करायची याचा विचार करता येतो. व्यक्तीत असलेली क्षमता, त्याची परिस्थिती, उपलब्ध संधी यावरून इच्छित ध्येय साधण्यासाठी लागणाऱ्या वेळेचा अंदाज येतो. विकास पूर्ण होण्यास किती कष्ट पडतील याचाही अंदाज येतो. यावरून स्व-एकरूपता आणि स्व-आदर्श यांतील फरक व्यक्तीला कळून येतो. अपयश कसे टाळता येईल याचाही विचार करू शकतो. अशा रितीने व्यक्ती स्व-संकल्पनेचा विकास घडवून आणू शकतो. त्यासाठी खालील पाच मुद्द्यांचा विचार करतात -

(अ) मुख्य ध्येय ठरवा.

(ब) तुमचे निर्णय तुम्हीच घ्या.

(क) त्यातील समस्या आणि आव्हाने यांचा विचार करा.

(ड) आवश्यक असेल त्या बदलाला सामोरे जाण्याची तयारी ठेवा.

(इ) तुम्ही मिळविलेल्या गोष्टींची नोंद करा.

उदा. विनीताला गणितात 100 पैकी 75 गुण पडले आहेत. विनीता म्हणते की, मला इतके काही कमी गुण नाहीत. मी काही नापास झालेली नाही. माझे आई-वडील मला सारखे रागावतात अभ्यास कर म्हणून.

वरील पायऱ्यांनुसार स्व-संकल्पनेचा विकास कसा होतो हे पाहू.

(1) मुख्य ध्येय ठरवा : यासाठी विनीताला स्वत:चे गुण आणि गणितात प्रथम आलेल्या मुलीचे गुण यांची तुलना करायला सांगा. यामध्ये प्रथम विनीताला स्वत:चे गुण कमी आहेत हे मान्य व्हायला पाहिजे. येथे विनीता स्व-एकरूपतेलाच स्व-आदर्श समजते. ही तिची भावना दूर व्हायला हवी. वास्तवता काय आहे याची जाणीव होणे गरजेचे आहे. विनिताला वास्तव स्व-आदर्शाची जाणीव होईल.

(2) तुमचे निर्णय तुम्हीच घ्या : स्वत:मध्ये बदल घडवून आणावयाचा किंवा नाही आणि कसा घडवून आणावयाचा याचे धोरण विनीतालाच ठरवू द्या. कारण गणित सुधारणे विनिताला हवे आहे. याची निश्चिती झाली असेल तर पुढची पायरी गाठणे शक्य होईल.

(3) त्यातील समस्या आणि आव्हाने याचे निरीक्षण करा : गणित समजून घेताना विनीताला कोणत्या अडचणी येणार आहे याची विनीताला यादी करू द्या. त्यापैकी ज्यात कष्ट पडणार आहेत, बदल करण्यास जवळजवळ अशक्य अशा गोष्टींचा निर्णय विनीताला करू द्या. हे बदल स्वत:मध्ये होतीलच याचा निश्चय तिने केला असेल तरच बदल होईल.

(4) आवश्यक असेल त्या बदलाला सामोरे जाण्याची तयारी ठेवा : हे बदल घडवून आणताना तेच ते काम न कंटाळता बरेच दिवस करावे लागेल. टि. व्ही. पाहणे, खेळणे, मैत्रिणींबरोबर गप्पा मारणे अशा गोष्टींना तिला मुकावे लागेल. त्याची मानसिक तयारी विनीताला ठेवावी लागेल. त्यासाठी छोटी छोटी ध्येये विनीताला ठरवावी लागतील. जसे हुशार मुलींकडून, शिक्षकांकडून, आई-वडिलांकडून जे संबोध समजले नाहीत ते समजून घ्यावे लागतील. उदाहरणांसहीत पूर्ण नीट समजून घ्यावे लागतील. समजले नाही तर पुन्हा पुन्हा समजून घ्यावे लागेल.

(5) तुम्ही मिळविलेल्या गोष्टींची नोंद करा : काम पूर्ण करण्यासाठी एकूण किती ध्येये तयार केली याची नोंद विनीताला ठेवायला सांगा. एक टप्पा गाठला की त्यांचे मूल्यांकन विनीताला करायला सांगा. एक-एक टप्पा गाठला की त्याची नोंद करायची अशा प्रकारचे स्व-मूल्यांकन करायचे. त्यामुळे कामात सातत्य राहील व किती काम झाले याचा अंदाज येईल. काम पूर्ण करण्यास उत्साह वाटेल. गणित समजल्याचा आनंद अवर्णनीय असतो. याची अनुभूती विनीताला येईल.

3.3.3 'स्व' संकल्पनेवर परिणाम करणारे घटक (Factors Influencing Self-concept)

व्यक्तीला तिच्याशी संबंधित असणाऱ्या अनेक विषयांतून संवेदना प्राप्त होत असतात. त्या संवेदनांच्या संयोगाने स्व-संकल्पना तयार होत असतात. या संवेदना खालील गोष्टींतून व्यक्तीला प्राप्त होत असतात. या गोष्टींचा व्यक्तीवर परिणाम होत असतो.

(1) अस्तित्व दर्शविणाऱ्या बाबी (Existential Aspects) : यात व्यक्तीचे अस्तित्व दाखविणाऱ्या गोष्टींचा उल्लेख असणारी विधाने समाविष्ट असतात. उदा., मी चांगली आहे, मी सुंदर आहे. जर व्यक्तीला नकारात्मक प्रतिसाद मिळाला तर व्यक्तीमध्ये न्यूनगंड निर्माण होऊ शकतो.

(2) आरोपित वैशिष्ट्ये (Ascribed Characteristics) : त्यात गुणारोप सांगणारी विधाने अंतर्भूत होतात. उदा., मी भारतीय आहे. मी 20 वर्षांचा आहे. यामधून व्यक्ती विषयक चुकीची माहिती समाजात पसरली गेली तर व्यक्ती अस्वस्थ होते. कारण प्रत्येकाला सामाजिक मान्यता, प्रतिष्ठेची गरज असते.

(3) आवड व क्रियाशील बाबी (Interest and Activities) : यामध्ये आवड-नावड आणि क्रियाशील गुणदर्शक वाक्यांचा समावेश झालेला आढळतो. उदा., मला संगीत आवडते. प्रत्येकाला कशाची ना कशाची तरी आवड असते. त्याबद्दल त्याला स्वत:चा अभिमान असतो. कोणी नावे ठेवली तर त्याच्या 'स्व' ला धक्का बसतो.

(4) स्वनिर्धारित बाबी (Self Determination) : व्यक्तीने स्वत:च ठरविलेल्या गोष्टींचा उल्लेख त्यात येतो. उदा., मला चांगले चित्र काढता येते, मला चांगला फुटबॉल खेळता येतो, स्वत: निश्चय केल्यावर व्यक्तीला यश मिळते; परंतु व्यक्तीने स्वत:बद्दल अवास्तव अपेक्षा ठेवल्या तर त्या पूर्ण होऊ शकत नाही. परिणामी, व्यक्तीच्या स्वत:बद्दलचा नकारात्मक दृष्टिकोन तयार होऊ शकतो.

(5) सामाजिक भेददर्शक बाबी (Social Differentiation) : सामाजिक भेद, अंतर वा फरक दाखविणाऱ्या बाबींचा यात उल्लेख आढळतो. जसे, मी मध्यमवर्गीय आहे, मी गरीब आहे. जात, पैसा, दर्जा या गोष्टींमुळे व्यक्तीमध्ये न्यूनत्वाची भावना निर्माण होण्याची शक्यता जास्त असते.

(6) स्वबोधवाचक (Self Awareness) : 'स'त्त्वाची जाणीव करून देणारी विधाने यात समाविष्ट केली जातात. जसे, मी चांगला आहे, माझी मते इतरांना पटणार नाही. स्वत: बद्दलचा योग्य समज नसला तर व्यक्ती स्वत:ला कमी समजते किंवा जास्त समजते. कधी-कधी फाजील आत्मविश्वासामुळे सुद्धा स्व-संकल्पनेला तडा जातो.

(7) अंतरीकृत समज वा श्रद्धा वा निष्ठावाचक समजूती (Internalized Beliefs) : स्वत:ची श्रद्धा, समज दर्शविणारी विधाने यात अंतर्भूत होतात. जसे, मी जात-पात मानीत नाही. आयुर्वेदिक उपचार सर्वश्रेष्ठ आहेत. लहानणापासूनच्या विचारांचा व्यक्तीच्या मनावर अतिशय पगडा असतो. जर एखादेवेळी चुकीची समजूत अंतर्मनात ठसली असेल तर त्यात बदल करणे फार अवघड जाते. एका चुकीतून दुसरी चूक घडण्याची शक्यता निर्माण होते. अशा तऱ्हेने व्यक्ती स्वत:मुळे अडचणीत येण्याची शक्यता निर्माण होते व स्व-संकल्पनेला तडा जाऊ शकतो.

वरील सर्व घटकांमुळे व्यक्तीच्या चुकीच्या संवेदना तयार झाल्या तर नकारात्मक स्व-संकल्पना तयार होतात. उलटपक्षी सकारात्मक स्व-संकल्पनेमुळे चांगल्या प्रकारचे व्यक्तिमत्त्व तयार होते.

3.4 व्यक्तिमत्त्व निर्धारिक घटक (Personality Variables)

3.4.1 प्रेरणा (Motivation)

मनुष्याचे हे सर्व वर्तन कोणत्यातरी प्रकारे प्रेरित झालेले असते. त्याचे वर्तन म्हणजे कोणत्या ना कोणत्या प्रेरणेला दिला गेलेला प्रतिसाद असतो. प्रेरणा ही सर्वस्वी आंतरिक प्रक्रिया आहे. ती दिसत नसली तरी त्यांच्या अस्तित्वामुळेच मनुष्य वर्तन करायला उद्युक्त होतो. उदा., भुकेची प्रेरणा मनुष्याला जेवण्यासाठी प्रेरित करतो. प्रेरणा मनुष्याला केवळ वर्तनासाठी प्रेरित करीत नाही तर त्याच्या वर्तनाला दिशा देखील प्राप्त करून देतात आणि वर्तनाचा हेतू साध्य होईपर्यंत त्या वर्तनाचा पाठपुरावा करायलाही भाग पाडतात.

व्याख्या

- वर्तनाला उद्युक्त करून त्याची दिशा आणि तीव्रता प्रभावित करणाऱ्या आणि त्याचप्रमाणे त्या वर्तनाचा पाठपुरावा करायला लावणाऱ्या प्रभावांना 'प्रेरणा' असे म्हणतात.

  (Motivation can be defined as the influences that account for the initiation, direction, intensity and persistence of behaviour.) **– Geen, Beauty**

शालेय अध्ययनातील प्रेरणा

विद्यार्थ्यांना प्रेरणा मिळून शालेय अध्ययन चांगले होण्यासाठी त्याच्या मूलभूत गरजांची पूर्ती होणे आवश्यक आहे. विद्यार्थ्यांना शारीरिक, मानसिक, संरक्षण देऊन दर्जा व आशयावरील प्रभुत्व संपादनास मदत करण्यासाठी त्याचा उत्साह जागृत ठेवणे गरजेचे असते. अध्ययन प्रेरणांचा उगम विद्यार्थ्यांची शारीरिक स्थिती, मानसिक स्थिती, शैक्षणिक स्थिती कशी आहे यांवर अवलंबून असते.

(1) शारीरिक स्थिती : चांगल्या प्रकारच्या शारीरिक स्थितीमुळे अध्ययनास उत्साह वाटतो. त्यामुळे मुलाला शारीरिक व भावनिक संरक्षण मिळते. मुलाच्या या दोन मूलभूत गरजांवर त्याची प्रेरणा अवलंबून असते.

आंतरस्रावी ग्रंथींचा परिणाम मुलाची वाढ, विकास आणि व्यक्तिमत्त्वावर होत असतो. शारीरिक अपंगत्व, अकार्यक्षमता, दृष्टिदोष व कर्णदोष यांचा अध्ययनावर विपरीत परिणाम होत असतो. यासाठी विद्यार्थ्यांची शारीरिक आरोग्य तपासणी करून उपचार करणे आवश्यक आहे.

शालेय वातावरण, वर्गातील बैठकव्यवस्था, कृति-विश्रांतीचे चक्र यांचाही अध्ययनाशी संबंध असतो. अतिकष्ट किंवा आळसही अध्ययनाला मारक असतो. नियमितपणे स्नान, स्वच्छता, भोजन, अभ्यास, स्वाध्याय अध्ययनास आवश्यक असतो. सकारात्मक अध्ययन प्रेरणेसाठी शालेय वातावरण प्रसन्न, आनंददायी व उत्साहवर्धक असावे लागते. शैक्षणिक साहित्य, स्वच्छतागृहांची व्यवस्था, शालेय उपक्रम, क्रीडा स्पर्धा, सांस्कृतिक कार्यक्रम यांच्या साहाय्याने वादविवाद स्पर्धा, अंताक्षरी इत्यादी उपक्रम-कार्यक्रमातून मुलांमधील ऊर्जेला वाट करून द्यावी.

(2) मानसिक स्थिती : मानसिक प्रेरणांमध्ये प्रतिष्ठा, संरक्षण, प्रेम, स्वातंत्र्य, संपादणूक या गरजा असतात. प्रत्येक व्यक्तीला समाजात स्वत:चा दर्जा त्याच्या संपादणुकीमध्ये प्राप्त होत असतो. मुले स्वत:च्या स्वाभिमानास अधिक महत्त्व देतात. म्हणून वर्गातील वातावरण प्रत्येकाला आदर/प्रतिष्ठा प्राप्त होईल असे असावे. प्रत्येक विद्यार्थ्याला आपली सामाजिक ओळख, सामाजिक स्वीकृतीची ओढ असते ती संधी विद्यार्थ्याला वर्गात उपलब्ध करून द्यावी लागते. प्रतिष्ठेच्या अभावी समस्यायुक्त वर्तन अविष्कार प्रगट होतात. म्हणून विद्यार्थ्यांना शालेय कार्यात, शैक्षणिक कार्यातील नियोजन, अंमलबजावणी आणि मूल्यमापन यांसारख्या कार्यात सहभागी करून घ्यावे.

प्रतिष्ठा, संपादणूक आणि स्वातंत्र्य यांचा जवळचा सहसंबंध असतो. कृती आणि विचार यांचे स्वातंत्र्य प्रत्येकाला हवे असते. त्याचबरोबर 'मी हे केले ते केले' असे स्वाभिमानाने सांगतात. शिक्षकांनी विद्यार्थ्यांना आवश्यक तेवढी मोकळीक द्यायला हवी.

जिज्ञासा हा सर्जनशीलतेसाठी आवश्यक घटक आहे. अध्ययन अध्यापनात मुलांमध्ये जाणीव जागृती बरोबरच जिज्ञासा निर्माण करणे, शैक्षणिक साधनांचा वापर करणे, कृतीशील उपक्रमांचे आयोजन करणे यातून आंतरिक प्रेरणाची जोपासना होते.

मुलांमध्ये बाह्य प्रेरण निर्माण करण्यासाठी व आवड निर्मितीसाठी काही उपक्रमांचे आयोजन करणे उपयुक्त ठरते. निसर्गरम्य ठिकाणे, भौगोलिक स्थळांना, ऐतिहासिक स्थळांना भेट देणे; विद्युत निर्मिती केंद्रे, धरणे, कारखाने अशासारख्या स्थळांना भेट देऊन वैज्ञानिक दृष्टिकोन निर्माण करता येतो. शिक्षकांनी विद्यार्थ्यांना पुस्तकवाचनासाठी योग्य पुस्तकांची यादी देऊन प्रोत्साहित करावे. टि.व्ही., डी.व्ही.डी., लॅपटॉप, मोबाईल, संगणक इ. तंत्रयुक्त साधनांचा वापर करून विषय शिकवावेत त्यामुळे विषयाची आवड वाढेल.

विद्यार्थ्यांना त्वरित यश/अपयशाची जाणीव करून देऊन त्याची संपादणूक याविषयी सांगणे हे त्यांच्या प्रगतीच्या दृष्टीने महत्त्वाचे असते. त्यावर विद्यार्थ्यांशी चर्चा करणे व यश संपादनासाठी कसे प्रयत्न करावेत याबाबत त्यांना मार्गदर्शन करणे. स्पर्धा आणि सहकार्य हे प्रबल स्वरूपाचे प्रेरके आहेत.

(3) शैक्षणिक स्थिती : गोल्डस्टेन यांच्या मते, 'आत्मानुभव' (Self Actualisation) या मूलभूत प्रेरणेतून इतर सर्व प्रेरणांचा उगम होत असतो. अपयश टाळण्यासाठी व यश संपादण्यासाठी प्रेरण संपादन करीत असतो. कोणतेही शिक्षण, प्रशिक्षण हे उद्दिष्ट प्राप्त करण्याच्या दिशेने केलेली कृती असते. म्हणूनच कोणतीही छोटी मोठी कृती उद्दिष्ट आणि कालावधी यांची सांगड घालून केल्यास त्याची संपादणूक होते.

विद्यार्थ्यांना सहकार्य करून अध्ययनविषयक उद्दिष्ट गाठण्यासाठी विद्यार्थ्यांची उत्साहपातळी विशिष्ट स्तरापर्यंत उंचावली पाहिजे.

प्रेरकांपैकी सर्वांत महत्त्वाचा घटक हा शिक्षक व त्याचे व्यक्तिमत्त्व असते. त्याच्या सर्वच कृती विद्यार्थ्यांना प्रेरक ठरत असल्यामुळे त्याचे वर्णन प्रेरणादायी असते. शिक्षकांनी विशिष्ट उद्दिष्टांवर आधारित प्रकल्प देऊन कृती कार्य पूर्ण करून घेतल्यास अध्ययन कृतीतून अर्थ, आकलन, संश्लेषण, विश्लेषणात्मक उद्दिष्टे साध्य होतील.

शिक्षक वर्गाध्यपनात खालील तंत्रांचा वापर करून विद्यार्थ्यांत प्रेरणा निर्माण करू शकेल.

(1) पारितोषिके आणि शिक्षा

(2) स्पर्धा आणि सहकार्य

(3) आत्मसमर्पण भावना

(4) योग्य दृष्टिकोनाचा विकास

(5) बालककेंद्री मार्ग

(6) पूर्व अध्ययनाची नवीन अध्ययनाशी सांगड

(7) अध्यापनात प्रभावी अध्ययन पद्धती, शैक्षणिक साधने व तंत्रे यांचा वापर होतो.

(8) ध्येये आणि उद्देश यांची निश्चिती

(9) प्रगती व निष्पत्ती यांचे ज्ञान

(10) स्तुती आणि निंदा

वरील अध्ययन-अध्यापनातील प्रेरक घटकांचा वापर योग्य प्रकारे केल्यास विद्यार्थ्यांत अध्ययन प्रेरणांची निर्मिती चांगल्या प्रकारे होऊन प्रभावी अध्ययन होते.

3.4.2 संपादित प्रेरणा (Achievement Motivation)

संपादन प्रेरणेसंबंधीची संकल्पना सर्वप्रथम इ.स. 1938 मध्ये हेन्री मरे यांनी मांडली. एखादी अवघड गोष्ट साध्य करण्यासाठी भगीरथ प्रयत्न करण्याची चिकाटी दर्शविणे आणि त्या गोष्टीत उच्च दर्जाचे यश संपादन करणे, प्रतिस्पर्ध्यावर मात करण्याची जिद्द बाळगणे आणि बुद्धिचातुर्याचा वापर करून आपल्या अस्मितेत (Self Regard) वाढ करणे इत्यादी गोष्टींनी संपादन प्रेरणा सूचित होते. या आणि अन्य काही प्रेरणांच्या मापनासाठी मरे याने 'Thematic Appreception Test - (TAT)' चाचणीची निर्मिती केली होती.

मॅक्लेलँडनी संपादन प्रेरणेच्या मापनाची नवीन चाचणी विकसित केली. एखादी घटना किंवा प्रसंग सूचित करणाऱ्या संदिग्ध आकृती अथवा चित्रावरून व्यक्तीला गोष्ट तयार करायला सांगणे असे या चाचणीचे स्वरूप होते. चित्रात दाखविलेला प्रसंग कसा उद्‌भवला असेल, त्याची परिणती काय होईल अशा मुद्द्यांना अनुसरून व्यक्तीला त्या चित्रावरून आठ-दहा ओळींची गोष्ट तयार करायला सांगितले जाई. यातील मूळ कल्पना अशी की स्वत:च्या प्रेरणा, मूल्ये, अभिवृत्ती, जीवनशैली इत्यादींचे प्रतिबिंब व्यक्तीने तयार केलेल्या गोष्टीत आपोआपच उमटते. तीव्र संपादन प्रेरणा असलेल्या व्यक्तीच्या कथावस्तूचे स्वरूप हे क्षीण संपादन प्रेरणा बाळगणाऱ्या व्यक्तीच्या कथा वस्तूहून बरेच वेगळे असेल. संशोधनातून हे सिद्ध झाले आहे.

उच्च संपादन प्रेरणेची उच्च पातळी असणाऱ्या लोकांमध्ये काही ठळक वर्तन वैशिष्ट्ये दिसून आली आहेत. ती पुढीलप्रमाणे -

(1) ज्यांच्यामध्ये संपादन प्रेरणा उच्च प्रतीची आढळते. त्यांच्यासमोर आव्हान देणारी आणि कठीण स्वरूपाची परंतु वास्तव उद्दिष्टे असतात.

(2) उच्च संपादन प्रेरणा असणारे लोक अपयशाने खचून न जाता चिकाटीने प्रयत्नशील राहतात आणि यशप्राप्ती होईपर्यंत आपल्या कार्याचा पाठपुरावा करतात. क्षीण प्रेरणा असणारे लोक मात्र अपयशाने खचून जातात आणि आपले प्रयत्न सोडून देतात (Weiner, 1990)

(3) यशाबद्दल अभिमान वाटणे हे संपादन प्रेरणेचे एक महत्त्वाचे लक्षण आहे; परंतु त्याबरोबरच योग्य प्रयत्नांच्या नंतरही यशप्राप्ती झाली नाही तरी त्याबद्दल ते नुसती खंत करीत बसत नाहीत.

(4) आपल्याला अंगीकृत कार्यात कितपत यश मिळाले हे जाणून घेणे त्यांना आवडते. त्यामुळे यशापयशाचे प्रतिभरण (Feedback) ज्यांना प्राप्त होत नाही अशी कामे त्यांना नको असतात. मॅक्लेलँडच्या संशोधनात (1985) सक्षम आणि कठोर टीकाकाराकडून प्राप्त होणारे प्रतिभरण त्यांना हवे असते.

(5) उच्च पातळीची संपादन प्रेरणा असणारे लोक तात्कालिक संतुष्टतेच्या मागे न लागता भविष्यासंबंधी काळजीपूर्वक योजना आखतात. आपल्या व्यावसायिक मार्गाचीही ते पूर्ण विचार करूनच आखणी करतात. (Raynor 1970)

संपादन प्रेरणेचे परिणाम

संपादन प्रेरणेमुळे व्यक्तीच्या जीवनात विशेष फरक पडतो. संपादन प्रेरणा उच्च प्रतीची असलेल्या व्यक्ती अभ्यासामध्ये अधिक वरचढ असतात आणि त्या वरच्या क्रमांकाने यशस्वी होतात. व्यवसायात देखील अधिक शीघ्रतेने त्यांची प्रगती होत आहे. उच्च प्रतीची संपादन प्रेरणा असणारे लोक मध्यम स्तरावरील जोखीम असणाऱ्या परिस्थितीची निवड करतात.

संपादन प्रेरणेवर अनुभवाचा आणि शिकण्याचा बराच प्रभाव पडतो. मॅक्लेलँडच्या संशोधनानुसार मुलांचे संगोपन कसे केले जाते यावर त्यांच्या संपादन प्रेरणेचे स्वरूप अवलंबून असते. उच्च संपादन प्रेरणा असलेल्या मुलांच्या पालकांमध्ये काही ठळक वैशिष्ट्ये आढळतात.

थोडी अवघड किंवा चाकोरीबाहेरील कार्ये करायला असे पालक मुलांना प्रोत्साहन देतात. मुलांच्या यशाची दखल घेऊन ते त्यांचे कौतुक करतात. मुलाच्या अपयशाबद्दल कुरकुर न करता ते मुलांना यशस्वी होण्याचे मार्ग शोधून काढण्यासाठी उत्तेजन देतात. सर्वांत महत्त्वाचे की एखाद्या कार्यात मुलाला यश प्राप्त झाले की त्याहून थोड्या अधिक अवघड कार्याकडे मुलाचे लक्ष वेधून त्यात यश मिळविण्यासाठी त्यांना प्रवृत्त करतात.

मुलांकडून शक्य तितक्या लहान वयातच स्वावलंबनाच्या आणि स्वतंत्र वृत्तीच्या अपेक्षा करण्यात आल्या तर त्यांच्यात संपादन प्रेरणेचा शीघ्रतेने विकास होऊ लागतो, असे विंटरबॉटम या अभ्यासकाला आढळून आले. भारतीय अभ्यासातून 'कुटुंबाभिमुखता' हा संपादन प्रेरणेचा एक महत्त्वाचा घटक असल्याचे दिसून आले आहे.

संपादित प्रेरण : मुलाची जसजशी वाढ होत जाते तसतसा त्याचा बाह्य जगाशी संबंध येतो. त्याचे अनुभवक्षेत्र विस्तृत होत जाते. समाजात वावरताना मुलाला अनेक वर्तनप्रकार शिकावे लागतात. त्याच्या वर्तनाला प्रेरणा देणाऱ्या अनेक गोष्टींही सामाजिक संदर्भात निर्माण होतात. त्याच्या संपादित गरजा वाढतात व मुलाच्या शारीरिक गरजा भागविण्याच्या पद्धतीत बदल होतात. सवयी व कौशल्ये या संपादित प्रेरणांचा त्याला जीवन जगत असताना खूपच उपयोग होत असतो.

3.4.3 सवयी (Habits)

पुनरावृत्तीमुळे दृढमूल झालेली उद्दीपक व प्रतिक्रियांची यंत्रवत साखळी म्हणजे 'सवय'.

सुरुवातीला विशिष्ट उद्दीपक समोर आल्यानंतर ठराविक शारीरिक प्रतिक्रिया नैसर्गिकपणे होते आणि भावनिक प्रतिक्रिया तिला साथ देते. जसजशी उद्दीपक प्रतिक्रिया साखळीची पुनरावृत्ती होत जाते, तसतशी सोबतची भावनिक प्रतिक्रिया लोप पावते आणि या प्रक्रियेतील यांत्रिकपणा वाढत जातो. सुरुवातीला भावनिक प्रतिसाद अनुकूल नसला तरी, योग्य त्या सरावानंतर शरीराला व मनाला वळण लागते व त्याचे सवयीत रुपांतर होते. त्यामुळे या कृती करण्यासाठी नंतर फार परिश्रम पडत नाहीत. सुरुवातीचा विरोध लोप पावतो.

एकदा प्रतिक्रिया यांत्रिक बनून तिचे सवयीत रूपांतर झाले की, सवयीशी प्रामाणिक राहणे हेच माणसाचे उद्दिष्ट बनते. उदा., सकाळी उठल्यावर फिरायला जाणे, स्वाध्याय सोडविणे.

चांगल्या सवयींमुळे फायदे होतात, तर वाईट सवयींचे तोटे देखील सहन करावे लागतात. उदा. चालताना खांदे उडवित चालणे.

सवयींचे फायदे

(1) सवयींमुळे मानसिक शक्तीची बचत होते. उदा. गाडी चालविताना वेग वाढविणे, वेग कमी करणे या गोष्टी यांत्रिकपणे करता येतात.

(2) सवयीमुळे सुरुवातीला त्रासदायक वाटणाऱ्या गोष्टी पुढे सुसह्य होतात.

(3) सवयी प्रेरक ठरतात. एखाद्या चांगल्या सवयीचा परिणाम दुसऱ्या एखाद्या कामावरही त्याच प्रकारचा होतो.

(4) सवयीमुळे काळजी व ताण दूर होतो. सतत तीच ती गोष्ट केल्याने त्यामध्ये सफाई येते.

सवयींचे तोटे

(1) पुष्कळदा माणूस सवयींचा गुलाम होतो. रोजच्या विशिष्ट सवयीमुळे ती गोष्ट केली नाही तर बेचैन होतो.

(2) घरात प्रत्येकाच्या वेगवेगळ्या सवयी असतील तर समायोजन करणे अवघड जाते.

योग्य सवयींसाठी

सवयी दृढ झाल्यावर त्या बदलणे अवघड जाते म्हणून सुरुवातीपासून मुलांना चांगल्या सवयी लावण्याचा प्रयत्न करणे आवश्यक आहे. वक्तशीरपणा, व्यायाम, आहार, शिस्त, स्वच्छता या चांगल्या सवयी मुलांना लहानपणीच लावल्या तर मोठेपणी त्याचा त्रास होत नाही. लहानपणी अशा सवयी लागल्या नाही तर प्रौढपणी त्या निर्माण करणे कठीण असते.

(1) मुले अनुकरणशील असतात त्यामुळे मुलांपुढे योग्य आदर्श ठेवावेत.

(2) काही योग्य सवयींसाठी मुलांना प्रेरणा द्यावी.

(3) पुनरावृत्तींमुळे सवयी निर्माण होतात म्हणून सातत्याने पुनरावृत्ती करीत राहणे आवश्यक आहे. उदा. दररोज कविता म्हणून घ्याव्यात. स्पेलिंग पाठ करून घ्यावेत.

3.4.4 कौशल्य संपादन (Skill Achievement)

मनुष्य आयुष्यभरात बरीच कौशल्ये प्राप्त करीत असतो. ही कौशल्ये संपादन करीत असताना भोवतालच्या परिस्थितीचा त्याच्या संपादनावर परिणाम होतो. चालणे, बोलणे, वाचणे, खेळणे, अभिनय करणे, चित्र काढणे अशी विविध प्रकारची कौशल्ये व्यक्ती संपादन करीत असते. यासाठी काही महत्त्वाच्या गोष्टी लक्षात घेणे गरजेचे आहे.

(1) विद्यार्थ्यांसमोर संबंधित कौशल्याचा उत्कृष्ट नमुना सादर केला पाहिजे.

(2) विद्यार्थ्यांना योग्य प्रकारे निरीक्षण करण्यास शिकविले पाहिजे व निरीक्षणासाठी पुरेशी संधी दिली पाहिजे.

(3) कौशल्य संपादनात सरावाला महत्त्व आहे. सरावामुळे विद्यार्थ्यांना प्राविण्य मिळते. सहजपणे कृती करता येते.

(4) वेग, अचूकता आणि सहजता ही कौशल्याची वैशिष्ट्ये आहेत. एखादी गोष्ट वेगाने, अचूकतेने आणि सहजतेने करता येत असेल तर त्या बाबतीत कुशलता प्राप्त झाली असे म्हणावे लागेल.

(5) संबंधित कौशल्याचे सवयीत रूपांतर होते.

(6) कौशल्य संपादनासाठी मार्गदर्शन, जिद्द, प्रोत्साहन, विशिष्ट शारीरिक व मानसिक परिपक्वतेची गरज असते.

3.4.5 व्यक्तिमत्त्वावर परिणाम करणारे घटक (Factors Influencing Personality)

(अ) शारीरिक

व्यक्तिमत्त्व विकासावर सामाजिक व आर्थिक परिस्थितीसारख्या अनेक गोष्टींचा प्रभाव पडत असतो. व्यक्तिमत्त्व विकास हा अनुवंश, समाज, सांस्कृतिक घटकांमुळे घडून येतो. मुलांचे घर आणि शालेय वातावरणातील अनुभव यांवर निसर्ग आणि वातावरण यांचा परिणाम होतो.

व्यक्तीचा व्यक्तिमत्त्व विकास हा सतत होत असतो तसेच त्यात बदलही होत असतो. व्यक्तिमत्त्व विकास हा घरापासूनच सुरू होतो. पालकांचा मुलांकडे, कुटुंबातील व्यक्तीविषयक, इतर लोक, प्रसंग यांकडे पाहण्याच्या दृष्टिकोनाचा परिणाम मुलाच्या व्यक्तिमत्त्व विकासावर होतो. सामाजिक कार्यक्रम, घरगुती कार्यक्रम, घरातील छोटी-छोटी कामे, शिक्षेचे स्वरूप, मुलांच्या मित्रांना घरी मिळणारी वागणूक, भावनांवरील नियंत्रण, पालकांचे चांगले आरोग्य, आनंद व दु:ख या भावना पालकांशी वाटून घेणे यांसारख्या अनेक गोष्टींतून मुलाचे व्यक्तिमत्त्व घडत असते. यामुळे मुलांचे किशोरवयात समायोजन होत असते.

मुलाच्या व्यक्तिमत्त्वाचा विकास होतो की खुंटतो हे त्याच्या परिपक्वतेवर आणि त्याला येणाऱ्या अनुभवावर अवलंबून असते. मुलाची वाढ आणि विकास होत असताना, त्याच्यामध्ये विशिष्ट गुणविशेष तयार होत असतात. ज्याच्यामुळे त्याची स्वत:ची ओळख बनते.

व्यक्तिमत्त्वाचा विकास होत असताना असे दिसून येते की, काही विशिष्ट प्रसंग वा गोष्टींमुळे ठराविक विचार, भावना, वर्तन घडून येतात.

खालील घटकांचा व्यक्तिमत्त्व विकासावर परिणाम दिसून येतो.

(अ) शारीरिक घटक -अंत:स्रावी ग्रंथी (Endocrine glands)

(ब) सामाजिक घटक - (1) घर (2) शाळा (3) समाज.

(1) अंत:स्रावी ग्रंथी : अंत:स्रावी ग्रंथींचे अंत:स्राव रक्तात मिसळतात व रक्ताद्वारा शरीरात सर्व अवयवांकडे पोहोचतात. आवश्यक असलेल्या या अंत:स्रावाची निर्मिती जर ग्रंथीकडून झाली नाही तर शरीराच्या चयापचय क्रियेत बिघाड निर्माण होतो व त्याचा शरीररचनेवर, प्रकृती स्वभावावर, बुद्धीवर आणि शारीरिक रूपावर परिणाम होतो. त्याचप्रमाणे सामाजिक संबंधांवरही याचा परिणाम होतो. परिणामी व्यक्तीच्या संपूर्ण व्यक्तिमत्त्वावरच याचा परिणाम होतो.

(ए) अवटुग्रंथी (Thyroid) : अवटुग्रंथी ही श्वासनलिकेसमोर असते. यातून थायरॉक्झीन नावाचा ग्रंथीरस तयार होतो. या ग्रंथीमध्ये लहान वयात दोष निर्माण झाला तर मुलाची शारीरिक व बौद्धिक वाढ खुंटते. अवटुग्रंथी जरूरीपेक्षा जास्त क्रियाशील झाल्यास मनुष्य अशांत व चिडचिडा होतो. मुलांच्या विकासकाळात त्या ग्रंथींच्या अतिक्रियाशीलतेमुळे शारीरिक विकास झपाट्याने होऊ लागतो. विशेषत: मुलांची उंची भराभर वाढू लागते. याचा मनुष्याच्या वर्तनावर व पर्यायाने त्याच्या व्यक्तिमत्त्वावर होत असतो.

(बी) अधिवृक्त/वृकस्थ ग्रंथी (Adernal) : या ग्रंथींमुळे तयार होणारा ॲड्रेनीन अंत:स्राव थोड्या प्रमाणात रक्तात मिसळला तरी त्यामुळे हृदयाचे स्पंदन तीव्र होऊ लागते. रक्तवेग वाढून स्नायूत व मेंदूत रक्त चढू लागते, जठर व अंत्र यांची क्रिया मंदावते व घाम फुटू लागतो. अशा परिस्थितीत स्नायूंना लवकर थकवा येत नाही. जीव संकटात किंवा धोक्यात पडल्याची परिस्थिती निर्माण झाली म्हणजे अशा तऱ्हेचे परिणाम या अंत:स्रावामुळे निर्माण होतात व आत्मरक्षणासाठी व्यक्तीच्या शरीरात योग्य तो शक्तिसंचार होतो.

या ग्रंथींमुळे तयार होणाऱ्या कॉर्टिन ॲड्रेनिल अंत:स्रावामुळे लैंगिक परिपक्वता फार झपाट्याने होऊ लागते व पुरुषोचित लक्षणे वाढीस लागतात.

(सी) जननग्रंथी : या ग्रंथींच्या कार्यामुळे पुरुषांमध्ये पुरुषी लक्षणे (दाढी येणे, आवाज फुटणे इत्यादी) व स्त्रियांमध्ये स्त्री-सुलभ लक्षणे (शरीराचा आकार बदलणे इ.) निर्माण होऊ लागतात. मासिक धर्म, अपत्योत्पत्तीसाठी अंडपेशी तयार होणे इत्यादी गोष्टीदेखील या ग्रंथींमुळे प्रभावित होतात.

(डी) पीयुषिका ग्रंथी : मेंदूस्कंधाच्या जवळ पीयुषिका असते. या ग्रंथींचे पुरोवर्ती व पार्श्ववर्ती असे दोन खंड असतात. पार्श्ववर्ती खंडातील अंत:स्राव रक्तवेगाचे व शरीराच्या रासायनिक क्रियांचे नियमन करतात. पुरोवर्ती भागातून निर्माण होणारे अंत:स्राव अवटुग्रंथी व जननग्रंथी इत्यादींच्या कार्याचे नियंत्रण करतात. हे अंत:स्राव शरीराच्या वाढीला कारणीभूत ठरतात. मस्तक ग्रंथींच्या अंत:स्रावांचे जननग्रंथींवर परिणाम होतात व त्यामुळे लैंगिक विकास नियंत्रित होतो. पुरोवर्ती पीयुषिका ग्रंथीच्या कार्यक्षमतेत उणीव निर्माण झाल्यास मनुष्य खुजा किंवा ठेंगणा होतो. उलट, त्यांच्या अतिक्रियाशीलतेमुळे हाडांची व स्नायूंची भराभर वाढ होऊन मनुष्याची उंची 7 ते 9 फुटांपर्यंत वाढते.

पीयुषिका ग्रंथींचे मुख्य कार्य इतर ग्रंथींना उद्दिपीत करण्याचे आहे. या आणि इतर ग्रंथींच्या अंत:स्रावाचा समतोल नष्ट झाल्यामुळे शारीरिक व मानसिक अवस्था बिघडते.

व्यक्तिमत्त्वाची घडण जशी ग्रंथींच्या कार्यावर अवलंबून असते त्याचप्रमाणे ती सामाजिक परस्परसंबंधांवर देखील अवलंबून असते. उदा., कंठग्रंथींच्या व अवटुग्रंथीच्या कमतरतेमुळे मनुष्याची बौद्धीक वाढ खुंटते. असे आपण वर सांगितले; परंतु त्याचे मित्र व नातेवाईकांनी त्याची निंदा केली वा टीका केली तरीसुद्धा त्याच्या वर्तनात चिडचिडेपणा येईल. सामाजिक प्रभावाचा परिणामही व्यक्तिमत्त्व विकासावर होतो. म्हणून व्यक्तिमत्त्वाच्या प्रत्येक विशेष गुणाचे स्पष्टीकरण ग्रंथींच्या कार्याद्वारा करू पाहणे अयोग्य ठरेल. व्यक्तिमत्त्वाचा विकास संपूर्णपणे ग्रंथींच्या कार्यावर अवलंबून नाही. त्यामध्ये सामाजिक तत्त्वेदेखील महत्त्वाची आहेत.

(ब) सामाजिक

व्यक्तिमत्त्व विकासाचे सामाजिक निर्धारक पुढीलप्रमाणे सांगता येईल -

(1) घर : मुलाच्या व्यक्तिमत्त्व विकासावर घरच्या वातावरणाचा खूप प्रभाव पडतो. एकत्र किंवा विभक्त कुटुंबपद्धती, आई किंवा वडील या दोघांपैकी कोणी घटक निवर्तलेले असेल, सावत्र आई किंवा सावत्र वडील असतील, एकच मूल असेल किंवा खुप मुले असतील, कुटुंबाची आर्थिक परिस्थिती चांगली वा बेताची असेल अशा सर्व गोष्टींचा परिणाम व्यक्तिमत्त्व विकासावर होतो.

मुलांच्या व्यक्तिमत्त्वावर आई-वडिलांच्या वर्तनाचा ठसा उमटतो व त्यामुळे त्याच्या वागणुकीवर स्वत:संबंधीच्या व इतरांसंबंधीच्या अभिवृत्तीवर प्रभाव पडतो. अशा प्रकारे त्याचा विकास होत असताना मुलाचे आदर्श, त्याची जीवनमूल्ये, त्याच्या सामाजिक अभिवृत्ती व भोवतालच्या एकंदर परिस्थितीत स्वत:च्या भूमिकेसंबंधीच्या कल्पना हळूहळू आकार धारण करून विकसित होत असतात. बालवय निरनिराळे आदर्श संपादन करण्याच्या दृष्टीने अत्यंत लवचीक असते. त्यामुळे या वयात मूल आई-वडिलांच्या संपर्कात जास्तीत जास्त प्रमाणात असल्यामुळे त्याच्या व्यक्तिमत्त्व विकासाच्या दृष्टीने आई-वडिलांचा प्रभाव महत्त्वाचा ठरतो.

ज्या संस्कृतीत मूल वाढते त्याप्रमाणे त्याच्या अहम्‌विषयक कल्पनेचा व आदर्शाचा विकास निरनिराळ्या रितीने होत असतो. संस्कृती-भिन्नतेनुसार एका समाजात ज्या गोष्टी ग्राह्य ठरतात त्याच गोष्टी दुसऱ्या समाजात त्याज्य समजल्या जातात. या प्रकारे व्यक्तिमत्त्व विकासात सामाजिक-सांस्कृतिक घटक अत्यंत महत्त्वाचे ठरतात.

(अ) घरातील वातावरण : एकाच सांस्कृतिक वातावरणात वाढणाऱ्या व्यक्तींच्या व्यक्तिमत्त्वातही पुष्कळ फरक पडलेला आढळून येतो. हा फरक मुलाच्या घरच्या परिस्थितीनुसार पडलेला असतो. मोठ्या शहरात वाढलेल्या मुलांचे व्यक्तिमत्त्व खेड्यात वाढलेल्या मुलांपेक्षा वेगळे आढळून येणे स्वाभाविक आहे. आर्थिक परिस्थितीप्रमाणेच कुटुंबातील व्यक्तीच्या विशेषत: आई-वडिलांच्या परस्पर संबंधांचा देखील मुलांच्या व्यक्तिमत्त्वावर तीव्र प्रभाव पडतो. आई-वडिलांचे आपसात पटत नसेल व त्यामुळे त्यांची नेहमी भांडणे होत असतील तर मुलांच्या वागणुकीला अनिष्ट वळण लागणे साहजिकच आहे. सर्व कुटुंब घटकांचे आपसातील संबंध प्रेमळपणाचे असेल तर ही परिस्थिती व्यक्तिमत्त्वाच्या योग्य विकासाला फारच पोषक ठरते. आई-वडिलांचा धर्मविषयक दृष्टिकोन, सांस्कृतिक चालीरिती संबंधीचे त्यांचे धोरण इत्यादी गोष्टींचा परिणाम मुलांच्या व्यक्तिमत्त्वावर सतत होत असतो.

(ब) मुलांना दिली जाणारी वागणूक : आई-वडिलांचे मुलांशी कशा प्रकारचे संबंध आहेत हेही व्यक्तिमत्त्व विकासासाठी महत्त्वाचे आहे. पालकांनी मुलांना अतिधाकात ठेवल्यास त्याच्या मनावर त्याचा अनिष्ट परिणाम होतो. अशी मुले अंतर्मुख होतात. प्रत्येक गोष्टींबद्दल मुलांना बोलणी बसली तर त्यांच्यातील आत्मविश्वास नाहीसा होतो आणि ती भित्री होतात. आई-वडिलांचे आपल्यावर प्रेम नाही असा त्यांच्या मनात विचार येऊन त्यांना मानसिकदृष्ट्या असुरक्षित वाटू लागते. मुलांचे सर्व निर्णय आई-वडीलच घेत असतील तर त्यांच्यातील स्वत:च्या निर्णयशक्तीचा उपयोग करून घेण्याची संधी मिळणार नाही. अशा प्रकारे ज्या मुलांची आई-वडिलांकडून सतत अवहेलना केली जाते व सतत अतिलाड केले जाते अशा मुलांच्या व्यक्तिमत्त्व विकासात अडचणी निर्माण होतात. व्यक्तिमत्त्वातील अडचणी दूर करण्याच्या उद्दिष्टाने वर्तन चिकित्सालयामध्ये आणल्या गेलेल्या मुलांसंबंधीच्या अभ्यासावरून असे दिसून आलेले आहे की, बहुतेक मुलांच्या व्यक्तिमत्त्वासंबंधी अडचणींचे मूळ आई-वडिलांच्या त्यांच्याशी असलेल्या वागणुकीतच आढळून येते.

मनुष्यजीवनाचे स्वरूप सतत परिवर्तनशील असते व जीवनातील कोणत्याही काळात त्याचे जे व्यक्तिमत्त्व आढळते ते व्यक्तिमत्त्व पूर्वीच्या सर्व प्रकारच्या अनुभवांच्या संश्लिष्ट परिणामाने घडलेले असते. अनुभवांच्या व्यापकतेनुसार व्यक्तिमत्त्व बदलत जाते आणि तीव्र स्वरूपाच्या अनुभवांनी कित्येक वेळा जीवनशैलीत आमूलाग्र परिवर्तने होतात.

(2) शाळा : (अ) शिक्षकांचा प्रभाव : लहान मुलांचे सर्वांत पहिले आदर्श (Role Model) हे शिक्षक असतात. कठोर शिक्षा करणारे व टाकून बोलणारे शिक्षक मुलांना आवडत नाहीत. उलट, सहृदय शिक्षकांबद्दल त्याच्या मनात आदरभाव व निष्ठा निर्माण होतात. शिक्षकांचे व्यक्तिमत्त्व आणि त्यांच्याकडून मुलाला दिली जाणारी वागणूक या दोन्ही गोष्टींचा मुलांच्या व्यक्तिमत्त्वावर परिणाम होतो. शिक्षकाला आदर्शरूप समजून त्याच्याचसारखे ज्ञान, बुद्धी व बळ प्राप्त करावे अशी मुलांच्या मनात इच्छा होते. शिक्षकाच्या व्यक्तिमत्त्वाचे जे गुण-दोष मुलांशी घडणाऱ्या त्याच्या वागणुकीतून प्रकट होतात त्या सर्व गुण-दोषांचा मुलांच्या व्यक्तिमत्त्वावर चांगला वाईट परिणाम होत असतो.

(ब) मित्रांचा प्रभाव : शाळेत मुलांचा इतर विद्यार्थ्यांशी संबंध येतो. काहींचे वर्तन स्नेहयुक्त असू शकते, तसेच निर्दयतेचेही असू शकते. आपल्या वर्गातील इतर विद्यार्थ्यांशी अभ्यासाच्या बाबतीत मुलगा स्पर्धा करू लागतो. या स्पर्धेमुळे द्वेष, असूया किंवा वैरभाव वाढण्याची शक्यता असते. त्याचप्रमाणे परिश्रमशीलता व चिकाटीही वाढीला लागते. अभ्यासाव्यतिरिक्त क्रीडासमूहात, विद्यार्थ्यांचे जे परस्परसंबंध येतात त्यांचा मुलांच्या व्यक्तिमत्त्वावर तीव्र प्रभाव पडतो. एकमेकांच्या बरोबरीने खेळणाऱ्या वा खोड्या करणाऱ्या मुलांच्या टोळ्या शालेय वातावरणात लवकरच निर्माण होऊ लागतात. प्रत्येक टोळीत निरनिराळ्या मुलांना निरनिराळा दर्जा प्राप्त होतो व त्या दर्जाप्रमाणे मुलांची कार्ये निरनिराळी असतात. मुलांना त्यांच्या व्यक्तिमत्त्वानुसार टोळीतील कार्यभाग पार पाडावा लागतो; परंतु त्याचप्रमाणे त्यांच्यावर जो कार्यभाग सोपविला जातो त्या कार्यभागानुसार त्यांच्या व्यक्तिमत्त्व विकासावर परिणाम होतो. मुलाच्या

व्यक्तिमत्त्व विकासावर आणि चारित्र्य संपादनावर शिक्षक व मित्रांचा कमी-अधिक प्रमाणात कायमस्वरूपी प्रभाव पाडणारे हे शालेय वातावरणातील प्रमुख घटक होत.

(3) समाज : व्यक्तीचा जसा समाजावर प्रभाव पडतो त्याचप्रमाणे समाजाचा व्यक्तीवर प्रभाव पडत असतो. समाजात प्रत्येक व्यक्तीचा निरनिराळा दर्जा असतो व त्या दर्जानुसार त्याची कार्ये ठरत असतात. भारतीय समाजात एक दर्जा व्यवसायानुसार व दुसरा दर्जा जन्माने प्राप्त झालेल्या जातीनुसार ठरतो. व्यक्तीच्या दर्जानुसार समाजात व्यक्तीला कार्य करावे लागते. समाजाचे व्यक्तीवर नियंत्रण असते. रूढी, परंपरा, सामाजिक नीतिनियम इत्यादींचा व्यक्तीच्या जीवनशैलीवर व्यापक प्रभाव पडतो. मनुष्याला समाजाच्या नियमांचे उल्लंघन करून मनाला वाटेल तसे वागता येत नाही. समाजविरोधी कार्ये एखादा मनुष्य करू लागल्यास समाजाकडून त्याला शिक्षा केली जाते. समाज अशा मनुष्यावर बहिष्कार टाकतो. अशा प्रकारे मनुष्याच्या कार्यावर, विचारांवर, प्रवृत्तींच्या अभिव्यक्तीकरणावरही सामाजिक नियमांचे बंधन असते. या सर्व गोष्टींचा त्याच्या व्यक्तिमत्त्वावर प्रभाव पडतो. समाजात राहून मनुष्याला सामाजिक आदर्शांचा अंगिकार करावा लागतो. व्यक्ती व समाजाच्या संघर्षामुळे व्यक्तिमत्त्व विकासात अनेक अडचणी निर्माण होतात. प्रत्येकजण आपापल्या सदसद्विवेकबुद्धीला अनुसरून या अडचणींचे निवारण करण्याचा प्रयत्न करतो व त्यातून त्याच्या व्यक्तिमत्त्वाचे स्वरूप निश्चित होते.

प्रौढावस्थेत सामान्यत: मनुष्य कोणत्याही परिवर्तनाचा विरोध करण्याची वृत्ती धारण करतो. एकदा संपादन केलेल्या सवयी आणि वृत्तींमध्ये मनुष्य सहसा बदल करीत नाही. कारण त्याच्या व्यक्तिमत्त्वाची जी घडण झालेली असते तीच त्याला मनातून समाधानकारक वाटू लागते.

3.5 व्यक्तिमत्त्व मापन (Measurement of Personality)

व्यक्तिमत्त्वमापनाच्या सामान्यत: तीन पद्धती आढळतात.

(1) संश्लिष्ट अभिगम (Holistic Approach)

(2) लक्षण अभिगम (Trait Approach)

(3) प्रक्षेपण तंत्रे (Projection Techniqus)

3.5.1 संश्लिष्ट अभिगम (Holistic Approach)

समग्र व्यक्तिमत्त्वाचे मापन हा प्रमुख उद्देश यामध्ये असतो. त्यामुळे यासाठी विविध पद्धती वापरल्या जातात.

यातील महत्त्वाचे साधन म्हणजे 'मुलाखत'. 'मुलाखत' हे सर्वंकष माहिती मिळविण्याचे महत्त्वाचे साधन आहे. ज्या व्यक्तीची मुलाखत घ्यायची आहे त्या व्यक्तीला विश्वासात घेऊन मुलाखत घेणारा पाहिजे ती माहिती मिळवू शकतो. मॅकोबीच्या मते, दोन व्यक्तींमध्ये समोरासमोर चाललेली देवाण-घेवाण म्हणजे 'मुलाखत'.

(अ) मुक्त मुलाखत (Free Interview)

मुक्त मुलाखतीत विषयांची व्याप्ती आणि क्षेत्र मर्यादित नसते. विषयाच्या संदर्भात सर्वसामान्य ज्ञानाचा आढावा घेतला जातो. मुलाखतकाराने कमी बोलावे ही अपेक्षा या प्रकारात असते.

(ब) दिशा नसलेली मुलाखत (Non Directive Interview)

यामध्ये व्यक्तीच्या घटनांसंबंधात अधिकाधिक माहिती मिळविण्याचा प्रयत्न केला जातो. कार्ल रॉजर्सने या प्रकारास प्राधान्य दिलेला आहे. रोग्याची अधिक महिती मिळविण्यासाठी हा प्रकार वापरतात.

(क) प्रमाणित मुलाखत (Standardized Interview)

यामध्ये मुलाखतीतील विचारावयाचे प्रश्न निश्चित केलेले असतात. विश्वासार्हता वाढविण्याच्या दृष्टीने आणि व्यक्तिनिष्ठता कमी करण्याच्या दृष्टीने हा प्रकार अधिक उपयुक्त आहे. सध्या व्हिडिओ टेपचाही वापर याच्या साहाय्यासाठी घेतला जातो. त्यामुळे मुलाखतीनंतर ती टेप पाहूनही वर्तनविश्लेषण करता येते.

ज्या वेळेस एकापेक्षा अधिक मुलाखतकार विविध प्रकारचे प्रश्न विचारून सखोल माहिती मिळविण्याचा प्रयत्न करतात, त्या प्रकारच्या मुलाखतीस 'सखोल मुलाखत' असे म्हणतात.

कोणत्याही मुलाखत प्रकारासाठी प्रशिक्षित मुलाखतकार ही एक आवश्यक बाब मानली जाते.

3.5.2 लक्षणमापन अभिगम /स्व-वृत्तमापन (Trait Approach)

व्यक्तिमत्त्वाच्या एक किंवा अनेक विशिष्ट लक्षणांचे मापन करणाऱ्या चाचण्यांचा यात समावेश होतो. यामध्ये प्रश्नावलींच्या साहाय्याने गुणविशेषांचे मापन केले जाते. यात विविध प्रश्नांना दिलेल्या प्रतिसादानुसार गुणदान केले जाते. सांख्यिकी मूल्यमापनाच्या साहाय्याने संबंधित व्यक्तीच्या व्यक्तिमत्त्वाचे स्वरूप निश्चित ठरविले जाते. यामध्ये प्रामुख्याने मिनेसोटा मल्टिफेजिक पर्सनॅलिटी इन्व्हेंटरी (MMPI), कॅलिफोर्निया व्यक्तिमत्त्व चाचणी, बेलची समायोजन चाचणी, कॅटेलची प्रश्नावली, आयझेंकची व्यक्तिमत्त्व शोधिका, एडवर्डची व्यक्तिगत प्राधान्य यादी या सर्वांचा समावेश होतो.

(अ) रेमंड कॅटल यांची लक्षणमापिका

रेमंड कॅटल यांनी घटक विश्लेषण या संख्याशास्त्रीय तंत्राचा वापर करून विकसित केलेली सगळ्यात पहिली चाचणी म्हणजे '16 पी.एफ. चाचणी' होय. या चाचणीद्वारे 16 व्यक्तिमत्त्व घटकांचे मापन केले जाते. या सोळा घटकांना कॅटेलने त्या काळच्या व्हिटॅमिन्सच्या नावांच्या आद्यक्षरांवरून नावे दिली. त्या सोळा घटकांची नावे पुढील सारणीत आहे -

कॅटेलचे '16 घटक - सारणी'

बहिर्मुखी	↔	भिडस्त	अति बुद्धिमान	↔	अल्प बुद्धिमान
भावनिकदृष्ट्या स्थिर	↔	भावनाशील	अधीन	↔	वर्चस्वी
अनुत्साही	↔	उत्साही	कृतनिश्चयी	↔	नीतिकर्तव्यनिष्ठ
लाजाळू	↔	धीट	कणखर मनाचा	↔	हळवा
विश्वास ठेवणारा	↔	संशयी	व्यवहारी	↔	कल्पक
सरळ मनाचा	↔	धूर्त	आश्वस्त	↔	धास्तावलेला
पुराणमतवादी	↔	प्रयोगशील	समूहलक्षी	↔	स्वयंपूर्ण
बेशिस्त	↔	नियंत्रित	ताणमुक्त	↔	ताणप्रिय

या सोळा घटकांचे पुन्हा घटक विश्लेषण करून कॅटेल द्वितीय श्रेणीघटक बाजूला काढतो. ते पुढीलप्रमाणे -

(1) समायोजनशीलता विरुद्ध चिंता

(2) अंतर्मुखता विरुद्ध बहिर्मुखता

(3) भावनिकदृष्ट्या मृदू मनाचा विरुद्ध भावनिकदृष्ट्या सतर्क

(4) नम्र विरुद्ध स्वतंत्र वृत्तीचा.

कॅटलच्या चाचणीचे महत्त्व : ही चाचणी व्यक्तिमत्त्वाच्या अनेक लक्षणांसाठी थोड्या वेळात माहिती उपलब्ध करून देते. व्यक्तिमत्त्वाचे महत्त्वाचे गुणविशेष व्यापक स्वरूपात या चाचणीद्वारे कळू शकतात. या चाचणीत 187 विधाने असलेले दोन भाग असून त्या विधानांना प्रतिसाद द्यावयाचा असतो. चाचणीतून मिळणारी माहिती बऱ्याच अंशी विश्वासार्ह मानली जाते. यावरून अंतर्मुख-बहिर्मुख व्यक्तींची लक्षणे ठरविता येतात.

(ब) मिनेसोटा मल्टिफेजिक पर्सनॅलिटी इन्हेंटरी (Minnesota Multiphasic Personality Inventory : MMPI)

सन 1943 मध्ये हाथावे आणि मॅककिनले यांनी ही पद्धती विकसित केली. अभिवृत्ती, भावनिक प्रतिक्रिया, अनुभव आणि शारीरिक व मानसिक लक्षणे यांच्याशी संबंधित 550 पेक्षा अधिक विधाने दिली आहेत. त्यांच्या उत्तरांसाठी तीन पर्याय दिले आहेत. 'खरे', 'खोटे' किंवा 'सांगता येत नाही'. उदा., मला गोष्टीची पुस्तके वाचायला आवडतात.

सामान्य आणि असामान्य व्यक्तींमध्ये भेद करण्यासाठी MMPI हे उत्तम साधन आहे. शैक्षणिक आणि बौद्धिकदृष्ट्या मागासलेल्यांसाठी, मनोविकृतीच्या निदानासाठी या चाचणीचा वापर होतो. संस्कृतीभिन्नतेचा चाचणीच्या गुणांकावर परिणाम होतो.

(क) बेचली समयोजन चाचणी (Bechaly Adaptation Test)

इ.स. 1934 मध्ये एच. एम. बेल यांनी दोन विभागांत ही चाचणी विकसित केली. (1) माध्यमिक स्तरावरील व महाविद्यालयातील विद्यार्थ्यांना मार्गदर्शन वा सल्ला देण्यासाठी ही चाचणी उपयुक्त आहे. (2) प्रौढांचे समायोजन कशाप्रकारे होते याचे मूल्यमापन करण्यास उपयुक्त आहे. यातील विधाने सामाजिक, भावनिक, कौटुंबिक, आरोग्य आणि व्यावसायिक समायोजनाचे मूल्यमापन करता येतील अशी असतात. विधानांना 'होय', 'नाही' किंवा 'प्रश्नचिन्ह' यांपैकी एक प्रतिसाद द्यावयाचा असतो.

(ड) आयझेंकची व्यक्तिमत्त्व शोधिका (Eysenck's Personality Inventory)

यामध्ये 57 प्रश्न असून तिचा विश्वसनीयता गुणक 0.70 ते 0.90 एवढा आहे. बहिर्मुखी व अंतर्मुखी व्यक्तिमत्त्व मापनासाठी हिचा उपयोग होतो.

(इ) एडवर्डची व्यक्तिगत प्राधान्य यादी (Edword's Personal List)

या शेड्यूलमध्ये 15 विविध गरजांवर व्यक्तीचे मूल्यमापन केले जाते. उदा., उपलब्धी, स्वायत्तता, आपुलकी, वर्चस्व, चढाई इत्यादी अशा गरजांवर आधारित पसंती क्रमांकाच्या आधारावर मापन करतात. यात पसंतीनुसार 1,2,3,.......... असे क्रमांक द्यावयाचे असतात.

(ई) कॅलिफोर्निया व्यक्तिमत्त्व चाचणी (California Personality Test)

थ्रोप (Thorpe), क्लार्क (Clerk) व टिग्ज (Tiegs) यांनी मिळून ही चाचणी विकसित केली आहे. या चाचणीत पाच श्रेणी आहेत. विधानांचे वर्गीकरण हे वैयक्तिक समायोजन व सामाजिक समायोजन या दोन भागात केलेले आहे. बालवाडी ते महाविद्यालयीन विद्यार्थ्यांपर्यंत ही चाचाणी उपयुक्त आहे. आत्मविश्वास, व्यक्तिविकासाची जाण, पलायन वृत्ती, कौटुंबिक व सामाजिक समायोजन इत्यादींबाबत उपचाचण्यांमार्फत मापन केले जाते. यातील विधानांना 'होय' किंवा 'नाही' यांपैकी एक प्रतिसाद द्यावयाचा असतो, त्याद्वारे समायोजनाचे मापन करतात.

3.5.3 प्रक्षेपण तंत्रे (Projection Techniques)

फ्राईडच्या मते, प्रक्षेपण म्हणजे मनातील संघर्ष वा अन्य बाबींचे प्रकटीकरण होय. हे संघर्ष बोधावस्थेत क्लेश व चिंता निर्माण करतात. व्यक्तिमत्त्वाचे अबोध स्वरूप समजावून घेण्यासाठी प्रक्षेपणतंत्राचा वापर करतात. 'प्रक्षेपण' म्हणजे व्यक्तीने स्वत:च्या मनातील विचार, भावना यांचा अप्रत्यक्षरित्या केलेला आविष्कार होय. व्यक्तीच्या अहम्‌ला व प्रतिमेला धक्का पोहोचू न देता तिच्या अबोध मनात डोकावता येते व तेथे दडलेल्या चिंता, संघर्ष, विचार यांची माहिती मिळते.

फ्रँकने (1939) या तंत्राविषयी असे सांगितले की, प्रक्षेपण तंत्र हे ज्या गोष्टी उघडपणे सांगितल्या जात नाहीत वा सांगण्याची इच्छा नसते, त्याबाबत माहिती मिळविण्यासाठी वापरतात. प्रक्षेपण तंत्र हे विविध तत्त्वांच्या संचावर आधारित आहे. म्हणूनच विशिष्ट पण संदिग्ध व मूर्त स्वरूपाचे साहित्य जसे शाईचे ठिपके, चित्रे काढणे, मातीचे नमुने तयार करणे व भूमिका करणे अशा प्रकारच्या विविध साहित्यांचा वापर या तंत्रामध्ये करतात.

हॉल फ्रँकने (1940) प्रक्षेपक तंत्रांचे प्रकार केलेले आहेत. ते पुढीलप्रमाणे -

(1) घटक कसोटी (Constitutive test) - उदा. रोशार्क कसोटी.

(2) विधायकता कसोटी (Constructive test) - उदा. मोझेक कसोटी

(3) अन्वयार्थ कसोटी (Interpretative test) - TAT कसोटी, चित्ररसग्रहण कसोटी.

(4) तीव्र विरेचन कसोटी (Cathartic test) - उदा. - बाहुली खेळ.

(5) अपवर्तन कसोटी (Refractive test) - उदा. हस्ताक्षर / संभाषण कसोटी

प्रक्षेपण कसोट्यांची यादी

(1) रोशार्क कसोटी
(2) चित्ररसग्रहण कसोटी
(3) मुलांची रसग्रहण कसोटी
(4) बीजी - कसोटी
(5) झोंडी कसोटी
(6) मोझेक कसोटी
(7) ब्लॅकी चित्र कसोटी
(8) ढगचित्र कसोटी
(9) शब्द साहचर्य कसोटी
(10) वाक्यपूर्ती कसोटी
(11) समाजनाट्य कसोटी
(12) मनुष्य आरेखन कसोटी
(13) शब्दखेळ व बाहुली कसोटी
(14) मातीप्रतिकृती कसोटी
(15) लिपी विज्ञान कसोटी

यातील काही प्रमुख कसोट्यांची माहिती आपण घेऊ.

(अ) रोशार्क कसोटी (Research Ink Blot Test)

हर्मन रोशार्क (1921) या स्वीस मासनसशास्त्रज्ञाने ही कसोटी अनेक शाईच्या डागांचा अभ्यास करून विकसित केली. शाईचे डाग असलेली 10 कार्ड्स, या कसोटीत अंतर्भूत आहेत. या 10 कार्डांवरील आकृती द्विपार्श्वमिती (Bilateral) असते. 10 पैकी पाच कार्डांवर काळ्या व करड्या रंगाचा वापर केलेला असतो. उरलेल्यांपैकी काही लाल, काळ्या व करड्या रंगांची व काही बहुरंगी असतात.

प्रयोज्याने ही कार्डे विविध दृष्टिकोनातून निरीक्षण करून प्रतिसाद द्यावयाचा असतो. व्यक्तीला एका वेळी एकच कार्ड दिले जाते. प्रयोगकर्त्याने कार्ड्स देण्यापूर्वी प्रयोज्याशी घनिष्ट संपर्क प्रस्थापित करणे आवश्यक असते. कार्ड पाहिल्यावर शाईचा डाग, ठिपका कशा सारखा दिसतो ? आकृती काय दर्शविते ? कार्ड पाहिल्यावर काय वाटते ? इत्यादी प्रश्नांद्वारे प्रयोज्यास बोलके करून प्रतिसाद मिळवितात. प्रतिसाद देण्याच्या वेळी व्यक्तीच्या वर्तनाचेही निरीक्षण करून नोंद केली जाते. त्यानंतर पृथक्करण करून निरीक्षक अन्वयार्थ काढतो.

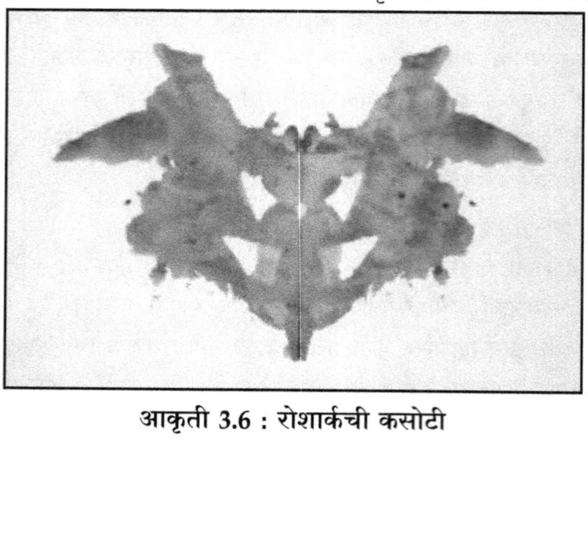

आकृती 3.6 : रोशार्कची कसोटी

सोबतच्या आकृतीप्रमाणे कसोटीतील कार्ड्सवर शाईचे डाग असतात. प्रत्येक प्रतिसादाचे स्थान (Location), निर्धारक (Determinant), आशय (Content) आणि मूलभूतता (Originality) या घटकांचा विचार करून अन्वयार्थ लागतात. त्यावरून गुणांकन केले जाते. चिकित्सकांच्या मते, कसोटीची सप्रमाणता गुणक 0.5 ते 0.8 तर विश्वसनीयता गुणक 0.75 हा उच्च प्रकारचा आहे.

(ब) कथावस्तू आसंवेदन चाचणी (Thematic Appreception Test - TAT)

ही कसोटी 1935 मध्ये मॉर्गन व मरे यांनी तयार केली. या कसोटीत 21 कार्डे असतात. त्यांपैकी एक कार्ड कोरे असते. 20 कार्ड्सवर विविध चित्रे असतात व ती क्रमाने दाखविली जातात. चित्राच्या साहाय्याने एक गोष्ट सांगायची असते. ही एक प्रकारची कल्पनाशक्तीची कसोटी आहे.

पूर्ण कसोटीसाठी एकेक तासाचे सत्र अशी दोन सत्रे या कसोटीत असतात. प्रतिसादाचे वय, लिंग, समस्या यांवर कार्ड्सची संख्या निश्चित केली जाते. सुरुवातीला पहिल्या चित्रात साधे व सोपे प्रसंग असतात. नंतरच्या चित्रात अधिक गुंतागुंतीचे प्रसंग असतात. प्रयोज्य व्यक्तीचे वर्तन नोंदविले जाऊन विश्लेषण केले जाते व अन्वयार्थ लावला जातो. कोणत्याही प्रकारे अन्वयार्थ लावताना विशेषाकडून सामान्याकडे या सूत्राचा वापर केला जातो. यात दोन गृहीतके आहेत. पहिल्या गृहीतकाकडून गोष्टीतील नायक/नायिकेशी प्रयोज्य व्यक्तीचे तादात्म्य (Identification) असते आणि त्याच्या माध्यमातून व्यक्ती स्वत:चे विचार व भावना प्रकट करीत असतात. दुसऱ्या गृहीतकानुसार नायकाच्या परिस्थितीची वैशिष्ट्ये व गुणधर्म प्रयोज्य व्यक्तीच्याच प्रत्यक्ष जीवनातील परिस्थितीचे प्रतिनिधीत्व करणारे असतात असे मानले जाते. साधारणत: या कसोट्यांचे पुढील मुद्द्यांनुसार गुणांकन केले जाते. (1) गोष्टीचा नायक (2) नायकाच्या गरजा व संघर्ष (3) अनोळखी प्रतिसाद (4) चित्रातील तपशील गाळणे वा त्यामध्ये भर टाकणे. (5) भावनांचे प्रकटीकरण वा अविष्कार.

(क) शाब्दिक प्रक्षेपण कसोटी (Verbal Projective Test)

सर फ्रान्सिस गाल्टन यांनी 'शब्द साहचर्य कसोटी' तयार केलेली आहे. ही कसोटी नंतर कार्ल युंगने सुधारून घेतली. यामध्ये प्रयोज्य व्यक्तीला एक चेतक शब्द देऊन त्या शब्दाला मिळणारा पहिला मानसिक प्रतिसादित शब्द सांगण्यास सांगितले जाते. उदा., चेतक शब्द - आई. यानंतर आई म्हटल्यानंतर व्यक्तीला प्रथम काय आठवते, त्याच्यात कोणते शारीरिक बदल होतात. जसे - हृदयाचे ठोके, रक्तदाब यांचेही मापनही विचारात घेतले जातात.

शब्द साहचर्याप्रमाणेच वाक्यपूर्ती कसोटी (Sentence Completion Test) व्यक्तिमत्त्व मापनासाठी वापरतात. यामध्ये काही शब्द दिलेले असतात आणि प्रयोज्य व्यक्तीला वाक्य पूर्ण करण्यास सांगितले जाते.

3.5.4 वर्तन परीक्षण पद्धती

या पद्धतीत व्यक्ती वर्तनाचे नैसर्गिक परिस्थितीत प्रत्यक्ष निरीक्षण केले जाते. जिथे शक्य होईल तिथे हे निरीक्षण केले जाते. विशेष करून एखाद्या वर्तन समस्येचे निदान करून त्यावर उपाय योजण्यासाठी या पद्धतीचा उपयोग होतो. हे निरीक्षण करताना पदनिश्चयन श्रेणी (Rating Scale) आणि वारंवारता गणन (Frequency Counts) यांचा प्रामुख्याने वापर केला जातो.

(अ) पदनिश्चयन श्रेणी

व्यक्तीचा दुसऱ्यावर किती प्रमाणात प्रभाव पडला हे जाणून घेण्यासाठी पदनिश्चयन श्रेणीचा उपयोग होतो.

एखाद्या विशिष्ट गुणवैशिष्ट्याबाबत व्यक्तीचे अंकाद्वारे पदनिश्चयन केले जाते. म्हणजेच तिचे नेमके स्थान ठरविले जाते. सापेक्ष पदनिश्चयात ज्या गुणवैशिष्ट्यांचे परीक्षण करावयाचे आहे; त्यात समूहातील सर्वोत्तम व्यक्ती प्रथम ठरविली जाते. तिचे वर्तन प्रमाण (Standard) मानून त्या तुलनेत इतरांच्या वर्तनाचे मूल्यांकन केले जाते आणि त्यांचे सापेक्ष स्थान ठरविले जाते. हे ठरविताना सामान्यत: तीन बिंदूंची श्रेणी (Three Point Scale) किंवा पाच बिंदूंची श्रेणी (Five Point Scale) वापरली जाते. उदा. पाच बिंदूंच्या श्रेणीवर 'अ' या सर्वोत्तम व्यक्तीचे स्थान 'Y' आहे असे मानले तर 'ब' व्यक्तीचे स्थान तिच्या तुलनेत कोणते आहे हे ठरविले जाते.

(ब) वारंवारता गणन

वारंवारता गणन पद्धतीत एखादे विशिष्ट वर्तन एका विशिष्ट कालखंडात किती वेळा घडते हे मोजले जाते. उदा., सामूहिक कार्यात कोण किती वेळा समूहाचे नेतृत्व करतो, बालक दिवसभरात किती वेळा आक्रमक वर्तन करते वगैरे. या पद्धतीमुळे वर्तन समस्यांचे मापन करता येते. त्यांची कारणमीमांसा करता येते. बहुतेक वर्तनसमस्या अध्ययन प्रक्रियेतून निर्माण झालेल्या असतात. समस्येचे कारण एकदा समजले की वर्तनोपचार करणे शक्य होते. आक्रस्ताळेपणा, आक्रमकता इत्यादी समस्यांचा अभ्यास करण्यासाठी आणि त्यावरील उपाय योजण्यासाठी वर्तनोपचार तज्ज्ञ या पद्धतीचा अवलंब करतात.

3.6 व्यक्तिमत्त्व मापनाचा हेतू

सभोवतालच्या व्यक्तीचे निरीक्षण केल्यास आपल्याला प्रत्येक व्यक्ती वेगवेगळी असल्याचे दिसून येते. रंग, रूप, आकार, चेहऱ्याची ठेवण, वजन, उंची आणि त्याचबरोबर स्वभाव, बुद्धी, अभिरुची इत्यादीं बाबतीतही प्रत्येक व्यक्तीत भिन्नता आढळून येते. व्यावहारिक दृष्टिकोनातून एखाद्या व्यक्तीची इतरांवर छाप पडत असेल तर त्याचे व्यक्तिमत्त्व उत्तम आहे असे म्हटले जाते. पण केवळ बाह्य गुणधर्म म्हणजे व्यक्तिमत्त्व नव्हे. मानसशास्त्रीय दृष्टिकोनातून व्यक्तिमत्त्वात व्यक्तीची चेहरेपट्टी, शरीरयष्टी, भाववृत्ती, कौशल्ये, अभिक्षमता, अभिरुची, बुद्धी व विविध संपादित गुण इत्यादींचा समावेश होतो.

बालपणाचा कालखंड हा अतिशय संस्कारक्षम असतो. या कालावधीत ज्या घटना घडतात त्यांचा कायमचा ठसा व्यक्तिमत्त्वावर उमटतो. इतरांच्या सहवासातून आणि आंतरक्रियांतून बालकांमध्ये मानवी वैशिष्ट्ये निर्माण होतात. व्यक्तिमत्त्व विकासासाठी सामाजिक संपर्क अपरिहार्य असतो. कुटुंबातील सामाजिक आंतरक्रियांनंतर शेजारी, मित्रमंडळी, शाळा आणि इतर अनेक व्यक्ती म्हणजे समाज यांच्याबरोबर वाढत्या वयानुसार सामाजिक आंतरक्रियांची व्याप्ती वाढते.

कुटुंबानंतर मुलांचा बराच वेळ शाळेत आणि मित्रांबरोबर जात असतो. त्यामुळे शालेय वातावरणाचा बराच प्रभाव व्यक्तिमत्त्वावर पडत असतो. शालेय वातावरणात शिक्षक-विद्यार्थी संबंध, धार्मिक बंधने, सामाजिक स्तर या घटकांचा समावेश होतो.

या सर्वांमुळे शिक्षक आणि पालक म्हणून व्यक्तिमत्त्व अभ्यासाचे महत्त्व सर्वांना माहित असणे गरजेचे आहे. शिक्षकाने विद्यार्थ्यांचे विकसित होत जाणारे व्यक्तिमत्त्व समजून घेतले पाहिजे. त्यांचे व्यक्तिमत्त्व पूर्णत्वाला नेण्यासाठी योग्य अध्ययन अनुभव निर्माण केले पाहिजे. शिक्षा व पारितोषिके यांचा योग्य वापर केला पाहिजे. शिक्षकाच्या व्यक्तिमत्त्वाचा विद्यार्थ्यांवर परिणाम होतो हे लक्षात घेऊन स्वत:चे वर्तन सुयोग्य ठेवले पाहिजे. विद्यार्थ्यांची आवड-निवड, स्वभावातील गुण-दोष, क्षमता-अक्षमता या ओळखल्या पाहिजेत. त्यानुसार शिक्षकाने स्वत:च्या अध्यापन पद्धतीत योग्य ते बदल केले पाहिजेत. विद्यार्थ्यांच्या 'स्व' संकल्पना सुधारण्यास मदत केली पाहिजे. लहानपणीच्या अनुभवांचे महत्त्व लक्षात घेऊन शिक्षकाने जागरूक राहिले पाहिजे.

वर्गामधील सामान्य, हुशार, गतिमंद अशा मुलांना वेळीच ओळखून प्रत्येकाला त्याच्या बौद्धिक कुवतीनुसार अभ्यास शिकविला पाहिजे. नाहीतर विद्यार्थ्यांचे असमायोजन होण्याची शक्यता असते. लहान वयातच मुलांच्या वर्तनाचा मागोवा घेतल्यास विद्यार्थ्यांतील व्यक्तिमत्त्वाच्या समस्या उद्भवणार नाहीत अशा प्रकारची योजना करता येईल.

व्यक्तीचे सद्य:स्थितीत जे स्वरूप आहे ते त्या व्यक्तीच्या जीवनविषयक कोणकोणत्या अनुभवांमुळे झालेले आहे हे माहीत नसते. व्यक्तीमधील लक्षणे निर्माण होत असताना कोणकोणत्या प्रेरणांचा कार्यभाग होता हे केवळ परीक्षणाने कळू शकत नाही. यासाठी त्याच्या जीवनवृत्तांताची माहिती घेणे आवश्यक आहे. ही माहिती सुद्धा पुरेशी नसते. म्हणून व्यक्तिमत्त्वाचे संपूर्ण आकलन होण्यासाठी वेगवेगळ्या परिस्थितीत व्यक्तीचे वर्तन कसे घडते याच्या निरीक्षणासाठी परिस्थिती निर्माण केली जाते व व्यक्तिवर्तनाचे मूल्यमापन केले जाते.

आज स्पर्धात्मक युग सुरू झाले आहे. प्रत्येकाला 'रॅट रेस' मध्ये धावावे लागत आहे. मुलांना सततच्या स्पर्धेला तोंड द्यावे लागत आहे. प्रत्येक पायरीवर संघर्ष करावा लागत आहे. अशा वेळी स्वत:ला काय आवडते, स्वभाव कसा आहे, आपल्याला काय हवे आहे. याविषयी मुलांना नेमकेपणाने कळण्यासाठी व्यक्तिमत्त्व मापनाचा उपयोग होतो. दैनंदिन जीवनात व्यवसायात व औद्योगिक क्षेत्रात योग्य व्यक्तीची निवड करण्याकरिता सल्ला, मार्गदर्शन, बढती यांसारख्या विविध कारणांसाठी व्यक्तिमत्त्वाचे मापन करावे लागते.

4

बुद्धिमत्ता आणि सर्जनशीलता

Intelligence and Creativity

4.1 बुद्धिमत्तेचे प्रकार

4.1.1 शैक्षणिक बुद्धिमत्ता

4.1.2 भावनिक बुद्धिमत्ता

4.1.3 सामाजिक बुद्धिमत्ता

4.1.4 सर्जनशील बुद्धिमत्ता

4.1.5 व्यावहारिक बुद्धिमत्ता

4.2 बुद्धिमत्तेच्या उपपत्ती

4.2.1 जे. पी. गिलफोर्डची उपपत्ती

4.2.2 स्पिअरमन यांचा द्विघटक सिद्धान्त

4.2.3 हॉवर्ड गॉर्डनर यांचा चेता विज्ञानावर आधारित सिद्धान्त

4.2.4 रॉबर्ट स्टर्नबर्गचा बुद्धिमत्ता विषयक त्रिचाप सिद्धान्त

4.2.5 गोलमन यांची भावनिक बुद्धिमत्तेची उपपत्ती

4.2.6 नेड हर्मनचे बुद्धिमत्तेचे प्रारुप

4.3 बुद्धिमत्ता मापन

4.3.1 इतिहास

4.3.2 मानसिक वय

4.3.3 बुद्धिगुणांक

4.3.4 बुद्धिमापन कसोट्या : (अ) वैयक्तिक (ब) सामूहिक (क) शाब्दिक (ड) अशाब्दिक

4.3.5 बुद्धिमापन चाचण्या : (अ) स्टॅनफोर्ड-बिने चाचणी (ब) पॉईंट-स्केल्स-वेश्लर चाचणी

4.4 बुद्धिमापनाच्या भारतीय कसोट्या

4.5 सर्जनशीलता

4.5.1 सर्जनशीलतेच्या पायऱ्या

4.5.2 सर्जनशील व्यक्तीची वैशिष्ट्ये

4.5.3 सर्जनशीलतेबाबत तज्ज्ञांची मते

4.5.4 सर्जनशीलतेचे घटक : (अ) प्रवाहित्व (ब) लवचिकता (क) मौलिकता (ड) विस्तारपूर्ती करणे (इ) पुनर्रचना (ई) समस्या संवेदनक्षमता

4.5.5 सर्जनशीलतेच्या विकासाची तंत्रे : (अ) बुद्धिमंथन (ब) भिन्नान्वयन (क) गुणधर्म सूचीकरण (ड) संरचना-विश्लेषण (इ) पडताळा सूची (ई) भूमिकाभिनय पद्धती

4.5.6 सर्जनशीलतेचे शैक्षणिक महत्त्व

इयत्ता दुसरीचा वर्ग. तो छोटासा जीव शाळेत येऊन बसला. खुशीत होता. बाईंनी सगळ्यांना चित्र काढायला सांगितले. तो मुलगा सुरुवात करणार तेवढ्यात बाईंनी सांगितले की फळ्यावर जसे चित्र काढले आहे, तसेच चित्र काढा. पुढे पुढे बाईंनी सांगितले तसेच काढावयाची मुलाला सवय लागली. लवकरच तो बाईंचे अनुकरण करायला शिकला. स्वतःहून काही करायचे त्याने सोडून दिले. इयत्ता तिसरीला त्याच्या वडिलांची बदली दुसऱ्या गावात झाली. हा मुलगा दुसऱ्या गावातील शाळेत गेला. तेथील बाईंनीही चित्र काढायला सांगितले. हा मुलगा वाट पाहात राहिला की बाई काही सांगतील, परंतु बाईंनी काहीच सांगितले नाही उलट मुलाला विचारले की तू चित्र का काढत नाही? मुलगा म्हणाला की मी कसं काढू? बाई म्हणाल्या तुला हवे तसे काढ. प्रत्येकाने एकसारखे चित्र काढले तर मला कसं कळणार कोणी कोणतं चित्र काढलयं ते? मग मुलगा खूप खुश झाला. मजेत चित्र काढायला लागला. ही नवीन शाळा त्याला खूप आवडली.

वर्गामधील प्रत्येक मुलगा वेगळ्या बुद्धिमत्तेचा असतो. जरी बऱ्याच जणांची कौटुंबिक पार्श्वभूमी सारखीच असली तरी प्रत्येकाचे दिसणे, आकलन शक्ती, आवड, क्षमता, विचार हे वेगवेगळे असतात. शिक्षकांना सर्वांना घेऊन शिकवायचे असते. अशा वेळेस विद्यार्थ्यांची बुद्धिमत्ता समजून घेण्यासाठी बुद्धिमत्तेच्या उपपत्ती उपयोगी पडतात. प्रत्येकाला प्रत्येक गोष्ट जमेलच असे नाही. मग ती का जमत नाही याचे उत्तर बुद्धिमापनाच्या कसोट्यांवरून शोधून काढता येऊ शकते. विद्यार्थ्यांतील सर्जनशीलता कशी जागृत करावी याविषयीही आपण जाणून घेणार आहोत. हा घटक वाचल्यानंतर तुम्ही पुढील गोष्टी समजू शकाल.

- गिलफोर्डची बुद्धिमत्तेची उपपत्ती योग्य आकृतीसह स्पष्ट करा.
- भावनिक बुद्धिमत्ता संकल्पना स्पष्ट करा.
- व्यावहारिक बुद्धिमत्ता म्हणजे काय ते स्पष्ट करा.
- सामाजिक बुद्धिमत्तेची संकल्पना स्पष्ट करा.
- गॉर्डनर यांची बहुविध बुद्धिमत्ता उपपत्ती स्पष्ट करून विद्यार्थ्यांच्या बहुविध बुद्धिमत्तेला वाव देण्यासाठी कोणती तंत्रे वापराल?
- स्टर्नबर्ग यांच्या बुद्धिमत्तेच्या त्रिचाप सिद्धान्तातील तीन घटक स्पष्ट करा.
- गोलमन यांची भावनिक बुद्धिमत्तेची उपपत्ती स्पष्ट करून त्याद्वारे कोणकोणत्या क्षमता विकसित करता येतील हे स्पष्ट करा.
- बुद्धिमापन कसोट्यांचे प्रकार सांगा.
- सर्जनशीलता म्हणजे काय ते सांगून बुद्धिमंथन हे सर्जनशीलतेचे तंत्र स्पष्ट करा.
- भिन्नान्वयन ही सर्जनशीलतेची पद्धती स्पष्ट करा.
- गुणधर्म सूचीकरणाच्या साहाय्याने सर्जनशीलता कशी विकसित करता येते हे सोदाहरण स्पष्ट करा.

4.1 बुद्धिमत्तेचे प्रकार (Types of Intelligence)

4.1.1 शैक्षणिक बुद्धिमत्ता (Academic Intelligence)

'शैक्षणिक बुद्धिमत्ता' म्हणजे सामान्य बुद्धिमत्ता तपासण्याची क्षमता होय. यामध्ये गणितीय युक्तिवाद आणि भाषा या विषयीची कौशल्ये असतात. बुद्धिमत्तेचे मापन करताना याच कौशल्यांची चाचणी घेतली जाते.

ही बुद्धिमत्ता साधारणपणे बहुवीध बुद्धिमत्तेशी (Multiple Intelligence) संबंधित आहे. गॉर्डनर यांच्या उपपत्तीमध्ये भाषिक, गणितीय, अवकाशीय अशा प्रकारच्या बद्धिमत्ता सांगितल्या आहेत. या तीनही मिळून शैक्षणिक बुद्धिमत्ता सांगता येईल. बहुतेक वेळा शैक्षणिक बुद्धिमत्ता ही भावनिक बुद्धिमत्तेबरोबर जोडली जाते. गोलमन यांनी यातील फरक शोधला आहे. दोनही बुद्धिमत्ता एकमेकांना पूरक आहे असे सांगितले. भावनांवरील ताणामुळे शैक्षणिक बुद्धिमत्तेवर परिणाम होऊ शकतो.

शैक्षणिक बुद्धिमत्ता ही व्यक्तीची शैक्षणिक वातावरणातील समस्या सोडविण्याची क्षमता म्हणून ओळखली जाते, तर व्यावहारिक बुद्धिमत्ता व्यक्तीची रोजच्या जीवनातील समस्या सोडविण्याची क्षमता म्हणून ओळखली जाते. मुलांसाठी वर्गासारखे वातावरण कधी-कधी व्यावहारिक बुद्धिमत्तेसाठी उपयोगी पडू शकते. उदा., परीक्षेसाठी अभ्यास कसा करायचा हे व्यावहारिक बुद्धिमत्तेत येते; परंतु याचेच महत्त्व जास्त आहे.

4.1.2 भावनिक बुद्धिमत्ता (Emotional Intelligence)

डॅनियल गोलमन यांनी इ. स. 1940 पासून 95 विद्यार्थ्यांचा त्यांच्या बालवयापासून महाविद्यालयीन शिक्षणापर्यंत सतत 20 वर्षे त्यांच्या शैक्षणिक प्रगतीचा अभ्यास केला. या अभ्यासात त्यांना असे आढळून आले की महाविद्यालयात सर्वांत अधिक बुद्ध्यांक असलेले विद्यार्थी आपले कुटुंबजीवन, मित्रसंबंध, समाजजीवन इत्यादीबाबतीत यशस्वी होऊ शकले नाहीत. याचाच अर्थ असा की, बुद्ध्यांक हे यशस्वी जीवनाचे गमक ठरू शकत नाही. जीवनात खऱ्या अर्थाने यशस्वी व्हावयाचे असेल तर शैक्षणिक बुद्धिमत्तेला 'भावनिक' बुद्धिमत्तेची जोड असली पाहिजे असा निष्कर्ष गोलमन यांनी मांडला.

व्यक्तीच्या जीवनातील अल्पकाळ टिकणारा भाव हा त्या व्यक्तीचा मूड, मन:स्थिती दर्शवितो तर दीर्घाविष्कार त्याचा स्वभाव ठरवितो. त्यावरून आनंदी, रागीट, तापट, प्रेमळ, चिडचिड्या स्वभावाचा असे व्यक्तीचे वर्गीकरण आपण करत असतो. व्यक्तीच्या भावनांचा त्याच्या व्यक्तिमत्त्वावर प्रत्यक्ष-अप्रत्यक्ष परिणाम होत असतो. त्यामुळे व्यक्तीला स्वत:च्या भावनांचे व्यवस्थापन करून योग्य समायोजन साधता आले पाहिजे. तज्ज्ञ मार्गदर्शकाच्या सहकार्याने भावनांचा विकास करणे हे व्यक्तिजीवनाच्या साफल्याच्या दृष्टीने महत्त्वाचे असते. भावनांचे संतुलन, परिपक्वता, प्रगल्भता आणि त्यांची सुयोग्य अभिव्यक्ती यांच्याशी भावनिक बुद्धिमत्ता संबंधित आहे. भावनिक बुद्धिगुणांकाला (EQ) Emotional Quotient असे म्हणतात.

पीटर सॉलेव्ही आणि जॉन मायर याच्या मते, व्यक्तीस स्वत:च्या आणि इतरांच्या भावनांची देखरेख करणे आणि त्यांचे नियंत्रण करणे यासाठी सक्षम बनविणे तसेच आपले विचार आणि कृती यांना मार्गदर्शन करण्यासाठी भावनांचा उपयोग करण्यास शिकविणे या गोष्टी भावनिक बुद्धिमत्तेत अभिप्रेत आहेत.

भावनिक बुद्धिमत्तेचा विकास

भावनिक बुद्धिमत्ता विविध प्रकारे वाढविता येते. मुलाच्या विकासाच्या सुरुवातीला म्हणजे लहानपणी त्याच्यापुढे आदर्श व्यक्ती ठेवणे गरजेचे असते. मूल हे स्वत:च्या पालकांमध्ये, शिक्षकांमध्ये, मोठे बहिण-भाऊ यांच्यामध्ये आदर्श पाहत असते. मुलाला भावनिक स्थिरतेची फार गरज असते.

खालील काही गोष्टींनी भावनिक विकास करता येऊ शकतो :

(1) **स्वत:ला ओळखणे :** स्वत:चे निरीक्षण करणे आणि स्वत:च्या भावना ओळखणे. विचार, भावना, कृती यांच्यातील सहसंबंध ओळखणे.

(2) **व्यक्तिगत निर्णयक्षमता :** विशिष्ट प्रसंगात उपलब्ध असलेल्या पर्यायांतून योग्य पर्याय निवडणे आणि त्याच्या बरोबर/चूक असण्याची जबाबदारी स्वत: घेणे.

(3) **भावनांवर नियंत्रण :** आपल्या बोलण्यातून नकारात्मक सूर उमटत नाहीना ? याकडे लक्ष देणे आणि भीती, चिंता, राग, दु:ख या भावना योग्य रितीने हाताळून त्याला योग्य दिशा देणे.

(4) तणावग्रस्त परिस्थिती हाताळताना काही व्यायामाचे छोटे प्रकार करणे. जेणे करून स्वत:च्या मनावर ताबा राहील.

(5) दुसऱ्याच्या भावना समजून घेणे. त्यांचा एखाद्या प्रसंगाविषयी किंवा व्यक्तीविषयी असलेला वेगळा दृष्टिकोन मान्य करणे.

(6) **संभाषण :** स्वत:च्या भावना योग्य रितीने मांडणे, दुसऱ्यांचे विचार ऐकून घेणे, स्वत:च्या आणि दुसऱ्यांच्या कृती किंवा विचारांतील फरक जाणून घेणे.

(7) दुसऱ्यावर विश्वास ठेवणे आणि स्वत:चे मन मोकळे करणे.

(8) आपल्याला काय वाटते यावरून दुसऱ्यांचे परीक्षण करणे.

(9) 'स्व' चा स्वीकार, आत्मविश्वासपूर्ण व सकारात्मक वागणे, स्वत:ची बलस्थाने व कमकुवतपणा ओळखणे, जबाबदारीने वागणे, स्वत:च्या भावना व मन:स्थिती ओळखणे, स्वत:ची कर्तव्ये पार पाडणे.

(10) गटात सहभागी होणे, सहकार्य करणे, संघर्ष टाळणे, दुसऱ्यांशी योग्य प्रकारे वाद घालणे, वेळप्रसंगी माघार घेणे या सर्व गोष्टींनी भावनिक विकास होत असतो.

4.1.3 सामाजिक बुद्धिमत्ता (Social Intelligence)

'सामाजिक बुद्धिमत्ता' म्हणजे सामाजिक संबंध आणि परिस्थिती यांच्याशी प्रभावीपणे समायोजन करण्याची क्षमता होय.

सामाजिक बुद्धिमत्तेत 'स्व' चे मूल्यमापन, समाजाबाबत संवेदनशीलता, सामाजिक दृष्टिकोन आणि समाजातील बदल मान्य करण्याची वृत्ती इत्यादी सर्व येते.

व्याख्या

➤ ''स्त्री पुरूष, मुलेमुली सर्वांची मानवी नातेसंबंधात हुशारीने वागण्याची, समजून घेण्याची आणि समायोजन करण्याची क्षमता म्हणजे सामाजिक बुद्धिमत्ता होय.'' **– थॉर्नडाईक (1920)**

(It is the ability to understand and manage men and women, boys and girls to act wisely in human relations.)

मिथीन (Mithen) यांच्या मते, भाषेतील बदल हा सामाजिक बुद्धिमत्तेशी संबंधित असतो. भाषेचा सामाजिक बुद्धिमत्तेशी संबंध असतो. कारण, सामाजिक संबंध सुरळित करण्यासाठी आपण भाषेचा वापर करतो. मेंदूच्या वाढीमध्ये सामाजिक बुद्धिमत्ता हा महत्त्वाचा घटक आहे.

व्यक्ती ज्या प्रकारे आयुष्य जगत असते त्याप्रमाणेच ती व्यक्ती घडत असते. व्यक्तीवर त्याच्या आजूबाजूच्या वातावरणाचा परिणाम होत असतो. सामाजिक बुद्धिमत्तेचा बोधन आणि भावनिक बुद्धिमत्तेशी फार जवळचा संबंध आहे.

गोलमन यांच्या मते, सामाजिक बुद्धिमत्तेमध्ये खालील गोष्टी येतात –

सामाजिक जाणीव : सहसंवेदना, सामाजिक बोधन, एकमेकांशी मिसळणे.

सामाजिक कौशल्य : 'स्व' चे सादरीकरण, लोकांवर प्रभाव.

गोलमन यांनी दाखवून दिले की, व्यक्तीच्या सामाजिक संबंधांचा व्यक्तीच्या शारीरिक आरोग्यावर परिणाम होतो. जेवढे जास्त जवळचे नातेसंबंध तेवढा त्याचा जास्त परिणाम आरोग्यावर होतो. या परिणामांमध्ये रक्तदाब कमी किंवा जास्त होणे, श्वास व मन:स्थिती यावर परिणाम होणे. जसे निरुत्साह, औदासिन्य, रोगप्रतिकारक शक्तीवर परिणाम होणे.

रेमंड हार्टीजेन (Raymond Hartijen) यांनी सांगितले की, सामाजिक आदान-प्रदान जास्त असेल तर सामाजिक बुद्धिमत्तेत वाढ होते. यावरून असे दिसून येते की, मुलांना सतत विविध कार्यक्रमांद्वारे, उपक्रमाद्वारे एकमेकांत मिसळायची संधी दिली तर त्यांच्या व्यक्तिगत कौशल्यांमध्ये वाढ होते. पारंपरिक शिक्षणपद्धतीत माहितीचा भरणा केला जातो. अशा प्रकारच्या शाळांमध्ये जगामध्ये जगण्यासाठीचे कौशल्य शिकविले जात नाही. त्यामुळे अशा मुलांना शिक्षण झाल्यानंतर नोकरी शोधताना किंवा नोकरी करताना अडचणी येतात. याउलट ज्या विद्यार्थ्यांना विविध कौशल्यांद्वारे एकमेकांत मिसळण्याची संधी दिली जाते अशी मुले हुशार मुलांपेक्षा व्यवहारात पुढे जातात. त्यांना स्वत:ची बलस्थाने, मर्यादा माहीत असतात. आयुष्यात काय करायचे आहे हे त्यांना माहीत असते आणि संकटांना सामोरे जायचे कौशल्य असते.

सामाजिक बुद्धिमत्ता म्हणजे लोकांबरोबर राहणे आणि लोकांना तुमच्याशी सहकार्य करायला लावणे. सामाजिक बुद्धिमत्ता म्हणजे लोकांच्या भावना, इच्छा, कृती समजून घेणे आणि त्यांना आपल्या कृतीने प्रेरित करणे, स्वत:चा लोकांवर प्रभाव पाडणे.

4.1.4 सर्जनशील बुद्धिमत्ता (Creative Intelligence)

सर्जनशील बुद्धिमत्ता जी आपल्यातल्या शक्तीला नवनिर्मितीसाठी जागृत करते, जोडते आणि प्रेरित करते. (Creative intelligence is harnessing the power to create, connect and inspire.)

आपल्याला सर्जनशील आयुष्य जगायची गरज वाटते. आपण सहज चालत-चालत, इकडे-तिकडे न बघता जगू शकत नाही. म्हणून तुमच्या विचारांवरची जळमटं झटकून टाका आणि तुमच्या आजूबाजूचे जग बघा, जिथे तुम्ही काम करता ते ठिकाण, तुमच्या आजूबाजूची माणसे बघा. तुमच्या आजूबाजूला कितीतरी संधी फिरत असतात फक्त तुम्हाला त्या शोधता आल्या पाहिजेत, पकडता आल्या पाहिजेत.

अल्बर्ट आइनस्टाईन यांच्या मते, Creativity is intelligence having fun.

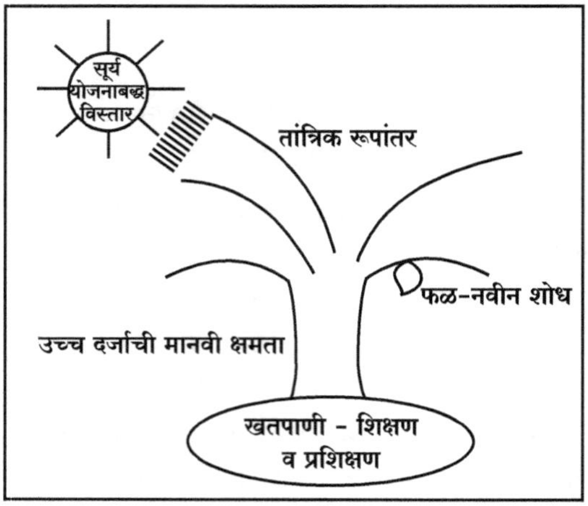

आकृती 4.1 : सर्जनशील बुद्धिमत्ता

बरेचजण असा विचार करतात की, सर्जनशील माणसांना दूरदृष्टी असते, जे काळाच्या पुढे असतात. सगळ्यांपेक्षा वेगळा विचार करतात. खरं म्हणजे आपण प्रत्येकजण केव्हा ना केव्हा तरी सर्जनशीलता अनुभवत असतो. आपल्याला असे वाटत असते की, आपण पुरेसे सर्जनशील नाही आणि आपल्याला सर्जनशीलता माहीत नाही किंवा आपला जन्म त्यासाठी नाही. बऱ्याच वेळा हुशार लोकांना ओळखता येत नाही की ते जे काही करतात ते सर्जनशील असते. त्यांनी सर्जनशील असे काही घडून गेले असा काही अनुभव येत नाही. ते काही 'कलाकार' नसतात, ते त्यांचे काम करीत असतात. आपण स्वत:ला सर्जनशील समजत नाही. कारण, सर्जनशीलता ओळखायची कशी हे आपल्याला माहीत नसते. आपल्याला त्याची व्याख्या करता येत नाही. सर्जनशीलता म्हणजे अमुक एक असे नक्की काही सांगता येत नाही. याविषयी बऱ्याच आख्यायिका आहेत. बऱ्याचवेळा वेगळे काहीतरी आपण केले की लोकांना आवडणार नाही, पटणार नाही म्हणून आपण विचार बाजूला टाकतो. त्यामुळे आपण आपल्या कामातील आनंद घेऊ शकत नाही.

सर्जनशील बुद्धिमत्ता ही मेंदूवर अवलंबून असते असे म्हणतात; परंतु आईनस्टाईनसारख्या व्यक्तींची बुद्धिमत्ता ही मेंदूपेक्षा जास्त काही तरी वेगळी असते.

जास्तीत जास्त माहिती असणे, ती योग्य चौकटीत बसविणे, त्याच्याशी खेळणे, त्या माहितीला वेगवेगळ्या पद्धतीने फिरविणे, त्यापासून नवीन काहीतरी तयार करणे या सर्वांचा व्यक्तीला आणि एखाद्या संस्थेला रोजच्या जीवनात फायदा होऊ शकतो. सर्जनशीलतेला आर्थिक महत्त्व आहे. त्यामुळे उद्यमशीलतेला चालना मिळते आणि आर्थिक व्यवहारातील महत्त्वाची बाजू ठरते.

4.1.5 व्यावहारिक बुद्धिमत्ता (Practical Intelligence)

व्याख्या

➤ "रोजच्या जीवनातील समस्या सोडविण्याची क्षमता म्हणजेच रोजच्या परिस्थितीशी मिळवून देणे, आकार देणे, योग्य परिस्थिती निवडणे म्हणजे व्यावहारिक बुद्धिमत्ता होय." **– स्टर्नबर्ग आणि सहकारी**

("The ability to solve real world everyday problems and most broadly, the ability to adapt, to shape and select everyday environments")

ज्याला बहुतेक लोक 'Common sense' म्हणतात तीच ही व्यावहारिक बुद्धिमत्ता होय. स्टर्नबर्ग यांच्या मते, व्यावहारिक बुद्धिमत्तेशिवाय आणखी एक बुद्धिमत्ता असते जी बुद्धिमत्तामापन कसोट्यांनी तपासली जाते. बुद्धिमापन कसोट्या शैक्षणिक क्षमता तपासतात. माणसाच्या कृतीचे दोन प्रकार असतात. शैक्षणिक प्रकारामध्ये लोकांनी निर्माण केलेल्या समस्या सोडविल्या जातात; ज्यामध्ये एकच बरोबर उत्तर असते आणि उत्तर काढण्याची पद्धत प्रचलित पद्धतीपैकीच असते. नेहमीच्या बुद्धिमत्तामापन कसोट्यांनुसार असते; परंतु त्याच्या उलट व्यावहारिक बुद्धिमत्तेमध्ये रोजच्या जीवनातील समस्या ओळखणे, समस्या नीट शब्दांत मांडणे, योग्य पर्याय शोधणे, योग्य पर्यायासाठी वेगवेगळे मार्ग शोधणे असते. यासाठी प्रेरणा आणि व्यक्तिगत गुंतवणूक आवश्यक असते.

व्यावहारिक बुद्धिमत्ता ही सामाजिक, सांस्कृतिक संदर्भाशी निगडित असते. त्याचप्रमाणे स्वत:च्या आशयाशी परिस्थितीचे समायोजन, निवड आणि आकार देणे इत्यादी घटकही व्यावहारिक बुद्धिमत्तेत येतात.

अनुभवावर आधारित ज्ञान जे समस्या सोडविण्यासाठी उपयोगी पडते, ज्यामुळे व्यक्तीला स्वत:चे ध्येय प्राप्त करता येते. अशा ज्ञानाला व्यक्तिगत पातळीवर फार महत्त्व असते.

अनुभवावर आधारित ज्ञान कुठेही मागून मिळत नाही; परंतु हे ज्ञान लोकांशी वेगवेगळ्या प्रसंगात कसे वागावे हे शिकविते. प्रत्येक जण हे ज्ञान स्वत:च्या अनुभवातून शिकते. हे ज्ञान औपचारिकरित्या शिकविता येत नाही.

अनुभवावर आधारित ज्ञान हे व्यावहारिक असते. कारण, यामुळे प्रत्येकाला ध्येय मिळविताना या ज्ञानाचा उपयोग होतो. त्यामुळे याला आयुष्यात फार महत्त्व असते. याच गुणधर्मामुळे शैक्षणिक बुद्धिमत्तेपेक्षा गणिती ज्ञानापेक्षा, व्यक्तिमत्त्वापेक्षा व्यावहारिक बुद्धिमत्ता श्रेष्ठ ठरते.

रॉबर्ट बाम (Robert Baum) यांच्या मते, अनुभवावरून मिळालेली कौशल्ये आणि माहिती तसेच माहितीचे उपयोजन रोजच्या जीवनात करण्याची क्षमता हे सर्व व्यावहारिक बद्धिमत्तेत येते. व्यावहारीक बुद्धिमत्तेमध्ये विशिष्ट शिक्षण जे कृतीतून घेतले जाते ते महत्त्वाचे ठरते. उच्च दर्जाच्या व्यावहारिक बुद्धिमत्तेत उपयुक्त ज्ञान कृतीतून व शिकून विकसित केले जाते.

उच्च दर्जाची शैक्षणिक बुद्धिमत्ता असलेल्या व्यक्ती कधी-कधी व्यवसायात यशस्वी होत नाहीत असे दिसते. उलटपक्षी कमी शैक्षणिक बुद्धिमत्ता, परंतु उच्च व्यावहारिक बुद्धिमत्ता असलेले लोक व्यवसायात यशस्वी होतात. व्यावहारिक बुद्धिमत्ता हा आश्चर्यकारक अनुभव स्पष्ट करते.

व्यावहारिक बुद्धिमत्तेत अशा प्रकारे तुम्ही आणि तुमच्या परिस्थितीची मागणी यातील उत्तम जे काही आहे ते शोधून काढण्याची क्षमता आणि मिळविलेल्या ज्ञानाचा उपयोग करून रोजच्या जीवनातील समस्यांवर मात करणे यांचा समावेश होतो.

4.2 बुद्धिमत्तेच्या उपपत्ती (Theories of Intelligence)

प्रत्येक मुलाची बुद्धिमत्ता, हुशारी, क्षमता आणि मर्यादा वेगळी असते. त्या अर्थाने प्रत्येक मूल 'वैशिष्ट्यपूर्ण' असते. काही मुले वेगळी असतात. कारण, त्यांच्यामध्ये काहीतरी उणीव असते तर काही मुले प्रतिभावान असतात तर काही मुले सामान्य असतात. अशा प्रकारचे वर्गीकरण आपण बुद्धिमत्तेच्या आधारे करतो.

पूर्वीपासून बुद्धिमत्तेचे स्वरूप हे पुढील तीन गोष्टींवर अवलंबून असते, असे समजले जाते.

(1) शिकण्याची क्षमता.

(2) व्यक्तीने मिळविलेले ज्ञान.

(3) नवीन प्रसंगाशी व वातावरणाशी योग्य समायोजन करण्याची क्षमता.

बहुतेक मानसशास्त्रज्ञांचे म्हणणे आहे की, व्यक्तीच्या बोधात्मक कार्यावर प्रभाव टाकणारी मूलभूत क्षमता म्हणजे 'बुद्धिमत्ता' होय. बुद्धिमान मनुष्य हा गणितीक्रिया करतो, कवितेचे स्पष्टीकरण करतो, इतिहास सांगतो, कोडी सोडवितो. या विधानाला पुष्टी देणाऱ्या बऱ्याच टेस्ट घेतल्या गेल्या.

व्याख्या

- 'बुद्धिमत्ता' म्हणजे शारीरिक व मानसिक संयोगाने सापेक्षतेने नव्या असलेल्या स्थिती विशेषांशी समायोजन करण्याची क्षमता होय. **- बर्ट**
- 'बुद्धिमत्ता' म्हणजे निर्णयक्षमता, सामान्य ज्ञान, पुढाकार घेण्याची कृती, समायोजन क्षमता, योग्य निर्णय व तर्कसंगत विचार करण्याची व आकलन क्षमता होय. **-आल्फ्रेड बिने**
- 'बुद्धिमत्ता' म्हणजे अमूर्त पातळीवर विचार करण्याची क्षमता होय. **- टर्मन**
- बुद्धिमत्ता म्हणजे वास्तवतेच्या दृष्टीने केलेली योग्य प्रतिसाद शक्ती. **- थॉर्नडाईक**

बहुविध बुद्धिमत्ता (Multiple Intelligence)

मानसशास्त्रात वैशिष्ट्यपूर्ण क्षमता दाखविणाऱ्या काही उपपत्ती आहेत. परंतु त्या जास्त प्राथमिक-मानसिक क्षमताही दाखवितात. थर्स्टन याने 1938 मध्ये शाब्दिक माहिती, स्मरणशक्ती, तार्किकशक्ती, अंकगणितीय क्षमता, शब्द प्रभुत्व अशा अनेक क्षमता बुद्धिमत्तेसाठी तपासल्या जातात.

या प्रकारच्या बुद्धिमत्तेच्या सिद्धान्तात सांख्यिकीवर भर दिलेला असतो व बुद्धिगुणांकाचे त्यामध्ये विश्लेषण केलेले दिसते. यामध्ये स्पिअरमन, गिलफोर्ड, थर्स्टन यांचे सिद्धान्त येतात. याला मनोमितीय सिद्धान्त (Psydhometric Theories) म्हणतात.

4.2.1 जे. पी. गिलफोर्डची उपपत्ती (Guilford's Configuration Model Theory)

जे. पी. गिलफोर्ड (1988) याने बुद्धिमत्तेचे तीन मूळ विभाग पाडले.

गिलफोर्डने त्रिमितीय घनाकृती ठोकळ्याच्या (Three dimensional) साहाय्याने विविध घटकांचे स्पष्टीकरण केले आहे.

गिलफोर्डची त्रिमितीय घनाकृती

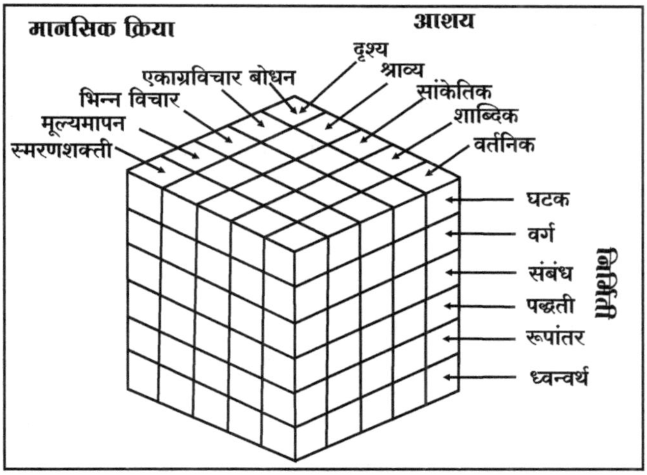

आकृती 4.2 : गिलफोर्डची त्रिमितीय उपपत्ती

गिलफोर्डने बुद्धिमत्तेच्या घटकांचे तीन विभागात वर्गीकरण केले :

(1) मानसिक क्रिया (The Process of Thinking)

(i) बोधन (Cognition)

(ii) एकाग्र-विचार (Convergent Thinking)

(iii) भिन्न विचार (Divergent Thinking)

(iv) मूल्यमापन (Evaluation)

(v) तातडीची स्मरणशक्ती (Immediate Memory)

(vi) काही कालावधी नंतरची स्मरणशक्ती (Memory Over Time)

(2) आशयाचे एकूण पाच उपविभाग आहेत. ते पुढीलप्रमाणे -

(a) दृश्यरूप (Visual Content)

(b) श्राव्य (Auditory Content)

(c) शाब्दिक अर्थ (Word Meaning)

(d) सांकेतिक (Symbol)

(e) वर्तनिक (Behavioural)

या क्रियेतून घटक, वर्गीकरण संबंध, पद्धत, बदल, उपयोजन या प्रकारात वेगवेगळी उत्तरे मिळतात.

(3) निर्मिती-निर्मितीमध्ये सहा घटकांचा समावेश होतो.

(अ) घटक (Units) - निर्मित वस्तू ज्या घटकांनी बनलेली आहे.

(ब) वर्ग (Class) - निर्मित वस्तू ज्या वर्गात आहे तो वर्ग.

(क) संबंध (Relations) - कार्यकारणभाव यामध्ये येतो.

(ड) पद्धती (System) - नवनिर्मित वस्तू निर्माण करण्याची पद्धती

(इ) रूपांतर (Transformation) - नवनिर्मितीचे स्वरूप

(ई) ध्वन्यर्थ (Implication) - नवनिर्मिती वस्तू स्वरूप.

एखादे बोधनिक कार्य करणे म्हणजे विशिष्ट आशयाचे योग्य उत्तर काढण्यासाठी केलेल्या मानसिक क्रिया होय.

उदा. अंकांचा क्रम लावणे. 3,6,12,24 .. .. .. (याला एकाग्र विचारांची गरज आहे.)

हा क्रम सांकेतिक भाषेत आहे. (सांकेतिक आशय)

या क्रमामुळे विशिष्ट निर्मितीचा क्रम होणार आहे. (प्रत्येक अंक आधीच्या अंकापेक्षा दुप्पट आहे.) यातील सांकेतिक चिन्ह 'गुणाकार' आहे आणि दोन अंकांमधील सहसंबंध ठराविक आहे. यामधून आपल्याला क्रिया, आशय निर्मितीच्या 180 जोड्या मिळणार आहेत.

$6 \times 5 \times 6 = 180$ जोड्या.

गिलफोर्डची उपपत्ती दुसऱ्यांच्या वर्तनाचे मूल्यमापन करते आणि सर्जनशीलतेला वाव देते. जेव्हा व्यक्तीच्या वेगवेगळ्या क्षमता तपासल्या जातात, तेव्हा त्या क्षमता एकमेकांशी संबंधित आहेत असे दिसून येते. या उपपत्तीमुळे विचार प्रक्रिया, समस्या निवारण आणि निर्णायक विचार याचे अधिक स्पष्ट आकलन होण्यास मदत होणार आहे.

4.2.2 स्पिअरमन यांचा द्विघटक सिद्धान्त (Two Factor Theory of Spearman)

बुद्धिमत्ता म्हणजे एक 'सामान्य क्षमता' हे अमान्य करून स्पिअरमनने द्विघटक सिद्धान्त मांडला. त्यांच्या मते. बुद्धिमत्तेत दोन घटक असतात.

(अ) सामान्य घटक (General Factor)

(ब) विशिष्ट घटक (Specific Factor)

बौद्धिक कार्यात 'सामान्य घटक' हा कमी-जास्त प्रमाणात असतोच. पण विशिष्ट घटक अनेक असतात. हे विशिष्ट घटक कार्याच्या स्वरूपानुसार वेगवेगळे असतात. सामान्य घटकांचे प्रमाण सर्व व्यक्तींच्या ठिकाणी समान नसते तसेच विशिष्ट घटकही समान नसतात. विशिष्ट घटकांमुळे व्यक्ती वेगवेगळ्या क्षेत्रात कमी-अधिक प्रावीण्य मिळवितात.

सामान्य घटकास स्पिअरमन 'g' असे संबोधतात, तर विशिष्ट घटकाला S_1, S_2, S_3 असे संबोधतात.

$I = G + (S_1 + S_2 + S_3 + \ldots\ldots ect)$

Intelligence = General Factor + Specific Factor

g = सामान्य घटक, S_2S_1 = विशिष्ट घटक

प्रत्येक बौद्धिक कार्यात 'g' आणि 's' या दोन घटकांचा संबंध येत असल्यामुळे या सिद्धान्ताला 'द्विघटक सिद्धान्त' असे म्हणतात.

शालेय अभ्यासक्रमातील विविध विषयांमध्ये मुलांनी मिळविलेल्या प्रावीण्यात फरक दिसून येतो. विशिष्ट क्षेत्रातील यश हे विशिष्ट घटकांचे (Specific factor) जास्त असण्याचे लक्षण आहे.

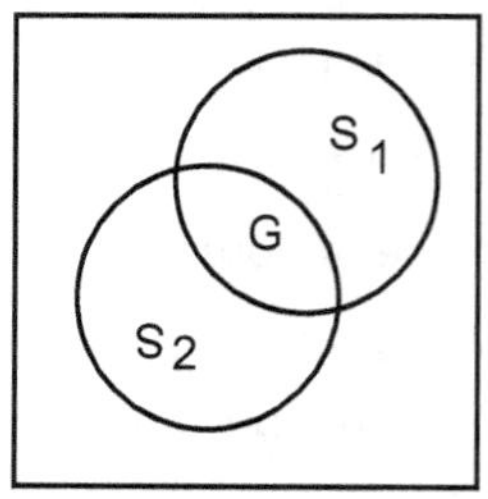

आकृती 4.3 : स्पिअरमन यांचा द्विघटक सिद्धान्त

व्यक्तीची बुद्धिमत्ता प्रामुख्याने सामान्य घटकावर अवलंबून असते असे स्पिअरमनचे म्हणणे आहे.

क्रिया- अभिमुखीकरण (संस्करण) सिद्धान्त

यामधील सिद्धान्त स्मृतीमध्ये माहितीचे साठवण कसे करतो व त्याचे उपयोजन बौद्धिक कार्यामध्ये कसे करते हे बुद्धीचे अधिक अचूक मापन आहे, असे सांगतात. गॉर्डनर व स्टर्नबर्गचे पुढील सिद्धान्त हे बौद्धिक वर्तनामधील प्रक्रियेवर लक्ष केंद्रित करतात.

4.2.3 हॉवर्ड गॉर्डनर यांचा चेता विज्ञानावर आधारित सिद्धान्त (Gardner's Neuro Science Based Theory of Intelligence)

हॉवर्ड गॉर्डनर (1983-1993) यांच्या वैविध्यपूर्ण बुद्धिमत्तेची उपपत्तीनुसार मानवी क्षमतेचे आठ वेगवेगळे वर्गीकरण असते. प्रत्येक व्यक्तीमध्ये बलस्थाने किंवा कमकुवतपणा हा एक किंवा अनेक क्षेत्रांमध्ये दिसून येतो. खालील आकृती प्रत्येकाची क्षमता आणि त्यानुसार व्यवसाय दर्शविते.

बुद्धिमत्ता	निर्मिती (व्यवसाय)	मूळ घटक
1. तार्किक-गणितीय (Logical- Mathematical)	शास्त्रज्ञ, गणितज्ज्ञ	तार्किक विचार करण्याची व गणित समस्या सोडविण्याची क्षमता, प्रत्येक गोष्टीचे कारण शोधण्यासाठी खोलवर विचार करण्याची क्षमता.
2. भाषिक (Linguistic)	कवी, पत्रकार, वक्ते	भाषेची निर्मिती व कार्ये, शब्दांचे अर्थ लावणे, व्याकरण जाणण्याची क्षमता असणे. आवाजातील चढ-उतार करून अर्थ लावणे.
3. संगीतविषयक (Musical)	संगीतकार, वाद्ये वाजविणारी व्यक्ती	नाद, ताल, स्वर निर्माण करण्याची, ओळखण्याची किंवा समजण्याची क्षमता.
4. अवकाश विषयक (Spatial)	नौकानयन करणाऱ्या व्यक्ती, शिल्पकार	दिशाज्ञान, त्रिमिती संवेदन, दृश्य-अवकाश विषयक आकलन क्षमता.
5. शरीरगती कुशलताविषयक (Bodily Kinesthetic)	नर्तक, क्रीडापटू, सर्जन	स्व-हालचालींवरील कुशल नियंत्रक आणि वस्तू कौशल्यपूर्ण रीतीने हाताळण्याची क्षमता.
6. आंतरव्यक्तिक संबंधविषयक (Interpersonal)	मानसशास्त्रज्ञ, व्यवस्थापक, शिक्षक	इतरांची भावस्थिती, स्वभाव, इच्छा-आकांक्षा, प्रेरणा इत्यादींचे योग्य संवेदन व त्यानुसार समर्पक प्रतिक्रिया करण्याची क्षमता.
7. स्व-ज्ञानात्मक (Intra personal)	स्वत:विषयी पूर्ण माहिती असलेली व्यक्ती	स्वत:च्या भावनांची व गुण-दोषांची वास्तवतेतून जाणीव.
8. निसर्गात्मक (Naturalistic)	शेतकरी, वनस्पतिशास्त्रज्ञ, प्राणिशास्त्रज्ञ	निसर्गातील घटकांची (प्राणी, वनस्पती) ओळख व वर्गीकरण करण्याची क्षमता.

गॉर्डनर यांनी मेंदूच्या एखाद्या भागाला धक्का बसला (उदा., भाषा) तरी दुसऱ्या भागाचे कार्य योग्यरीत्या चालू असते. या पुराव्यानुसार विविध क्षमता सांगितल्या आहेत. जर वरील सात क्षेत्रांपैकी एका भागातील क्षेत्रात जर प्रावीण्य असेल तर बाकीच्या सहा क्षेत्रातील क्षमता फार नसतात. गॉर्डनर यांच्या मते, या सात व्यतिरिक्त आणखीही क्षमता असू शकतात. गॉर्डनर यांनी आठवी बुद्धिमत्ताही नंतर शोधून काढली. बुद्धिमापन चाचण्याद्वारा बुद्धिमत्ता मापन करण्यापेक्षा विविध प्रकारच्या परिस्थितीत व्यक्ती जी विविध कौशल्ये, चातुर्य दाखविते त्यातून बुद्धिमापन करणे शक्य आहे असे गॉर्डनरला वाटते.

4.2.4 रॉबर्ट स्टर्नबर्गचा बुद्धिमत्ताविषयक त्रिचाप सिद्धान्त (Sternberg's Triarchic Theory of Intelligence)

सध्या विचारप्रक्रियेपेक्षा बोधनिक मानसशास्त्रावर जास्त संशोधन चालू आहे. व्यक्ती समस्या निराकरणासाठी माहिती कशी मिळविते आणि वापरते आणि त्यानुसार योग्य वर्तन कसे करते. या बुद्धिमत्तेच्या नवीन दृष्टिकोनासंबंधी रॉबर्ट स्टर्नबर्ग यांनी ही उपपत्ती मांडली.

रॉबर्ट स्टर्नबर्ग (1985, 1990) यांनी बुद्धिमत्ता समजून घेण्यासाठी बोधात्मक दृष्टिकोन मांडला. नावावरून कळून येते की उपपत्तीमध्ये तीन भाग असतील.

(1) विश्लेषणात्मक बुद्धिमत्ता (Analytic Intelligence) : प्राथमिक समस्या कोणती ते ओळखते आणि समस्या सोडविण्यासाठी व्यक्ती जो विचार करते, प्रत्यक्षात जी कृती करते या विविध प्रक्रियांच्या मुळाशी आढळून येणारी मानसिक क्षमता म्हणजे विश्लेषणात्मक बुद्धिमत्ता होय. ही बुद्धिमत्ता तीन वेगवेगळी कार्ये करते. ती पुढीलप्रमाणे:

- **(अ) बोधनिक घटक** (Meta Component) : समस्येचे स्वरूप समजून घेणे, आवश्यक कृती-योजना आखणे.
- **(ब) कार्य घटक** (Performance Component) : कार्य प्रत्यक्षात आणण्यासाठी केल्या जाणाऱ्या कृतीचा या घटकात समावेश होतो.
- **(क) ज्ञान संपादन घटक** (Knowledge Acquistion Component) : नवीन ज्ञान मिळविणे. उदा., मिळालेल्या माहितीतून योग्य, अयोग्य ओळखणे, नवीन संबोध मिळवणे.

(2) सर्जनशील बुद्धिमत्ता (Creativity Intelligence) : सर्जनशील बुद्धिमत्तेत नवीन अनुभवांशी व्यक्ती समायोजन करते. उच्च दर्जाची बुद्धिमत्ता ही दोन गुणधर्म दाखविते. ते पुढीलप्रमाणे :

- **(अ) अंतर्दृष्टी** (Insight) : आलेल्या प्रसंगांशी प्रभावीपणे तोंड देण्याची क्षमता.
- **(ब) त्वरित निर्णयक्षमता** (Automaticity) : विचारप्रक्रियेत आणि समस्या निराकरणात उत्तमपणे आणि ताबडतोब निर्णय देण्याची क्षमता. बुद्धिमत्तेमध्ये नवीन समस्या सोडविण्याची आणि दैनंदिन जीवनात ताबडतोब नवीन उपाय शोधण्याची क्रिया बोधनिक क्रियेमार्फत होते.

(3) वास्तववादी बुद्धिमत्ता (Practical Intelligence) : वास्तववादी बुद्धिमत्ता असलेली व्यक्ती यशस्वी होऊ शकेल अशी परिस्थिती निवडते, परिस्थितीशी समायोजन करते आणि गरज वाटली तर योग्य बदल करते. संस्कृती हा महत्त्वाचा घटक योग्य परिस्थिती, समायोजन, बदलासाठी योग्य आहे. आपल्याला लाभलेल्या सामाजिक, सांस्कृतिक, परिवेशाच्या अपेक्षा आणि आवश्यकतेनुसार योग्य त्या प्रतिक्रिया करून व्यक्ती जीवनात यशस्वी होते. त्या व्यक्ती आयुष्यात यशस्वी होतात, त्यांच्या क्षमता योग्य प्रकारे वापरून कठोर परिश्रम करतात आणि त्यांची कमकुवत बाजू भरून काढतात.

अशा प्रकारे वास्तववादी बुद्धिमत्ता व्यवसाय निवड किंवा सामाजिक कौशल्य या गोष्टींशी संबंधित असतात.

स्टर्नबर्ग यांच्या मते, बौद्धिक वर्तन म्हणजे नवीन समस्या ही सर्जनशीलतेने, पटकन, विचारपूर्वक कृती योजना आखून, आपल्याला लाभलेल्या परिस्थितीच्या आवश्यकतेनुसार योग्य प्रतिक्रिया करून सोडविणे.

	संदर्भीय बुद्धिमत्ता (Contextual Intelligence)	अनुभवाश्रित बुद्धिमत्ता (Experiential Intelligence)	घटनात्मक बुद्धिमत्ता (Componential Intelligence)
व्याख्या	बदलत्या परिस्थितीशी समायोजन करण्याची क्षमता आणि परिस्थितीमध्ये संधीनुसार बदल करणे	नवीन कल्पना निर्माण करण्याची क्षमता, प्रसंगानुरूप समायोजन करण्याची क्षमता आणि ताबडतोब उपाय शोधणे.	अमूर्त विचार करण्याची, माहितीवर क्रिया करण्याची शाब्दिक क्षमता असलेली क्षमता.
उदाहरणार्थ	अभ्यास करताना काही काळापुरते दरवाजावर 'व्यत्यय आणू नये' अशी पाटी लावणे.	तुमची गाडी चालू करताना समस्या आली तर त्यावर ताबडतोब उपाय शोधणे.	दोन घटकांतील साम्य लक्षात घेऊन किंवा दोन विधानांच्या आधारे अनुमान काढून शब्दसंपादन क्षमता वाढविणे.

स्टर्नबर्गच्या सिद्धान्ताचे शैक्षणिक महत्त्व

स्टर्नबर्गच्या बुद्धिमत्ता उपपत्तीवरून असे सांगता येईल की, बुद्धिमापन चाचणीतून चांगला बुद्धिगुणांक दाखविणाऱ्या व्यक्ती घटनात्मक बुद्धिमत्ता व्यक्त करतात. पूर्वानुभवाच्या आधारे योग्य निर्णय घेऊन यशस्वी होणाऱ्या सर्जनशील व्यक्तीची बुद्धिमत्ता अनुभवाश्रित असते. शाळा-महाविद्यालयीन अभ्यासक्रमातून सामान्य प्रगती दाखविणाऱ्या परंतु तरीही जीवनात यशस्वी होणाऱ्या व्यक्ती संदर्भीय बुद्धिमत्ता दर्शवितात.

स्टर्नबर्ग यांच्या सिद्धान्तानुसार शाळा-महाविद्यालयात प्राविण्य मिळविणे म्हणजे बुद्धिमत्ता नव्हे तर अनुभवातून धडे घेणे, व्यवहारकुशल बनणे तितकेच महत्त्वाचे आहे. व्यवहार कुशलतेच्या साहाय्याने जीवनातील यशस्वितेबाबत अंदाज करता येतो; परंतु व्यावहारिक कुशलतेचा शैक्षणिक प्रावीण्याशी फार कमी संबंध येतो.

4.2.5 गोलमन यांची भावनिक बुद्धिमत्तेची उपपत्ती (Goleman Model of Emotional Intelligence)

डॅनियल गोलमन यांनी भावनिक बुद्धिमत्तेचे वर्णन पुढील प्रमाणे केले आहे.

"भावनिक बुद्धिमत्ता ही संकल्पना आपण स्वत: आणि आपले नातेसंबंध यांचे सुयोग्य व्यवस्थापन करण्यासाठी स्वयंप्रेरणा निर्माण करणे व त्यासाठी स्वत:च्या व इतरांच्या भावना समजून घेण्याच्या क्षमतेशी निगडित आहे."

गोलमन (1998) यांनी भावनिक बुद्धिमत्तेची पाच अंगे सांगितली आहेत.

(1) वैयक्तिक क्षमता : वैयक्तिक क्षमतेमध्ये तीन क्षेत्रे येतात. ही क्षेत्रे स्वत:च्या भावनांची जाणीव असणे आणि त्यावर नियंत्रण असणे याच्याशी संबंधित असतात. ती पुढीलप्रमाणे.

(a) आत्मभान (b) स्व नियंत्रण (c) अभिप्रेरण.

(2) सामाजिक क्षमता : या सामाजिक क्षमतेमध्ये दोन क्षेत्रे येतात. ही क्षेत्रे दुसऱ्याच्या भावनांची जाणीव होणे आणि सामाजिक संबंध सलोख्याचे ठेवण्याचे कौशल्य यांच्याशी संबंधित आहेत. ही क्षेत्रे पुढीलप्रमाणे :

(a) सहसंवेदना (b) सामाजिक कौशल्ये.

गोलमन यांनी 2000 मध्ये भावनिक बुद्धिमत्तेचे नवीन प्रारूप विकसित केले. यामध्ये चार क्षेत्रे ही वीस क्षमतांमध्ये विभागली आहेत.

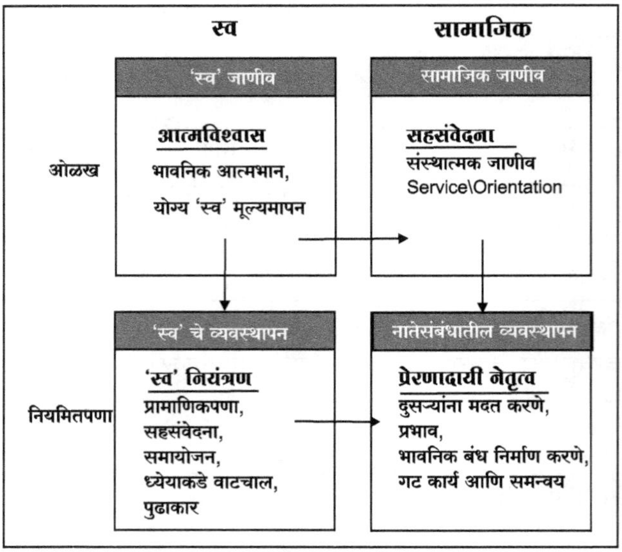

आकृती 4.4 : गोलमन यांची भावनिक बुद्धिमत्तेची उपपत्ती

(1) आत्मभान (Self-Awareness) : स्वत:ला काय वाटते याची जाणीव असणे म्हणजे 'आत्मभान'. मेंदूच्या प्रीफ्रंटल (Prefrontal) व व्हर्बल कॉर्टेक्समध्ये (Verbal Cortex) बिघाड झाला म्हणजे व्यक्ती 'स्व'ची जाणीव हरवून बसते. स्वत:च्या भावना, अभिरुची, क्षमता, बलस्थान, कमतरता, मर्यादा यांची जाणीव असणे, स्वत:बद्दल पूर्ण आत्मविश्वास असणे म्हणजे 'आत्मभान' होय.

(2) भावनिक 'स्व' व्यवस्थापन (Emotional Self- Management) : 'स्व' व्यवस्थापन म्हणजे स्वत:च्या भावना स्वत:च्या ताब्यात असणे. चिंता, राग, भीती अशा भावनांना आवर घालण्याची क्षमता असणे. माणसाच्या मेंदूच्या डाव्या भागातील जेवढ्या संवेदना जास्त, तेवढी व्यक्ती सकारात्मक भावनांचा जास्त विचार करते. व्यक्तीच्या ठायी आत्मप्रेरण असले पाहिजे. आपली ध्येये व उद्दिष्टे प्राप्त करण्यासाठी प्रयत्नशील राहणे आवश्यक आहे.

(3) सहसंवेदना (Empathy) : इतर व्यक्तींना समजून घेण्याची व त्यांच्या वर्तनावर नियंत्रण ठेवण्याची क्षमता म्हणजे सामाजिक प्रज्ञा होय. सहसंवेदना म्हणजे दुसऱ्या व्यक्तीच्या भूमिकेशी एकरूप होणे; इतरांच्या गरजा; भावना, चिंता, ध्येय, मर्यादा, सामर्थ्य इत्यादींची जाणीव त्यांच्या भूमिकेतून ठेवणे; विविध लोकांबद्दल सहृदय असणे; त्यांच्याशी सुसंवाद साधणे इत्यादी गोष्टी सहसंवेदनामध्ये येतात.

(4) नातेसंबंधातील व्यवस्थापन (Relationship Management) : सामाजिक संबंध सलोख्याचे ठेवण्याचे कौशल्य म्हणजे 'सामाजिक कौशल्य' होय. घरातील व समाजातील विविध लोकांशी समायोजन साधण्यासाठी नेतृत्व, वादविवाद, सहकार्य, समन्वय, विनंती, आदेश यांसारख्या तंत्रांचा वापर करण्याची क्षमता असणे व सामूहिक ध्येय प्राप्तीच्या दिशेने वाटचाल करणे इत्यादींचा संबंध सामाजिक कौशल्यात येतो. जर आपण आपल्या भावना ताब्यात ठेवल्या नाहीत आणि दुसऱ्याच्या भावनांची जाणीव ठेवली नाही तर आपण चांगले नातेसंबंध निर्माण करू शकत नाही.

4.2.6 नेड हर्मन बुद्धिमत्तेचे प्रारूप (Ned Herrmann's Model)

मेंदूमध्ये विचार प्रक्रिया कशा प्रकारे चालते याविषयी बऱ्याच पद्धती सांगितल्या आहेत. नेड हर्मन (1966) यांच्या मते, मानसिक प्रक्रिया ही अनुवंश आणि परिस्थिती (पालक, शिक्षण, अनुभव, सांस्कृतिक) यावरून ठरत असते. हर्मन यांनी चार भाग असलेली विचारांची एक प्रतिकृती सांगितली. मेंदू हा वर्तुळाकार धरून त्याचे चार भाग केले.

या चार भागांना मेंदूच्या किनारी संस्थाभागांशी (Cerebral Limbic Brain) संबंध दाखविण्यासाठी मुळाक्षरांनी संबोधले आहे. डावीकडील वरील प्रमस्तिष्क (Cerebral) याला A म्हटले आहे आणि घड्याळाच्या विरुद्ध दिशेने B,C, D म्हटले आहे. प्रत्येक भागाची विचार करण्याची क्षमता वेगळी आहे.

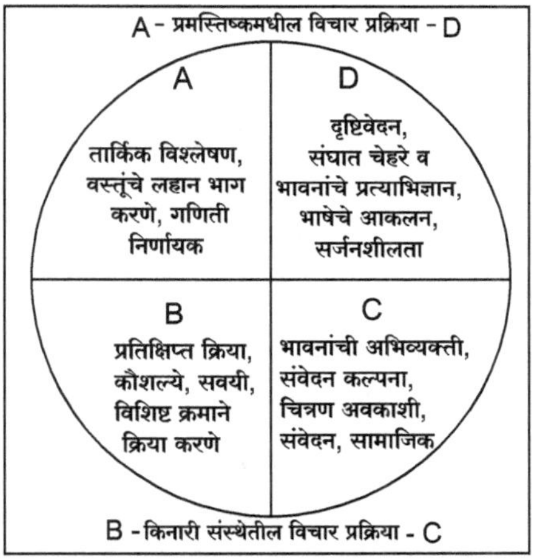

आकृती 4.5 : नेड हर्मन बुद्धिमत्तेचे प्रारुप

हर्मनने या चारही भागांचे गुणधर्म खालीलप्रमाणे सांगितले आहेत.

(1) A भाग : (प्रमस्तिष्क डावा भाग) मूर्त ज्ञानाचा वापर जसे - कॉम्प्युटर प्रोग्रॅमिंग, वस्तू हाताळणे, शेअर मार्केट पाहाणे, रासायनिक सूत्रे, मेडिकल माहिती, कायदेविषयक ज्ञान यामध्ये होतो. यामध्ये प्रत्येक गोष्टीचे तार्किकदृष्ट्या विश्लेषण केले जाते. यामध्ये व्यक्ती दुसऱ्याबरोबर विश्लेषण करण्यात, पद्धती व सत्यता यांविषयी चर्चा करण्यात आनंद घेते.

(2) B भाग : (किनारी संस्था डावा भाग) या भागाला स्थैर्य अपेक्षित असते. त्यामुळे ते बदलत नाही. या भागाला संघटित व नियमबद्ध काम करायला आवडते, त्यामुळे नियम पाळले जातात. जबाबदारी घ्यायची टाळली जाते.

(3) C भाग : (किनारी संस्था उजवा भाग) हा लोकांशी संबंधित भाग आहे. मूल्ये व भावना यांना उच्च स्थान आहे. यामध्ये लोकांना सल्ले दिले जातात, दुसऱ्यांना मदत केली जाते. लोकांमध्ये मिळून मिसळून राहतात.

(4) D भाग : (प्रमस्तिष्क, उजवा भाग) साहसी, आत्मविश्वासपूर्ण, उद्योजकता असणारा भाग आहे. सर्व शक्यतांचा विचार करणारा, कौशल्यपूर्ण रचना करणारा, स्वतंत्र नावीन्यपूर्ण करण्यास उत्सुकता या भागामुळे येते. सर्जनशीलता या भागाचे वैशिष्ट्य आहे.

हर्मनच्या मते प्रत्येक वर्गामध्ये अध्ययनार्थीनुसार शिकविण्याची पद्धत वेगवेगळी असते. विचारप्रक्रियेतील वेगळेपण हे प्रत्येक वर्गात असते. इंजिनियर असलेल्या व्यक्ती डाव्या गोलार्धाचा वापर जास्त करतात. मेंदूचे दोन्ही अर्धगोल पूर्ण वापरण्याचे प्रशिक्षण मुलांना दिले तर संपूर्ण मेंदू जास्त कार्यक्षमतेने वापरला जाईल असे नेड हर्मन यांनी सांगितले आहे.

4.3 बुद्धिमत्तामापन (Assesment of Intelligence)

प्रत्येक व्यक्तीला बुद्धी असते; परंतु त्याचे प्रमाण कमी-जास्त असते. एखाद्याला आपण निर्बुद्ध म्हणतो परंतु त्यालाही अल्प प्रमाणात का होईना बुद्धी असतेच. कारण मनुष्य प्रत्येक कृती बुद्धीच्या वापराने करीत असतो. कोणतीही कृती करण्यासाठी विचार हा करावाच लागतो. व्यक्तीच्या व्यवसायावरून, जबाबदाऱ्यांवरून त्याच्या बुद्धीचा अंदाज करता येतो. मानसशास्त्रीयदृष्ट्या एखाद्या व्यक्तीमध्ये दुसऱ्या व्यक्तीपेक्षा बुद्धी किती कमी किंवा अधिक आहे हे ठरविता आले पाहिजे. म्हणजे बुद्धीचे मापन करून एखाद्या व्यक्तीमध्ये किती प्रमाणात बुद्धिमत्ता आहे हे सांगणे गरजेचे आहे. याचा शास्त्रशुद्ध रीतीने अभ्यास करून कोणत्या व्यक्तीत किती बौद्धिकक्षमता आहे हा अंदाज घेऊन समायोजनासाठी पावले टाकली तर जीवनात अपयश येणार नाही. म्हणूनच बुद्धिमापनाची आवश्यकता भासते.

4.3.1 इतिहास

बुद्धिमत्तेच्या बाबतीत व्यक्तिभेद आहेत याची जाणीव विसाव्या शतकापूर्वी मानसशास्त्रज्ञांना झाली.

फ्रान्सिस गाल्टन (1822-1911) याने व्यक्तीच्या मस्तकाच्या आकारमानावरून व आकारावरून आपल्याला त्याच्या बुद्धीचे मापन करता येईल ही त्याची कल्पना फारशी योग्य ठरली नाही. त्याच्या पूर्वग्रहातून ही संकल्पना निर्माण झाली होती. गाल्टनच्या या मताचा असा फायदा झाला की बुद्धिमत्ता मोजता येते व तिचे वस्तुनिष्ठ मापन करता येते या विचाराला चालना मिळाली.

एबिंगहॉस या जर्मन मानसशास्त्रज्ञाने 1885 साली स्मृती-विस्मृती या संकल्पनेचा मानसशास्त्रीय अभ्यास करून प्रत्यवाहन, प्रत्यभिज्ञा आणि विस्मृती यात फरक करून बुद्धिमापनाचा प्रयत्न केला.

विसाव्या शतकाच्या प्रारंभी फ्रान्स सरकारच्या शिक्षणखात्याने मानसशास्त्रज्ञांकडे मुलांची बुद्धिमत्ता तपासण्यासाठी मदत मागितली. सर्व विद्यार्थ्यांची बौद्धिक पातळी विचारात घेऊन त्यानुसार तुकड्या कराव्यात असे बीने याने सुचविले. त्यानंतर बुद्धिमापनासाठी काही वस्तुनिष्ठ कसोट्या असण्याची गरज भासली व त्यामधून बुद्धिमापन चाचण्यांचा जन्म झाला. बीने यांनी 1905 मध्ये थिओडोर सायमन यांच्या मदतीने पहिली मनोमापन चाचणी तयार केली. ही चाचणी बीने-सायमन चाचणी म्हणून ओळखली जाते. अमेरिकेतील स्टॅनफोर्ड विद्यापीठात सन 1916 मध्ये टर्मन यांनी बीने-सायमन या चाचणीचे रुपांतर 'रिव्हिजन ऑफ अ बिने-सायमन स्केल' ही कसोटी तयार केली तर 1937 साली टर्मन यांनी डॉ. मेरिल यांच्या सहकार्याने 'स्टँडर्ड रिव्हिजन ऑफ द बिने स्केल' ही कसोटी तयार केली. पुढे 1960, 1973, 1986, 2003 साली ही चाचणी सुधारित करण्यात आली.

4.3.2 मानसिक वय (Mental Age)

बीने-सायमनच्या 1908 सालच्या आवृत्तीमध्ये ही संकल्पना प्रथम मांडली गेली. व्यक्तीला जसे जन्मवय असते तसे मानसिक वयही असते. बीनेच्या चाचणीत प्रत्येक वयोमानाच्या चाचणीत सहा घटक आहेत. प्रत्येक घटकाला दिलेल्या अचूक प्रतिक्रियेनुसार मूळ वयात दोन-दोन महिन्यांनी वाढ केली जाते.

ज्या वेळेला आपण बालकाच्या मानसिक वयाची तुलना त्याच्या जन्मवयाशी करतो, त्या वेळेस आपल्याला त्याची बुद्धिमत्ता सामान्य आहे, आहे त्यापेक्षा कमी आहे की जास्त आहे याचा अंदाज येतो. ज्या वेळेस जन्म वय व मानसिक वय एकच असेल त्या वेळेस ती व्यक्ती सामान्य बुद्धिमत्तेची समजली जाईल. ज्या वेळेस जन्मवयापेक्षा मानसिक वय जास्त असेल तेव्हा ती व्यक्ती सामान्यांपेक्षा अधिक बुद्धिमान समजली जाईल. मानसिक वयाची तुलना जन्म वयाशी केल्यावरच आपल्याला व्यक्तीच्या बौद्धिक विकासाची पातळी समजते.

4.3.3 बुद्धिगुणांक (Intelligence Quotient)

मानसिक वय व जन्मवय यांची तुलना करण्याची कल्पना विल्यम स्टर्न (1912) यांनी मांडली. या तुलनेला त्याने 'मानसिक वयाचे गुणोत्तर' (Mental Ratio) असे नाव दिले.

डॉ. टर्मन यांनी या गुणोत्तराला बुद्धिगुणांक (Intellingence Quotient) असे नाव दिले.

बुद्धिगुणांकाचे सूत्र पुढीलप्रमाणे -

$$\text{बुद्धिगुणांक (IQ)} = \frac{\text{मानसिक वय}}{\text{जन्म वय}} \times 100$$

उदा., एखाद्या मुलाचे जन्मवय 8 वर्षे आहे, पण बीने चाचणीप्रमाणे मानसिक वय 9 वर्षे आहे. तर त्याचा बुद्धिगुणांक खालीलप्रमाणे येईल.

$$\text{बुद्धिगुणांक} = \frac{9 \text{ वर्षे}}{8 \text{ वर्षे}} \times 100$$

$$= 112.5 \text{ वर्षे}$$

बुद्धिगुणांकावरून जरी बौद्धिक स्तर समजला तरी सुद्धा बुद्धिमत्तेच्या वर्गीकरणानुसार त्याच्याबद्दल नक्की काय म्हणता येईल हे समजत नाही.

बुद्धिगुणांक		बौद्धिक स्तर
140 वा त्यापेक्षा अधिक	-	अलौकिक बुद्धी
120 ते 140	-	अतिशीघ्र बुद्धी
110 ते 120	-	शीघ्र बुद्धी
90 ते 109	-	सामान्य बुद्धी
80 ते 90	-	उपसामान्य बुद्धी
70 ते 80	-	अतिसामान्य बुद्धी
50 ते 70	-	मंद बुद्धी
25 ते 50	-	जड बुद्धी
0 ते 25	-	निर्बुद्ध

सर्वसामान्य बुद्धिमत्तेच्या वितरणानुसार प्रसामान्य संभाव्यता वक्र (Normal Probability Curve) काढता येईल. एकूण संख्येत अलौकिक बुद्धिमत्तेचे लोक आणि मंद बुद्धीचे लोकसंख्येने कमी आढळतात. सामान्य बुद्धिमत्तेच्या लोकांची संख्या नेहमीच जास्त असते.

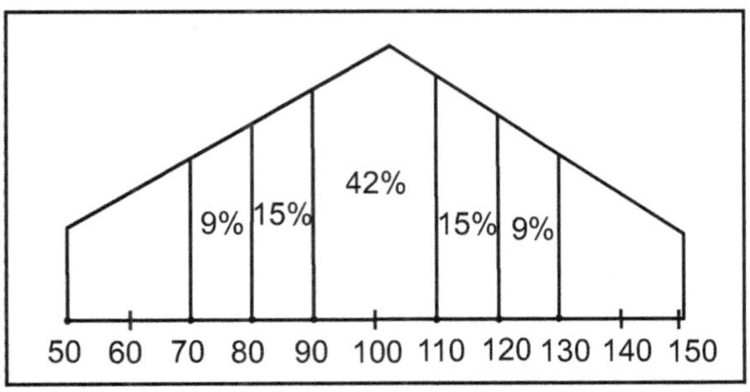

आकृती 4.6 : बुद्धिगुणांक

सामान्यत: बुद्धिगुणांक स्थिर असतो. व्यक्तीचे मानसिक वय हे जन्मवयाबरोबर वाढत जाते आणि त्यामुळे मानसिक वय जन्मवय यांचे गुणोत्तर तेच राहते.

4.3.4 बुद्धिमापन कसोट्या (Intelligence Tests)

बुद्धिमापनाच्या कसोट्यांचे वैयक्तिक कसोट्या व सामूहिक कसोट्या असे दोन मुख्य प्रकार आहेत. या कसोट्या त्यांच्या उपप्रकारासह पुढीलप्रमाणे आहेत.

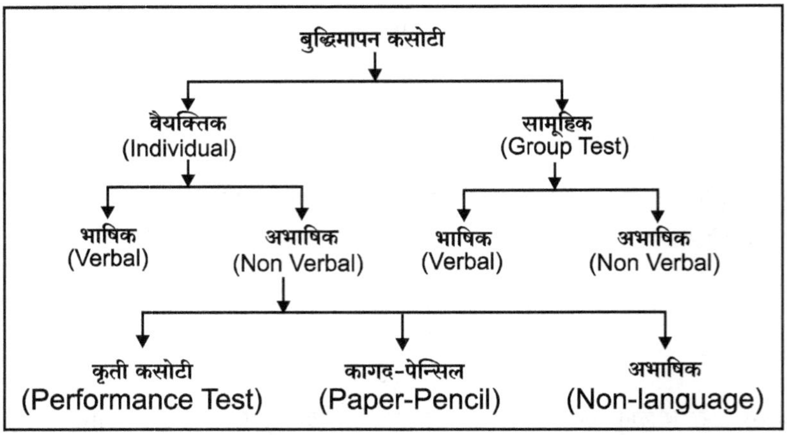

(1) वैयक्तिक चाचणी (Individual Test) : एका वेळी एकाच व्यक्तीला द्यावयाची असते. वैयक्तिक चाचणीमध्ये परीक्षार्थीचे निरीक्षण करणे, त्याच्याशी सुसंवाद साधणे आवश्यक असल्याने परीक्षक अत्यंत प्रशिक्षित असणे गरजेचे असते. यातील मापन अधिक वैध मानले जाते. पुढील स्टॅन्फोर्ड-बीने, वेश्लर या चाचण्याही वैयक्तिक स्वरूपाच्या आहेत.

(2) सामूहिक चाचण्या (Group Test) : एकाच वेळेस अनेक जणांचे बुद्धिमापन करता येते. या चाचण्यांमुळे निश्चित वेळेची व खर्चाची बचत होते, पण परीक्षार्थीकडे व्यक्तिगत लक्ष देता येत नाही. परीक्षकाची भूमिका सूचना देणे व वेळेचे काटेकोर बंधन ठेवणे एवढ्यापुरतीच मर्यादित असते.

पहिल्या महायुद्धाच्या वेळेस आर्थर ओटीस यांनी या प्रकारच्या दोन सामूहिक चाचण्या तयार केल्या. संरक्षण क्षेत्रामध्ये सैनिकांची भरती करण्यासाठी निवडीच्या हेतूने त्या तयार केल्या गेल्या. त्या खालीलप्रमाणे आहेत.

(अ) आर्मी अल्फा : ही साक्षर लोकांसाठी तयार केली व त्यामध्ये शाब्दिक वा भाषिक क्षमतांवर भर दिला होता.

(ब) आर्मी बीटा : ज्या परीक्षार्थीचे निर्वर्तन आर्मी अल्फा चाचणीवर कमी दर्जाचे आढळून आले व ज्यांना वाचनाच्या वा इंग्लिश बोलण्याच्या समस्या होत्या, त्यांच्यासाठी या चाचणीचे उपयोजन केले गेले.

(3) शाब्दिक किंवा भाषिक कसोट्या (Verbal Tests) : या चाचणीमध्ये भाषेचा वापर केला जातो. यामध्ये सूचना, एकक सोडविता येणे यासाठी परीक्षार्थीला साक्षर असण्याची गरज असते. या कसोट्या वैयक्तिक व सामूहिक अशा दोन्ही प्रकारच्या असू शकतात. उदा.,

(1) क्रम ओळखणे : 9, 18, 36, ...

(2) संबंध शोधणे : यामध्ये भाषेचे ज्ञान असणे आवश्यक असल्याने निरक्षर लोकांसाठी या चाचणीचा वापर होत नाही.

यामध्ये भाषेचे ज्ञान असणे आवश्यक असल्याने निरक्षर लोकांसाठी या चाचणीचा वापर होत नाही.

(4) अशाब्दिक कसोट्या (Non-Verbal Test) : भाषा न येणारे, बहिरेपणा असणाऱ्यांसाठी या कसोट्या उपयुक्त ठरतात.

(अ) कागद-पेन्सिल चाचण्या (Paper-Pencil Tests) : या प्रकारच्या चाचण्यांमध्ये जरी सूचना शब्दरूपाने दिल्या जात असल्या तरी त्यामधील एकक म्हणजेच प्रश्न वा विधाने आकृती स्वरूपात असतात.

या कसोटीचे स्वरूप सामान्यत: पुढील प्रमाणे असते :

खाली दिलेल्या आकृतीची नावे A B C D E F अशी आहेत. त्यांपैकी परस्परांशी जुळणाऱ्या दोन आकृत्यांची नावे नोंदवा.

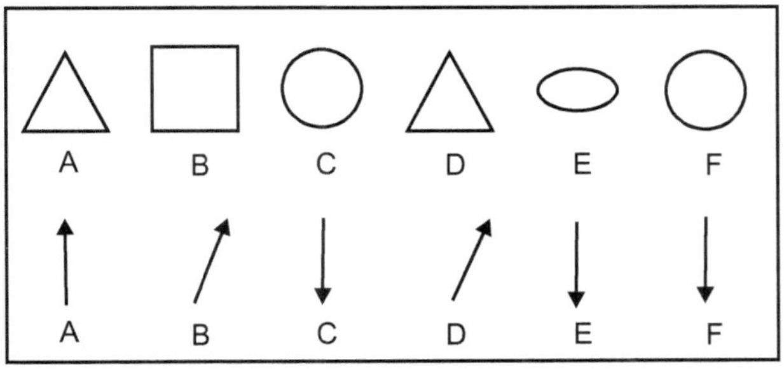

आकृती 4.7 : कागद पेन्सिल चाचण्या

अशा प्रकारच्या अशाब्दिक कसोट्यांमध्ये 'आर्मी बीटा कसोटी', 'ओटीनची कसोटी' या कसोट्या प्रसिद्ध आहेत. नाफेड यांची ही कसोटी सहा ते दहा वयोगटासाठी आहे.
क्रम ओळखणे.

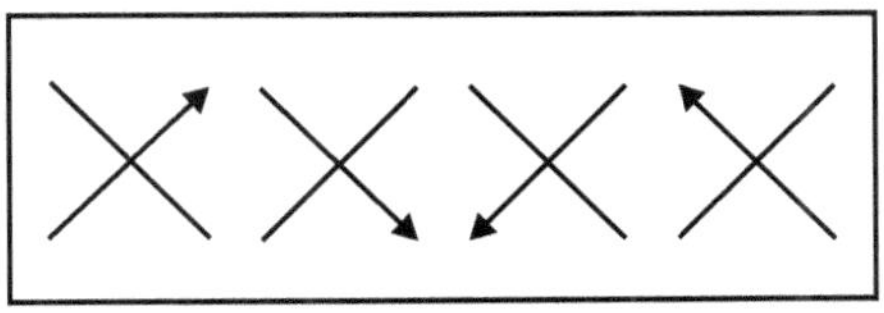

आकृती 4.8 : रेव्हनच्या चाचण्या

रेव्हनच्या चाचण्यांचाही या प्रकारात समावेश होतो.

(ब) कृती कसोट्या (Performance Tests) : चाचणी विशिष्ट भाषेत असेल तर व्यक्तीचे बुद्धिमापन करता येत नाही. या अडचणी दूर करण्यासाठी कृतियुक्त कसोट्या अस्तित्त्वात आल्या. या चाचण्या वैयक्तिक स्वरूपाच्या असतात. उदा., डॉ. कोह यांची कोह ब्लॉक डिझाईन टेस्ट (Kohs Block Design Test). यामध्ये कार्डावर रंगीत आकृत्या काढून दिल्या आहेत. ठोकळ्याच्या मदतीने रंगीत कार्डावरील आकृत्यांच्या रचना येथे करावयाच्या असतात. त्यासाठी लागणाऱ्या वेळेची नोंद करावयाची असते.

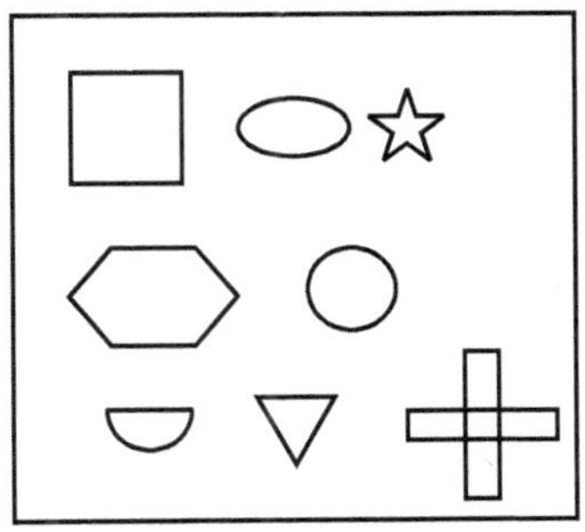

आकृती 4.9 : कृती कसोट्या

अलेक्झांडरचा पास अलाँग (Dr. Alexander's Pass Along)

या कसोट्यांमध्ये रंगीत ठोकळ्यांचा वापर केलेला असतो. एका चौकटीत लाल व निळ्या रंगाचे ठोकळे असतात. ते ठोकळे न उचलता फक्त सरकवून दिलेल्या डिझाइनमध्ये त्या ठोकळ्यांची रचना करावयाचे असते. या ठोकळ्यातून आठ क्रमान्वित डिझाइन्स आहेत. डिझाइन्स पूर्ण करण्यासाठी किती वेळ लागतो यावरून गुण दिले जातात. या कसोटीच्या मदतीने व्यक्तीचे मानसिक वय शोधून त्यावरून बुद्ध्यांक ठरविला जातो.

भारतामध्ये डॉ. भाटीया यांनी पाच उपचाचण्या असलेली कृती चाचणी तयार केली आहे. सेग्विन यांची फॉर्म बोर्ड चाचणीही या प्रकारात मोडते.

(क) अभाषिक चाचण्या (Non-Language Tests) : हा अशाब्दिक चाचण्यांचाच प्रकार आहे, पण या चाचण्यांमध्ये कोणत्याही पातळीवर - सूचना देणे, एकक वा प्रश्न - भाषेचा वापर नसतो. प्रात्याक्षिक (Demos tration), हावभाव (Gesture) आणि चित्राभिनय यामार्फत सूचना दिल्या जातात. प्रमिला फाटक यांची मानवाकृती रेखाटन (Draw- a - man), कॅटेल यांची संस्कृतिमुक्त (Culture Fair) चाचणी ही अभाषिक चाचण्यांची विशेष उदाहरणे आहेत.

4.3.5 बुद्धिमापन चाचण्या (Intelligence Test)

(1) स्टॅनफोर्ड - बिने बुद्धिमापन कसोटी (Stanford- Binet Intelligence Scale) : बीनेच्या मृत्यूनंतर लेविस टर्मन यांनी सन 1916 मध्ये बीने कसोटीचा आधार घेऊन त्याचीच सुधारित आवृत्ती तयार केली. ही सुधारित कसोटी त्यांनी अमेरिकेतील स्टॅनफोर्ड विद्यापीठात तयार केल्यामुळे तिला 'स्टॅनफोर्ड बीने बुद्धिमापन कसोटी' असे म्हणतात. त्यानंतर 1937, 1960, 1972, 2003 साली पुढच्या आवृत्त्या निघाल्या. या चाचणीमध्ये वयोगटानुसार तयार केलेल्या अनेक उपचाचण्यांचा अंतर्भाव होतो.

स्टॅन फोर्ड - बिने बुद्धिमापन कसोटीमध्ये वय वर्षे दोन ते पाच वयोगटासाठी दर सहा महिन्यांच्या अंतराने चाचण्या ठेवण्यात आल्या आहेत. प्रत्येक वयोगटासाठी सहा प्रश्न आहेत. त्यामधील प्रत्येक प्रश्नाचे उत्तर जर देता आले असेल तर मानसिक वयात एक महिन्यांची वाढ गृहीत धरलेली आहे. वयाच्या पाच ते चौदा वर्षांपर्यंत प्रत्येक पातळीवर सहा प्रश्न आहेत. प्रत्येक प्रश्नाचे मूल्य दोन महिने मानसिक वयाने गृहीत धरलेले आहेत. त्याचबरोबर श्रेष्ठ बुद्धीच्या प्रौढ व्यक्तीसाठी चार चाचण्या ठेवण्यात आल्या आहेत. सन 1960 च्या कसोटीत विचलन बुद्धिगुणांकांचे मापन केले जाते.

पाचवी आवृत्ती चाचणीमुळे व्यक्तीच्या सर्वसाधारण बुद्धिमत्तेचा अंदाज करता येतो. शाब्दिक व अशाब्दिक गुणांक प्राप्त होतो व एकूण बोधात्मक क्षमतेच्या पुढील पाच पैलूंचे मापन होते - प्रवाही, तर्कप्रक्रिया, ज्ञान भांडार, सांख्यिकिय संस्करण, दृश्य-अवकाशी (स्थानीय) संस्करण आणि अल्पकालिक वा कार्यरत स्मृती.

प्रातिनिधिक उप-कसोट्या

वय चाचणीतील फरक	वर्णन
2 वर्षे वयासाठी ◆ तीन ठराविक आकाराच्या खाचांचा बोर्ड ◆ ठोकळ्यांचा मनोरा	एकदा कृती दाखविल्यानंतर योग्य आकाराच्या खाचेत ठोकणे बसविणे. मनोरा बनविण्याची कृती दाखविल्यानंतर चार ठोकळ्यांचा मनोरा बांधतो.
3 वर्षे वयासाठी ◆ ठोकळ्यांचा पूल ◆ चित्र - शब्दसंग्रह	ठोकळ्यांचा पूल तयार करण्याची कृती पाहून तसाच पूल बांधतो. दहा ते अठरा रेषांच्या चित्रांची नावे सांगतो.
प्रौढ व्यक्तीसाठी ◆ शब्द संग्रह ◆ अंकगणिती तर्क	यादीमध्ये असलेल्या वीस शब्दांची व्याख्या सांगतो. गणिताच्या समस्या तोंडी देता येतात.

(2) पॉईंट - स्केल्स - वेश्लर बुद्धिमान कसोटी : स्टॅनफोर्ड-बिने कसोटीच्या आधारे फक्त लहान मुलांची बुद्धी मोजता येते. प्रौढ व्यक्तींची बुद्धी मोजता येत नाही. त्याचप्रमाणे ज्या व्यक्तींना लिहिता वा वाचता येत नाही अशासाठी ती चाचणी उपयोगी नव्हती म्हणून प्रौढांसाठी खास बुद्धिमापन चाचणी तयार करण्याचे काम डॉ. डेव्हिड वेश्लर यांनी केले.

वेश्लर याने तीन वर्षांपासून साठ वर्षांपर्यंतच्या लोकांसाठी एक कसोटी तयार केली. याच बरोबर वेश्लर यांनी विविध वयोगटानुसार ज्या चाचण्या तयार केल्या त्या पुढीलप्रमाणे आहेत –

(1) वेश्लर प्रौढ बुद्धिमापन चाचणी (WAIS - Weschler Adult Intelligence Scale)

(2) वेश्लरची पूर्वशालेय व प्राथमिक बुद्धिमापन चाचणी (WPPSI - Weschler's Pre-school and Primary Scale of Intelligence)

(3) वेश्लरची लहान मुलांची बुद्धिमापन चाचणी (WISC - Weschler's Intelligence Scale for Children)

या चाचण्यांचे उपयोजन होण्याचे कारण म्हणजे निरीक्षण व भाषिक समस्या असलेल्यांसाठीही ही चाचणी अधिक उपयुक्त ठरते. शारीरिक वयाबरोबर मानसिक वयही वाढते, ही संकल्पना वेश्लरला मान्य नव्हती. याशिवाय या चाचणीद्वारे तीन गुणांक प्राप्त होतात. शाब्दिक, कृती आणि समग्र गुणांक म्हणूनच वेश्लरची चाचणी लोकप्रिय झाली.

(3) वेश्लर यांची प्रौढ बुद्धिमापन चाचणी (WAIS) : वेश्लर यांनी 1939 मध्ये प्रौढ बुद्धिमापनची चाचणी तयार केली. या मूळ चाचणीत 11 उपचाचण्या होत्या. त्यापैकी सहा शाब्दिक व पाच कृती चाचण्या होत्या. या अकरा श्रेण्यांचे स्वरूप पुढीलप्रमाणे आहे.

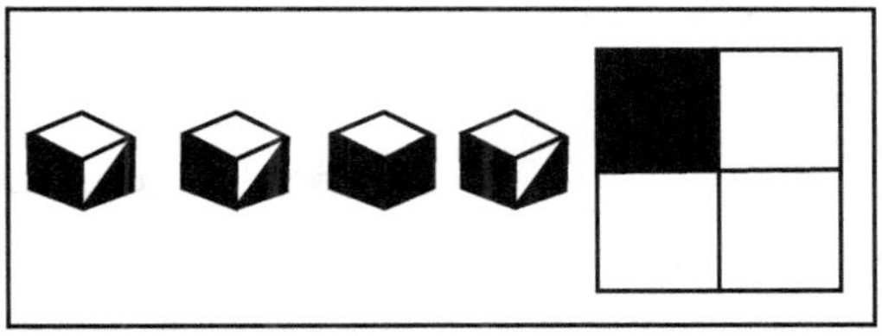

आकृती 4.10 : वेश्लरची प्रौढ बुद्धिमापन चाचणी

शाब्दिक श्रेणी/उपचाचण्या (Verbal Subtests)

(अ) माहितीपर : चाचणी सोडविण्यास विविध विषयांसंदर्भातील सर्वसामान्य ज्ञान केवढे आहे, या संदर्भात 29 प्रश्न विचारलेले आहेत. त्या प्रश्नांद्वारे सामान्य ज्ञानाची माहिती घेतली जाते.

(ब) आकलन क्षमता : आकलन क्षमता उपचाचणीत 16 प्रश्न असून त्या आधारे ठराविक परिस्थितीमध्ये काय करावे, कसे वागावे, वाक्प्रचारांचे अर्थ कितपत समजतात हे पाहण्यात येते. त्या आधारे व्यावहारिक बुद्धीचीच चाचणी घेतली जाते.

(क) स्मरण विस्तार : व्यक्तीची स्मरण कक्षा किंवा स्मरण विस्तार किती आहे हे लक्षात येण्यासाठी ही उपचाचणी उपयुक्त आहे. येथे चाचणी देणाऱ्यास काही शब्द किंवा तीन ते सात अंकी संख्यांचे पुनरुच्चारण करण्यास सांगण्यात येते.

(ड) अंकगणितातील युक्तिवाद : अंकगणितातील तर्कशक्तीची पाहणी करण्यासाठी ही उपचाचणी उपयुक्त ठरते. शालेय स्तरावरील चौदा उदाहरणे येथे असून कागद आणि पेन्सिलचा उपयोग न करता अंकगणिते तोंडी सोडवावयाची असतात.

(इ) साधर्म्य : दोन उद्दीपक घटकांमध्ये कोणकोणत्या बाबतीत साधर्म्य अथवा समानता आहे हे सांगायचे असते. त्या संदर्भात या उपचाचण्यात चौदा प्रश्न आहेत.

(ई) शब्दसंग्रह : व्यक्तीला वाढत्या काठिण्य पातळीचे उपशब्द तोंडी स्वरूपात व दृश्य स्वरूपात दिले जातात व त्या शब्दांचा अर्थ विचारला जातो.

कृतिपर श्रेण्या (Performance Subtests)

(अ) चित्रपूर्ती : या उपचाचणीमध्ये काही चित्रे असून प्रत्येक चित्राचा काही भाग मुद्दाम गहाळ केलेला असतो. चित्रातील कोणता भाग गहाळ झालेला आहे त्याची माहिती द्यायची असते व ते चित्र पूर्ण कसे असेल हे सांगावयाचे असते.

(ब) चित्ररचना : येथे दहा कार्डांवर चित्रे असून त्या कार्डांची क्रमवार रचना करून त्या आधारे एक गोष्ट तयार करावयाची असते.

(क) ठोकळा आकृती : या उपचाचणीत एक इंचाचे लाल, पांढरे तसेच लाल आणि पांढऱ्या अशा मिश्र रंगांद्वारे रंगविलेले घन असून नऊ कार्डांवरील डिझाइन्सप्रमाणे ठोकळ्यांचे डिझाईन करावयाचे असते.

(ड) चित्र/वस्तू जुळवणी : या उपचाचणीत चार तुकडे असून ते तुकडे योग्य पद्धतीने जुळवून त्या आधारे चित्र बनवावे लागते.

(इ) अंक प्रतीक : या उपचाचणीत 9 अंक व 9 प्रतीके/संकेत असतात. त्या आधारे सांकेतिक भाषा तयार केलेली असते. त्यावर काही प्रश्न सोडविण्यास सांगितले जातात.

वेश्लरची बालकांसाठीची बुद्धिमापन चाचणी (WISC -IV) : वेश्लरची (1971) बालकांसाठीची बुद्धिमापन चाचणी ही वैयक्तिक बुद्धिमापन चाचणी आहे.

या चाचणीत (WISC -IV) एकूण 15 उपचाचण्या आहेत. साधारणपणे सर्वांचा नेहमी वापर केला जात नाही. प्रत्येक उपचाचणीवर बालकाला स्वतंत्र गुणांक प्राप्त होतोच. पण त्यांचा सर्व उपचाचण्यांचा मिळून एकत्रित गुणांकही प्राप्त होतो. विशिष्ट बोधात्मक क्षेत्रानुसार उदा., शाब्दिक आकलन, सांवेदनिक तर्कप्रक्रिया, कार्यरत स्मृती, संस्करण वेग वर एकत्रित गुणांक काढता येतो.

(क) रेव्हन यांची प्रमाण प्रागतिक संघ चाचणी (Standard Progressive Matrices -SPM) : रेव्हन (1983) आणि त्यांच्या सहकाऱ्यांनी ब्रिटनमध्ये ही चाचणी तयार केली. ती अभाषिक व कागद-पेन्सिल स्वरूपाची चाचणी आहे. ती वैयक्तिकरित्या व समूहात देता येते.

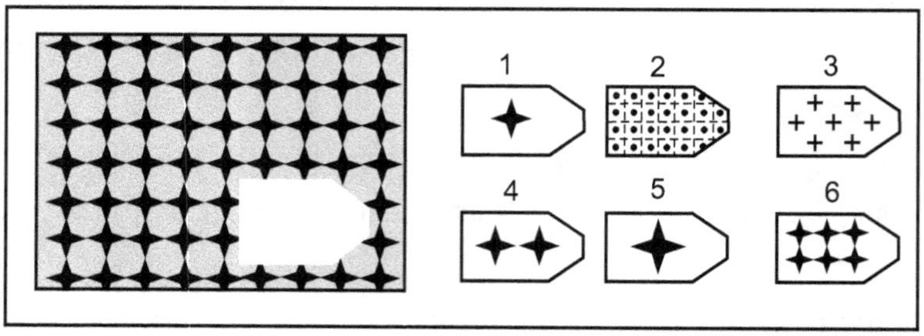

आकृती 4.11 : रेव्हनची प्रमाण प्रागतिक संघ चाचणी

या चाचणीमध्ये एकूण 60 एकक असून त्याचे 12-12 चा एक असे पाच संच आहेत. हळूहळू या एककांची काठिण्यपातळी वाढत जाते. प्रत्येक एकक हे एक अपूर्ण आकृतिबंध आहे. म्हणजेच त्या रचनेमधला एक भाग कापलेला आहे. प्रत्येक एककासाठी सहा ते आठ पर्याय दिलेले आहेत व त्यामधून योग्य पर्याय म्हणजेच तुकडा वा अंश परीक्षार्थीने निवडणे अपेक्षित असते, ज्यामुळे रचनाकृती पूर्ण होईल. प्रत्येक समस्याकृतीत असलेले तर्कसूत्र जाणून पर्याय लिहिणे अपेक्षित असते.

4.4 बुद्धिमापनाच्या भारतीय कसोट्या

(Indian Perspectives of Personality Assessment)

भारतामध्ये अनेक बुद्धिमापन चाचण्या उपलब्ध आहेत. त्यातील काही चाचण्या पुढीलप्रमाणे –

(1) भाटिया यांची बुद्धिमापन चाचणी (Bhatia's Battery of Performance Test) : ही चाचणी सन 1953 मध्ये भाटिया यांनी तयार केली. ही एक वैयक्तिक कृतिचाचणी आहे. 11 ते 16 वर्षे वयोगटातील केवळ मुलांसाठी ही चाचणी आहे. याच्या पाच उपचाचण्या आहेत.

(2) ड्रॉ-अ-मॅन टेस्ट फॉर इंडियन चिल्ड्रेन (भारतीय मुलांसाठी मनुष्याकृती चाचणी) : सन 1966 मध्ये डॉ. प्रमिला फाटक यांनी तयार केली. ही चाचणी 4 ते 15 या वयोगटासाठी आहे. एका वेळी एकाच बालकाला किंवा बालकांच्या छोट्या गटाला देता येते.

(3) प्रयाग मेहता यांची सामान्य बुद्धिमापन चाचणी (Group Test of Intelligence by Prayag Mehta) : सन 1948 मध्ये डॉ. प्रयाग मेहता यांनी ही चाचणी तयार केली. ती 12 ते 14 वर्षे वयोगटातील मुलांसाठी उपयुक्त आहे. ही सामूहिक बुद्धिमापन चाचणी असून त्यामध्ये एकूण 10 प्रकारचे 60 एकक आहेत.

(4) ज्ञानप्रबोधिनीची बुद्धिमापन चाचणी : ही चाचणी पुण्यातील ज्ञानप्रबोधिनी या संस्थेने 1993 मध्ये तयार केली या चाचणीत एकूण 21 उपचाचण्या आहेत. पाचवी ते नववी व त्यापुढील विद्यार्थ्यांच्या बुद्धीचे मापन ही चाचणी करते. तिला लागणारा कालावधी 60 ते 70 मिनिटांचा आहे.

(5) आर. रामलिंगस्वामी यांनी वेश्लर प्रौढ बुद्धिमापन चाचणीचे केलेले भारतीय रूपांतर.

(6) उदय शंकर यांची शाब्दिक बुद्धिमत्तेची कसोटी.

(7) एस. जलोटा यांची मानसिक क्षमता तपासणारी सामूहिक बुद्धिमत्ता कसोटी.

(8) अलाहाबादच्या मानसशास्त्र विभागाची सामूहिक बुद्धिमत्ता कसोटी

(9) एम. सी. जोशी यांची हिंदीतील मानसिक क्षमता कसोटी

(10) एस. एम. मोहसिन यांची बिहार बुद्धिमत्ता चाचणी

या सर्व चाचण्या सर्वसाधारपणे चार क्षमता तपासण्यासाठी वापरतात.

(1) बोधनिक क्षमता (समस्या निराकरण, प्रभावी संवाद कौशल्ये)

(2) सामाजिक क्षमता (सामाजिक नियम, आज्ञाधारकपणा, इतरांना मदत करणे.)

(3) नवनिर्मिती क्षमता (ध्येयवादी वर्तन)

(4) भावनिक क्षमता (प्रामाणिकपणा, 'स्व' चा आदर, भावनांवर नियंत्रण)

वरील क्षमता बुद्धिमत्तेचा अभ्यास करताना तपासल्या जातात.

4.5 सर्जनशीलता (Creativity)

'सर्जनशीलता' म्हणजे नेहमीपेक्षा वेगळा विचार करण्याची क्षमता आणि आलेल्या समस्येला पारंपरिक पद्धतीपेक्षा वेगळा शोधून काढलेला उपाय होय.

स्टर्नबर्गच्या मते, खूप सर्जनशील व्यक्ती ही लोकांचा विचार करत नाही; परंतु खूप बुद्धिमान असलेली व्यक्ती किंतु सर्जनशील नसलेली व्यक्ती लोकांना खूश करण्याचा विचार करते. सर्जनशील व्यक्ती भिन्न विचार (Divergent Thinking) करतात. भिन्न विचारांमुळे एकाच प्रश्नांची अनेक उत्तरे मिळतात.

एकाग्र विचार (Convergent Thinking) या विचारांमुळे एकच बरोबर उत्तर मिळते. अशा प्रकारच्या व्यक्ती पारंपरिक दृष्टिकोनातून विचार करतात.

4.5.1 सर्जनशीलतेच्या पायऱ्या (Process in Creativity)

(1) पूर्वतयारी (Preparation) : एखादी समस्या किंवा माहिती तुम्हाला ज्यात आवड आहे अशी तयार व्हावी लागते त्यामुळे तुम्हाला उत्सुकता निर्माण होते.

(2) अंत:पोषण (Incubation) : तुमच्या डोक्यात तुमच्या समस्येसाठी वेगवेगळ्या कल्पना यायला लागतात. याच पातळीवर तुमच्या विचारांमध्ये नवीन कल्पनांचे बीज रोवले जाते.

(3) अंतर्दृष्टी (Insight) : एका क्षणी तुम्हाला जाणवते 'अहाहां' ! 'सापडले उत्तर' ! कोड्याचे तुकडे जणू आपापल्या जागी चपखल बसले.

(4) मूल्यमापन (Evaluation) : सूचलेली कल्पना योग्य, वेगळी, महत्त्वाची आहे हे ठरविले जाते. खरोखरच कल्पना वेगळी आहे की नेहमी सारखीच आहे.

(5) विस्तार करणे (Elaboration) : या पायरीला बराच वेळ जातो आणि खूप कष्ट घ्यावे लागतात. थॉमस एडिसन सर्जनशीलतेविषयी म्हणतात की, सर्जनशीलता म्हणजे एक टक्का अंत:प्रेरणा आणि नव्याण्णव टक्के स्पष्ट मांडणी करण्यासाठीचे कष्ट असते.

वरील पाचही पायऱ्या नवीन कल्पना कशा सुचतात आणि कशा विकसित होतात याविषयी सांगतात; परंतु सर्जनशील लोक याच क्रमाने विचार करतात असे नाही. कधी-कधी पुढील पायऱ्यांना वेगळी अंतर्दृष्टीही मिळू शकते.

4.5.2 सर्जनशील व्यक्तीची वैशिष्ट्ये (Characteristic of Creativity)

सर्जनशील व्यक्तीमध्ये साधारणपणे खालील वैशिष्ट्ये असतात.

(1) लवचिकता आणि सकारात्मक, आनंदी विचार (Flexibility and Playful Thinking) : सर्जनशीलता जरी कठीण काम असले तरी ते सहजरित्या केले तर सोपे होते. जेव्हा तुम्ही आनंदी, आशावादी असतात तेव्हा तुम्हाला अनेक पर्याय सुचतात. जेव्हा तुमच्या मनावर ताण नसतो तेव्हा तुम्ही चांगल्या प्रकारे विचार करू शकतात. 'बुद्धिमंथन' (Brainstorming) यामध्ये तुम्ही गटातील व्यक्तींना वेगवेगळ्या कल्पनांसाठी प्रोत्साहन देऊ शकता. एकमेकांच्या कल्पनांचा विचार करू शकता आणि त्यातल्या वास्तववादी कोणत्या आहेत हे ठरवू शकता. यामध्ये प्रत्येकाने चर्चा संपेपर्यंत कोणत्याही कल्पनांवर टीका करणे टाळायचे असते.

(2) अंत:प्रेरणा (Inner Motivation) : सर्जनशील व्यक्ती नवीन काही करायचे या विचाराने झपाटल्या-सारखी काम करतात. अशी व्यक्ती पैसे, प्रतिष्ठा, दुसऱ्याने केलेले कौतुक यांसारख्या गोष्टींमुळे क्वचितच प्रेरित होते. अशाप्रकारे सर्जनशील व्यक्ती बाह्य गोष्टींपेक्षा अंत:प्रेरणेने जास्त प्रेरित असते.

(3) धोका स्वीकारायची तयारी (Willingness to Risk) : सर्जनशील लोक त्यांच्या कल्पनेपेक्षा जास्त चुका करतात. कारण त्यांच्या खूप कल्पना, शक्यता असतात. ज्याचा वापर ते करत असतात. प्रसिद्ध स्पॅनिश चित्रकार पाब्लो पिकासो याने 20,000 पेक्षा जास्त चित्र काढली. त्याने काढलेली सर्वच चित्रे उत्कृष्ट म्हणून गणली गेली नाही. सर्जनशील व्यक्ती अयशस्वी गोष्टी स्वीकारतात आणि अपयशाला संधी मानून त्यातूनही नवीन शिकतात.

(4) कामाचे वस्तुनिष्ठ मूल्यमापन (Objective Evaluation of Work) : सर्जनशील व्यक्ती स्वत:च्या कामाचे वस्तुनिष्ठ मूल्यमापन करतात. कधी-कधी ते स्वत:च मूल्यमानाची पद्धत ठरवितात किंवा योग्य विश्वासू, तज्ज्ञ व्यक्तींकडून मूल्यमापन करून घेतात. अशा प्रकारे ते स्वत:च्या कामात सुधारणा करतात.

4.5.3 सर्जनशीलतेबाबत तज्ज्ञांची मते (Expert's Opinion about Creativity)

सिक्झेनृम्रिहाल्डीन (Sikszentmihaldlyi) याने 1996 मध्ये सर्जनशीलता कशी कार्यान्वित होते यासाठी कला, व्यापार, शिक्षणशास्त्र, सरकारी खात्यातील 90 सर्जनशील व्यक्तींच्या मुलाखती घेतल्या. त्याने असे शोधून काढले की सर्जनशील व्यक्ती नियमितपणे नवीन आव्हाने स्वीकारत असतात आणि स्वत:ला त्यात झोकून देतात. यावरून त्याने सर्जनशील आयुष्य जगण्यासाठी उत्सुकता आणि आवड निर्माण करण्यासाठी खालील काही गोष्टी सांगितल्या आहेत :

(1) रोज एखाद्या गोष्टीने आश्चर्यचकित व्हा : कदाचित तुम्ही काही पाहाल, ऐकाल, किंवा वाचाल. जगात काय चाललंय याकडे लक्ष द्या. आयुष्य अनुभवांचा समुद्र आहे. त्यात खोलवर पोहा आणि स्वत:चे आयुष्य समृद्ध करा.

(2) रोज कमीत-कमी एका व्यक्तीला आश्चर्यचकित करा : रोज तुम्ही बऱ्याच गोष्टी करीत असता, त्या वेगवेगळ्या पद्धतीने करा. जो प्रश्न नेहमी विचारला नाही असा प्रश्न विचारा. एखाद्याला बाहेर जाण्याविषयी आमंत्रित करा.

(3) रोज तुम्ही कशाने आश्चर्यचकित झाला आणि दुसऱ्यांना कशाने आश्चर्यचकित केले हे लिहून ठेवा : बरेच सर्जनशील लोक विसरून जाऊ नये म्हणून अशा प्रकारची नोंद करतात. हे काम लगेच सुरू करा. संध्याकाळी विशिष्ट प्रसंग, कृती याची नोंद करा. काही दिवसानंतर तुमच्या नोंदी तुम्ही वाचा आणि मागील अनुभवाविषयी काय वाटते हे ठरवा. काही आठवड्यानंतर या नोंदीमध्ये तुम्हाला आवड निर्माण होईल आणि एखाद्या गोष्टीविषयी खूप माहिती होईल.

(4) एखादी आवड दिसून आली तर त्या आवडीचे ध्येयात रूपांतर करा : बरेच वेळेला आपण इतके व्यापात गुंतले असतो की, आपल्याला नक्की काय आवडतं, काय येतं हेच माहीत नसतं. आपल्याला आपली आवड वाढविण्याचे विशेष प्रयत्न केले पाहिजे.

(5) सकाळी पुढे काय करायचे हे नक्की ठरवून उठा : सर्जनशील व्यक्ती दिवसाच्या सुरुवातीलाच काय करायचे हे ठरवून उठतात. कारण, त्यांना रोज काय मिळवायचे आहे हे ठाऊक असते. ते कधीही सुरुवात होण्याची वाट बघत नाहीत.

(6) स्वत:च्या कामांवर स्वत:चा ताबा ठेवा : कोणती वेळ तुमच्यासाठी योग्य आहे ते ठरवा. ज्या वेळेस तुम्हाला जास्तीत जास्त कल्पना सुचतात अशी वेळ ठरवा. बहुतेकांना सकाळी लवकर किंवा रात्री उशीरा निवांत वेळ मिळतो.

4.5.4 सर्जनशीलतेचे घटक (Factors of Creativity)

सर्जनशीलता ही संज्ञाच अनिश्चित स्वरूपाची आहे. कोणत्याही क्षमता तिच्यात सामाविष्ट होऊ शकतात. गिलफर्ड व टॉरन्स यांनी घटक विश्लेषणवादी तंत्राचा उपयोग करून सर्जनशीलतेत अंतर्भूत होणारे घटक कोणते ते शोधून काढले. हे घटक म्हणजे सर्जनशीलते अंतर्गत असलेल्या विविध क्षमता होत. त्या सहा घटकांचे वर्णन खालीलप्रमाणे आहे –

(1) प्रवाहित्व (Fluency) : कोणत्याही वस्तूच्या, विषयाच्या, घटनेच्या, व्यक्तीच्या किंवा परिस्थितीच्या संदर्भात सहज पण वेगाने, भरभर अधिक कल्पना सुचणे म्हणजे 'प्रवाहित्व' होय. एखाद्या शब्दाला समान अर्थी किंवा विरुद्ध अर्थी शब्द सुचणे, एक शब्द दिला की त्याचा जोडशब्द आठवणे, एखाद्या वस्तूचे वर्णन करण्यासाठी भरपूर समर्पक विशेषणे सुचणे, एखाद्या प्रसंगाला अनुरूप म्हणी, वाक्प्रचार सुचणे. त्याचप्रमाणे काही विशिष्ट अक्षरे किंवा शब्द दिल्यावर जास्तीत जास्त वाक्ये तयार करणे.

उदा. विद्यार्थी नाव, गाव, फळ, फूल, रंग याबाबतीतला खेळ खेळतात. त्यावेळी 'क' अक्षर दिले की विद्यार्थी 'क' पासून सुरुवात होणारे शब्द पटपट लिहितात.

वेगवेगळ्या प्रश्नाद्वारे ही क्षमता समजू शकते. एखाद्या घटनेचे जास्तीत जास्त काय परिणाम होतील हे सांगणे. एखाद्या अडचणीतून मार्ग कसा काढावा यासंबंधी अनेक उपाय सुचविता येणे इत्यादी. अधिकाधिक कल्पना पटपट सुचणे या गोष्टींशी संबंधित प्रवाहित्व गुणधर्म आहे.

(2) लवचिकता (Flexibility) : प्रवाहित्व या घटकात जास्तीत जास्त म्हणजे संख्येवर भर होता; परंतु लवचिकता या घटकात कल्पनांच्या विविधतेवर भर आहे. अनेक कल्पना सुचवूनही त्यात जर वेगळेपणा, विविधता, वैचित्र्य नसेल व तोचतोचपणा असेल तर या क्षमतेचा अभाव आहे; पण त्यात जर विविधता, वेगळेपणा दिसला तर त्या प्रमाणातही क्षमता आहे असे मानावे. उदा., व्हॅलेंटाईन डे ला आपल्या प्रियकराला शुभेच्छा देणे ही नेहमीचीच गोष्ट आहे. परंतु विद्यार्थिनींनी स्वत:च्या शिक्षिकेला व्हॅलेंटाईन डे च्या शुभेच्छा दिल्या आणि प्रेमाचा वेगळा अविष्कार सादर केला तर ही वेगळी गोष्ट आहे. यामध्ये प्रेम या शब्दाचा फक्त एकांगी विचार न करता आपले आई, वडिल, शिक्षक अशी विविध नाती या परिघात सामावतात. विविध क्षेत्रात संचार करणारी, स्थल-काल परिस्थितीनुसार आपले विचार, कल्पना, व्यवहार यात परिवर्तन घडवून आणण्याची क्षमता म्हणजेच लवचिकता.

(3) मौलिकता (Originality) : ही उच्चतम क्षमता आहे. मौलिकतेमध्ये नावीन्य, सामान्यांपासून वेगळेपणा अपेक्षित आहे. अनेक लोकांना ज्या कल्पना सुचतात त्यांना मौलिक म्हणता येणार नाही. सर्वसामान्य लोकांना स्फुरत नाही असे काही एखाद्याच्याच डोक्यात आले ते मौलिक. मौलिकता म्हणजेच अन्यनसाधारण कल्पनाशक्ती. उदाहरणार्थ, प्रवास आपण सर्वजण केव्हा ना केव्हा तरी करत असतो. प्रवासवरील पुस्तेकेही भरपूर आहेत; परंतु पु. ल. देशपांडे यांचे प्रवासवर्णना वरील पुस्तकात विविध कल्पना वापरल्या आहेत. त्यादृष्टीने त्या पुस्तकाची मौलिकता जास्त आहे. असे म्हणता येईल.

दुसरे आणखी उदाहरण घेता येईल, चेतन भगत यांच्यासारखे अनेक जण आय.आय.टी.त शिकले परंतु चेतन भगत हे असे लेखक ठरले ज्यांनी कॉलेज जीवनातील प्रसंग खूप, साध्या व सोप्या भाषेत परंतु मनोरंजनात्मक दृष्टीने सादर केले. त्याची 'फाईव्ह पॉईंट सम वन' ही कांदबरी खूप गाजली.

एकूण नावीन्य हा मौलिकतेचा महत्त्वाचा निकष, नवीन शैली, नवे वळण, नवे संकेत निर्माण करण्याला आपण श्रेष्ठ कलावंत मानतो. त्याच-त्याच कल्पनांची पुनरावृत्ती, पारंपरिक रचना, तोच तो आशय असलेले साहित्य हे कलात्मक दृष्टीने दर्जेदार ठरत नाही. सर्वच कलांच्या बाबतीत हे खरे आहे व जीवनाच्या सर्व क्षेत्रांना हे लागू आहे. म्हणून सर्जनशीलतेत मौलिकता हा सर्व श्रेष्ठ घटक आहे.

(4) विस्तारपूर्ती करणे (Elaboration) : एखाद्या कल्पनेचा विस्तार करणे, मुद्द्यावरून एखादी गोष्ट कल्पनेने पूर्ण करणे, एखाद्या सूत्राचे स्पष्टीकरण करणे, अर्धवट राहिलेले चित्र, प्रसंगानुरूप ताबडतोब कविता करणे ही सर्व या क्षमतेची उदाहरणे आहेत. उदा., संस्कृत श्लोकांवर विद्वानांनी लिहिले ग्रंथ, गीतेवर विनोबा भावेंनी लिहिलेले पुस्तक गिताई, संस्कृत मधील 'गीता' लोकांना समजावी म्हणून ज्ञानेश्वरांनी लिहिलेली ज्ञानेश्वरी. अशा लोकांमध्ये उच्च प्रतीची सर्जनशीलता होती.

व्यवहारात देखील आपणावर दुसऱ्याने अर्धवट केलेले काम करण्याचे प्रसंग येतात. आपण आधीचे कामाचे स्वरूप पाहून आपल्याला योग्य वाटेल त्या पद्धतीने काम पूर्ण करतो. म्हणजेच आपण विस्तारपूर्ती करतो.

(5) पुनर्रचना (Redefinition) : एखाद्या गोष्टीचा, घटनेचा, प्रसंगाचा प्रचलित दृष्टिकोन सोडून वेगळ्या पद्धतीने विचार करणे हा या क्षमतेचा अर्थ होय. कालानुरूप परिस्थिती व व्यक्ती बदलत जातात. ज्ञानेश्वरांनी ज्ञानेश्वरीत गीतेचा अर्थ सांगितला. ज्ञानेश्वरीचा मूळ गाभा तोच असला तरी आज एकविसाव्या शतकात त्याचा नव्याने विचार करण्याची गरज आहे. लता मंगेशकर यांनी गायलेले गाणे आणि तेच गाणे जर दुसऱ्या गायिकेने गायले तर त्यामध्ये फरक जाणवतो. एकच कविता वेगवेगळ्या शिक्षकांनी शिकविली तर कवितेची गोडी वेगळी जाणवेल. प्रत्येक शिक्षक त्याच्या अनुभवानुसार उदाहरणे देईल, प्रत्येकाची अर्थ समजून सांगण्याची शैली वेगळी असेल. त्यानुसार विद्यार्थ्यांची त्या विषयातील आवड किंवा नावड ठरेल. एखादी गोष्ट, घटना आवडणे किंवा नावडणे हे पुनर्रचनेवरही अवलंबून असते.

(6) समस्या संवेदनक्षमता (Sensitivity to Problems) : कोणत्याही वस्तूतील, रचनेतील, प्रक्रियेतील, योजनेतील, विचारसरणीतील उणीव, दोष, विसंगती चटकन लक्षात येणे; तसेच एखादी अडचण किंवा समस्या सोडविण्याचा मार्ग चटकन सुचणे असे या क्षमतेत अभिप्रेत आहे.

जीवनातील अडचणींना तोंड देतानाच काही व्यक्तींना पटकन मार्ग सुचतो. काहींना नियोजित कार्यक्रमात काय अडचणी येतील याची जाणीव आधीच होते आणि त्यानुसार अडचणींवर मात करण्याची योजना आधीच तयार ठेवली जाते.

एखाद्या व्यक्तीला एखादा माणूस पाहिला की समोरचा माणूस कसा आहे याची त्याला जाणीव होते. उदा., स्वातंत्र्याचा लढा देत असतानाच समाजाला शिक्षित करणे गरजेचे असल्याची जाणीव आगरकरांना निर्माण झाली होती. शिवाजी महाराजांनी मोगलांविरुद्ध लढताना विविध समस्यांबाबत विलक्षण संवेदनक्षमता दाखविली आहे.

सर्जनशीलता विकास पद्धती

सर्जनशीलतेचे स्वरूप खूप क्लिष्ट आहे. ही फक्त काही मिनिटांची किंवा तासांची प्रक्रिया नव्हे. सर्जनशीलता ही एक प्रदीर्घ प्रक्रिया आहे. यातील विचार अभिजात स्वरूपाचे, नावीन्यपूर्ण आणि समाजोपयोगी असतो. सर्जनशीलतेमध्ये मर्मदृष्टीला महत्त्वाचे स्थान असते. पूर्वानुभव, संपादित ज्ञान व माहिती यांची सर्जनशीलतेत महत्त्वाची भूमिका असते. सर्जनशीलता हा विचार बहुलक्षी असतो. एकाच समस्येची विविध पर्यायी उत्तरे सर्जनशील व्यक्तीला सुचतात.

वार्टलेट व गिलफोर्ड यांच्या मते, वैचारिक क्षमतांना प्रशिक्षण देता येते. अनौपचारिक, सरावाने विविध कौशल्ये विकसित करता येतात व औपचारिक सरावाने त्यांच्यात सुधारणा घडवून आणता येतात. अनेक संशोधनातून असे दिसून आले की सर्जनशीलता ही विशिष्ट पूर्वनियोजित प्रयत्नांमुळे विकसित होऊ शकते. ती वर्धिष्णू आहे, प्रशिक्षणक्षम असते.

4.5.5 सर्जनशीलतेच्या विकासाची तंत्रे (Techniques of Creativity Development)

सर्जनशीतेच्या विकासाची काही तंत्रे पुढीलप्रमाणे :

(1) बुद्धिमंथन (Brain Storming)

(2) भिन्नान्वयन (Synectics)

(3) गुणधर्म सूचीकरण (Attribute listing)

(4) संरचना विश्लेषण (Morphological Analysis)

(5) पडताळा सूची (Check list)

(6) भूमिकाभिनय पद्धती (Role Playing Method)

(1) बुद्धिमंथन (Brain Storming) : या पद्धतीचा जनक ॲलेक्स ऑसबोर्न हा होय. ऑसबोर्न याने आपले मित्र बॅटन, बॉर्टन, डर्स्टिन यांच्या मदतीने 'बीबीडी ॲन्ड ओ' नावाची एक जाहिरात संस्था स्थापन केली. त्याचप्रमाणे कोणत्याही क्षेत्रातील समस्या सोडविण्यासाठी, त्यांचा विकास घडवून आणण्यासाठी नवनवीन कल्पना सुचविण्याचा उद्योग सुरू केला. औद्योगिक व व्यावसायिक क्षेत्रात ऑसबोर्न व साथीदारांची ही जाहिरात संस्था अतिशय लोकप्रिय ठरली. वस्तूंची गुणवत्ता व आकर्षण यात सुधारणा करून खप वाढविण्यासाठी, स्पर्धेत टिकाव धरण्यासाठी, औद्योगिक क्षेत्रातील लोकांना सतत नवनवीन कल्पनांचा वापर करावाच लागे. म्हणून हे क्षेत्र अतिशय गतिमान व परिवर्तनशील असते. दुसऱ्या महायुद्धानंतर, अनेक समस्या सोडविण्यासाठी, प्रगतीला चालना देण्यासाठी अनेक क्षेत्रातून अनेक कल्पनांची, सूचनांची मागणी होऊ लागली. यातून मिळणाऱ्या अनुभवांच्या आधारे ऑसबोर्नने 'Applied Imagination' नावाचे एक पुस्तक लिहिले हे पुस्तक अतिशय लोकप्रिय ठरले. त्याचप्रमाणे नवनवीन कल्पनांच्या निर्मितीला चालना देणारी 'Brain Storming' नावाची पद्धती विकसित करून सादर केली.

ऑसबॉर्न याने 'Brain Storming' शब्दाचा अर्थ 'a technique developed for the purpose of generating new ideas to solve Problems.' असा केला आहे.

ऑसबॉर्नच्या मते, व्यक्तीच्या मनात नवनवीन कल्पना असतात; परंतु संकोच व भीतीमुळे तो व्यक्त करीत नाही. लोक काय म्हणतील, जास्तीचे काम पडेल अशा विचारांनी सुद्धा कल्पना सांगितल्या जात नाहीत. कल्पना चांगली आहे की नाही, उपयुक्तता या विषयीचे विश्लेषण व्यक्ती स्वतःच करते, मूल्यमापनही करते. बऱ्याच कल्पना अयोग्य म्हणून स्वतःच ठरविते. त्यामुळे या कल्पना अव्यक्त राहतात. एखादी नवीन कल्पना सांगितली की लोकांची टिंगलटवाळी करण्याची प्रवृत्ती असते. तिची थट्टा उडविली जाते, त्यामुळे व्यक्तीचा अहम् दुखावला जातो. त्यामुळे व्यक्ती वेगळी कल्पना मांडत नाही.

'कसं शक्य आहे' ? 'बिनडोकपणा आहे' अशा शेऱ्यांमुळे व्यक्ती नामोहरम होते. नवनिर्मितीला विरोध केल्यामुळे प्रगती खुंटते. त्यामुळे नवनवीन कल्पना नष्ट होऊ नयेत म्हणून ऑसबोर्न याने या पद्धतीचा पुरस्कार केला.

बुद्धिमंथन पद्धतीचे कार्य

(1) ज्या क्षेत्रात समस्या दूर करण्याची, सुधारणेची गरज आहे त्यातील अस्तित्वातील एखादी समस्या निवडली जाते. त्या-त्या समस्येची व्याप्ती व मर्यादा निश्चित केली जाते. याला 'Statement of Problem' असे म्हणतात.

(2) त्या क्षेत्राशी संबंधित असलेले लोक बोलवितात. कारण, कल्पना सुचविताना परिस्थितीचा, अडचणींचा, कार्यवाहीबाबत शक्या-शक्यतेचा नकळत विचार करू लागतात. त्यामुळे कल्पना सुचविण्याच्या प्रक्रियेवर नियंत्रण पडते.

(3) त्या क्षेत्राशी दूरान्वये संबंध आहे अशा व्यक्तींनाही बोलविले जाते. कारण, त्यांच्यावर बंधने नसल्यामुळे त्यांना मुक्तपणे कल्पना सुचू शकतात.

(4) ठरलेल्या दिवशी, ठरलेल्या वेळी सर्व निमंत्रित एकत्र येतात. यावेळी संचालक पुन्हा एकदा त्यांच्यासमोर समस्या स्पष्ट स्वरूपात मांडतो व सर्वांना कल्पना सुचविण्यास विनंती करतो. यालाच 'Brain Storming Session' असे म्हणतात.

(5) संचालक कार्यक्रमासंबंधी काही सूचना करतो. त्या सूचना पुढीलप्रमाणे -

(a) कल्पना सुचविताना मनावर बंधने, दडपण ठेऊ नये.

(b) कल्पना सुचविताना योग्य/अयोग्य, व्यवहार्य/अव्यवहार्य असा विचार करू नये.

(c) कल्पना सुचविणाऱ्याने दुसऱ्याला ती कल्पना पटेल का ? याचा विचार करू नये.

(d) कोणत्याही कल्पनेचे मूल्यमापन करता कामा नये.

(e) एखाद्याने सुचविलेल्या कल्पनेवर दुसऱ्यांनी प्रतिक्रिया व्यक्त करू नये.

(f) जे मनात येईल ते नि:संकोचपणे सांगावे.

(g) वरील सूचनांचे सर्वांनी पालन करावे.

अर्थात, एकाने सुचविलेल्या कल्पनेच्या आधारे दुसऱ्याने वेगळी कल्पना सुचविली तर आवश्य सांगावी. त्यामुळे कल्पनांची संख्या वाढण्यास मदत होते. कल्पनांची जास्तीत जास्त संख्येने निर्मिती व्हावी एवढीच या सत्रात अपेक्षा असते.

बुद्धिमंथन सत्र किती वेळ चालावे यासंबंधी काही निश्चित नियम नाही. सहभागींना जोपर्यंत कल्पना सुचतात तोपर्यंत चालावे. सगळे थकले, पठारावस्था प्राप्त झाली की संपवावे.

(6) यानंतर नोंदविल्या गेलेल्या सर्व कल्पनांचे मूल्यमापन करणे. त्यात सुयोग्य, स्वीकारण्यायोग्य, प्रयोगक्षम कल्पनांची निवड केली जाते. ही निवड सत्रात सहभागी झालेल्यांपैकी काहीजण व तज्ज्ञ व्यक्ती मिळून करतात.

अशा प्रकारे मुक्त कल्पनांच्याद्वारे नवीन कल्पना प्राप्त होण्याचा संभव असतो.

शैक्षणिक महत्त्व

बुद्धिमंथनामध्ये विद्यार्थ्यांच्या स्वतंत्र विचारांना वाव देऊन त्यांच्या सर्जनशीलतेला वाव देणे हा उद्देश असतो. सध्याच्या परीक्षा पद्धतीत वस्तुनिष्ठ, लघुत्तरी अशा प्रश्नांमध्ये विद्यार्थ्यांना विचारांना वाव नसतो; परंतु सातत्यपूर्ण सर्वंकष मूल्यमापनामध्ये जी 'Open book test' सांगितली आहे, त्यामध्ये शिक्षकांनी विद्यार्थ्यांच्या विचारांना चालना देणारे प्रश्न काढणे अपेक्षित आहे. पुस्तकामध्ये त्याचे उत्तर असणार नाही; परंतु पुस्तक हे मूळ पाया धरुन अशा प्रकारचे सर्जनशील प्रश्न काढणे अपेक्षित आहे. विद्यार्थ्यांनी स्वत: विचार करून स्वत:च्या कल्पनेला वाव देऊन उत्तर देणे अपेक्षित आहे. अनेक विद्यार्थ्यांच्या मनात नवनवीन कल्पना असतात, पण भीती, दडपण, संकोच यामुळे विद्यार्थी स्वत:च्या कल्पना सांगावयास धजावत नाहीत. उलट, भावना दडपल्यामुळे आत्मविश्वासाचा अभाव निर्माण होणे वा न्यूनगंड निर्माण होऊ शकतो. सातत्यपूर्ण सर्वंकष मूल्यमापन आकारिक मूल्यमापनात सर्जनशीलतेला वाव देण्यासाठी विविध उपक्रम, प्रकल्प, कृती योजण्यासाठी सांगितले आहे. बुद्धिमंथन या पद्धतीचा वापर करून एकच कृती अनेक मुलांकडून करून घेतल्याने विविध प्रकार शिक्षकांना दिसून येतील व विद्यार्थ्यांच्या सुप्त क्षमतांचा शोध लागेल. प्रत्येक मुलाला संधी मिळाल्यामुळे विद्यार्थ्यांमध्ये आत्मविश्वास निर्माण होईल. आपल्या कल्पना स्वीकारल्या जात आहेत ही भावना जबाबदारीच्या दृष्टीने उपकारक ठरेल.

(2) भिन्नान्वयन (Synectics) : या पद्धतीचा जनक विल्यम गॉर्डन हा होय. 'Synectics' हा शब्द 'Synecticos' या ग्रीक शब्दापासून तयार झाला आहे.

गॉर्डन यांच्या मते, Synectics म्हणजे joining together different and apparently irrelevant elements असा होतो.

विसंगत वाटणाऱ्या किंवा दिसणाऱ्या घटकांचा संबंध जोडणे असा अर्थ होय.

भिन्न-भिन्न प्रकृतींच्या व विचारांच्या व्यक्तींना एकत्र आणून त्यांच्या सहकार्याने, सामूहिक प्रक्रियेने समस्येचा शोध घेणे व समस्या निराकरणाचे मार्ग शोधून काढणे हा या भिन्नान्वयन पद्धतीचा उद्देश होय. आणखी दुसरा उद्देश म्हणजे सर्जनशील निर्मितीच्या मुळाशी असलेल्या बोधात्मक, अर्धबोधात्मक व अबोधात्मक पातळीवरील मानसिक प्रक्रियांचा शोध घेणे, त्यांचे स्पष्टीकरण करणे व त्यांचा सर्जनशील निर्मितीसाठी, सर्जनशीलतेच्या विकासासाठी जाणीवपूर्वक कसा उपयोग करून घ्यावा यासंबंधी मार्गदर्शन करणे.

गॉर्डनच्या मते, सर्जनशीलतेचे स्वरूप समजावून सांगता येते. सर्जनशीलता सर्व क्षेत्रात सारखीच असते. त्याच्या मुळाशी असलेली सर्जनशील व मानसिक प्रक्रिया सारखीच असते. सर्जनशीलतेमध्ये भावनेला व अतार्किकतेला जास्त महत्त्व आहे.

गॉर्डनच्या मते, अर्ध बोधावस्था आणि अबोधावस्था यांना फार महत्त्व आहे. कारण मनाच्या खालच्या थरामध्ये मुक्त संचार करीत असलेली अंतर्दृष्टी ही सर्जनशीलतेला कारण ठरते. बोधावस्थेच्या पातळीवर जो विचार करतो तो तार्किक स्वरूपाचा असतो. म्हणून या विचारांना खूपच मर्यादा पडतात. प्रत्यक्ष परिस्थिती, व्यवहार, संभाव्य बरे-वाईट परिणाम अशा अनेक घटकांची बंधने पडल्यामुळे त्याचा संकोच होतो. अर्धबोधावस्थेत किंवा अबोधावस्थेत माणूस कल्पना विलासात रममाण होतो. मनाला हवे तसे व हवे तेथे भरकटू देतो. म्हणूनच त्याला अनेक नवनवीन कल्पना सुचू शकतात. अनेक अवघड समस्यांची उत्तरे सापडू शकतात. सर्जनशील निर्मितीसाठी व्यक्तीला हवे तेव्हा अर्धबोधावस्थेत प्रवेश करण्याची त्यात गुंतून पडण्याची किमया साध्य करण्यासाठी भिन्नान्वय हे तंत्र अतिशय उपयुक्त आहे.

अर्धबोधावस्थेत अशाच प्रकारे भिन्न-भिन्न घटकांमध्ये साहचर्य संबंध जोडून, तुलना करून, समानतेचा शोध घेऊन समानता प्रस्थापित करून मनुष्य विचार करीत असतो असा विचार रूपकात्मक पातळीवर होत असतो. त्यामुळे तुलना हे भिन्नान्वय पद्धतीचे वैशिष्ट्य मानले जाते व त्याद्वारे विचारांना चालना देण्याचा प्रयत्न केला जातो. यासाठी गॉर्डन याने दोन सूत्रे सांगितली आहेत. ती पुढीलप्रमाणे :

(1) अपरिचिताला परिचिताच्या पातळीवर आणणे.

(2) परिचिताला अपरिचिताच्या पातळीवर नेणे.

गॉर्डनच्या मते, दुसरे सूत्र महत्त्वाचे आहे. कारण, त्याच्या आधारे कोणत्याही वस्तूकडे, विषयाकडे नेहमीच्या दृष्टीने पाहण्यापेक्षा वेगळ्या दृष्टीने पाहणे शक्य होते. परिचिताला अपरिचिताच्या पातळीवर नेण्यासाठी त्याने चार प्रक्रियांचा अवलंब करण्याची सूचना केली आहे त्या सूचना पुढीलप्रमाणे :

(1) व्यक्तिगत तुलना (Personal Analogy)

(2) प्रत्यक्ष तुलना (Direct Analogy)

(3) प्रतीकात्मक तुलना (Symbolic Analogy)

(4) स्वैर तुलना (Factsy Analogy)

रूपकात्मक पातळीवर विचार करायला लावणे हा या तुलनांमागील उद्देश असतो.

(1) **व्यक्तिगत तुलना :** यामध्ये प्रत्यक्ष ती वस्तू आपणच आहोत अशी कल्पना करून आपल्याला काय वाटले हे व्यक्त करावे लागते. येथे भावनिक समरसता अपेक्षित असते. उदा., विद्यार्थ्यांना मी नदी बोलतेय....... किंवा मी पंतप्रधान झालो तर...... या प्रकारच्या निबंध लिहिण्यास देणे. ज्यातून विद्यार्थी त्या भूमिकेतून त्यांना काय वाटते ते लिहितील.

(2) **प्रत्यक्ष तुलना :** काही विषय, व्यक्ती, वस्तू, घटना, दृश्ये देऊन त्यावर रूपके प्रतीक सुचवायला सांगणे. उदा., आपली आई जशी समईतील तेवणारी मंद ज्योत, महाराणा प्रताप - तळपणारी तलवार.

(3) **प्रतीकात्मक तुलना :** या प्रकारात वर्णनासाठी परस्परविरोधी शब्द योजनेचा वापर करून संक्षिप्त स्वरूपात व्यक्त केले जाते. काही घटना, दृश्ये, चित्रे, व्यंगचित्रे सादर करून त्यातील मर्म, अभिप्राय किंवा विसंगती स्पष्ट करण्यासाठी, सुप्त आशय प्रकट करण्यासाठी प्रतीकात्मक तुलना प्रकाराचा वापर होतो. उदा., ही पोरं म्हणजे नक्षत्र आहेत नुसती.

(4) **स्वैर तुलना :** कल्पनेच्या स्वैर विमुक्त विचारांना वाव देणे हा या प्रकाराचा उद्देश असतो. पुढील प्रकारच्या समस्या किंवा प्रश्न देऊन उत्तरे किंवा प्रतिसाद मागविणे. उदा., पडका किल्ला बोलू लागला तर...., आठवड्यामध्ये रविवार नसता तर......

शैक्षणिक महत्त्व : या पद्धतीमुळे भिन्न-भिन्न वस्तू व कल्पनांमध्ये साहचर्य संबंध प्रस्थापित करण्याची क्षमता विकसित होते. संशोधनवृतीचा विकास होतो. न्यूटनने झाडावरून फळ खाली पडताना पाहिल्यावर त्याला सुचले की सर्व वस्तू जमिनीकडे खेचल्या जातात. यातूनच गुरुत्वाकर्षणाचा शोध लागला. या पद्धतीचा समस्या निराकरणासाठी उपयोग केला जातो. निरीक्षण शक्तीमध्ये वाढ होते. लेखनक्षमतेच्या विकासासाठी रूपकात्मक विचारप्रक्रिया अत्यंत आवश्यक आहे. यासंबंधित विल्यम गॉर्डन यांचे संयुक्त-असंयुक्तिकता प्रतिमान व डेव्हिड हंट यांचे संकल्पनात्मक प्रणाली प्रतिमान यांचा वापर शिक्षकांना अध्यापनात सर्जनशीलता वाढविण्यासाठी करता येईल.

सूचीकरण (Attribute Listing) **:** दैनंदिन व्यवहारातील नित्योपयोगी मूर्त वस्तूंमध्ये बदल व्हावा सुधारणा व्हावी व या प्रयत्नांतून सर्जनशीलतेचा विकास व्हावा या हेतूने रॉबर्ट क्राफर्ड (Robert Crawford) याने नवीन पद्धती शोधून काढली.

(1) या मध्ये प्रथम वस्तूत किंवा प्रक्रियेत सुधारणा घडवून आणण्याची आवश्यकता आहे. तिच्या प्रमुख गुणधर्मांची यादी तयार करणे ही पहिली पायरी.

(2) त्यानंतर त्या गुणधर्मांसाठी पर्याय शोधणे, कोणत्या वस्तूतील गुणधर्माची जोड देता येईल याचा शोध घेणे ही दुसरी पायरी.

(3) आवश्यकतेनुसार जाणीवपूर्वक बदल घडवून आणण्याचा, सुधारण्याचा प्रयत्न करणे.

(4) असलेल्या गुणधर्मांचा वापर करून नवीन उपयुक्त गुणधर्म तयार करणे अपेक्षित आहे; परंतु यांत्रिकणे, ओढून-ताणून गुणधर्म एकत्रित आणणे अपेक्षित नाही.

(5) कोणत्याही वस्तूच्या गुणधर्मात बदल करताना व्यवहारी, प्रत्यक्ष पर्यायांचा विचार अधिक उपयुक्त ठरतो.

(6) ज्या वस्तूच्या गुणधर्मात बदल घडवून आणायचा आहे त्याच्याशी संबंधित असलेले पर्याय प्रथम विचारात घ्यावे व हळूहळू दूरच्या पर्यायांचा विचार करावा.

(7) ज्या वस्तू किंवा कृतीमध्ये सुधारणा घडवून आणायची तिच्या गुणधर्मांची सविस्तर यादी करावी. उदा., आकार, रंग, रूप, साहित्य, काम.

(8) त्यानंतर तिच्यातील कोणते गुणधर्म गैरसोयीचे आहेत, कशामध्ये सुधारणा करण्याची आवश्यकता आहे हे ठरवावे.

(9) अनेक गुणधर्मात दोष असून सुधारणा करण्याची आवश्यकता असेल तर कोणत्या गुणधर्माला प्राधान्य द्यावे हे ठरवावे.

(10) त्यानंतर त्या गुणधर्मात बदल करण्याचे पर्याय शोधावे. त्यांची यादी करावी, मग त्यातील काहींची निवड करून त्यांच्या उपयोजनाच्या विचार प्रक्रियेला आरंभ करावा.

मुलांपुढे दैनंदिन व्यवहारातील अनेक वस्तूंची उदाहरणे समोर ठेवून त्यांच्यातील उणिवा शोधा व काय सुधारणा करता येईल असा अभ्यास घेता येईल. त्यामुळे त्यांच्या सर्जनशीलतेला वाव मिळेल. उदा., प्रवासी बॅग आज वेगवेगळ्या आकारात, गरजेनुसार कप्पे अशा प्रकारच्या उपलब्ध आहेत. त्यात प्लॅस्टिकच्या, कापडी, कातडी वेगवेगळ्या कव्हरच्या आहेत. काहींना वजन उचलायला लागू नये म्हणून चाकेही लावलेली असतात.

(4) संरचना विश्लेषण (Morphological Analysis) : या पद्धतीचा जनक डॉ. फ्रिझ विकी (Dr. Fritz Zwicky) आहे. डॉ. फ्रिट्झ विकीने 'Morphological Astronomy' व 'Invention, Research : Through Morphological Approach' ही दोन प्रस्तके लिहिलीत.

सर्जनशीलतेच्या संदर्भात एखाद्या वस्तूची अंतर्गत व बाह्यरचना जाणून घेणे असा अर्थ होत असल्याने संरचना विश्लेषण म्हटले आहे.

(1) येथे वस्तूच्या सर्व प्रमुख गुणधर्मांची यादी तयार करण्यात येऊन नंतर प्रत्येक गुणधर्माला पर्यायि सुचविण्यात येतात.

(2) या प्रक्रियेतून त्या वस्तूचे अनेक पर्यायांनी युक्त असे विविधांगी, व्यापक चित्र नजरेपुढे उभे राहते.

(3) वस्तूच्या अंतर्गत असलेल्या सर्व गुणधर्मांचे किंवा घटकांचे म्हणजेच वस्तूच्या एकूण संरचनेचे संपूर्ण विश्लेषण केल्यानंतरच ही नवी सुधारित संकल्पना आकारास येते.

उदा., आपल्याला छोटा टेबल लॅपटॉप ठेवण्यासाठी, लिहिण्यासाठी बनवायचा आहे. ज्यामुळे आपण आरामशीर मागे टेकून, ताठ बसून लिहू शकतो. बघू शकतो. त्याचे किती उपप्रकार पडू शकतात हे पाहू .

(अ) आकार - 1) लहान 2) मध्यम 3) मोठा

(आ) आकृती - 1) चौरस 2) आयताकृती 3) गोलाकार

(ई) साहित्य - 1) लाकूड 2) प्लॅस्टिक 3) स्टील

म्हणजे टेबलाचे $3 \times 3 \times 3 = 27$ प्रकार होऊ शकतात.

यातील सर्वच प्रकार शक्य, उपयुक्त असतीलच असे नाही; परंतु, अनेक पर्याय उपलब्ध झाले की निवडीला वावही अधिक मिळतो. एखादा वेगळा विचार सुचू शकतो. अधिकाधिक पर्यायांचा शोध हा संरचना विश्लेषणाचा प्रमुख उद्देश होय.

गुणधर्म सूचीकरण एखाद्या विशिष्ट प्रकारच्या वस्तूशी, कृतीशी निगडित असते तर संरचना विश्लेषणात सर्वसामान्य व व्यापक पातळीवर परिवर्तनाचा विचार केला जातो. विशिष्ट वस्तूसाठी उपयोगात येणाऱ्या विशिष्ट प्रकारच्या टेबलाचे कसे परिवर्तन करावे हा विचार गुणधर्म सूचीकरणाच्या आधारे केला जातो, तर टेबलाचे एकूण किती प्रकार पडू शकतात हा शोध घेण्याचा प्रयत्न संरचना विश्लेषणात केला जातो. गुणधर्म सूचीकरणात आपण उपयुक्ततेचे क्षेत्र वाढविले की आपण संरक्षण-विश्लेषण करू लागतो. त्यामुळे या दोन्ही पद्धती एकमेकांना पूरक आहेत असे दिसून येते.

(5) पडताळा सूची (Check list) : या पद्धतीचा जनक कोण असे निश्चित सांगता येत नाही; परंतु ॲलेक्स ऑसबॉर्न याने आपल्या 'Applied Imagination' या पुस्तकात सर्जनशीलतेला चालना देण्यासाठी कोणते प्रश्न विचारावेत याची यादी दिलेली आहे. ऑसबोर्नच्या प्रश्नांचा वापर सामान्यपणे सर्वत्र केला जातो म्हणून त्याचे नाव या पद्धतीशी निगडित केले जाते.

कोणत्याही वस्तूत बदल करण्यास, सुधारणा करण्यास, नवनिर्मिती करण्यास पुढील प्रश्न विचारावे असे तो म्हणतो.

(1) या वस्तूत कोणकोणत्या गोष्टींची भर घालता येईल ? (Add)

(2) त्यातून कोणकोणत्या गोष्टी कमी करता येतील ? (Subtract)

(3) कोणकोणत्या भागात बदल करता येईल ? (Modify)

(4) विस्तार करता येईल काय ? (Magnify)

(5) वस्तू लहान करता येईल काय ? (Minimize)

(6) अन्य कामासाठीही वस्तूचा उपयोग करून घेता येईल काय ? (Adapt)

(7) अंतर्गत पुनर्रचना करता येईल काय ? कशी ? (Alter, rearrange)

(8) नवे उपयोग कोणते ? कसे ? (New uses)

(9) पुननिर्मिती कशी होऊ शकेल ? (New or Alternative ways of producing)

उदा., कॉम्प्युटर टेबलला उद्देशून प्रश्नांचा वापर करू.

(1) भर - पुस्तके ठेवण्यासाठी वर कप्पे.

(2) कमी - काही कप्पे कमी करणे.

(3) बदल - कॉम्प्युटरचे साहित्य ठेवण्यासाठी योग्य जागी कप्पे.

(4) मोठी - लहान मोठ्या आकाराच्या फळ्या.

(5) लहान - सुटसुटीत

(6) अन्य उपयोग - वह्या, पुस्तके ठेवणे.

(7) अंतर्गत पुनर्रचना - कप्प्यांची वेगळी मांडणी.

(8) वेगळ्या प्रकारचा उपयोग - अभ्यास करायला म्हणून

(9) नवे उपयोग

(10) अशा प्रकारे विविध समस्या, गरजा लक्षात घेऊन पूर्णपणे नवीन कॉम्प्युटर कपाट करणे.

वरील टेबलाचे उदाहरण केवळ निमित्तमात्र आहे. समस्या निवारण व सुधारणा, नवनिर्मिती या सर्जनशील प्रक्रियेसाठी प्रश्न कसे आवश्यक आहेत, त्यांचा उपयोग कसा करून घ्यावा हा महत्त्वाचा मुद्दा आहे. सामान्य पडताळा सूचीमध्ये अभ्यासासाठी किंवा मूल्यमापनासाठी काही निकष ठरवून त्यांची यादी केली जाते व तिच्या आधारे मूल्यमापन केले जाते. या पद्धतीत प्रश्न हेच निकषाचे कार्य करतात त्यांच्या साहाय्याने वस्तूचे परीक्षण, मूल्यमापन केले जाते व पुननिर्मितीच्या दिशेचाही शोध घेतला जातो.

अध्यापनाच्या प्रतिमानांमध्येही रॉबर्ट सचमनच्या पृच्छा-प्रशिक्षण प्रतिमानांचा (Inquiry Training Model) अंतर्भाव करण्यात आला आहे. यात विद्यार्थ्यांनाच प्रश्न विचारण्यास प्रवृत्त केले जाते. प्रश्न कसे विचारावे, प्रश्नांच्या द्वारे निष्कर्ष कसे काढावे हे शिकविले जाते. अध्ययन-प्रक्रियेच्या विकासासाठी, ज्ञान संपादनासाठी जसा प्रश्नांचा वापर आवश्यक आहे तसाच सर्जनशीलतेच्या विकासासाठी ही प्रश्नांची आवश्यकता आहे.

(6) भूमिकाभिनय पद्धती (Role Playing Method) : ''पूर्वनियोजनाशिवाय व पूर्व तयारी शिवाय, कोणत्याही लिखित संहितेच्या, संवादाच्या अभावी तसेच दिग्दर्शन व मार्गदर्शनावाचून एखाद्या प्रसंगाचा नाट्याविष्कार करणे, त्यातील विविध भूमिकांचा स्वीकार करून, त्यांच्याशी समरस होऊन आपल्या कल्पनाशक्तीच्या आधारे उत्स्फूर्त असे संवाद बोलणे व त्यानुसार अभिनय करणे म्हणजे भूमिकाभिनय.'' **- ग्रॅब्स, कार व फिश**

या पद्धतीत व्यक्तीला आपल्या कल्पनाशक्तीचा वापर करून आपले भाषण-संवाद निश्चित करावे लागतात व ते ही वेळेवर आणि त्यानुसार ती भूमिका वठवावी लागते. प्रसंग व भूमिकेची कल्पना ही व्यक्तीला ऐन वेळेवरच दिली जाते व व्यक्तीला ती स्वयंप्रेरणेने साकार करावी लागते. या प्रकारात सर्जनशीलतेला भरपूर वाव आहे.

जीवनामध्ये व्यक्तीला अनेक अडचणींना तोंड द्यावे लागते. भिन्न परिस्थितींशी, व्यक्तींशी जुळवून घ्यावे लागते; परंतु बऱ्याच वेळा व्यक्ती स्वत:चेच म्हणणे चालू ठेवते त्यामुळे त्याला त्रास होतो, तो अयशस्वी होतो. याचे कारण त्याचा आत्मकेंद्री स्वभाव. व्यक्ती स्वत:च्या दृष्टिकोनातून विचार करीत असतो, दुसऱ्याच्या भूमिकेतून तो फारसा विचार करीत नाही. तो दुसऱ्याला समजून घेण्याचा प्रयत्न करीत नाहीत. याचा परिणाम म्हणजे भांडणे, मतभेद, दु:ख होय. हे जर टाळायचे असेल तर स्वत:च्या कोषातून बाहेर येऊन दुसऱ्यांच्या दृष्टिकोनातून विचार करण्याची गरज भासते. भूमिकाभिनयाचा हाच हेतू असतो. एखाद्या प्रसंगाशी नाट्यीकरण रूपाने विशिष्ट भूमिका रंगविली तर त्या भूमिकेशी व्यक्ती भावनात्मक समरसता अनुभवते. या काल्पनिक-मानसिक अवस्थेच्या अनुभवातून व्यक्तीमध्ये मतपरिवर्तन घडून येण्याची शक्यता अधिक असते. एकूण परस्परांबद्दलचे गैरसमज, अढी, दुरावा, ताण-तणाव दूर करून व्यापक सहानुभूती निर्माण करण्याचा, जाणीव जागृती करण्याचा हेतू काही प्रमाणात साध्य होतो.

शिक्षक व मुख्याध्यापक, मालक व नोकर, अधिकारी व कर्मचारी अशा दोन टोकांवरील व्यक्तींना व गटांना समन्वयात्मक पातळीवर आणण्यासाठी ही पद्धत यशस्वी ठरू शकते.

यादृष्टीने विविध प्रसंगांचे आयोजन करून त्यातून अनेक प्रकारच्या भूमिका वठविण्याची संधी विद्यार्थ्यांना देता येईल. सामाजिक समस्यांवर आधारित नाट्यीकरण 'समाजनाट्य' या नावाने ओळखले जाते.

याच प्रकारचे 'मानस नाट्य' (Psycho drama) आपण पाहू शकतो. यातून विद्यार्थ्यांच्या, व्यक्तींच्या मानसिक प्रवृत्तीना, संघर्षांना, अतृप्त इच्छा-आकांक्षांना, चिंता, व्यथा, गंड इत्यादींना वाट मिळून मनाचे विरेचन होऊ शकते. म्हणून या पद्धतीला मानसोपचारात्मक मूल्यही आहे.

4.5.6 सर्जनशीलतेचे शैक्षणिक महत्त्व (Educational Importance of Creativity)

मुलांमध्ये सर्जनशीलता निर्माण करण्यासाठी शिक्षकांना बरेच मार्ग उपलब्ध असतात. मुलांना उत्स्फूर्त प्रतिक्रिया देण्यासाठी प्रोत्साहित केले पाहिजे. शिक्षक हा वर्गाचा केंद्रबिंदू असतो. शिक्षकाने मुलांमध्ये सर्जनशीलता निर्माण होण्यासाठी साध्या-साध्या वस्तू तयार ठेवल्या पाहिजेत. जसे- डिंक, कागद, रंगवायचे खडू, कात्री, रंगीत कागद इत्यादी.

चांगल्या व योग्य छोट्या-छोट्या गोष्टी केल्याबद्दल त्यांना शाबासकी देऊन, त्यांचे कौतुक करून मुलांचा उत्साह वाढविला पाहिजे. विविध उपक्रम, प्रकल्प राबविताना त्यांना वेगवेगळ्या दृष्टिकोनातून विचारप्रवृत्त केले पाहिजे. वेगवेगळ्या विषयातील सर्जनशीलता वाढीस लागण्यासाठी त्यांना आनंद वाटेल अशा पद्धतीने अध्ययन केले पाहिजे.

मुलांनी सर्जनशीलतेने बनविलेल्या वस्तू, चित्र यांचे प्रदर्शन भरवावे. जेणे करून मुलांमध्ये आत्मविश्वास निर्माण होईल. आपल्या वस्तू दुसऱ्यांना आवडल्या याचा मुलांना खूप आनंद होतो, त्यामुळे या गोष्टीचा सर्जनशीलतेच्या वाढीसाठी मदतच होईल. सर्जनशीलतेमध्ये सहनशीलता आणि इच्छाशक्ती या दोन गोष्टींचा कस लागतो. विद्यार्थ्यांना या दोन महत्त्वाच्या गुणांचे महत्त्व साध्या व छोट्या गोष्टीतून शिकविणे अभिप्रेत आहे.

❂❂❂

5

अध्ययन

Learning

5.1 अध्ययनाच्या उपपत्ती

5.1.1 पॅव्हलॉव्हची अभिजात अभिसंधान उपपत्ती

5.1.2 थॉर्नडाईक प्रयत्न - प्रमाद अध्ययन उपपत्ती

5.1.3 स्किनरची साधक अभिसंधान उपपत्ती

5.1.4 हल्लची प्रबलीकरणाची उपपत्ती

5.1.5 टॉलमनची चिन्हे - समाकार - अपेक्षा उपपत्ती

5.1.6 कर्ट लेविनचा क्षेत्रीय सिद्धान्त

5.1.7 गॅग्नेची श्रेणीबद्ध अध्ययन पद्धती

5.1.8 ब्लूम यांचे शैक्षणिक उद्दिष्टांच्या वर्गीकरणाची पद्धत

5.1.9 डोनाल्ड नॉर्मन यांची माहिती प्रक्रियाकरण उपपत्ती

5.1.10 आसुबेलची अर्थपूर्ण शाब्दिक अध्ययन उपपत्ती

5.1.11 जॅक मेझिरो यांची परिवर्तनीय अध्ययन उपपत्ती

5.1.12 कोब यांची अनुभवजन्य अध्ययन उपपत्ती

5.2 मेंदू आधारित अध्ययन

5.3 अध्ययनावर परिणाम करणारे घटक

5.4 अध्ययन आणि प्रेरणा

5.5 अध्ययन संक्रमण आणि त्याच्या उपपत्ती

5.5.1 शक्तिवादी उपपत्ती

5.5.2 समान घटक उपपत्ती

5.5.3 सामान्यीकरण उपपत्ती

5.5.4 बॅग्लेची उपपत्ती

संजीवनी एक हुशार व धडपडी विद्यार्थिनी पेटी वाजवायला शिकू लागली. सगळे तिच्याविषयी म्हणायचे की ती पेटी वाजवायला शिकतेय. त्यामुळे तिच्या मनात असा गैरसमज निर्माण व्हायचा की वाजवायला शिकणं व वाजवणं या दोन भिन्न क्रिया आहेत. म्हणजे मी वाजवायला शिकायची क्रिया पूर्ण करीन व मगच वाजवू शकेन; पण हे विचार बरोबर नाहीत. अशा दोन क्रिया असूच शकत नाहीत, ही तर एकच सामाईक क्रिया असते. आपण काहीही शिकतो ते ती क्रिया करत करतच शिकतो. ती क्रिया केल्याने पूर्ण शिक्षण मिळते, मग माणूस त्यामध्ये निष्णात होतो आणि मग पु. ल. देशपांड्यांनी म्हटल्याप्रमाणे ''अरेच्या ! मला येतयं, असं वाटणं म्हणजेच ज्ञानाचा आनंद मिळणं होय.''

तुमचे विद्यार्थी एखादा संबोध कसा समजून घेतात? त्यांचे अध्ययन कशा प्रकारे घडते? मेंदूतील कोणता भाग कोणत्या प्रकारचे अध्ययन घडवून आणते? हे सर्व सांगणाऱ्या अध्ययनाच्या उपपत्ती या घटकांमध्ये स्पष्ट केल्या आहेत. ज्ञानरचनावादातून व्यक्ती कशी शिकते हे समजून घेता येईल. अध्ययन व अध्ययनाचे मार्ग, त्यांची रचना, विकास, मूल्यमापन यांची सविस्तर चर्चा या घटकात केली आहे. हा घटक वाचल्यानंतर तुम्ही खालील प्रश्नांची उत्तरे देऊ शकाल -

- पॅव्हलॉव्हच्या अभिजात अभिसंधान उपपत्तीचा वापर मुलांच्या नैसर्गिक प्रवृत्तीवर नियंत्रण मिळविण्यासाठी कसा केला जातो हे सोदाहरण स्पष्ट करा.
- साधक अभिसंधान उपपत्तीचे शैक्षणिक उपयोजन स्पष्ट करा.
- हल्ल यांनी प्रबलीकरणाच्या उपपत्तीद्वारे अध्ययनाची कोणती गृहीतके मांडली ते स्पष्ट करा.
- टॉलमन यांची चिन्हे - समाकार - अपेक्षा उपपत्ती स्पष्ट करा.
- कर्ट लेविन यांची विविध जीवनक्षेत्रे स्पष्ट करा.
- गॅनेची श्रेणीबद्ध अध्ययन पद्धती उदाहरणांसहित स्पष्ट करा. अध्ययन अध्यापन परिणामकारकतेसाठी या उपपत्तीचा उपयोग कसा कराल?
- डोनाल्ड नॉर्मन यांच्या माहिती प्रक्रियाकरण उपपत्तीचे शैक्षणिक महत्त्व स्पष्ट करा.
- मेंदू आधारित अध्ययन ही संकल्पना स्पष्ट करा. तुमच्या विद्यार्थ्यांच्या क्षमता विकसित करण्यासाठी या संकल्पनेचा वापर तुमच्या अध्यापनात कसा कराल हे सोदाहरण स्पष्ट करा.
- अध्ययनावर परिणाम करणारे घटक स्पष्ट करा.
- अध्ययन संक्रमणाचे प्रकार सोदाहरण स्पष्ट करून तिचे शैक्षणिक महत्त्व स्पष्ट करा.
- ज्ञानरचनावादाची संकल्पना स्पष्ट करून अध्ययन-अध्यापन प्रक्रियेतील त्याचे महत्त्व स्पष्ट करा.
- अध्ययन मार्ग म्हणजे काय ते स्पष्ट करून त्यांचे प्रकार, रचना, विकास स्पष्ट करा.

5.1 अध्ययनाच्या उपपत्ती (Theories of Learning)

अध्ययन

अध्ययन हे फक्त शाळेपुरते मर्यादित नाही. आपण रोजच्या जीवनात काही ना काही शिकत असतो. लहान मुले पायांची हालचाल करून इकडे तिकडे जाण्याचे शिकत असतात; किशोर अवस्थेतील मुले वेगवेगळे खेळ शिकत असतात, मोठ्यांचे अनुकरण करत असतात. तरुण वयातील मुले व्यायामाचे प्रकार शिकत असतात. काही वर्षानंतर आपल्यालाही नवीन फॅशनचे कपडे आवडतात आणि आपण जुन्या फॅशनचे कपडे काढून टाकतो. अर्थात, शेवटच्या उदाहरणात आपण जाणीवपूर्वक शिकतो असे नाही, तर आपल्या नकळत ही कृती घडते. काही गोष्टी आपण निरीक्षणानेसुद्धा शिकत असतो. व्यक्ती जन्मापासून मरेपर्यंत काही ना काहीतरी शिकत असते.

व्याख्या

➤ ''अध्ययन म्हणजे अनुभवामुळे व्यक्तीच्या माहितीत किंवा वर्तनात कायमस्वरूपी होणारा बदल''

हा बदल मुद्दाम असो वा सहज असो, चांगला असो वा वाईट. परंतु चांगला बदल होण्यासाठी, चांगले अनुभव, चांगल्या विचारांचे आदान-प्रदान व्हावे लागते. उपाशी, आजारी माणूस काही शिकण्याच्या मनःस्थितीत नसतो. अर्थात, आजारपणात उपाशी राहिल्यावर आपण त्या परिस्थितीला कशा प्रकारे तोंड देतो हे पण एक प्रकारचे शिक्षण होय.

या प्रकरणामध्ये आपण वर्तनवादी अध्ययन उपपत्ती शिकणार आहोत. वर्तनवादी असे समजतात की, शिक्षण म्हणजे अध्ययनातून मिळणारी निष्पत्ती. म्हणजेच वर्तनबदल आणि बाहेरील प्रसंगांचा व्यक्तीवर होणारा परिणाम. जे. बी. वॉटसन या वर्तनवाद्याच्या मते विचारप्रक्रिया, इच्छा, इतर मानसिक क्रिया या अध्ययनाच्या स्पष्टीकरणासाठी वापरू नयेत.

ॲरिस्टॉटलने (इ. स. पूर्व 384-322) अध्ययनाबाबत असे मत मांडले की, आपल्याला वस्तू एकत्रितपणे पुढील गोष्टींमुळे लक्षात राहतात. (1) जेव्हा वस्तू एकसारख्या असतात. (2) जेव्हा वस्तू एकमेकांच्या विरुद्ध असतात. (3) जेव्हा वस्तू एकमेकांच्या सान्निध्यात असतात.

शेवटचे तत्त्व फार महत्त्वाचे आहे. कारण त्यामध्ये साहचर्याने अध्ययनामध्ये सर्व अध्ययनाचे स्पष्टीकरण येते. सान्निध्यतेच्या तत्त्वानुसार जेव्हा दोन किंवा जास्त संवदेनशील गोष्टी एकत्र येतात तेव्हा त्या एकमेकांशी साहचर्य दाखवितात. नंतर जेव्हा यांपैकी एक संवेदनशील गोष्ट (a stimulus, चेतक) नजरेसमोर येते, तेव्हा दुसरीही गोष्ट आठवते (a response प्रतिसाद).

5.1.1 पॅव्हलॉव्हची अभिजात अभिसंधान उपपत्ती (Classical Conditioning Theory by Ivan Pavlov)

सान्निध्यतेचा नियम अभिजात अभिसंधानमध्ये महत्त्वाची भूमिका बजावतो. अभिजात अभिसंधान म्हणजे मूलतः नैसर्गिक अशा उद्दीपकाला सर्वसामान्यतः जी प्रतिक्षिप्त प्रतिक्रिया दिली जाते, तिच प्रतिक्रिया नैसर्गिक नसणाऱ्या उद्दीपकानांही दिली जाते.

अभिजात अभिसंधानमध्ये भावनिक किंवा शारीरिक प्रतिक्षिप्त क्रिया दिली जाते. जसे - भिती वाटणे, हृदयाचे ठोके वाढणे, लाळ सुटणे, घाम सुटणे हा चेतकाला दिलेला नैसर्गिक प्रतिसाद असतो.

अभिजात अभिसंधानमध्ये माणूस किंवा प्राण्यांना ठराविक वर्तनासाठी तयार केले जाते. यामध्ये कृत्रिम किंवा नैसर्गिक चेतकाद्वारे नैसर्गिक प्रतिसाद मिळविला जातो.

रशियन विज्ञानशास्त्र इव्हान पॅव्हलॉव्ह यांनी 1920 मध्ये अभिजात अभिसंधान शोधून काढले. त्याने पचनसंस्था व त्यातील रासायनिक अभिक्रिया यांवर संशोधन सुरू केले होते. यासाठी त्याने कुत्र्याच्या पचनसंस्थेवर प्रयोग सुरू केला. त्यासाठी त्याने एका कुत्र्याला उपाशी ठेवले. त्या कुत्र्याला उपाशी ठेवल्यानंतर किती वेळाने कुत्र्याची लाळ पसरू लागली याचे त्याने निरीक्षण केले. पहिल्यांदा त्याच्या ठरलेल्या वेळेला भूकेने त्या कुत्र्याची लाळ पाझरू लागली, नंतर फक्त अन्न दिसले तरी कुत्र्याची लाळ पाझरू लागली. शेवटी जेव्हा नेहमीचा अन्न घेऊन येणारा माणूस दिसला तरी लाळ पाझरू लागली.

यानंतर घंटानाद (कृत्रिम चेतक) प्रयोग केला. सुरुवातीस विशिष्ट ध्वनीलहरींचा घंटानाद केला जातो. घंटानाद ऐकताच कुत्रा आपले कान टवकारतो; परंतु लाळ निर्मिती होत नाही. घंटानाद चालू असतानाच कुत्र्यापुढे अन्नाचे ताट ठेवले जाते. त्यावेळी लाळोत्पादन सुरू होते. प्रथम विशिष्ट ध्वनीलहरींचा घंटानाद व त्यानंतर लगेचच 5 सेकंदांच्या आत अन्नाचे ताट कुत्र्यापुढे ठेवणे या क्रियेची पुनरावृत्ती अनेक वेळा करण्यात आली. नंतर पुढील कृतीत घंटानाद करताच कुत्र्याच्या तोंडात लाळोत्पादन सुरू होते.

'अन्न' या नैसर्गिक चेतकामुळे लाळोत्पादन निर्मितीचा प्रतिसाद ही नैसर्गिक प्रतिक्रिया आहे; परंतु कृत्रिम चेतकामुळे (घंटानाद) लाळोत्पादन होणे ही अभिंसधित प्रतिक्रिया आहे.

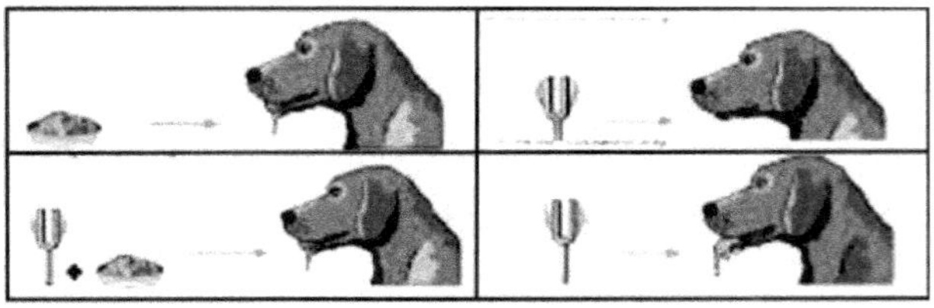

आकृती 5.1 : पॅव्हलॉव्हची अभिजात अभिसंधान उपपत्ती

अभिजात अधिसंधान अध्ययनविषयक नियम

पॅव्हलाव्हच्या मते, अध्ययनाची प्रक्रिया अभिजात अभिसंधानामुळे घडते. त्यामुळे अभिजात अभिसंधान प्रक्रियेचे नियम म्हणजे अध्ययनविषयक नियम आहेत.

(1) चेतक विलोपनाचा नियम (Law of Extinction of Stimulus) : जर अनैसर्गिक चेतकासोबत नैसर्गिक चेतकाचे सादरीकरण झाले नाही तर अनैसर्गिक चेतकांशी अभिसंधित झालेल्या प्रतिसादांचे हळूहळू प्रमाण कमी होते आणि नंतर पूर्ण विलोचन होते. उदा., अन्न न देताच घंटानादाची प्रक्रिया चालू ठेवली तर काही प्रयोग कृतीनंतर लाळ पाझरण्याची अभिसंधित झालेली प्रतिक्रिया बंद होते. पुन्हा घंटानाद जारी होत राहिला तरी लाळ स्रवणे थांबते.

(2) चेतकाच्या सामान्यीकरणाचा नियम (Law of Stimulus Generalization) : कुत्र्याची एका विशिष्ट ध्वनिलहरी ऐकून लाळ गळत असली तरी त्याच ध्वनिलहरी कमी किंवा जास्त आवाजात ऐकविल्या तर तोच परिणाम मिळतो. म्हणजेच प्रतिसादकास ध्वनिलहरी उत्पन्न करणाऱ्या चेतकातील हा सूक्ष्म फरक लक्षात न आल्यामुळे नैसर्गिक प्रतिसाद मिळतो, या प्रक्रियेस चेतकाच्या सामान्यीकरणाचा नियम म्हणतात.

(3) चेतक वियोजन (Law of Discrimination of Stimulus) : पॅव्हलॉव्हने कुत्र्यावर केलेल्या प्रयोगाच्या बाबतीत मूळ घंटानाद व बदललेला घंटानाद यातील फरक कुत्रा ओळखू शकतो. त्याचप्रमाणे एकाच ध्वनिलहरींच्या दोन घंटानादाला दोन भिन्न प्रकारच्या प्रतिक्रया अभिसंधित केल्या व नंतर चेतक म्हणून घंटा वाजविली की कुत्रा क्लेशदायक प्रतिसाद देतो.

अभिजात अभिसंधान प्रस्थापित करण्याचे मूलभूत नियम

(1) अभिसंधित उद्दीपक (घंटानाद) हा अनअभिसंधित उद्दीपकापूर्वी (अन्न) दिला गेला पाहिजे. अन्न देण्यापूर्वी घंटानाद ऐकवला तर अन्न व घंटानाद यात अभिसंधान प्रस्थापित होते.

(2) अभिसंधित उद्दीपक व अनभिसंधित उद्दीपक सादर करण्यामधील कालावधी जास्त असेल तर अभिसंधान होत नाही.

(3) अभिसंधान घटविण्यासाठी अभिसंधित व अनअभिसंधित उद्दीपकांची जोडी असंख्य वेळा दिली तर अभिसंधान घडते.

(4) एखाद्या परिस्थितीतील ठळकपणे जाणवणारा व वैशिष्ट्यपूर्ण असा उद्दीपक अभिसंधित असतो.

अभिसंधित अभिजात अभिसंधान उपपत्तीचे शैक्षणिक उपयोजन

अभिसंधानाचा वापर मुलांच्या नैसर्गिक प्रवृत्तीवर नियंत्रण मिळविण्यासाठी केला जातो.

(1) बालकात कौशल्य निर्मितीसाठी व त्यावर प्रभुत्व संपादन करण्यासाठी सवयी लावण्यासाठी पालक-शिक्षक व वरिष्ठ व्यक्ती यांनी सातत्याने, प्रयत्नपूर्वक व जाणीवपूर्वक लक्ष दिले पाहिजे.

उदा., सकारात्मक व चांगले अध्ययन अनुभव मुलांना दिले पाहिजे. (अ) विविध गटांमध्ये स्पर्धांवर भर देणे, वैयक्तिक स्पर्धेत एकमेकांना सहकार्य करणे. वैयक्तिक स्पर्धेत उतरण्यास बऱ्याच मुलांना भिती वाटते व त्यामुळे त्यांचा नकारात्मक प्रतिसाद मिळतो. त्यामुळे प्रथम छोट्या गटांमध्ये स्पर्धा लावल्यास मुलांची भिती जाण्यास मदत होते व नंतर मोठ्या गटात सुद्धा ते आत्मविश्वासाने बोलू शकतात. (ब) मुलांना हवे ते पुस्तक वाचण्याचे बंधन करावे. वाचण्याच्या सक्तीमुळे आपोआपच वाचनाची आवड निर्माण होईल. (क) ज्या प्रसंगांची मुलांना भीती वाटते त्या प्रसंगांना शिक्षकांसमोर सामोरे जाण्यास लावावे. उदा., भित्र्या व गरीब स्वभावाच्या मुलाला दुसऱ्या दोन मुलांना शिकविण्यास सांगावे. (ड) मोठ्या ध्येयाकडे जाताना छोट्या छोट्या पायऱ्या निर्माण कराव्यात. उदा., रोज छोटी सराव चाचणी घ्यावी, काही दिवसांनंतर आठवड्याला एक चाचणी घ्यावी. यामुळे चाचणीचे किंवा परिक्षेचे दडपण ज्या मुलांना येते ते कमी होईल.

एखादा मुलगा वर्गात समोर येऊन बोलण्यास घाबरत असेल, त्याला प्रथम छोट्या गटासमोर बसून पाहून वाचण्यास सांगावे, नंतर त्यास उभे राहून वाचण्यास सांगावे, नंतर न पाहता तोंडी सांगण्यास सांगावे. त्यानंतर संपूर्ण वर्गासमोर बोलण्यास सांगावे.

(2) अभिसंधानाची तत्त्वे मानवी वर्तन व त्या वर्तनातील समस्या समजावून घेण्यासाठी, त्या समस्या सोडविण्यासाठी उपयुक्त ठरतात.

चिंता, भयगंडे, अतिताण, हट्टीपणा यांसारखे चुकीचे वर्तन प्रकार अभिसंधनाच्या माध्यमातून बरे करता येतात.

उदा., अभिसंधानाची तत्त्वे वापरून ही 'व्यसने' करण्याची सवय घालविता येते. अमली पदार्थांमध्ये उलटी होणारे, मळमळ होणारे द्रव्य मिसळले जाते. त्यामुळे अमली पदार्थ घेतल्याबरोबर व्यक्तीला शारीरिक त्रास सुरू होतात. व्यसने व शारीरिक अस्वस्थता असे साहचर्य आता निर्माण होते व शारीरिक त्रास थांबविण्यासाठी व्यसने बंद करावीत असे व्यक्तीला वाटते व ती व्यक्ती व्यसने करणे थांबविते.

साधक अभिसंधान उपपत्ती

प्रतिक्रियांच्या सुखद किंवा दुःखद परिणामांमुळे घडून येणारे ऐच्छिक वर्तनाचे अध्ययन म्हणजे साधक अभिसंधान.

5.1.2 थॉर्नडाईक प्रयत्न-प्रमाद अध्ययन उपपत्ती (Thorndike's Trial - Error Theory of Learning)

थॉर्नडाईक यांनी 1913 मध्ये साधक अभिसंधानाविषयी माहिती मिळविण्यासाठी कूटपेटीत ठेवलेल्या मांजरावर प्रयोग केला. त्याने कूटपेटीत एका मांजराला कोंडले व पेटीच्या बाहेर मांजरासाठी अन्न ठेवले. मांजराला कूटपेटीच्या बाहेर ठेवलेल्या अन्नापर्यंत पोहोचण्यासाठी आणि कूटपेटीचा खटका उघडण्यासाठी काही वेगवेगळ्या कृती कराव्या लागतात. मांजराच्या बाहेर पडण्याचा मार्ग शोधण्याच्या हालचाली चालू असतानाच पेटीतील कळ दाबली जाऊन कूटपेटीचे दार उघडले जाते. अशा प्रकारच्या अनेक प्रयत्नांनंतर मांजराला पेटीतून बाहेर पडण्यासाठीची प्रक्रिया समजते. त्यामुळे मांजराला पुन्हा त्या पेटीत बंद केले असता मांजर पेटीचा खटका दाबून दार उघडते व बाहेर येते.

सुरुवातीस मांजर प्रयत्न करून अनेक चुकांयुक्त प्रतिसाद करीत होते. पुढे यातील अनावश्यक प्रयत्न कमी कमी होत गेला.

थॉर्नडाइकने प्राण्यावर अनेक प्रयोग करून प्रायोगिक निरीक्षणाद्वारे तीन नियम मांडले आहेत. ते पुढीलप्रमाणे -

(1) सज्जतेचा नियम (Law of Readiness) : कोणत्याही प्रकारच्या अध्ययनासाठी मानसिक तयारीची म्हणजे सज्जतेची आवश्यकता असते. सज्जतेमध्ये विषयाशी संबंधित प्राथमिक समायोजनाचा समावेश होतो. एखादा नवीन विषय शिकविण्यापूर्वी या संबंधीचे पूर्वज्ञान दिल्यास त्या विषयाबद्दल उत्सुकता वाढते. शिकविताना विविध शैक्षणिक साधने व माध्यमांचा वापर केल्यास विषयाकडे लक्ष वेधले जाते. सज्जतेमुळे अध्ययन स्वीकारण्यास अनुकूल अशी मानसिक परिस्थिती निर्माण केली जाते, त्यामुळे अध्ययनाची गती वाढते. अध्ययन करणाऱ्या व्यक्तीची प्रेरणा, आवड, क्षमता, विषयातील आवड व बुद्धिमत्ता यांवर मानसिक सज्जता अवलंबून असते.

(2) सरावाचा नियम (Law of Practice) : एखाद्या क्रियेची वारंवार पुनरावृत्ती केल्यास त्या कृतीचे दृढीकरण होऊन; तिचे सवयीत रुपांतर होते. याउलट जर एखादी कृती शिकल्यानंतर तिचा वापरच केला नाही किंवा पुनरावृत्ती झाली नाही तर ती कृती हळूहळू विस्मरणात जाते व शेवटी नाहीशी होते. यामुळे चेतक-प्रतिसाद बंधात दृढता निर्माण होते.

(3) परिणामाचा नियम (Law of Effect) : एखाद्या चेतकाला प्रतिक्रिया दिल्यानंतर सुखद अवस्था निर्माण झाली तर उद्दीपक व प्रतिक्रिया यांच्यातील संबंध दृढ होतात. याउलट, प्रतिक्रिया दिल्यानंतर त्रासदायक अवस्था निर्माण झाली तर उद्दीपक व प्रतिक्रिया यांच्यातील संबंध दुर्बल होतात.

थॉर्नडाईकच्या उपपत्तीचे शैक्षणिक महत्त्व

(1) थॉर्नडाईकने प्रयोगातून वस्तुस्थितीचे मापन करण्याची प्रक्रिया विकसित केली व त्यातून एक प्रायोगिक दृष्टिकोन विकसित केला.

(2) इंग्रजी भाषेच्या शब्दांचे वर्गीकरण व मापन या त्याच्या क्रियेतून शैक्षणिक उद्दिष्टांची निर्मिती झाली.

(3) शिक्षकांनी मोठ्या घटकाचे छोट्या-छोट्या गटांमध्ये विभागणी करावी व सराव घ्यावा.

(4) पारितोषकांचा वापर करून मुलांना अभ्यासासाठी प्रोत्साहन द्यावे. त्यामुळे मुलांचा शैक्षणिक दर्जा व संपादणूक सुधारेल.

(5) विद्यार्थ्यांची परिस्थिती लक्षात घेऊन चेतक व प्रतिक्रिया यांच्या अभिसंधानासाठी जाणीवपूर्वक साहचर्यबंध निर्माण करावे लागतील. कारण, हे बंध उपयुक्त, वास्तव जीवनाशी निगडीत असावेत.

5.1.3 स्किनरची साधक अभिसंधान उपपत्ती (Skinner's Theory of Operant Conditioning)

अभिजात अभिसंधानात प्राण्यांकडून प्रतिसाद उद्दीपित केला जातो. हा प्रतिसाद अनैच्छिक व प्रतिक्षिप्त स्वरूपाचा (लाळ गळणे) असतो. यामध्ये अपेक्षित प्रतिसाद दिला जावा म्हणून अन्न दिले जाते. साधक अभिसंधानात प्राणी स्वतःच प्रतिसाद देत असतो आणि तो ऐच्छिक प्रतिसाद प्राण्याने त्याच्या नियंत्रणाखाली दिलेला असतो. यामध्ये अपेक्षित प्रतिसादानंतर पारितोषिक म्हणून अन्न दिले जाते.

स्किनरने साधक अभिसंधानाची माहिती मिळविण्यासाठी उंदरावर प्रयोग केला. उंदराला उपाशी ठेवून त्याच्यात भुकेची प्रबळ प्रेरणा निर्माण केली व नंतर त्याला कूटपेटीत सोडण्यात आले. अन्न मिळविण्यासाठी विशिष्ट कृती उंदराने शिकणे अपेक्षित होते म्हणून याला 'साधक अभिसंधान' म्हणतात. पेटीतील कळ दाबली की अन्नाच्या गोळ्या मिळतात हा संबंध लक्षात येईपर्यंत उंदराने इतर अनेक निरर्थक हालचाली केल्या. मात्र एकदा कळ दाबणे व अन्न यांच्यातील संबंध त्याच्या लक्षात आल्यावर मात्र इतर प्रतिक्रियांची वारंवारिता कमी झाली व कळ दाबणे या प्रतिक्रियेची वारंवारिता वाढली.

साधक अभिसंधानात प्रतिक्रियेनंतर काय परिणाम होतो यावर अध्ययन अवलंबून असते. यालाच स्किनर यांनी 'प्रबलन' असे म्हटले आहे. प्रतिक्रियेनंतर आलेली कोणतीही गोष्ट की जिच्यापुढे ती प्रतिक्रिया पुन्हा घडण्याची शक्यता असते. प्रबलकामुळे सुखावह परिणाम घडतो व साधक अभिसंधान घडते.

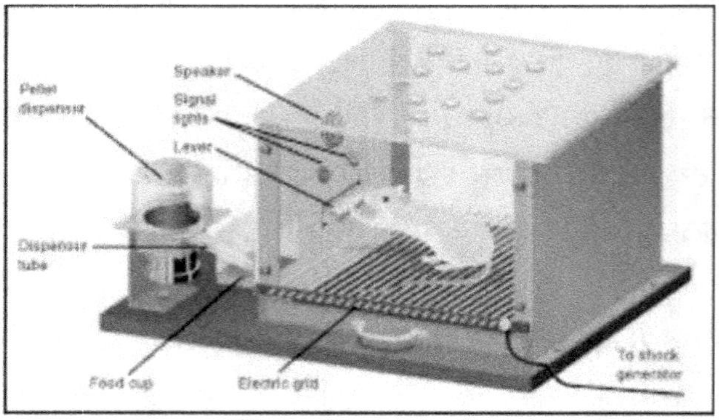

आकृती 5.2 : स्किनरची साधक अभिसंधान उपपत्ती

साधक अभिसंधानातील महत्त्वाच्या संकल्पना

(1) प्रबलीकरण (Reinforcement) : साधक अभिसंधानात प्रयोज्याने प्रतिसाद दिल्यानंतरच जो चेतक (अन्न) पुरविला जातो तोच दृढीकारक असतो. प्रतिसादातील क्षमता ही किती वेळा प्रतिसाद मिळतो यातून दिसून येते. दृढीकारकात प्रयोज्यांच्या गरजेचे समाधान करण्याची क्षमता असावी लागते. स्कीनरला असे आढळून आले की एकदा प्रबलीकरण झालेले पुढील प्रतिसादांसाठी पुरेसे असते.

(2) सकारात्मक प्रबलन (Positive Reinforcement) : दृढीकारक प्रतिसादाची गती व अचूकता वाढविणाऱ्या चेतकास सकारात्मक प्रबलन म्हणतात. जसे – अन्न, पाणी, कौतुक.

स्किनरच्या साधक अभिसंधान उपपत्तीचे शैक्षणिक महत्त्व

(1) वर्तन सुधारतंत्र : वर्गात एकाच चेतकाला अनेक विद्यार्थ्यांमुळे अनेक प्रतिसाद मिळतात. असे असले तरी त्यातील अचूक प्रतिसादास शिक्षकाने प्रशंसा करून त्याचे विद्यार्थ्यांकडून पुनरुच्चारण करून शाबासकी दिल्यास त्या प्रतिसादाचे दृढीकरण होते. यामध्ये शिक्षकाने त्वरित प्रतिक्रिया दिल्यास प्रतिसादकाची प्रतिसाद देण्याची गती वाढते. अध्ययनात सरावाला महत्त्व असते. खोटे बोलणे, शाळा बुडविणे हे अयोग्य वर्तन प्रकार काढून टाकताना वर्तन सुधार तंत्राचा उपयोग होतो.

(2) क्रमन्वित अध्ययन : यामध्ये विषय भागाचे छोटे-छोटे भाग पाडले जातात. प्रत्येक भागाचे अध्ययन विद्यार्थी स्वतः करतो. प्रथम विषयाची ओळख करून दिली जाते, नंतर तो भाग किती समजला हे तपासून पाहण्यासाठी काही प्रश्न सोडवायला दिले जातात. विद्यार्थ्यांना स्वतःची उत्तरे चूक आहेत का बरोबर ते लगेच सांगितले जाते. बरोबर उत्तरे दृढीकारकाचे कार्य करतात तर चुकीची उत्तरे शिक्षेची कार्य करतात. यामुळे अध्ययनात प्रगती होते. शिक्षकाने वर्गातील परिस्थिती व आंतरक्रिया यांवर नियंत्रण ठेवणे आवश्यक असते.

(3) पारितोषिकाचे महत्त्व : साधारणपणे बालवाडी ते इयत्ता चौथी पर्यंतच्या विद्यार्थ्यांना बक्षिसाचे आकर्षण असते. यामुळे या स्तरावर विशिष्ट क्रियेसाठी विशिष्ट बक्षीस मिळते हे समजल्यावर ते विद्यार्थी त्याप्रमाणे वर्तन करतात.

विशिष्ट चेतकाच्या सादरीकरणातून मिळणाऱ्या प्रतिक्रिया यांपैकी एखादी विशिष्ट प्रतिक्रिया निवडली जाऊन तिला पारितोषिक दिल्यामुळे दृढीकरण होते. याला तौलनिक साधन अध्ययन (Discriminated Operent–Learning) असे म्हणतात.

शिक्षक सर्व अध्ययन प्रकारांचा वापर पूर्वीपासून करीत आहेत. मात्र या कृतीचे स्पष्टीकरण साधक अभिसंधान उपपत्तीने दिले आहे.

5.1.4 हल्लची प्रबलीकरणाची उपपत्ती (Hull's Reinforcement Theory)

क्लार्क हल्ल यांनी 'Principles of Behaviour' (1943) या पुस्तकामध्ये अध्ययनाविषयी बरीच गृहीतके मांडली.

(1) सवयी आणि प्रेरणा : या माणसाच्या नैसर्गिक अवस्था आहेत. सवयींचे दृढीकरण हे चेतक आणि प्रतिसाद यांच्या सरावातील क्षमता दर्शविते. प्रेरणा ही व्यक्तीची जागृत अवस्था आहे. प्रबलीकरणामुळेही प्रेरणा कमी होते. प्रेरणा ही शारीरिक गरजेतून तात्पुरती निर्माण होते.

प्रत्येक प्रेरणेमुळे प्रेरणाचेतक तयार होत असते आणि प्रेरणाचेतक जर कमी प्रमाणात मिळाले तर त्याच्या प्रबलीकरणावर परिणाम होतो. प्रेरणेमुळे व्यक्तीला ऊर्जा मिळते. प्रेरणेमुळे व्यक्तीमध्ये काम करण्याची ऊर्जा वाढते. हल्ल यांनी अध्ययनात सवयींचे महत्त्व सांगितले आहे. गरजेमुळे एखाद्या क्रियेची पुनरावृत्ती केली जाते आणि त्याचे सवयीत रूपांतर होते.

(2) प्रेरक गोष्ट (Incentive Motivation) : बक्षीस जेवढे मोठे, तेवढा त्याचा प्रबलीकरणावर जास्त प्रभाव पडतो. मोठ्या बक्षिसांसाठी चांगल्या प्रकारचे कार्य केले जाते. बक्षिसाच्या आकाराचा सवयीवर परिणाम न होता प्रेरक गोष्टींवर परिणाम होतो. प्रेरक गोष्ट आणि प्रबलीकरण या दोन्ही गोष्टीं बक्षिसावर अवलंबून राहतात. प्रेरक गोष्टीच्या स्वरूपात बदल केला की त्याचा परिणाम तत्काळ कार्यावर होतो.

(3) उद्दीपक शक्ती : सवयींची दृढता, प्रेरणा आणि प्रेरक गोष्ट सर्व मिळून उद्दीपक शक्ती तयार होते. उद्दीपक शक्ती म्हणजे व्यक्तीची चेतकाला प्रतिसाद देण्याची क्षमता.

(4) अध्ययनातील स्वतंत्र चले (Independent) आणि आश्रयी (Dependent) चले : अध्ययनार्थीला दिलेला चेतक हा स्वतंत्र चल आहे. उदा., तीव्र प्रकाश, विजेचा धक्का वगैरे. आश्रयी चलामध्ये प्रत्यक्ष निरीक्षण केलेले आणि मोजलेले वर्तन येते. यामध्ये प्रतिसादाचा आकार, प्रतिसादाचा वेग आणि प्रतिसादांची संख्या येते.

हल्लची उपपत्ती चेतक प्रतिक्रियांमधील सान्निध्य, त्यांच्यातील साहचर्य संबंध जोडण्यास कारणीभूत ठरणारी आहे. याचबरोबर प्रबलीकरणामुळे ते अधिक पक्के होतात असे हल्लचे मत आहे. प्रबलीकरणामुळे सुखद व अनुकूल वातावरण निर्माण होऊन त्यामुळे प्रेरणा जागृत होते किंवा गरज उणावते. प्राथमिक प्रबलीकरणामुळे भूक, तहान, कामवासना इत्यादीं प्राथमिक शारीरिक गरजांची पूर्ती होते. दुय्यम प्रबलीकरण हा मूळचा निर्बल चेतक प्राथमिक प्रबलीकरणांशी वारंवार एकत्रित झाल्यामुळे प्रबल होतो.

हल्लच्या उपपत्तीचे शैक्षणिक महत्त्व

(1) सवयी व कौशल्य संपादन यांची वाढ व प्रगती सोप्याकडून अवघडाकडे जाणारी असते.

(2) अध्ययनाच्या सुरुवातीला मोजकी औपचारीक व कृत्रिम प्रलोभने लहान मुलांच्या बाबतीत उपयुक्त व आवश्यक ठरतात. परंतु शिक्षक/पालकांनी हे लक्षात घेतले पाहिजे की पुढे हळूहळू त्याचे रूपांतर साध्या प्रबलीकरणातून अपेक्षित असलेल्या जीवनमूल्यात करावयाचे असते.

(3) प्रेरकाचा वापर व उपयोग अपेक्षित सवयी लावण्याचे व त्या टिकविण्याच्या कामीच करावयाचा असतो हे हल्लचे मत अध्ययन व अध्यापन प्रक्रियेत विचारात घ्यावे लागते.

5.1.5 टॉलमनची चिन्हे-समाकार-अपेक्षा उपपत्ती (Toleman's Theory of Purposive Behaviourism)

एडवर्ड टॉलमन यांनी त्यांच्या 'Animals and Men' (1932) या पुस्तकात हेतुनिष्ठ वर्तनाचा विचार मांडला आहे. कोणतेही वर्तन हे वर्तनाला बाहेरून उद्दीपक मिळाल्याचा परिणाम म्हणून घडते. अनुभवामध्ये बदल झाला तर वर्तनामध्येही बदल घडतो. वर्तन हे विशिष्ट ध्येयासाठीच केलेले असते. उद्दीपक आपल्याला ध्येयाकडेच नेत असतो. अध्ययन म्हणजे चेतक ओळखणे आणि त्याचा ध्येयाशी असलेला संबंध ओळखणे. शिकणाऱ्या व्यक्तीच्या केवळ बाहेरुन दिसणाऱ्या वर्तन प्रतिक्रियांबरोबर तिच्या मागे असलेल्या आंतरिक विचार कल्पनांचा विचार केला पाहिजे, असा विचार टॉलमन यांनी मांडला.

(1) बोधात्मक नकाशा (Cognitive Map) : नकाशा वाचण्यासाठी जसा खुणांचा वापर केला जातो त्याचप्रमाणे शिकणारा आपले उद्दिष्ट साध्य करण्यासाठी उद्दिष्टाकडे नेणाऱ्या काही खुणांचा उपयोग करतो. अशा रितीने अध्ययनार्थी खुणांमधील अर्थपूर्ण संबंधांचा व यशाकडे जाण्याच्या मार्गाचा अभ्यास करतो.

(2) चिन्ह समाकार अपेक्षा (Sign-Gestalt-Expectation) : प्रत्येक व्यक्तीच्या मनात काही अपेक्षा असतात. प्रत्येक व्यक्ती एखादी विशिष्ट गोष्ट केल्याने अमुक उद्दिष्ट साध्य होईल अशी अपेक्षा बाळगत असते. ही अपेक्षा अमुक प्रकारचा उद्दीपक (उदा., लाल गुलाब) म्हणजे अमुक प्रकारची वस्तू, उदा., प्रेम अशा प्रकारची 'चिन्हदर्शक' असते. त्याचबरोबर प्रत्येक उद्दीपक चिन्ह हे त्याच्या संदर्भात समजून घेतले पाहिजे हे टॉलमनने 'समाकार' (Gestalt) या शब्दाने सुचविले आहे.

(3) प्रबलीकरणाची भूमिका : गरजेमुळे कार्य घडते व व्यक्तीला समाधान मिळते; परंतु अध्ययनासाठी प्रेरणा मिळेलच असे नाही. प्रबलीकरणामुळे अध्ययन घडते; परंतु ते अध्ययनासाठी गरजेचे आहे असे नाही.

(4) मध्यस्थ परिवर्तके (Cognitive as Intervening Variable) : एकच बाह्य परिस्थिती वेगवेगळ्या व्यक्तींना निरनिराळ्या स्वरूपात दिसू शकते. टॉलमनने अध्ययन प्रक्रियेची मीमांसा करताना आंतरिक बाबींचा समावेश केला. या आंतरिक बाबींना 'मध्यस्थ परिवर्तके' (Intervening Variables) असे नाव दिले. ही मध्यस्थ परिवर्तके विचारांच्या किंवा जाणिवेच्या स्वरूपाची असतात. विचार ही शुद्ध मानसिक घटना आहे. ती 'उद्दीपक' व 'प्रतिक्रिया' यामध्ये घडून येते, असे टॉलमन यांनी सांगितले.

(5) अप्रत्यक्ष अध्ययन (Latent Learning) : कधी-कधी व्यक्ती जेव्हा शिकते त्या संबंधातला बदल हा त्याच्या वर्तनातून किंवा कृतीतून लगेच दिसून येत नाही; परंतु ज्यावेळेस संबंधित शिक्षणाची गरज वाटेल तेव्हा यातील संबोधांचा वापर केला जातो यालाच 'अप्रत्यक्ष अध्ययन' म्हणतात.

टॉलमन यांनी अध्ययनाचे सहा प्रकार सांगितले.

(अ) प्रेरक निर्मिती (Formation of Cathexes) : विशिष्ट ध्येयासाठी विशिष्ट प्रेरणा मिळणे गरजेचे असते. उदा., एखाद्या व्यक्तीला तहान लागली आहे तर त्याला कदाचित साधे हवे पाणी असते तर दुसऱ्या एखाद्या व्यक्तीला थंड बीअर हवी असते. हे त्या व्यक्तीच्या संस्कृतीवर अवलंबून असते.

(ब) समान उद्दिष्टांचे अध्ययन (Learning of Equivalence Beliefs) : काही प्रसंग बक्षिसासारखे वाटतात तर काही शिक्षेसारखे वाटतात. हे व्यक्तीच्या दृष्टिकोनावरून अवलंबून असते.

(क) क्षेत्रीय अनुभवनिर्मिती (Formation of Field Expectancies) : प्रत्यक्ष कामासाठी काय अपेक्षित आहे हे आपल्याला असलेल्या माहितीवरून कळते. उदा., गाडी दुरुस्त करण्यासाठी कोणते सामान लागते किंवा भारतातून अमेरिकेला कसे जायचे इत्यादी.

(ड) क्षेत्रिय बोधात्मक मार्गाचे अध्ययन (Learning of Field Cognition Models) : अध्ययनासाठी अनेक मार्ग आहेत. विशिष्ट वर्तन करण्याकडे आपल्या मनाचा कल असतो. त्यामुळे आवडीचे शिकल्यावर लवकर शिकले जाते.

(इ) प्रेरणांमधील भेद जाणून घेणे (Drive Discrimination) : यामध्ये विविध प्रेरणांमधील जसे - भूक, तहान, झोप, आराम यांतील फरक जाणून घेणे. अध्ययनार्थी आपल्या नैसर्गिक गरजांनुसार वर्तन करायला शिकतो.

(ई) कारक रचनांचे अध्ययन (Learning of Motor Patterns) : विविध कारक कौशल्ये शिकून स्वतःच्या ध्येयापर्यंत पोहोचणे म्हणजेच कारक रचनांचे अध्ययन होय.

टॉलमन यांच्या उपपत्तीचे शैक्षणिक महत्त्व

(1) अध्ययन अचूक होण्यासाठी योग्य चेतकाचा वापर केला पाहिजे. कारण, चेतक व प्रतिक्रिया यामध्ये विचार प्रक्रिया होते.

(2) अध्ययनातील उद्दिष्ट प्राप्त करण्यासाठी शिकणारा उद्दिष्टांकडे नेणाऱ्या खुणांचा उपयोग करतो. त्यामुळे ज्ञानात्मक रचनेत योग्य बदल घडवून आणता येऊ शकतो.

(3) विद्यार्थ्यांना कळेल अशा सोप्या भाषेत उद्दिष्ट स्पष्ट केल्यास साध्य व साधन यातील संबंध शोधून समस्या सोडविण्याचे अध्ययन होते.

(4) अध्ययन संक्रमण हे सामान्य घटकांवर अवलंबून नसून सामान्य पद्धतीवर अवलंबून असते. म्हणूनच अध्यापन करताना केवळ माहिती कथन करण्यावर भर न देता संबंध शोधून काढणे, भेद जाणणे, साधारण घटक समजून घेणे इत्यादींवर भर द्यावा.

5.1.6 कर्ट लेविनचा क्षेत्रीय सिद्धान्त (Kurt Levin's Field Theory)

कर्ट लेविन (1890-1947) यांच्या मते, प्रत्येक व्यक्ती ही विविध बलाच्या क्षेत्रामध्ये असते. या बलाचे क्षेत्र म्हणजे, ज्याला व्यक्ती प्रतिसाद देते त्यालाच तो जीवनक्षेत्र मानतो.

(1) जीवनक्षेत्रांचा संबोध (Concept of Life Space) : व्यक्ती जेथे वावरते तेथील परिस्थिती, वैशिष्ट्ये म्हणजे 'जीवनक्षेत्रे' होय. यामध्ये व्यक्ती, वस्तू, विचार, कल्पना, उर्मी, प्रेरणा, ताण अशा सर्व गोष्टींचा समावेश होतो. यामध्ये फक्त वर्तमानकाळातील गोष्टींचा विचार केला जातो. यामध्ये व्यक्तीवर परिणाम करणाऱ्या गोष्टींचा विचार होतो आणि म्हणून व्यक्तीवर परिणाम करणारे सर्व (Force) बले यांच्यात अंतर्भूत होतात. ही बले मानसशास्त्रीय असतात.

व्यक्तीला समोर एखादी वस्तू आहे, परंतु तिची दखल घेतली जात नसेल तर ती वस्तू व्यक्तीच्या जीवनक्षेत्रात येत नाही. त्याचप्रमाणे एखादी वस्तू प्रत्यक्ष दिसत नाही, परंतु व्यक्ती त्या वस्तूबाबत विचार करीत असेल ती वस्तू व्यक्तीच्या जीवनक्षेत्रात येते.

उदा., जर एखादा मुलगा भिंतीवर साप आहे असा विचार करत असेल तर 'साप' हा मुलाच्या जीवनक्षेत्रातील घटक होतो.

जीवनक्षेत्रात व्यक्ती भोवतालची परिस्थितीची जाणतेपणी किंवा अजाणतेपणी दखल घेते.

(2) व्यक्ती : जीवनक्षेत्रामध्ये व्यक्ती स्वतः आणि त्याच्या वर्तनावर प्रभाव पाडणाऱ्या वातावरणातील सर्व गोष्टी यांचा समावेश होतो.

यामध्ये मानसशास्त्रीयदृष्ट्या व्यक्ती स्वतः, त्या व्यक्तीचे ध्येय, ज्या गोष्टी करणे तो टाळत आहे त्या गोष्टी, त्या व्यक्तीला येणारे अडथळे आणि त्याला आपल्या ध्येयापर्यंत नेणारा रस्ता या सर्व गोष्टींचा समावेश होतो.

(3) बहिःस्थ आवरण (Foreign Hull) : व्यक्तीच्या वातावरणातील संकल्पना त्या व्यक्तीला माहीत नसतात, पण त्याच्या अभ्यासकाला या गोष्टीची जाणीव असते, याला 'बहिःस्थ आवरण' म्हणतात.

(4) सदिश राशी (Vector) : कोणत्याही वस्तूचे स्थलांतर व्हायचे असेल तर तिला विशिष्ट दिशेने बल लावले पाहिजे आणि बाणाची लांबी बलाची ताकद दाखविते. उदा., व्यक्तीच्या मनात एखादी कल्पना असेल तर ती विकसित होण्यासाठी त्यादृष्टीने बल लावणे आवश्यक ठरते.

(5) संघर्षाचे प्रकार : जीवनक्षेत्रामध्ये प्रत्येक प्रसंग, वस्तू, व्यक्ती या आकर्षित होतात किंवा दूर जातात. या संघर्षाचे वेगवेगळे प्रकार आहेत. जेव्हा सकारात्मक प्रेरणा असते तेव्हा हवे-हवे असा संघर्ष असतो, तर जेव्हा नकारात्मक प्रेरणा असते तेव्हा नको-नको असा संघर्ष असतो. ज्यावेळी सकारात्मक व नकारात्मक अशा दोन्ही प्रेरणा असतात त्यावेळी हवे-नको असा संघर्ष असतो.

(6) प्रेरणा : प्रेरणा या व्यक्तीला स्वतःच्या विशिष्ट ध्येयासाठी कृती करायला लावतात. प्रेरणेचे समाधान एक तर ध्येय मिळवून किंवा ध्येय बदलून मिळते. यश हे बक्षिसापेक्षा वेगळे असते. 'यश' म्हणजे व्यक्तीला जे मिळवायचे आहे ते.

(7) जीवनाकाशी विज्ञान (Topology) : ही अदृश्य प्रकारची वर्तन प्रेरणा असून ती आकृती रूपानेही दाखविता येते. व्यक्तीच्या जीवनक्षेत्राशी संबंधित घटकांचे अस्तित्त्व दाखविणारी ती आकृती असते. जीवनक्षेत्रातील घटक वेगवेगळ्या वेळी वेगवेगळी क्षेत्ररचना निर्माण करून व्यक्तिवर्तनाला कारणीभूत ठरतात.

(8) अध्ययन : लेविनच्या मते, बोधात्मक पातळीमध्ये बदल म्हणजे अध्ययन घडणे. जीवनक्षेत्रामध्ये बदल करून किंवा गरज आणि प्रेरणा यांच्यातील वेळा पुढे-मागे करून आपण बोधात्मक पातळीमध्ये बदल करू शकतो.

लेविन उपपत्तीचे शैक्षणिक महत्त्व

(1) व्यक्तीला एखाद्या बाबीचे अवबोधन कसे होते हे त्या व्यक्तीच्या पक्वता, त्या व्यक्तीचे ज्ञान व त्या व्यक्तीची उद्दिष्ट्ये यांवर अवलंबून असते. व्यक्ती व तिचे मानसिक क्षेत्र याची अवबोधन प्रक्रियेमध्ये अदलाबदल होऊ शकते. शिक्षक विद्यार्थ्यांना सकारात्मक प्रेरणा देऊन त्यांना ध्येय प्रवृत्त करू शकतात.

(2) ज्यावेळी मूल हे हेतूपूर्ण वर्तन करते त्यावेळी त्याला उपलब्ध झालेल्या मार्गदर्शनानुसार ते आपल्या उद्दिष्टापर्यंत जाते. ते मुलाचे त्या परिस्थितीतील सर्वोत्कृष्ट वर्तन असते.

(3) व्यक्तीच्या एखाद्या वर्तनाचा अभ्यास करायचा असेल तर त्या स्थितीचा प्रथम पूर्णांशाने विचार करून मग त्या प्रसंगाचे विश्लेषण केले पाहिजे.

5.1.7 गॅग्नेची श्रेणीबद्ध अध्ययन पद्धती (Gagne's Hierachical Theory of Learning)

गॅग्नेच्या मते, खालच्या पातळीवरील अध्ययन झाल्याशिवाय वरच्या पातळीवर जाता येत नाही. त्याचबरोबर चांगले अध्ययन होण्यासाठी सुयोग्य वातावरण आवश्यक असण्याबरोबरच अध्ययनार्थींनी अध्ययनासाठी काय केले हेही जाणून घेतले पाहिजे.

गॅग्नेने अध्ययन फलिताचे खालील पाच मुख्य क्षेत्रांमध्ये वर्गीकरण केले आहे -

(1) कारक कौशल्ये (2) अभिवृत्ती (3) ज्ञानात्मक संरचना (4) माहिती (5) बौद्धिक कौशल्ये

अध्ययनासाठी मुलांमध्ये कारककौशल्ये विकसित झाली पाहिजे. त्यांची प्रेरणा जागृत करून ज्ञानात्मक संरचना करणे, माहिती संपादणे आणि बौद्धिक कौशल्ये आत्मसात होणे आवश्यक आहे. अध्ययनासाठी या पाच क्षेत्रांचा समावेश करणे व या पाच क्षेत्रांचा संयुक्त परिणाम म्हणजे अध्ययन असा गॅग्नेने विचार मांडला आहे.

या पाच क्षेत्रांपैकी बौद्धिक कौशल्याचे वर्गीकरण त्यांनी खालीलप्रमाणे आठ प्रकारांमध्ये चढत्या क्रमाने केले आहे.

(1) संकेत अध्ययन (Signal Learning) : अभिजात अभिसंधान म्हणजेच संकेत अध्ययन होय. अभिजात अभिसंधान म्हणजे मूलत: नैसर्गिक अशा उद्दीपकाला सर्वसामान्यत: जी प्रतिक्षिप्त प्रतिक्रिया दिली जाते तीच प्रतिक्रिया कृत्रिम उद्दीपकांना दिली जाते. हे अध्ययन प्रतिक्षिप्त व अनैच्छिक स्वरूपाचे असते. उदा., हृदयाचे ठोके वाढणे, लाळ सुटणे.

(2) साधक अभिसंधान अध्ययन (Stimulus - Response Learning) : प्रतिक्रियांच्या सुखद किंवा दु:खद परिणामांमुळे घडून येणारे ऐच्छिक वर्तनाचे अध्ययन म्हणजे 'साधक अभिसंधान' होय. साधक अभिसंधान हे अभिजात अभिसंधानापेक्षा उच्च दर्जाचे असते.

(3) साखळी अध्ययन (Chain Learing) : पूर्वी अध्ययन केलेल्या चेतक प्रतिसाद संबंधांचा नव्या परिस्थितीशी संबंध जोडणे. शाब्दिक साखळीत जोडल्या गेलेल्या शब्दांपैकी एक शब्द उच्चारला की आपणास दुसरा शब्द ताबडतोब आठवतो. उदा. शाळा-शिक्षक, खेळ-मित्र, शाब्दिक-साखळी प्रमाणेच कारक कौशल्यांची साखळी असते. उदा., बाहेरून घरात आल्यावर हात-पाय व तोंड धुणे.

(4) शब्द साहचर्य अध्ययन (Verbal Associative Learning) : लहान मुलांना शिकविताना 'हे पुस्तक आहे', 'ही वही आहे' हे वारंवार सांगितल्याने त्यांनी उच्चारलेला शब्द आणि ती विशिष्ट वस्तू यांच्यात साहचर्य प्रस्थापित होते आणि अध्ययन प्रक्रिया पूर्ण होते.

(5) बहुगुणित भेदाभेदन (Multiple Discrimination) : समस्या निराकरणासाठी विचारप्रक्रियेचे भेदाभेदन हा पाया आहे. कारण, ज्यावेळी एकापेक्षा अधिक चेतक असतात आणि त्यामधून एखादा विद्यार्थी अपेक्षित चेतकाला योग्य प्रतिसाद देतो त्यावेळी त्या विद्यार्थ्याने इतर चेतक व अपेक्षित चेतक यांमधील भेद ओळखला पाहिजे. हा भेद ओळखला तरच तो विद्यार्थी उच्चस्तरीय मानसिक प्रक्रिया आत्मसात केली आहे असे म्हणता येईल.

(6) संबोध अध्ययन (Concept Learning) : संबोध अध्ययनामध्ये वस्तूच्या गुणधर्मामध्ये जी समानता किंवा सारखेपणा आपणास दिसतो त्यावरून आपण गट तयार करतो. उदा. पांढऱ्या फुलांचा गट, सारख्या उंचीचे टेबल. याशिवाय जसे समान गुणधर्म शोधतो तसेच त्यांच्यात असणारी भिन्नताही लक्षात घेतो.

(7) तत्त्वांचे अध्ययन (Learning of Principles) : संबोध निर्मितीनंतर तत्त्वांचे अध्ययन केले जाते. निसर्गातील विविध घटकांचे ज्ञान संपादणे म्हणजे अनेक तत्त्वांची एक साखळी तयार करणे होय. अध्ययनासाठी तत्त्वांच्या अध्ययनावर प्रभुत्व मिळवावे लागते.

(8) समस्या निराकरण (Problem Solving) : समस्या निराकरणात मर्मदृष्टी विशेष महत्त्वाची असते. समस्या निश्चित झाल्यानंतर वेगवेगळे पर्याय शोधणे, परिकल्पनांची चाचणी घेणे, स्वीकार, समाधान अशा चार पायऱ्या समस्या निराकरणात असतात.

गॅग्ने यांच्या उपपत्तीचे शैक्षणिक महत्त्व

गॅग्ने यांच्या या उपपत्तीत चढत्या क्रमाला विशेष महत्त्व आहे.

(1) विद्यार्थ्यांना अध्ययन अनुभव हे उद्दिष्टांच्या चढत्या श्रेणीनुसार द्यावे.

(2) अध्ययनार्थींनी दिलेल्या योग्य प्रतिसादाची दखल घेऊन त्याचे दृढीकरण करणे अधिक महत्त्वाचे आहे. चुकीच्या प्रतिसादाकडे दुर्लक्ष करावे.

(3) याचबरोबर बहुगुणित भेदाभेदाचा सराव अध्ययनात केंद्रीत करणे आवश्यक ठरते. प्रत्येक चेतकातील फरक लक्षात आणून दिला पाहिजे.

(4) विद्यार्थ्यांच्या संकल्पना दृढ होणे हे अपेक्षित आहे. विविध संकल्पना सादर करून त्यांची तुलना करण्यास विद्यार्थ्यांना शिकवावे. त्याचा सराव घ्यावा.

5.1.8 ब्लूम यांचे शैक्षणिक उद्दिष्टांच्या वर्गीकरणाची पद्धत (Bloom's Taxomomy)

डॉ. बेंजामिन ब्लूम आणि त्याच्या सहकाऱ्यांनी (1956) शैक्षणिक उद्दिष्टांच्या वर्गीकरणाची पद्धत शोधून काढली. ही उद्दिष्टे (1) बोधात्मक क्षेत्र, (2) भावात्मक क्षेत्र, (3) कारक क्षेत्र अशा तीन क्षेत्रांत विभागली आहेत.

प्रत्यक्ष जीवनात, तीनही क्षेत्रांतील वर्तन एकाच वेळी घडते. उदा., जेव्हा विद्यार्थी लिहितात (कारक क्षेत्र), तेव्हा ते आठवण्याची क्रिया करत असतात (बोधात्मक क्षेत्र) आणि लिहिताना तो त्यांच्या भावनांचा प्रतिसादही असतो (भावात्मक क्षेत्र).

(1) बोधात्मक क्षेत्र (Cognitive Domain) : बोधात्मक क्षेत्रात, विचार करताना सहा मूळ उद्दिष्टे सांगितली आहेत. ती पुढीलप्रमाणे –

(अ) ज्ञान (Knowledge) : एखादी गोष्ट वस्तू फारशी समजून न घेता, काहीही बदल न करता एकदम पाहून ओळखणे, आठवणे.

(ब) आकलन (Comprehension) : त्या गोष्टीविषयी समजून घेणे.

(क) उपयोजन (Application) : विशिष्ट समस्या सोडविण्यासाठी सामान्य नियम वापरणे.

(ड) पृथक्करण (Analysis) : त्याचे छोटे-छोटे भाग पाडणे.

(इ) संयोग (Synthesis) : विविध कल्पना वापरून नवीन काहीतरी तयार करणे.

(ई) मूल्यमापन (Evaluation) : त्या गोष्टीचे किंवा पद्धतीचे विशिष्ट वेळी वापर करून मूल्यमापन करणे.

यातील ज्ञान, आकलन हे कमी पातळीवरील उद्दिष्टे मानतात तर बाकीची उच्च पातळीची उद्दिष्टे मानतात.

(2) भावात्मक क्षेत्र (The Affective Domain) : या क्षेत्रातील उद्दिष्टे कमी पातळीकडून उच्च पातळीकडे जातात. सर्वांत कमी पातळीवर, विद्यार्थी एखाद्या कल्पनेकडे फक्त लक्ष देतो. सर्वांत उच्च पातळीवर विद्यार्थी ती कल्पना किंवा मूल्य स्वीकारतो आणि त्यानुसार वर्तन करतो यामध्ये पाच मूळ उद्दिष्टये आहेत –

(अ) समजून घेणे (Receiving) : वातावरणातील गोष्टी लक्षात घेणे.

(ब) प्रतिसाद देणे (Responding) : अनुभवाला प्रतिसाद म्हणून नवीन वर्तन करणे.

(क) महत्त्व देणे (Valuing) : काहीतरी त्या गोष्टीला किंमत देतो.

(ड) संरचना करणे (Organization) : नवीन मूल्य आत्मसात करणे, आपल्या प्राधान्यक्रमानुसार वापरणे.

(इ) मूल्यनिर्णय (Characterization by Value) : नवीन मूल्यानुसार नेहमीच वर्तन करणे.

अध्ययनाचे विशिष्ट उद्दिष्ट लिहिताना, तुम्ही विद्यार्थी प्रत्येक उद्दिष्ट साध्य करण्यासाठी प्रत्यक्ष कोणती कृती करणार हे स्पष्ट केले पाहिजे.

(3) कारक क्षेत्र (The Psychomotor Domain) : यामध्ये सर्जनशील हालचाली साध्या कारककौशल्यांपासून अचूक कौशल्यांकडे येतात. यांमधील क्षेत्रात ऐच्छिक स्नायूंची क्षमता ज्यामध्ये सहनशीलता, ताकद, लवचिकता, वेग असतो किंवा विशिष्ट कौशल्य करण्याची क्षमता असते.

कारक कौशल्ये नेहमीच्या शिक्षणाबरोबरच चित्रकला, औद्योगिक शिक्षण, विशेष शिक्षण यांमध्ये सुद्धा येतात. त्याचप्रमाणे रसायनशास्त्र, भौतिकशास्त्र, जीवशास्त्र या विषयांनासुद्धा विशिष्ट हालचाली आणि डोळ्यांचा व हातांचा समन्वय लागतो. उदा., एक मैल पळल्यानंतर, तुमच्या हृदयाचे ठोके 120 पेक्षा कमी हवेत किंवा प्रयोगशाळेत प्रयोगाची मांडणी करणे.

कारककौशल्ये शिकणे म्हणजे विशिष्ट कृती करण्याची क्षमता विकसित करणे. तुम्ही विद्यार्थ्यांचा सहभाग कसा तपासणार? तुम्ही विद्यार्थ्याला कौशल्याविषयी माहिती सांगायला सांगा आणि नंतर त्याच्या अचूकपणाचे निरीक्षण करा, पडताळा सूचीने (Checklist) त्याच्या कौशल्याचे मूल्यमापन करा.

ब्लूम यांची प्रभुत्व अध्ययनाची उपपत्ती

जेव्हा उद्दिष्टे आणि पायऱ्या स्पष्टपणे ठरविल्या असतील तेव्हा विद्यार्थी कशा प्रकारे शिकतो ? प्रभुत्व अध्ययन आणि स्पष्ट सूचना या वर्तनवाद्यांच्या तत्त्वानुसार दोन शक्यता आहेत.

प्रभुत्व अध्ययनानुसार (1968) अध्ययनासाठी पुरेसा वेळ आणि योग्य सूचना दिल्या तर, बहुतेक विद्यार्थी अध्ययनाची उद्दिष्टे आत्मसात करतात. प्रभुत्व मिळविण्यासाठी शिक्षकाने विषयाचे छोटे-छोटे घटक केले पाहिजेत. प्रत्येक घटक जास्तीत जास्त विशिष्ट उद्दिष्टे साध्य करेल असे पाहावे. 'प्रभुत्व' म्हणजे सामान्यपणे चाचणीमध्ये विशिष्ट उद्दिष्टे साध्य करेल असे पाहणे. प्रभुत्व म्हणजे सामान्यपणे चाचणीमध्ये 80 ते 90% गुण मिळविणे होय. शिक्षकाने विद्यार्थ्याला उद्दिष्टांविषयी माहिती देऊन ती उद्दिष्ट्ये किती प्रमाणात साध्य झाली हे सांगणे. जे विद्यार्थी सामान्य पातळीपर्यंत पोहोचू शकत नाही किंवा सामान्य पातळीपेक्षा खाली पोहोचतात त्यांना पुन्हा तो घटक अभ्यासासाठी देणे, जेणे करून त्यांच्या श्रेणीत वाढ होईल. ते जेव्हा तयार होतील, तेव्हा पुढील घटक घेणे.

प्रभुत्व अध्ययनामुळे, जे विद्यार्थी अभ्यासात मागे पडतात त्यांच्यासाठी जास्त वेळ देता येतो. जे अध्ययनात प्रभुत्व मिळवितात त्यांना समूहामध्ये आणखीन काही सर्जनशील काम देणे किंवा प्रकल्प देणे.

फायदे

(1) प्रभुत्व अध्ययनामुळे पुढील शिक्षणाचा पाया तयार होतो.

(2) प्रभुत्व अध्ययनामुळे विद्यार्थ्यांना अध्ययनासाठी जास्त वेळ मिळतो. ज्यांना समजत नाही त्यांना वर्गात किंवा वर्गाबाहेरून समजून घेण्यासाठी मदत घेता येते.

(3) स्वत: समजून घेतल्यामुळे विद्यार्थ्यांना घटक चांगल्या प्रकारे कळतो.

तोटे

(1) विद्यार्थ्याला जर पहिल्यांदा समजले नाही तर शिक्षकाजवळ पुन्हा समजून सांगण्यास साहित्य तयार हवे. पुन्हा तेच साहित्य वापरून उपयोग होत नाही.

(2) एका घटकासाठी विविध चाचण्या तयार हव्यात.

(3) प्रत्यक्षात प्रभुत्व अध्ययनामुळे दोन विद्यार्थ्यांच्या संपादणूकीतील फरक संपवू शकत नाही.

(4) हुशार विद्यार्थ्यांना थांबवून ठेवले तरी मागे पडलेल्या विद्यार्थ्यांना थोडेच कळते. त्यामुळे हुशार मुलांचा वेळ वाया जातो.

(5) हुशार विद्यार्थ्यांना याचा फायदा होतो पण मागे पडलेल्या विद्यार्थ्यांना स्वत:बद्दल नकारात्मक भावना निर्माण होऊ शकते.

शैक्षणिक उद्दिष्टांच्या वर्गीकरणाचे महत्त्व

शैक्षणिक उद्दिष्टांचे वर्गीकरण हे मूल्यमापन करताना महत्त्वाचे आहे. कारण, विविध पातळ्यांवर उद्दिष्टांच्या विविध पद्धती आहेत. ज्ञानात्मक उद्दिष्टे ही चूक की बरोबर, एका वाक्यात उत्तरे द्या, जोड्या लावा, योग्य पर्याय सांगा असे प्रश्न प्रकारांनी तपासता येतात. अशा प्रकारच्या चाचण्या आकलन, उपयोजन, पृथक्करण तपासण्यासाठी तयार करता येतात. मूल्यमापन आणि संश्लेषण (Synthesis) तपासण्यासाठी निबंध, प्रकल्प, उपक्रम असे प्रश्न-प्रकार योग्य असतात. उपयोजनासाठी निबंध सुद्धा चालू शकतो.

विशिष्ट क्षेत्र हे चाचणीचे प्रश्न काढण्यासाठी उपयोगी पडते. विशिष्ट पातळीवरील प्रश्न शिक्षक काढतात आणि विद्यार्थ्यांना प्रश्नांचे स्वरूप कळले की अभ्यास कशा प्रकारे करायचे हे ठरविता येते. अध्ययन कौशल्ये आणि अध्ययन पद्धत विशिष्ट क्षेत्रासाठी विशिष्ट वापरता येते. संपूर्ण अभ्यासक्रमासाठी ही उद्दिष्टे अतिशय महत्त्वाची कामगिरी बजावतात.

5.1.9 डोनाल्ड नॉर्मन यांची माहिती प्रक्रियाकरण उपपत्ती (Donald Norman's Information Processing Theory)

कॉम्प्युटरप्रमाणेच आपला मेंदू माहितीची प्रक्रिया करत असतो. कॉम्प्युटरप्रमाणेच मानवी मेंदू माहिती घेतो, त्यावर प्रक्रिया करून त्यात आवश्यकतेनुसार बदल करतो. यामध्ये माहिती साठविली जाते व जेव्हा गरज असेल तेव्हा त्याचे पुनरुज्जीवन केले जाते.

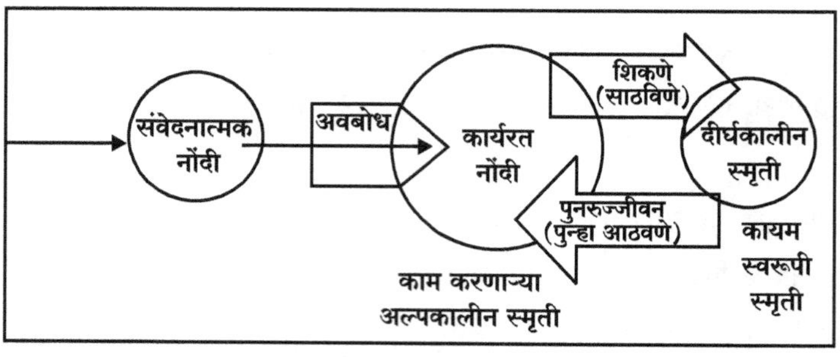

आकृती 5.3 : डोनाल्ड नॉर्मन यांची माहिती प्रक्रियाकरण उपपत्ती

ज्ञानेंद्रियांकडून संवेदना नोंदविल्या जातात आणि अवबोध पुढच्या वापरासाठी त्या साठवून ठेवते. व्यवस्थित प्रक्रिया झालेली माहिती ही दीर्घकालीन स्मृतीसाठी पाठविली जाते आणि तिचा गरजेच्या वेळी वापर केला जातो आणि त्यानुसार प्रतिसाद दिला जातो. अशा प्रकारे माहिती प्रक्रियामध्ये माहिती गोळा करणे आणि अर्थ लावणे म्हणजेच 'माहिती रुपांतरित करणे' होय. माहिती साठविणे म्हणजे साठा करणे, गरज असेल तेव्हा माहिती वापरणे म्हणजे पुनरुज्जीवन करणे. ही संपूर्ण यंत्रणा एका नियंत्रित प्रक्रियेद्वारे राबविली जाते, ज्यामध्ये माहिती केव्हा आणि कशी फिरविली जाते हे कळते.

संवेदनात्मक स्मृती

बाह्य वातावरणातून ज्ञानेंद्रियांद्वारा आपल्याला सतत चेतक मिळत असतात. संवेदनात्मक स्मृती या सर्व संवेदना नीट साठवित असतात. यामध्ये खूप माहिती साठवू शकते, पण याचा कालावधी 1 ते 3 सेकंदच असतो. एखाद्या वस्तूची थोडा वेळ पाहिलेली दृश्य प्रतिमा आपण लक्षात ठेऊ शकतो.

ऐकण्याच्या संवेदनेवरून आपण आवाज ओळखू शकतो. त्यामुळे एक सेकंद जरी आपण वस्तूविषयी माहिती ज्ञानेंद्रियांद्वारे ग्रहण केली तरी माहिती मेंदूमध्ये साठविली जाते.

या काही सेकंदामध्ये आपल्याला माहिती निवडायला आणि तिची रचना पुढच्या प्रक्रियेसाठी करायला वेळ मिळतो. या पायरीवर अवबोध आणि अवधान हे दोन घटक अतिशय महत्त्वाचे आहेत.

एखाद्या माहितीचा आपल्या ज्ञानेंद्रियांद्वारे जो अर्थ लावला जातो त्याला 'अवबोध' असे म्हणतात. हा अर्थ वास्तव आणि आपले ज्ञान यानुसार लावला जातो. तुम्हाला आधी जे माहीत आहे त्यावरून तुमच्यात योग्य अर्थ लावण्याची क्षमता आहे की नाही ते कळते.

विद्यार्थ्यांना जे कळले नाही ते त्याच्या लक्षात राहू शकत नाही. अवधानावर प्रभाव टाकणारे विविध घटक वर्गामध्ये असतात. उदा. रंग, महत्त्वाच्या शब्दांखाली रेघा मारणे, महत्त्वाच्या शब्दांवर जोर देणे, एखादा प्रसंग सांगणे, प्रश्न विचारणे, आवाजात चढ-उतार करणे, अशा वेगवेगळ्या गोष्टींनी मुलांचे अवधान महत्त्वाच्या गोष्टींवर खेचून घेता येते.

शैक्षणिक महत्त्व

(1) विद्यार्थ्यांच्या आधीच्या माहितीचा संदर्भ पुढील माहितीशी लावणे जेणे करून अवबोधाची प्रक्रिया चांगल्या प्रकारे घडून येईल.
(2) ज्ञानेंद्रियांचे महत्त्व ओळखून शिक्षकाने विद्यार्थ्यांना विविध आनंददायी अध्ययन अनुभव घ्यावेत.
(3) अवधान टिकविण्यासाठी वेगवेगळी शैक्षणिक साहित्ये, अभ्यास पद्धती यांचा वापर करावा. जेणे करून विद्यार्थ्यांच्या दीर्घकाळ स्मरणात राहील.
(4) जास्तीत जास्त सराव घेतल्याने संबोध स्पष्ट होऊन अध्ययन कायमस्वरूपी लक्षात राहू शकतो.
(5) विद्यार्थ्यांना योग्य अर्थ कळावा यासाठी शिक्षकाने वेगवेगळ्या उदाहरणांद्वारे संबोध स्पष्ट करावा.

5.1.10 आसुबेलची अर्थपूर्ण शाब्दिक अध्ययन उपपत्ती (Ausubel's Meaningful Verbal Learning Theory)

आसुबेलने अर्थपूर्ण शाब्दिक अध्ययन उपपत्तीमध्ये विद्यार्थ्यांकडे अपेक्षित पूर्वज्ञान, अर्थपूर्ण अध्ययन साहित्य हे आकलनक्षम असेल व ते ज्ञानात्मक संदर्भ चौकटीत रूपांतरित होत असेल व अध्ययनकर्त्याकडे अध्ययनासाठीची क्रियाशील उत्सुकता असेल तरच अर्थपूर्ण शाब्दिक अध्ययन होते.

अर्थपूर्ण शाब्दिक अध्ययन होण्यासाठी अध्ययन साहित्य खालीलप्रकारे असावे.

(1) **आशय विशिष्टत्व** (Substantiveness) : शाब्दिक वर्णनातून प्रगट होणारा सहसंबंध भिन्न किंवा सममूल्य शब्दरचनेमुळे बदलणारा असू नये.

(2) **निःस्वैरता** (Non arbitary) **:** नवीन अध्यापन साहित्य व अध्ययनकर्त्याचे पूर्वज्ञान यांच्यामध्ये धनसहसंबंध असेल तर अध्ययन चांगले होते.

(3) अध्ययन साहित्यात तार्किक अर्थपूर्णता असावी.

(4) अध्ययनकर्त्याच्या बोधात्मक रचनेत संबंधित घटक/कल्पना असावी.

(5) अध्ययनासाठी अध्ययनार्थीची इच्छा असावी.

अर्थपूर्ण शाब्दिक अध्ययन खालील प्रकारे घडते.

(1) ज्ञान प्रक्रियाकरण व व्यवस्थापन : विद्यार्थ्यांची स्वतःची अशी एक बोधात्मक रचना तयार झालेली असते. त्यात नवीन ज्ञान साठवून घेऊन त्याची रचना स्थिर होण्याच्या प्रक्रियेला 'ज्ञान प्रक्रियाकरण व व्यवस्थापन' असे म्हणतात.

(2) अभ्यासक्रमाची रचना : अभ्यासक्रम रचनेचा संबंध हा विद्यार्थ्याच्या ज्ञानग्रहणाशी असतो. त्यामुळे व्यक्तीची बोधात्मक संरचना, ज्ञानप्रक्रियेचे व्यवस्थापन, ज्ञानग्रहणशैली यांमध्ये एक प्रकारचा समन्वय आवश्यक असतो. म्हणूनच अभ्यासक्रम हा अर्थपूर्ण असावा लागतो. त्याची मांडणी आधी सोपी, मग कठीण अशा प्रकारची असावी. म्हणून या सर्वांमध्ये जेवढा जास्त प्रमाणात समन्वय तेवढ्या जास्त प्रमाणात बोधात्मक संरचनेत त्याची साठवण होईल.

(3) अनुदेशन पद्धती : आसुबेलच्या मते, सर्वच अध्यापन पद्धती चांगल्या असतात, परंतु उद्दिष्ट, आशय, स्पष्टीकरण धरून अनुपदेशन पद्धती वापरली तर आशयाचे आकलन होते. यामध्ये आसुबेलने प्रतिनिधीक अध्ययन, संबोध अध्ययन, तत्त्व अध्ययन व शोधक अध्ययन या पद्धती सांगितल्या आहेत.

(4) आशय व अनुदेशन पद्धती प्रतिमान यातील एकजिनसीपणा : आशय व अनुदेशन पद्धती यात एकवाक्यता असल्याचे आशय अनुदेशन पद्धतीद्वारे विद्यार्थ्यांपर्यंत सहज पोहोचविता येते. आसुबेलने यासाठी अग्रत संघटन प्रतिमानाची निर्मिती केली असून त्याचा हेतू आशयाचा संबंध पूर्वज्ञानाशी जोडणे आणि आशय व प्रतिमान एकत्र येऊन समजपूर्वक शिकविण्याचा हेतू साध्य करणे हा होय.

(5) अर्थपूर्ण शाब्दिक अध्ययन : अर्थपूर्ण शाब्दिक अध्ययन घडण्यासाठी अर्थपूर्ण अभ्यासक्रम रचना असणे आवश्यक आहे, अशी माहिती योग्य अनुदेशन पद्धतीद्वारा सादर होऊन विद्यार्थ्यांपर्यंत पोहोचले पाहिजे. विद्यार्थी आवश्यक त्या माहितीची निवड करून व त्याच्याकडील बोधात्मक रचनेत आधीच असलेले घटक यांची सांगड घालून आशय स्वीकारेल व नवीन अनुभव बोधात्मक रचनेत स्वीकारेल व ज्ञानाचे व्यवस्थापन होईल म्हणजेच अर्थपूर्ण अध्ययन होईल.

5.1.11 जॅक मेझिरो यांची परिवर्तनीय अध्ययन उपपत्ती (Jack Mezirow's Transformational Learning Theory)

जॅक मेझिरो यांनी 1981 मध्ये सर्वप्रथम 'परिवर्तनीय अध्ययन उपपत्ती' सांगितली. शिक्षणाने विद्यार्थ्यांत बदल घडतो, अध्ययन अनुभव हे विद्यार्थ्यांना घडवितात आणि त्या अध्ययन अनुभवांचा विद्यार्थ्यांवर झालेला परिणाम हा विद्यार्थ्यांच्या पुढील अनुभवातून दिसून येतो. शिक्षक, विद्यार्थी, आशयज्ञान, अध्ययनासाठीचे वातावरण, कृतियुक्त अध्ययन या सर्वांचा परिवर्तनीय अध्ययन उपपत्तीवर प्रभाव दिसून येतो.

मेझिरो यांनी 'अर्थपूर्ण परिदृश्य' (Meaning Perspectives) आणि 'अर्थपूर्ण आकृतिबंध' (Meaning Schemes) याचे महत्त्व परिवर्तनीय अध्ययन उपपत्तीत सांगितले.

अर्थपूर्ण परिदृश्य म्हणजे जगाकडे पाहण्याचा दृष्टिकोन. अर्थपूर्ण आकृतिबंध म्हणजे प्रत्येकाचे विषय, ज्ञान, मूल्य व समजूती होय. अर्थपूर्ण आकृतिबंधातील छोट्या छोट्या घटकांचा मिळून एक अर्थपूर्ण परिदृश्य तयार होतो. अर्थपूर्ण परिदृश्य हे लहानपणी आणि तरुणपणी चांगले तयार होते आणि त्याच्या परिवर्तनाचा दृश्य परिणाम हा प्रौढ वयात दिसून येतो. अर्थपूर्ण परिदृश्यातून व्यक्ती त्याला योग्य वाटतील त्याच्या संवेदना स्वीकारते आणि त्याप्रमाणे स्वतःच्या आयुष्यातील घटनांचा अर्थ लावते. अर्थपूर्ण परिदृश्य हे जीवनातील अनुभवांनुसार बदलत जाते आणि व्यक्ती स्वतःच्या भावनातून ते व्यक्त करते. व्यक्तीच्या आयुष्य बदलविणाऱ्या घटना जसे - घटस्फोट, प्रियजनांचा मृत्यू, नैसर्गिक किंवा मानवनिर्मित आपत्ती, ॲक्सिडेंट, आरोग्याची समस्या, आर्थिक चढ-उतार किंवा अनपेक्षित नोकरीतील बदल या महत्त्वाच्या असतात. मेझिरोच्या मते, वरील घटना म्हणजे परिवर्तनीय अध्ययनातील कच्ची सामुग्री आहे, ज्यामुळे आयुष्य बदलून जाते.

मेझिरोच्या मते, ज्या पद्धतीने आपण वर्गात शिकतो, त्या पद्धतीने आपण परिवर्तन करू शकत नाही किंवा नवीन माहिती जुन्या आशयात बसवू शकत नाही.

मेझिरो याने वर्गामध्ये परिवर्तनीय उपपत्ती वापरताना तीन वैशिष्ट्ये सांगितली आहेत. ती पुढीलप्रमाणे -

(1) अनुभव (Experience)

(2) चिकित्सक चिंतन (Critical Reflection)

(3) सकारात्मक चर्चा (Rational Discourse)

विद्यार्थ्यांच्या आयुष्यातील अनुभव हे परिवर्तनीय उपपत्तीची सुरुवात आहे. चिकित्सक चिंतन हे प्रौढ वयामध्ये केले जाते. ज्यामध्ये व्यक्ती स्वतःच्या अनुभवांचा पडताळा घेते. सकारात्मक चर्चा ही या उपपत्तीतील महत्त्वाचे माध्यम आहे, ज्यामुळे वेगवेगळ्या विद्यार्थ्यांचा जगाविषयीचा दृष्टिकोन आणि त्यांच्या विचारांची क्षमता कळून येते. विद्यार्थी त्याच्या शिक्षकांबरोबर आणि मित्रांबरोबर हे विचार आदान-प्रदान करतात.

मेझिरोच्या मते, परिवर्तनीय उपपत्तीचा महत्त्वाचा फायदा असा आहे की व्यक्ती म्हणून झालेला स्वायत्त विकास हा प्रौढवयातील लक्षण दाखवितो.

परिवर्तनीय उपपत्ती विद्यार्थ्यांमध्ये कशी वापरता येईल, यासाठी मेझिरो वेगवेगळे मार्ग सुचवितो. उदा., लेखन करणे, आत्मचरित्र लिहिणे, गट प्रकल्प घेणे, भूमिकाभिनय करणे, इतिवृत्तांत लिहिणे, वेगवेगळे वाङ्मय वाचणे. परिवर्तनीय शिक्षण हे स्वानुभव, सकारात्मक विचारास जे अंतर्दृष्टीने घेतलेले निर्णय (मत), चिन्हे, प्रतिके, भावना यांवर अवलंबून असते. परिवर्तनासाठी शिक्षण हे प्रौढ शिक्षणाचे ध्येय आहे.

शैक्षणिक उपयोजन

(1) समन्वयक नेमणे (Mentoring) : ही व्यावसायिक, वैयक्तिक आणि संस्थात्मक विकास करण्याची पद्धत आहे. व्यक्तीला मदतीचे वातावरण निर्माण करणे या पद्धतीमुळे व्यक्ती परिवर्तन होण्यासाठी मदत होते. अनुभवी समन्वयक (Mentor) हे व्यक्तीला स्वतःमध्ये बदल घडविण्यास मदत करतात. योग्य समन्वय साधणे हे समन्वयकासाठी आणि विद्यार्थ्यांसाठी अध्ययनाचे साधन आहे.

(2) शिक्षक परिवर्तन करण्यासाठीसुद्धा ही उपपत्ती मदत करते. शिक्षकांना असे अध्ययन अनुभव निर्माण करायला सांगणे जेणे करून ज्ञान आणि व्यवहार यांची सांगड घातली जाईल. या प्रक्रियेमध्ये अभ्यासक्रमाच्या उपयुक्ततेची चर्चा करून त्यात पारदर्शकता आणणे आणि वैयक्तिक चर्चेतून निघालेला समान सूर व सतत विद्यार्थ्यांचा प्रतिसाद

पाहणे, शिक्षकाचे त्यांच्या वर्गासाठीचे कृतीसंशोधन यांचा समावेश असतो. बहुतेक वेळा शिक्षकांना स्वतःच्या विद्यार्थ्यांप्रती अपेक्षा आणि जबाबदारी यांची जाणीव कमी असते. परिवर्तनीय उपपत्तीमुळे शिक्षक स्वतःचे आणि एकूण अध्यापन अनुभवांचे विश्लेषण करतो. त्याप्रमाणे अध्यापनात बदल करतो.

(3) परिवर्तनीय व्यावसायिक विकास पद्धतीमध्ये कृतियुक्त नियोजन, वेगवेगळे उपक्रम, वृत्तेइतिहास पद्धत, अभ्यासक्रम विकास आणि सकारात्मक चर्चा यांचा समावेश होतो. कृतियुक्त नियोजन आणि उपक्रमांमुळे सराव होतो; त्याचप्रमाणे अध्ययन-अध्यापन अनुभवांसाठी मार्गदर्शन मिळते. प्रत्यक्ष जीवन अनुभवांमुळे वृत्ते इतिहासामधून स्वतःचे विचार वा कृती योग्य आहेत का हे तपासून होते. त्यामुळे आदर्श आणि व्यवहार याबाबत चर्चा होते. अभ्यासक्रम विकासामुळे पुस्तकी ज्ञान आणि व्यवहार यांना एकमेकांशी जोडण्याची संधी मिळते.

5.1.12 कोब यांची अनुभवजन्य अध्ययन उपपत्ती (Experiential Learning Theory by David Kolb)

डेव्हिड कोब यांच्या मते, अनुभवातून ज्ञान मिळते म्हणजेच अध्ययन घडते.

यासाठी त्यांनी चक्राकार पद्धतीच्या चार पायऱ्या सांगितल्या आहेत. त्या पुढीलप्रमाणे -

(1) मूर्त अनुभव (Concrete experience) : यामध्ये अध्ययनार्थी प्रयोगशाळेत किंवा प्रत्यक्ष क्षेत्रावर काम करतो.

(2) निरीक्षण (Reflective observation) : काम करताना येणाऱ्या अनुभवांचे निरीक्षण करतो.

(3) अमूर्त संबोध (Abstract - Conceptualisation) : निरीक्षण केल्यानंतर कोणते संबोध प्राप्त झाले याचा विचार करतो.

(4) प्रत्यक्ष कृती (Active experimentation) : पुढील अनुभवांसाठी हा अनुभव कसा वापरता येईल याचा विचार करतो. कोब यांनी या पायऱ्यांशी मिळत्या जुळत्या चार अध्यापन पद्धती सांगितल्या आहेत. त्यापुढीलप्रमाणे -

(1) सात्मीकरण (Assimilators) : यामध्ये अध्ययनार्थींना व्याख्यानांद्वारे अध्ययन केले जाते. सुरुवात अल्प संबोधांपासून करून नंतर हळहळू त्याचे सविस्तर स्पष्टीकरण केले जाते. यामध्ये तार्किक चर्चा करणे अपेक्षित आहे. विद्यार्थ्याने गंभीरपणे विचार केला पाहिजे.

(2) एककेंद्रीकरण (Convergers) : यामध्ये अध्ययनार्थी संबोध आणि उपपत्तीचे व्यवहारिक उपयोजन करता येते का याविषयी विचार करतो. अध्ययनार्थींना विषयाचे आकलन करून घ्यायला आवडते आणि त्याचे छोट्या व उपयुक्त बदलांमध्ये रूपांतर करायला आवडते.

(3) समावेशक (Accommodators) : अध्ययनार्थी प्रत्यक्ष प्रयोग करून अनुभव घेतात. नवीन घटकांशी मिळते-जुळते घेण्यासाठी ते वर्तमान रचनेत काही बदल करतात. ते सर्जनशील विचार करतात. त्यांना कठीण संबोध प्रत्यक्ष प्रयोगाने समजून घ्यायला आवडतात.

(4) भेदाभेद (Driverger) : अध्ययनार्थी प्रत्यक्ष अनुभव घेतात आणि त्याविषयी खोलपर्यंत विचार करतात. त्यामुळे एका अनुभवातून जास्त शक्यतेची उत्तरे मिळतात. ते सर्वांबरोबर काम करतात; परंतु त्यांना शांत वातावरणात राहायला आवडते जेणे करून ते समस्येवर जास्त चांगला विचार करू शकतील.

5.2 मेंदू आधारित अध्ययन (Brain Based Learning)

आपल्या हालचाली, विचार, आशा-आकांक्षा, स्वप्ने, आपल्याला होणाऱ्या जाणिवा या सर्वांवर मेंदूचे नियंत्रण असते. आपला मेंदू, चेता व ग्रंथी यांच्यात गुंतागुंतीच्या आंतरक्रिया घडत असतात. या आंतरक्रिया आपल्या वर्तनाचे नियंत्रण करत असतात.

मेंदूमध्ये चेतापेशींचे प्रमाण 10 टक्केच असते. मेंदूचा 90 टक्के भाग हा आधार पेशींनी (Glial Cells) बनलेला आहे. चेतापेशींना आधार देणे, त्यांचा विकास करणे, पोषण करणे, मृत चेतापेशींना बाहेर टाकणे, चेतापेशींना आवरण पुरविणे इत्यादी कामे आधारपेशी करतात. अशा रितीने आधारपेशींची आपल्या शरीराला आवश्यकता असते.

चेतापेशी या मेंदूबरोबरच संपूर्ण शरीरभर पसरलेल्या असतात. चेतापेशींचे तीन विभाग असतात -

(1) पेशीकाय (Cell Body) (2) वृक्षिका (Dendrites) (3) अक्षतंतू (Axon)

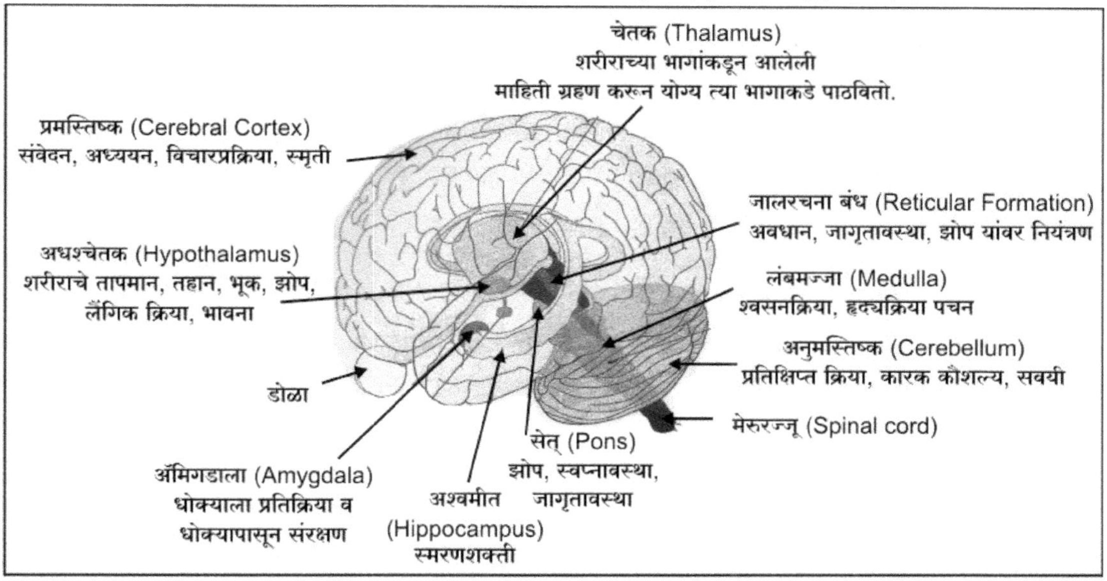

आकृती 5.4 : मेंदू आधारित अध्ययन

चेतापेशींचे कार्य : चेतावेग निर्माण करणे व त्यांचे वहन करणे. जेव्हा चेतापेशी उद्दीपीत होतात, तेव्हा पेशीतील सोडियम परमाणूंमुळे काही विद्युत रासायनिक बदल घडतात. हे बदल म्हणजेच चेतावेग होय.

चेतापारेषक : चेतापेशींमधील विद्युतभार जेव्हा चेतासंधी पुटिकांपर्यंत पोहोचतो तेव्हा तेथून चेतापारेषक स्रवतात आणि चेतासंधीमध्ये जातात. अशा रितीने चेतापारेषक एकतर पेशींचे कार्य सुरू करतात किंवा थांबवतात.

महत्त्वाचे चेतापारेषक

(1) ॲसेटील कोलीन : कारक चेतापेशींच्या टोकाकडील भागात हे द्रव्य आढळते. स्नायूंचे आकुंचन, अध्ययन प्रक्रिया व स्मृती या कार्यासाठी हे द्रव्य जबाबदार असते. याची निर्मिती जरूरीपेक्षा जास्त झाल्यास शरीराला आचके बसून मृत्यू ओढवू शकतो.

(2) सेरोटोनिन : मेंदूच्या खालच्या भागात हे द्रव्य आढळते. झोप, भावस्थिती, भूक यांच्याशी संबंधित कार्य हे द्रव्य करते. याचे प्रमाण अधिक झाल्यास निद्रानाश, अपस्मार, दु:श्चिंता, उन्मादावस्था निर्माण होते. हे चेतापारेषक कमी प्रमाणात निर्माण झाल्यास औदासिन्य निर्माण होते.

(3) डोपामाईन : प्रेरणा, अध्ययन, स्मृती, अवधान, भावनिक उत्तेजना, ऐच्छिक हालचाली यांच्याशी संबंधित कार्य हे चेतापारेषक करते. मेंदूच्या विशिष्ट क्षेत्रात याची कमी प्रमाणात निर्मिती झाल्यास पार्किन्सनचा आजार होतो. मेंदूच्या दुसऱ्या क्षेत्रात याचे प्रमाण जास्त झाल्यास 'छिन्नमनस्कता' हा आजार होतो.

चेतासंस्था : चेतासंस्थेचे मध्यवर्ती चेतासंस्था व सीमावर्ती चेतासंस्था असे दोन भाग आहेत.

मध्यवर्ती चेतासंस्था

मेंदू व मेरुरज्जू या दोन भागांचा अंतर्भाव मध्यवर्ती चेतासंस्थेत होतो.

(अ) प्रमस्तिष्क/मेंदू (Cerebrum) : यालाच 'मोठा मेंदू' असे म्हणतात. या भागावर जितक्या वळ्या जास्त तितकी त्यातील चेतापेशींची संख्या जास्त असते. अशी व्यक्ती अधिक बुद्धिमान असते, असे संशोधनात आढळले आहे.

मेंदूमध्ये किनारी संस्था, मेंदू स्कंध, बाह्यक हे तीन उपविभाग पडतात.

(1) **किनारीसंस्था (Limblic System) :** बाह्यकाच्या खाली व मेंदू स्कंधाच्या वरती असणाऱ्या महत्त्वाच्या रचनांना 'किनारीसंस्था' असे म्हणतात. या संस्था भावना, प्रेरणा व अध्ययनाशी संबंधित असतात.

(अ) चेतक (Thalmus) : चेतक शरीराच्या निरनिराळ्या भागांकडून आलेली माहिती ग्रहण करून त्यावर प्रक्रिया करून ती माहिती योग्य त्या भागाकडे पाठवितो. या भागाला इजा झाल्यास वेदनांचा पूर्णत: किंवा अंशत: नाश होतो.

(ब) अधश्चेतक (Hypothalamus) : शरीराचे तापमान, तहान, भूक, झोप, जागृतावस्था, लैंगिक क्रिया, भावना सर्वांवर या भागाचे नियंत्रण असते.

(क) अश्वमीन (Hippocampus) : स्मृती दीर्घकाळ टिकवून ठेवण्यामध्ये अश्वमीनची भूमिका असते. वस्तूंच्या स्थानांबद्दलच्या स्मृतींशी या भागाचा जवळचा संबंध आहे. या भागाला इजा झाल्यास व्यक्तीला स्वत:चे घर वा वाहन आठवेनासे होते.

(ड) ॲमिगडाला (Amygdala) : या भागाकडून धोक्याला तीव्र प्रतिक्रिया दिली जाते व धोक्यापासून व्यक्तीचे संरक्षण होते.

(2) **मेंदू स्कंध (Brain stem) :** यामध्ये लंबमज्जा, सेतू, जालरचनाबंध व अनुमस्तिष्क या भागांचा समावेश होतो.

- ♦ **लंबमज्जा (Medulla) :** लंबमज्जेमुळे श्वसनक्रिया, हृदयस्पंदन, रक्ताभिसरण, रक्तदाब, पचन इत्यादी शारीरिक क्रियांवर नियंत्रण ठेवले जाते.
- ♦ **सेतू (Pons) :** सेतूचे नियंत्रण झोप, स्वप्नावस्था तसेच हालचालींचे संघटन यांवर अवलंबून असते.
- ♦ **जालरचनाबंध (Reticular Formation) :** आजूबाजूच्या वातावरणातील विशिष्ट प्रकारच्या माहितीकडे वेचक अवधान देण्याची लोकांची क्षमता या चेतापेशींवर अवलंबून असते.

मेंदू आधारित अध्ययन : अनुमस्तिष्क (Cerebellum) : शरीराचा तोल सांभाळण्याचे व शरीराच्या हालचालींवर नियंत्रण ठेवण्याचे कार्य हा भाग करतो. प्रतिक्षिप्त क्रिया, कौशल्ये, सवयी यांची साठवण केली जाते, त्यामुळे हालचाली यंत्रवत होतात.

(3) **बाह्यक (Cortex) :**

- ♦ **अग्रखंड (Frontal lobe) :** भावनिक नियंत्रण नाहीसे होते, चुकांची पुनरावृत्ती केली जाते व वर्तनातील सुसंगतता नाहीशी होते.

- **ब्रोकाचे क्षेत्र :** हे क्षेत्र मेंदूच्या डाव्या अग्रखंडात असते. सहजसुंदर व ओघवत्या भाषेच्या निर्मितीसाठी हे क्षेत्र जबाबदार असते. या क्षेत्राला इजा झाल्यास बोललेली अथवा लिहिलेली भाषा समजण्यास आणि भाषा लिहिण्यात व बोलण्यात गोंधळ होतो.
- **उर्ध्वखंड (Parietal Lobe) :** स्पर्शवेदन, तापमानवेदन, गतिवेदन, शरीरस्थिती वेदन यांच्यावर प्रक्रिया करण्याचे काम या खंडात घडते.
- **कुंभखंड (Temporal Lobe) :** याच्या डाव्या भागात भाषाविषयक केंद्र असते.
- **पार्श्वखंड (Occipital Lobe) :** डोळ्यांकडून आलेल्या दृश्य माहितीवर प्रक्रिया करणे, त्या माहितीची ओळख पटविणे, तिचा अर्थ लावणे ही कार्ये करणारे दृश्य, साहचर्यात्मक क्षेत्रही या खंडात असते.
- **वेर्निकचे क्षेत्र :** हे क्षेत्र मेंदूच्या उजव्या अग्रखंडात असते. शब्दांच्या अर्थाचे आकलन होण्यास या क्षेत्राचे कार्य मदत करते.

मेंदूच्या डाव्या व उजव्या गोलार्धाच्या कार्यातील फरक

डाव्या गोलार्धाचे भाषा, संभाषण, हस्ताक्षर, गणन, वेळ व गतीचे भान, तार्किक विश्लेषण यामध्ये विशेषीकरण झालेले असते. अधिक व्यापक संवेदन कल्पनाचित्रण, अवकाशी संवेदन, संघात चेहरे व भावनांचे प्रत्याभिज्ञान, भावनांची अभिव्यक्ती यामध्ये उजव्या गोलार्धाचे विशेषीकरण असते. भाषेचे आकलन उजव्या गोलार्धाकडून होते.

स्प्रिंगर व डॉइच (1998) यांच्या संशोधनानुसार वस्तूंचे लहान भाग करणे, विश्लेषण करणे यांसारख्या विशिष्ट क्रमाने केल्या जाणाऱ्या प्रक्रिया करण्यात डाव्या गोलार्धाचे प्राबल्य असते. याउलट उजव्या गोलार्धात सर्व माहितीवर एकाच वेळेस प्रक्रिया केली जाते.

मेरुरज्जू (Spinal Cord) : हा पाठीच्या कण्यामधील मणक्यांच्या पोकळीत सुरक्षित असेल. मेरुरज्जूतील सहयोजक पेशीकारक पेशींना आदेश देतात. हा आदेश स्नायूंना दिला जाऊन ताबडतोब प्रतिक्रिया घडते.

सीमावर्ती चेतासंस्था : पचनक्रिया, रक्ताभिसरण, श्वासोच्छ्वास इत्यादी यांत्रिक क्रिया या चेतासंस्थेमार्फत चालू असतात. दिवसाच्या चोवीस तासांपैकी जास्तीत जास्त वेळ व्यक्ती खाणे, झोपणे, पचविणे, उत्सर्जन करणे या कामात खर्च करते आणि ही कामे सीमावर्ती चेतासंस्थेमार्फत करतात.

अंत:स्रावी ग्रंथी : मानवी शरीरातील काही ग्रंथींना पोकळ्या नसतात. या ग्रंथींमध्ये निर्माण होणाऱ्या रसांना ग्रंथीरस म्हणतात. हे ग्रंथिरस (Hormones) रक्तप्रवाहात मिसळून संबंधित अवयवापर्यंत पोहोचतात. या ग्रंथीरसांचे प्रमाण सुयोग्य असेल तर व्यक्तीचे शारीरिक व मानसिक आरोग्य टिकून राहते. म्हणून या ग्रंथींच्या अभ्यासाला मानसशास्त्रात महत्त्व आहे.

विद्यार्थी मेंदूद्वारे कसा शिकतो ?

व्यक्तीचा मेंदू, मज्जारज्जू, मज्जातंतू, एकात्मिक पद्धतीने माहिती प्रक्रियन व नियंत्रणाचे कार्य करतात. यालाच केंद्रीय नससंस्था (Central Nervous System) म्हणून ओळखले जाते, जी जीवनाच्या अनेक बोध-अबोध पैलूंना नियंत्रित करते. मेंदू आणि नससंस्थेच्या शास्त्रशुद्ध अभ्यासाला मज्जाशास्त्र/मज्जातंतू विज्ञान (Neuroscience/ Neurobiology) म्हटले जाते. मेंदू आपल्या दैनंदिन कार्यासोबतच कारक कौशल्ये, दृष्टी प्रक्रिया, श्राव्य प्रक्रिया, संवेदन, अध्ययन, स्मृति, भावना यांवर नियंत्रण ठेवतो - (Freudenrich Craig, Boyd Robynne, 2001).

अध्ययन हे विविध पातळीवर घडून येते. मज्जाबंध (synapses) आणि नसपेशी, मेंदूप्रणाली, कारक वर्तन शिक्षक व विद्यार्थी यांत होणाऱ्या सामाजिक आंतरक्रिया यांद्वारे अध्ययन घडून येते. प्रत्येक क्षणाला व्यक्ती काहीतरी शिकत असते किंवा इतर व्यक्तींशी तिची आंतरक्रिया घडत असते. त्यामुळे मज्जातंतू (न्यूरॉस) नेमका कसे कार्य करतो ?

संवेदनासंबंधीच्या प्रणालीशी कसा संप्रेषण करतो ? आणि मेंदूचे विविध भाग एकमेकांना कसे जोडले गेले आहेत ? याचा अभ्यास करणे महत्त्वाचे ठरते. विद्युत (Electrical)/रासायनिक (Chemical) संकेत एका नसपेशीकडून दुसऱ्या नसपेशीपर्यंत व मेंदूप्रणाली पर्यंत (मेंदू लहरी आणि स्मृती रचनेत कार्यरत मेंदूचा भाग) मज्जाबंधाद्वारे पोहोचवले जातात ज्याद्वारे स्मृती तयार होते.

अध्ययन कसे घडते ?

अध्ययन प्रक्रियेमध्ये विविध टप्प्यांचा समावेश होतो. प्रथम नसपेशींद्वारे शिखातंतू (Dendrites) वाढीस लागतात. शिखातंतूंमधील वाढ अध्ययनास कारणीभूत ठरते. चेतातंतू/शिखातंतूमध्ये जेव्हा दोन शिखातंतू जवळ येतात त्या ठिकाणी एक संपर्क बिंदू (Contact Point) तयार होतो. ते पूर्ण जवळ न येता त्यात काही अंतर असते व हा बंध मज्जाबंध, चेताबंध किंवा नसबंध (Synapse) म्हणून ओळखला जातो. त्यानंतर संदेश हा एका नसपेशीकडून दुसऱ्या नसपेशीकडे मज्जाबंधाद्वारे पोहोचवला जातो. जसजसे आपण अध्ययन करतो तसतसे काही ठराविक शिखातंतूंची वाढ व्हायला लागते आणि ठराविक नसपेशी काही ठराविक मज्जाबंधांशी मोठे व संकीर्ण जाळे तयार करण्यासाठी जोडल्या जाऊ लागतात. जेव्हा आपण एखाद्या गोष्टीची उजळणी करतो तेव्हा शिखातंतू अधिक दाट होतात. शिखातंतूचे जाळे जितके दाट असते तितके संकेत किंवा माहिती जलद पोहोचवली जाते. दाट व जलद संयोग हे जास्त काळ टिकतात व आपण जे शिकलो ते लक्षात राहते.

Catawba Valley Community College मधील प्रसिद्ध झालेल्या लेखानुसार, जेव्हा तुम्ही काही शिकत असता आणि ते फक्त एकदा किंवा दोनदा करता त्यावेळी निर्माण झालेले नसबंध/मज्जाबंध हे अतिशय नाजूक असतात व काही तासात ते नाहीसे होऊ शकतात. 20 मिनिटांमध्ये व्यक्तीला फक्त 60% भाग आठवतो, 24 तासांमध्ये व्यक्तीला फक्त 30% लक्षात राहते. परंतु जर 24 तासांच्या आत व्यक्तीने सराव केला व पुन्हा नंतर सराव चालू ठेवला तर व्यक्तीला 80% स्मरण राहते.

अल्पकालीन स्मृती (Short Term Memory) म्हणजेच मेंदूचा असा अस्थिर भाग की ज्यामध्ये ज्ञानेंद्रियांमार्फत मिळालेली माहिती रोजच्या रोज ग्रहण केली जाते. नसपेशींच्या जालरचनेद्वारे वेदनिक (Sensory) माहिती नसबंधाकडून अल्पकालीन स्मृतीमध्ये काही कालावधीसाठी साठविली जाते (Ford Donald J., 2011). मेंदूप्रणालीमध्ये सर्व स्तरावर ग्रहण किंवा संवेदनासाठी नसपेशी मोठ्या प्रमाणात सहभागी होतात (Berlin C.I., Weyand T.G. 2003). मेंदूची विविध कार्यक्षेत्रे पुढील आकृतीद्वारे स्पष्ट होतात - (Semrud - Clikeman Margaret, 2014).

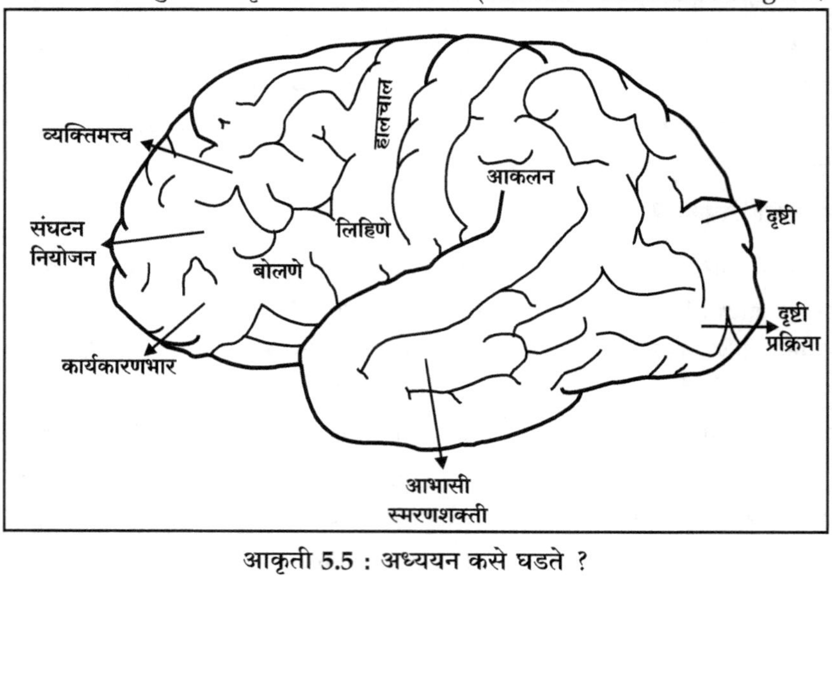

आकृती 5.5 : अध्ययन कसे घडते ?

जन्मापासूनच बालकामध्ये कारक व ज्ञानेंद्रिये संस्था या अस्तित्वात व कार्यरत असतात. जरी दृश्य व श्राव्य विषयक प्रणाली जन्माच्या वेळी उपस्थित असल्या तरी बालक जन्मल्यानंतर काही महिन्यांमध्ये, त्याचा मेंदू जसजसा सभोवतालच्या वातावरणाला प्रतिक्रिया देतो तसतशा त्याचा विकास होतो (Hynd & Willis, 1988). मूल जन्मल्यापासून सुरुवातीच्या काही वर्षात नसपेशी व माएलिन (White Matter) यांमध्ये तंतूंची वाढ व्हायला लागते. नसपेशी व तंतू यांनी जोडून तयार झालेले मज्जापेशींचे जाळे हे मेंदूमध्ये माहितीच्या स्थानांतरणासाठी आवश्यक असते. जसजसा मेंदू परिपक्व होत जातो तसतसे तंतू वाढत जाऊन मेंदू सक्षम होतो. हे एकमेकांशी जोडले गेलेले नसपेशीचे जाळे स्मृती निर्मितीसाठी व नवीन अध्ययनाचा जुन्या अध्ययनाशी संबंध तयार करण्यासाठी महत्त्वाचे असतात. उच्च प्राथमिक व माध्यमिक विद्यालयीन स्तरावर पाठांतराऐवजी तर्कानुधिष्टीत किंवा अनुमानात्मक विचारांवर भर दिला जातो. हे बदल मेंदूमधील वाढत जाणाऱ्या संयोग व रासायनिक बदल यांमुळे घडून येतात जे अल्पकालीन (Short Term) व दीर्घ कालीन स्मृतीला (Long Term Memory) आधारभूत ठरतात (Gazzaniga, Ivry & Magnun, 2002). अल्पकालीन स्मृतीमध्ये असलेली माहिती, संदेश किंवा स्मृती आधीच्या उपलब्ध माहितीशी पडताळून पाहिली जाते व त्यानंतर दीर्घकालीन स्मृतीमध्ये साठवली जाते. जसजसे नसपेशींचे जाळे तयार होत जाते तसतसे मूल शैक्षणिक व सामाजिक दृष्ट्या शिकत जाते.

मेंदू विज्ञानाचे अध्ययनात उपयोजन

अलीकडील मेंदू विज्ञान व अध्ययन या संदर्भातील संशोधनांचे निष्कर्ष व त्यांचे अध्ययनातील उपयोजन खालील तक्त्याद्वारे स्पष्ट होते (Ford Donald J., 2011).

मेंदू संशोधन शोधन	अध्ययनासाठी उपयोजन
नसपेशीच्या चेतसंधीची आधुनिकता व वारंवारिता स्मृतीमध्ये वाढ करते.	सरावाद्वारे वारंवारिता वाढविता येते व वापराद्वारे ओघ कायम राखता येतो.
भावना स्मृती मजबूत करतात.	शिकत असताना भावनिक गुंतवणूक गरजेची असते.
अध्ययन मेंदूच्या भौतिक गरजा बदलास कारणीभूत असते.	सतत अध्ययन केल्याने आपली अध्ययन क्षमता आजीवन वाढीस लागते.
स्मृती ही मेंदूच्या विविध भागात साठवली जाते.	अध्ययनात सर्व ज्ञानेंद्रियांना कार्यरत केले पाहिजे.
आपला मेंदू नवीन आणि असामान्य गोष्टींवर लक्ष केंद्रीत करतो.	नैसर्गिक कुतूहल आणि आंतरिक प्रेरणा याचा अध्ययनात वापर केला जावा.

विद्यार्थ्यांचे यश हे त्यांच्या कार्यप्रणालीवर अवलंबून असते व ती वाढवता येते. उदा. शारीरिक क्रिया विद्यार्थ्यांच्या मेंदूत नवीन पेशी तयार करतात व ही प्रक्रिया अध्ययन, स्मृती तसेच मानसिक अवस्था वाढविण्याशी संबंधित असते (Jensen Eric, 2010).

सरावामुळे स्मृती वाढते, प्रक्रिया व पुन:प्रक्रियामुळे (Processing and Reprocessing) एखादी नवीन गोष्ट शिकणे सोपे जाते. सरावामुळे स्मृती दीर्घकाळ टिकतात (Sousa D.A., 2008)

5.3 अध्ययनावर परिणाम करणारे घटक

(Factors Influencing Learning)

शाळेतील परिस्थिती, घरातील वातावरण, विद्यार्थ्यांची कुवत, आवड, सुविधा अशा अनेक घटकांचा अध्ययनावर परिणाम होत असतो. यांपैकी काही महत्त्वाचे घटक पुढीलप्रमाणे आहेत.

(1) बुद्धिमत्ता : प्रत्येक मुलाची बुद्धी सारखी नसते. काही मुले मंद बुद्धीचे तर काही मुले हुशार असतात. विद्यार्थ्यांच्या बौद्धिक विकासात विविधता आढळून येते. विद्यार्थ्यांची बुद्धिमत्ता, त्यांचे मानसिक गुणविशेष आणि त्यांच्यातील व्यक्तिभेदांची जाणीव शिक्षकाला असणे गरजेचे आहे. शिक्षकांना विद्यार्थ्यांची बौद्धिक पातळी लक्षात घेऊन शिकवावे लागते.

(2) वय : मुलांची वाढ जसजशी होत जाते तसतसा त्याचा विविध अंगांनी विकास होतो. विद्यार्थ्यांची शारीरिक, मानसिक वाढ पूर्ण झाल्याशिवाय त्याला शिकवू नये असे अध्ययनाची उपपत्ती सांगते. त्यामुळे शिक्षकाला विद्यार्थ्यांच्या विकासाच्या विविध अवस्था आणि प्रत्येक अवस्थेची वैशिष्ट्ये माहीत असणे आवश्यक आहे. विशिष्ट विकास अवस्थेत असलेल्या मुलाकडून कोणत्या शैक्षणिक अपेक्षा ठेवणे योग्य आहे हे शिक्षकाला माहीत असणे आवश्यक आहे.

(3) अवधान : विद्यार्थ्यांचे वर्गात अवधान नसेल तर त्यास शिकविलेले समजणार नाही आणि लक्षातही राहणार नाही. यासाठी पाठ्यविषयाकडे विद्यार्थ्यांचे लक्ष वळविणे व ते खिळवून ठेवणे ही शिक्षकाची महत्त्वाची जबाबदारी आहे.

(अ) अनैच्छिक अवधान : बाह्य उद्दीपकातील आकर्षक गुणधर्मामुळे आपली इच्छा असो वा नसो, त्याच्याकडे आपले अवधान खेचले जाते. हे अवधान हेतुपूर्वक नसते. लहान मुलांचे अवधान जास्त करून अनैच्छिक असते. त्यामुळे त्यांना शिकवित असताना दृक् साधनांचा वापर कृती, खेळ इत्यादी वापरून लक्ष वेधून घेणे आवश्यक असते.

(ब) ऐच्छिक अवधान : ऐच्छिक अवधान म्हणजे जाणीवपूर्वक दिलेले लक्ष, अभ्यास करण्याचे महत्त्व ज्याला पटलेले आहे तो विद्यार्थी शिक्षकाच्या शिकविण्याकडे लक्ष केंद्रित करतो.

(क) अभ्यस्त अवधान : आपल्या आवडत्या गोष्टीकडे अवधान देतो. एकदा सवय झाली की त्या गोष्टीकडे आपले आपोआपच लक्ष वेधतो. यालाच 'अभ्यस्त अवधान' असे म्हणतात.

विद्यार्थ्यांचे अवधान असले म्हणजे विषय कळू शकतो. विषय कळला की 'समजले' हा ज्ञानाचा आनंद मिळतो आणि विद्यार्थ्यांची विषयात रुची वाढते.

(4) अभिरुची : अभिरुची म्हणजे आवड. एखाद्या गोष्टीत अभिरुची असेल तर ती गोष्ट मनापासून करावीशी वाटते. त्या गोष्टीकडे आपण दीर्घकाळापर्यंत अवधान देऊ शकतो, त्यामुळे विद्यार्थी स्वयंस्फूर्तीने अध्ययन करेल. जी गोष्ट आपण वारंवार करतो व ज्या गोष्टींमुळे आपल्याला सुखद अनुभव येतात त्या गोष्टींबद्दल आपल्या मनात अभिरुची निर्माण होते म्हणजेच अभ्यासाने अभिरुची वाढत जाते.

(5) थकवा : एकच काम सतत केल्यावर कंटाळा येतो, थकवा येतो म्हणजेच व्यक्तीची कार्यक्षमता नष्ट होऊन जेव्हा विश्रांतीची गरज भासते तेव्हा त्या स्थितीला 'थकवा' असे म्हणतात. थकवा हा शारीरिक व मानसिक असा दोन प्रकारचा असू शकतो. थकव्याचा अध्ययनावर विपरीत परिणाम होत असतो. अध्ययनात सतत लेखन, वाचन, श्रवण केल्याने थकवा जाणवतो. तो दूर करण्यासाठी योग्य कालावधीनंतर सुट्टी व विश्रांती हवी. कामात बदल करणे हाही थकवा दूर करण्याचा एक उपाय आहे. कंटाळवाण्या अध्ययनामुळे थकवा येतो म्हणून अध्ययन परिणामकारक करण्यासाठी कंटाळा न येण्यासाठी वेगवेगळे अध्ययन अनुभव देणे, दृक्-श्राव्य साधने वापरणे अशा क्लृप्त्या योजता येतील.

(6) परिपक्वता : विशिष्ट गोष्ट शिकता येण्यासाठी शिकणाऱ्याला विशिष्ट शारीरिक व मानसिक पक्वता आलेली असणे आवश्यक असते. अध्ययनाशिवाय परिपक्वनाने व्यक्तीला सुप्त क्षमतांचा विकास साधता येणार नाही आणि व्यक्तीच्या अनुवंशिकतेवर अवलंबून असणारे परिपक्व विकासाची महत्तम सीमा ठरवून देते.

(7) अध्यापकाचे व्यक्तिमत्त्व : कोठारी आयोगाने म्हटले आहे की, देशाचे भवितव्य हे शालेय वर्गखोल्यातून घडत आहे. यावरून शिक्षकाचे महत्त्व स्पष्ट होते. शिक्षकाची भूमिका यशस्वीपणे साकारण्यासाठी त्याची स्वत:च्या विषय ज्ञानावर चांगल्या प्रकारे पकड हवी.

(8) अध्ययनावर परिणाम करणारे घटक : याशिवाय शिक्षकाला स्वत:चे ज्ञान विद्यार्थ्यांपर्यंत पोहोचविता आले पाहिजे. विद्यार्थ्यांच्या बुद्धीला उत्तेजन व प्रेरणा देता आली पाहिजे. शिक्षकाचे स्वत:चे वर्तन हे आदर्श असले पाहिजे. कारण विद्यार्थी शिक्षकांचे अनुकरण करीत असतात. अध्यापन-कौशल्य, कर्तव्यनिष्ठा, शिस्त, प्रामणिकपणा, आनंदी वृत्ती, निष्पक्षपातीपणा, सहनशीलता, समजूतदारपणा हे गुण शिक्षकाच्या उत्तम व्यक्तिमत्त्वाचे निर्धारक आहेत.

(9) शालेय सुविधा : अध्ययनविषयक सुविधेमध्ये क्रीडांगण, प्रयोगशाळा, ग्रंथालय, शैक्षणिक साहित्य, नकाशे, अभ्यासिका, रेडिओ व दूरदर्शन संच, मैदान इत्यादी गोष्टींचा समावेश होतो. दृक्-श्राव्य साधनांचा वापर केल्याने अध्यापन प्रभावी होते. मैदानावरच विद्यार्थ्यांच्या सुप्त गुणांचा विकास होतो. प्रयोगशाळेत प्रत्यक्ष प्रयोग केल्याने विषयाचे आकलन होऊन ज्ञानाच्या कक्षात रुंदावतात. वर्ग मोठे, स्वच्छ, हवेशीर असले पाहिजे. बाग, पिण्याचे पाणी, शौचालय यांची चांगल्या प्रकारे सुविधा हवी. अशा सर्व सुविधांमुळे विद्यार्थ्यांच्या व्यक्तिमत्त्वाचा सर्वांगीण विकास होण्यास मदत होते.

(10) कुटुंब : विद्यार्थ्यांच्या विकासामध्ये 'घर' हा घटक फार महत्त्वाची भूमिका पार पाडतो. शिकण्याची सुरुवात ही घरापासून होत असते. घरात मुलांवर चांगले वाईट-संस्कार होतात. त्याच्यातून त्याची जीवनशैली, दृष्टिकोन, विचार, सवयी घडत असतात. कुटुंबाच्या सामाजिक, आर्थिक दर्जाचे चांगले-वाईट दोन्ही प्रकारचे परिणाम घडत असतात. कुटुंबातील व्यक्तींचा अध्ययन विषयक दृष्टिकोन विधायक स्वरूपाचा असला पाहिजे. पालकांनी मुलांच्या अंगी असलेल्या गुणांना वाव देणे, त्यांच्यावर दडपण न ठेवणे, त्यांच्याकडून अवास्तव अपेक्षा न करणे अशा प्रकारचा दृष्टिकोन ठेवला तर मूल अध्ययनाकडे आकर्षिले जाईल.

5.4 अध्ययन आणि प्रेरणा (Learning and Motivation)

कोणत्या कारणामुळे व्यक्ती विशिष्ट वर्तन करते ? काही विद्यार्थी घरचा अभ्यास करतात तर काही टी.व्ही. पाहण्यात वेळ घालवितात असे का ? एखादा निर्णय घेताना व्यक्ती किती आधी याचा विचार करते ? एखादी कृती व्यक्तीने मनापासून केली का उगीचच केली ? व्यक्ती एखादी गोष्ट जाणीवपूर्वक करते किंवा सोडून देते ? कृती करताना व्यक्ती कोणता विचार करते आणि त्यामागे तिच्या कोणत्या भावना असतात ? अशा प्रश्नांची खरी उत्तरे विद्यार्थ्यांकडून मिळणे अवघड असते.

प्रत्येक विद्यार्थ्यांच्या प्रेरणेचे कारण वेगळे असू शकते, तरीसुद्धा शिक्षकाला संपूर्ण वर्गाला शिकवायचे असते. कोणत्या गोष्टी विद्यार्थ्यांना वर्तन करण्यास कारणीभूत होतात ? इच्छा, गरज, संवेदना, भीती, ध्येय, सामाजिक दडपण, आत्मविश्वास, आवड, चौकसपणा, रूढी, मूल्य, आशा-आकांक्षा आणि आणखीनही बऱ्याच गोष्टी वर्तनाला कारणीभूत ठरतात.

अंत:प्रेरण : एखादी गोष्ट व्यक्ती गरज म्हणून, आवड म्हणून, चौकसपणे, आनंदाने करीत असेल तर त्याला 'अंत:प्रेरण' असे म्हणतात.

बाह्यप्रेरण : एखादी गोष्ट व्यक्ती काही बक्षिस मिळविण्यासाठी, शिक्षा टाळण्यासाठी, शिक्षकांना खूश करण्यासाठी किंवा इतर अशा कारणांसाठी करीत असेल तर त्याला 'बाह्यप्रेरण' असे म्हणतात.

शाळेमध्ये अंत:प्रेरण आणि बाह्यप्रेरण असे दोन्हीही महत्त्वाचे आहे. बऱ्याच गोष्टी विद्यार्थ्यांना आवडू शकतात. चांगल्या अध्यापनाद्वारे विद्यार्थ्यांमध्ये आवड व चौकसपणा जागृत करून त्यांना शिकण्यासाठी प्रोत्साहित केले पाहिजे; तसेच बाह्यप्रेरणही शिक्षकाने वापरले पाहिजे.

प्रेरणेचे चार साधारण दृष्टिकोन

(1) **वर्तनवादी दृष्टिकोनातून प्रेरणा :** ठराविक वर्तनासाठी बक्षिस, कौतुक किंवा शिक्षा दिल्याने विद्यार्थ्यांच्या वर्तनात फरक पडतो.

(2) **मानवतावादी दृष्टिकोनातून प्रेरणा :** अंत:प्रेरणेमुळे व्यक्तीला स्व-आत्माविष्काराची गरज वाटते. मॅस्लो आणि कार्ल रॉजर्स यांच्या उपपत्तींद्वारे व्यक्ती स्वत:च्या क्षमतांची गरज भागविण्यासाठी सतत प्रेरित असतात. मानवतावादी दृष्टिकोनातून विद्यार्थ्यांना प्रेरित म्हणजे स्व-मूल्य, स्वआत्माविष्कारासाठी प्रोत्साहित करणे महत्त्वाचे आहे.

(3) **बोधात्मक दृष्टिकोनातून प्रेरणा :** बोधात्मक दृष्टिकोनातून वर्तन हे आपल्या विचारांवरून ठरते. वर्तन हे आपल्या अनुभवातील आकृतिबंध, अपेक्षा, अभिवृत्ती आणि योजनेनुसार घडते. व्यक्ती बाहेरील प्रसंग किंवा शारीरिक स्थिती. (जसे - थकवा) अशा गोष्टींचा अर्थ कसा लावतात म्हणजेच बोधात्मक प्रेरण घडते. यामध्ये व्यक्ती चौकसपणे वा उत्साहाने काम करते व व्यक्तिगतरित्या समस्या सोडविते. व्यक्ती मन लावून काम करतात. कारण ते आनंदाने काम करतात. अशा रितीने बोधात्मक प्रेरण हे अंत:प्रेरणेने घडते.

(4) **सामाजिक अध्ययन दृष्टिकोनातून प्रेरणा :** अपेक्षा × मूल्य उपपत्ती म्हणजे सामाजिक अध्ययनातून प्रेरणा घडते. व्यक्तीच्या ध्येयाकडे जाणाऱ्या अपेक्षा आणि ध्येयाचे त्याच्यासाठी असलेले मूल्य म्हणजे सामाजिक अध्ययनातून प्रेरणा होय. यापैकी एक जरी घटक अस्तित्त्वात नसला तरी ध्येयाकडे जाणारी प्रेरणा व्यक्तीला मिळत नाही.

प्रेरणेचे शिक्षणातील महत्त्व

(1) शिक्षकांनी विद्यार्थ्यांना विविध प्रकल्प व उपक्रमाद्वारे अर्थपूर्ण अध्ययन-अनुभव दिले पाहिजे. जेणे करून विद्यार्थ्यांना त्याचा शैक्षणिक फायदा होऊन त्यांना एखाद्या विषयाची आवड निर्माण होईल.

(2) अध्ययनासाठी विविध घटकांची योजना शिक्षकाने केली पाहिजे. नियोजन व ध्येयाकडे लक्ष दिले पाहिजे. तुम्हाला काय शिकायचे आहे आणि कसे शिकवायचे हे ठरवावे, नवीन माहितीचा शोध घेणे, प्रतिसादांचे मूल्यमापन करणे, संपादणुकीचे कौतुक करणे, नापास होण्याची भीती काढून टाकणे अशा घटकांची निर्मिती केली पाहिजे.

(3) यामध्ये विद्यार्थ्यांची मानसिक क्षमतासुद्धा अंतर्भूत होते. त्यामुळे अभ्यासाच्या पद्धती, थोडक्यात अर्थ सांगणे, मूळ कल्पनेचा विस्तार करणे, स्वत:च्या शब्दांत सांगणे, आराखडा बनविणे यांसारख्या क्षमतांसाठी प्रेरणेची गरज आहे.

(4) विद्यार्थी अभ्यासात मनापासून गुंतला आहे का याकडे शिक्षकाने लक्ष द्यावे. त्याला अभ्यासासाठी प्रेरित करणे आणि आयुष्यभर त्याला अभ्यासाची आवड वाटली पाहिजे अशी परिस्थिती निर्माण करणे अशा तऱ्हेने त्यांना 'विचारी' बनविणे.

प्रेरणा : व्याख्या

- ''कोणत्याही क्रियेला प्रारंभ करून देणारी किंवा ती क्रिया चालू ठेवण्यास प्रवृत्त करणारी आंतरिक शक्ती म्हणजे 'प्रेरणा' होय.'' **– जे.पी. गिल्फोर्ड (1968)**
- ''आंतरिक परिस्थितीतील ज्या विशिष्ट कारण-घटकांमुळे किंवा अवस्थांमुळे विशिष्ट ध्येयासाठी मनुष्य व इतर प्राणी कार्यप्रवृत्त होतात ती अवस्था म्हणजे प्रेरणा होय. **– मॉर्गन किंग व रॉबिन्सन (1979)**

5.5 अध्ययन संक्रमण आणि त्याच्या उपपत्ती

(Transfer of Learning and its Theories)

विद्यार्थी प्राथमिक व माध्यमिक शिक्षणा नंतर कॉलेजला जातात. पुढे जाताना त्यांना आधी मिळालेल्या ज्ञानाचा उपयोग पुढील शिक्षणासाठी होतो का ? का आधी मिळालेले ज्ञान वाया जाते ? या आणि अशा सर्व प्रश्नांची उत्तरे अध्ययन संक्रमणाच्या व्याख्येतून मिळतात.

व्याख्या

एका विशिष्ट परिस्थितीत मिळविलेले ज्ञान, संपादित केलेली कौशल्ये, तंत्रे, वृत्ती तसेच सवयी यांचा उपयोग जेव्हा आपणास दुसऱ्या परिस्थितीत होतो तेव्हा त्यास 'अध्ययन संक्रमण' (Transfer of Learning) असे म्हणतात. हा होणारा परिणाम चांगला, वाईट किंवा तटस्थ स्वरूपाचा असू शकतो.

अध्ययन संक्रमणाचा अनुभव आपण नेहमीच घेत आलो आहोत. मराठी विषय शिकण्याचा फायदा हिंदी विषयालाही होतो. गणित चांगले असण्याचा फायदा विज्ञानातील उदाहरणे सोडविताना होतो. शिकलेल्या गोष्टींचा आपल्याला आयुष्यात केव्हा ना केव्हा तरी फायदा होतो, मग परिणाम चांगला असो वा वाईट तेव्हा ते अध्ययन संक्रमण झाले असे म्हणता येईल. अध्ययनातून ज्ञान, तंत्रपद्धती, कौशल्ये, दृष्टिकोन, वृत्ती, निष्ठा या गोष्टी संक्रमित होतात. बौद्धिक कुवत, पद्धती, ध्येयनिष्ठा या गोष्टी अध्ययन संक्रमणास मदत करतात.

अध्ययन संक्रमणाचे प्रकार

(1) धन संक्रमण (Positive Transfer) : एका विशिष्ट परिस्थितीत केलेल्या अध्ययनाचा दुसऱ्या परिस्थितीत करावयाच्या अध्ययनावर जर अनुकूल परिणाम होत असेल तर त्या संक्रमणास 'धन संक्रमण' असे म्हणतात. उदा., मराठी विषय शिकण्याचा फायदा हिंदी विषयालाही होतो.

विद्यार्थ्यांना निरनिराळी कौशल्ये अशा रितीने शिकवावीत की त्यांचा दृष्टिकोन तयार होईल, त्यांच्यात आवड निर्माण होईल. या विषयासाठी उपक्रम राबविला तर दुसऱ्या विषयासाठीच्या उपक्रमात विद्यार्थी स्वत:हून भाग घेतील. अशा रितीने अध्ययन प्रक्रियेत धन संक्रमणाचे महत्त्व आहे.

(2) ऋण संक्रमण (Negative Transfer) : एका विशिष्ट परिस्थितीत केलेल्या अध्ययनाचा दुसऱ्या परिस्थितीत करावयाच्या अध्ययनावर विपरीत परिणाम होत असेल तर अशा संक्रमणास 'ऋण संक्रमण' असे म्हणतात. यामध्ये एका विषयाचे ज्ञान हे दुसऱ्या एखाद्या विषयाचे ज्ञान मिळविताना अडथळा निर्माण करते. उदा., इंग्रजी वाक्यरचना करताना मराठी वाक्यरचनेचे ज्ञान अडथळा निर्माण करते.

यामध्ये विद्यार्थी पूर्वीच्या ज्ञानाचा दुसऱ्या परिस्थितीत विचार करतो त्यामुळे विद्यार्थ्याचा गोंधळ उडतो व त्याला अध्ययनास अडथळा निर्माण होतो.

(3) शून्य संक्रमण (Zero Transfer) : ज्यावेळी एखाद्या परिस्थितीत शिकलेल्या ज्ञानाचा व कौशल्याचा दुसऱ्या परिस्थितीत ज्ञान, कौशल्य व वृत्तींवर अनुकूल किंवा प्रतिकूल असा कोणताच परिणाम होत नाही त्यावेळी त्या प्रकारच्या संक्रमणाला 'शून्य संक्रमण' असे म्हणतात.

उदा. इतिहास विषयाचा गणित विषयासाठी काहीही फायदा होत नाही. उंच उडी मारणे या कौशल्याचा लिहिण्याच्या कौशल्याशी काहीच संबंध नसतो.

5.5.1 शक्तिवादी उपपत्ती (Theory of Formal Discipline)

एकोणिसाव्या शतकात अशी समजूत होती की, तर्क, अवधान, स्मरण ही स्वतंत्र केंद्रे आहेत. ज्याप्रमाणे स्नायूंना व्यायामामुळे बळकटी प्राप्त करून देता येते, त्याप्रमाणे मनाच्या शक्तींना स्वतंत्रपणे वळण लावता येते असे समजते.

त्यामुळे गणित, लॅटिन, भाषाशास्त्र, तर्कशास्त्र या विषयांना महत्त्व प्राप्त झाले. ठराविक विषयांच्या अभ्यासाने मानसिक शक्तींना चांगल्या प्रकारे वळण लावता येते. मानसिक शक्ती चांगल्या प्रकारे विकसित झाली की, अध्ययन संक्रमण आपोआपच घडते, अशी पूर्वीची समजूत होती. ही उपपत्ती 'शक्तिवादी उपपत्ती' म्हणून ओळखली जात होती. विज्ञानासारखे विषय त्या काळात सामान्य होते. मानसिक शक्तींना वळण देणारे विषय महत्त्वाचे, त्यामुळे अन्य विषयांची उपयुक्तता कमी मानली जायची.

ठराविक विषयांच्या अभ्यासाने व पाठांतराने अध्ययन संक्रमण होत असले असे जरी मानले जात होते तरी याचे पुरावे व्यवहारात मिळत नव्हते.

निरनिराळ्या मानसशास्त्रज्ञांनी प्रयोग करून शक्तिवादी उपपत्ती बरोबर नसल्याचे सिद्ध केले. यामध्ये शब्द पाठ करणे, गुणाकार करणे, वस्तूंचे वजन अजमावणे, या संबंधीचे प्रयोग थॉर्नडाईक, वुडवर्थ आणि क्लाईन यांनी केले आणि या प्रयोगांवरून असा निष्कर्ष काढला की, एका क्रियेचा सराव केल्याने दुसरी क्रिया करणे सोपे जाते असे नाही. या कारणामुळे शक्तिवादी उपपत्ती चुकीची आहे हे सिद्ध झाले. त्यामुळे शक्तिवादी उपपत्ती मागे पडली.

5.5.2 समान घटक उपपत्ती (Theory of Identical Component)

थॉर्नडाईक या मानसशास्त्रज्ञाने प्रयोगाच्या आधारे समान घटक उपपत्ती मांडली. यात घटक ऐवजी 'अंश' हा शब्द वापरला होता. वुडवर्थ या मानसशास्त्रज्ञाने अंश ऐवजी 'घटक' हा शब्द सुचविला. त्यानंतर ही उपपत्ती 'समान घटक उपपत्ती' या नावाने रूढ झाली.

मूळ अध्ययनाची परिस्थिती आणि नंतरची परिस्थिती यांच्यात ज्या प्रमाणात सारखेपणा असेल त्या प्रमाणात पहिल्या परिस्थितीत मिळविलेले ज्ञान दुसऱ्या परिस्थितीत संक्रमित होईल असे सांगणारी ही उपपत्ती आहे. हा सारखेपणा ज्ञान, तंत्र, कौशल्य, मनोवृत्ती इत्यादी बाबतीत असेल.

विषयातील साम्य आणि तंत्रामधील साम्य यांमुळे अध्ययन-संक्रमण घडून येते. गणिताच्या अध्ययनाची विज्ञानाच्या अध्ययनाला मदत होते.

विद्यार्थ्यांचे शालेय जीवन आणि समाजातील जीवन यात फरक असू नये. दोन्ही भिन्न परिस्थितीत जेवढे साम्य असेल तेवढ्या प्रमाणात अध्ययन संक्रमण होईल. थॉर्नडाईकच्या मते, प्रशिक्षण परिस्थिती (Training Situation) आणि परीक्षण परिस्थिती (Testing Situation) या दोन्ही परिस्थितीत समान घटक असतील तर अध्ययन संक्रमण होते, अशी उपपत्ती मांडली.

5.5.3 सामान्यीकरण उपपत्ती (Theory of Generalization)

सी. एच्. जड्ड यांच्या मते, अध्ययन परिस्थितीचे विश्लेषण करून त्यामधील तत्त्व समजावून घेतले तर अध्ययन संक्रमण होते.

यासाठी जड्ड यांनी विद्यार्थ्यांच्या दोन गटांवर प्रयोग केला. भांड्याच्या तळाशी असलेल्या नाण्याचा वेध घेण्यास विद्यार्थ्यास सांगितले. नाणे तळाशी पाण्याखाली ठेवले होते. नाण्याचा वेध बाणाने घ्यायचा होता. दोन गटांपैकी एका गटाला प्रकाशाच्या वक्रीभवनाचा नियम व त्याच्या पाण्याखाली असलेल्या नाण्यावर होणारा परिणाम समजावून सांगण्यात आला. दुसऱ्या गटाला मात्र परिस्थितीचे विश्लेषण करून त्यामागील वरील तत्त्व समजावून सांगितले नाही.

नाण्याचा बाणाने वेध घेण्यास दोन्हीं गटातील विद्यार्थ्यांना सांगण्यात आले. वक्रीभवनाचा नियम ज्या गटात समजावून सांगितला होता त्या गटातील विद्यार्थ्यांना नाण्याचा वेध बरोबर घेता आला. दुसऱ्या गटाला नाण्याचा वेध घेणे जमले नाही.

यावरून एक गोष्ट स्पष्ट होते की, अध्ययन संक्रमण हे विषयाच्या सारखेपणावर अवलंबून नाही. विषयाचा अभ्यास कसा केला यावर ते अवलंबून आहे. अभ्यास करताना विश्लेषण करणे, तत्त्व शोधून काढणे, सामान्यीकरण करणे, तत्त्वाचा उपयोग करणे यांवर अध्ययन संक्रमण अवलंबून आहे.

शिक्षकाने स्पष्टीकरण करून सांगितले नाही किंवा विविध उदाहरणे दिली नाही तर विद्यार्थ्यांना विषयज्ञान होत नाही. शिक्षकाने सामान्यीकरणावर भर दिला नाही तर अध्ययन संक्रमणात अडथळा येतो असे जड्ड यांचे मत होते.

5.5.4 बॅग्ले यांची उपपत्ती (Bagley's Theory)

बॅग्ले यांच्या मते, एखादी कृती जाणीवपूर्वक, सहेतुकपणे व एखादे ध्येय बाळगून केली तर त्या कृतीचे, गुणाचे वा वर्तनाचे संक्रमण होते. प्रामाणिकपणा किंवा कर्तव्यनिष्ठा ही मूल्ये आपल्याला मान्य आहेत पण त्यावर आपली अढळ निष्ठा नसेल तर अध्ययन संक्रमण होणार नाही.

अध्ययन संक्रमणाचे शैक्षणिक महत्त्व

(1) काही ठराविक अपवाद सोडता, कोणतेही नवीन अध्ययन हे पुर्वानुभवावर अवलंबून असते. व्यक्ती त्याला अवगत असलेल्या आधीच्या ज्ञानावरून नवीन ज्ञानाचा अर्थ लावते.

(2) अध्ययन संक्रमणामुळे सारखी अध्ययन क्षमता असलेल्या विद्यार्थ्यांना एकाच विषयात वेगवेगळ्या प्रकारचे यश का मिळते याचे उत्तर मिळते.

(3) विद्यार्थ्याचे पूर्वीचे अनुभव आणि त्याला आधीच असलेले ज्ञान यावरून धन संक्रमण किंवा ऋण संक्रमण का झाले हे लक्षात येते.

(4) अभ्यासक्रम ठरविताना प्रत्येक धडा व घटक यांची अर्थपूर्ण क्रमाने रचना केली पाहिजे. जेणे करून विद्यार्थ्यांच्या पूर्वज्ञानाची सांगड पुढील ज्ञानाशी घातली जाईल. प्रत्येक पायरीचा विद्यार्थ्याला पुढे शिकताना फायदा होईल.

(5) शिक्षकांसाठी सुद्धा अध्ययन संक्रमण महत्त्वाचे आहे. कारण शिक्षकाने धन संक्रमण होण्यासाठी योग्य व चांगले अध्ययन अनुभव मुलांना दिले पाहिजे.

(6) शिक्षकाने विद्यार्थ्याला 'शिकविलेले' कळले आहे का हे जाणून घ्यावे. कारण, त्याला शिकवलेले 'समजले' तरच विद्यार्थी ते ज्ञान दुसऱ्या प्रसंगात वापरू शकेल.

(7) शिक्षकाने शिकविलेल्या भागाचा पुन्हा पुन्हा सराव घ्यावा. कारण मुलांना एखादा विषय जेवढा जास्त समजेल तेवढा मुलांकडून त्याचा जास्तीत जास्त वापर केला जाईल. काहीही न समजता विद्यार्थ्यांकडून नुसते पाठांतर करून घेणे शिक्षकाने टाळावे.

(8) शिक्षकाने अर्थपूर्ण अध्ययन अनुभव द्यावेत, जेणे करून विद्यार्थ्याचा आत्मविश्वास वाढेल. विद्यार्थ्यांच्या कल्पनाशक्तीला वाव देणारे, कौशल्याला आव्हान देणारे अनुभव असावेत.

(9) चांगले व योग्य शैक्षणिक साहित्य वापरावे. जेणे करून संबोध स्पष्ट होतील आणि सामान्यीकरणास वाव मिळेल.

5.6 ज्ञानरचनावाद (Constructivism)

'ज्ञानरचनावाद' ही उपपत्ती व्यक्ती कशी शिकते याविषयीची एक शास्त्रीय पद्धत आहे. यामध्ये व्यक्ती ज्ञान आणि स्वत:चे आकलन हे स्वानुभवातून बनवित असतो आणि त्याचा वापर त्याच्या कृतीतून व विचारातून करतो. जेव्हा आपण नवीन अनुभव घेतो तेव्हा तो अनुभव आपण पूर्वानुभवाबरोबर ताडून पाहतो, त्यामुळे कदाचित आधीचे आपले मत बदलू शकतो किंवा नवीन माहिती चुकीची असेल तर ती सोडून देतो. यातली कोणतीही एक गोष्ट घडली तरी आपण आपल्या ज्ञानाचे निर्माणकार ठरतो. हे सर्व घडण्यासाठी आपण काही प्रश्न विचारतो, शोधून काढतो, आपल्याला माहीत असलेल्या ज्ञानाचे मूल्यमापन करतो.

वर्गामध्ये, अध्ययनाच्या ज्ञानरचनावादी दृष्टिकोनामध्ये अध्ययनाच्या वेगवेगळ्या पद्धती आहेत. यामध्ये प्रामुख्याने विद्यार्थ्यांना विविध प्रयोग करायला लावणे, प्रत्यक्ष अनुभव घ्यायला लावणे, समस्या निराकरण करायला लावणे या पद्धती आहेत. यामुळे त्यांच्या ज्ञानात भर पडेल आणि नंतर विद्यार्थ्यांनी काय कृती केली याबद्दल चर्चा केल्यानंतर त्यांची आधीच्या माहितीमध्ये काय बदल झाला हे समजून येईल. यामध्ये शिक्षकाला व विद्यार्थ्याला आधी काय, किती ज्ञान आहे हे माहीत हवे आणि त्यानुसार विद्यार्थ्यांना कृती करायला लावावी.

ज्ञानरचनावादी शिक्षक हा विद्यार्थ्याला प्रत्यक्ष कृती त्याला ज्ञान मिळण्यासाठी किती उपयोगी आहे हे विद्यार्थ्यांना सांगून सतत प्रोत्साहित करत असतो. स्वत:ला प्रश्न विचारून, स्वत:ची पद्धती वापरून विद्यार्थी हा स्वत:साठी 'आदर्श शिक्षक' बनतो. या पद्धतीमुळे ते सतत अध्ययन करीत राहतात. परिपूर्ण नियोजनबद्ध वातावरणात 'कसे शिकायचे' हे विद्यार्थी शिकतात. उदा., विज्ञानाच्या तासाला भौतिकशास्त्रातील उदाहरणे मुले शिकत असतात. शिक्षकाला जरी याचे उत्तर माहीत असले तरी ते विद्यार्थ्याला प्रश्न वाचायला लावतात. ते शिक्षक प्रत्येक मुलाला प्रश्न विचारतात आणि त्याचे सध्याचे ज्ञान किती आहे हे ते तपासतात. जेव्हा एखादा मुलगा उत्तराच्या जवळपास असतो, तेव्हा शिक्षक या प्रकारे प्रश्न सोडविण्याचा प्रयत्न करा असे सूचित करतो, मग विद्यार्थी प्रयत्न करून उदाहरण सोडवितात. नंतर शिक्षक आणि विद्यार्थी ते काय शिकले यावर चर्चा करतात आणि विद्यार्थ्यांच्या निरीक्षणाची संबोध समजून घेण्यासाठी मदत झाली किंवा नाही हे लक्षात घेतात.

ज्ञानरचनावादामध्ये शिक्षक आधीच सर्व शिकवून टाकत नाही. शिक्षक समस्या निराकारण, पृच्छा पद्धतीचा अवलंब करतील जेणेकरून विद्यार्थी स्वत:च कृती करतील. स्वत:च्या कल्पना तपासून पाहतील, निष्कर्ष काढतील आणि स्वत:च्या ज्ञानात भर टाकतील. या क्रिया विद्यार्थ्यांकडून घडतील याची काळजी शिक्षक घेतात.

ज्ञानरचनावादामध्ये अध्ययन प्रक्रियेत विद्यार्थ्यांचा कृतियुक्त सहभाग अपेक्षित आहे. शिक्षकाने विद्यार्थ्याला मार्गदर्शनातून ज्ञान मिळविण्यास उद्युक्त केले पाहिजे. ज्ञानरचनावाद विद्यार्थ्याला जगाविषयी माहिती मिळविण्यासाठी चौकस बनवितो. प्रत्येक गोष्ट का, कशी, उपयोग काय याविषयी विद्यार्थी आग्रही राहतो. ते स्वत:च्या ज्ञानाचे उपयोजन करतात, उपपत्ती तपासून पाहतात आणि शेवटी त्यांनी जे शोधले त्यातून निष्कर्ष काढतात.

5.6.1 ज्ञानरचनावाद हा अध्ययन-अध्यापक प्रक्रियेतील पारंपारिक कल्पनांपेक्षा वेगळा कसा आहे ?

(Difference between Constructivism and Traditional Teaching)

ज्ञानरचनावाद ही विद्यार्थीकेंद्रित प्रक्रिया आहे. वर्गखोली ही रिकाम्या डब्यासारखी नाही की ज्यामध्ये शिक्षक आपले ज्ञान विद्यार्थ्यांमध्ये ओतत राहतात. ज्ञानरचनावादात विद्यार्थ्यांना स्वत:च्या अध्ययनात स्वत:ला मदत करायची आहे. शिक्षक हा मार्गदर्शक, प्रोत्साहन देणारा, विद्यार्थ्यांना ज्ञान समजून घेण्यासाठी मदत करणारा, विद्यार्थ्यांच्या आकलनाचे मूल्यमापन करणारा असला पाहिजे. यातूनच विद्यार्थ्यांचे खरे शिक्षण होईल. शिक्षकाचे महत्त्वाचे काम म्हणजे चांगले प्रश्न विचारणे.

ज्ञानरचनावादामध्ये शिक्षक आणि विद्यार्थी ज्ञानाची उजळणी करत नाहीत तर बदलत्या ज्ञानाची माहिती घेतात आणि यशस्वीरित्या नवीन दृष्टिकोन आत्मसात करतात.

खालील तक्त्यामधून तुम्हाला ज्ञान व विद्यार्थी अध्ययन यांतील महत्त्वाचा फरक ज्ञानरचनावादी वर्ग आणि पारंपारिक वर्ग यांमधून दिसून येईल. (ज्ञानरचनावाद्यांनी हेही लक्षात ठेवावे की पारंपारिक अध्यापन पद्धतीने सुद्धा ज्ञान देता येते, पण त्यासाठी फक्त विद्यार्थी केंद्र असावा.)

	पारंपारिक वर्ग	ज्ञानरचनावादी वर्ग
1.	अंशाकडून पूर्णाकडे अशा प्रकारे अभ्यासक्रमाला सुरुवात होते. मूलभूत कौशल्यांवर भर दिला जातो.	अभ्यासक्रमात मोठ्या संबोधांवर भर दिला जातो. पूर्णाकडून सुरुवात करून विस्तार करण्यासाठी अंशांचा समावेश केला जातो.
2.	अभ्यासक्रमाच्या चौकटीत काटेकोरपणे राहणे यास खूप महत्त्व आहे.	विद्यार्थ्यांनी प्रश्न विचारावेत व आपली रुची दर्शवावी यांवर भर दिला जातो.
3.	पाठ्यपुस्तक व स्वाध्याय पुस्तिका हीच यांची प्रमुख साधने होत.	माहितीचे प्राथमिक स्रोत व बदल करणे शक्य होईल असे साहित्य यांचा साधनांमध्ये समावेश केला जातो.
4.	शिक्षक माहितीचे प्रसारण करतात. विद्यार्थी त्याचा स्वीकार करतात.	शिक्षक विद्यार्थ्यांशी सुसंवाद साधतात, ज्ञानरचनेसाठी विद्यार्थ्यांना साहाय्य करतात.
5.	शिक्षकाची भूमिका निर्देशकाची व अधिकाराची असते.	शिक्षकाची भूमिका आंतरक्रिया घडवून आणणारी सामंजस्याची असते.
6.	परीक्षा घेणे, उत्तरे बरोबर आहेत किंवा नाही ते तपासणे त्यातून विद्यार्थ्यांचे मूल्यमापन केले जाते.	विद्यार्थ्यांनी केलेले काम, त्यांची निरीक्षणे, त्यांचा वैचारिक दृष्टिकोन आणि कसोट्या यांच्या माध्यमातून मूल्यमापन केले जाते.
7.	विद्यार्थी वैयक्तिकरित्या काम करतात.	विद्यार्थी गटात काम करतात.
8.	ज्ञान हे स्थिर आहे.	ज्ञान हे गतिमान आहे, आपल्या अनुभवांनुसार ते बदलू शकते.

5.6.2 तुमच्या वर्गामध्ये ज्ञानरचनावाद कसा वापराल ? (Implimentation Constructivism in Classroom)

सध्याच्या युगात शिक्षण क्षेत्रात वेगवेगळे प्रयोग चाललेले आहेत. कदाचित तुम्ही आधीपासूनच काही प्रमाणात ज्ञानरचनावाद वापरत असाल. ज्ञानरचनावादी शिक्षक प्रश्न आणि समस्या निर्माण करतात, नंतर विद्यार्थ्यांना उत्तरे शोधण्यासाठी मदत करतात. यासाठी शिक्षक वेगवेगळ्या अध्यापनाच्या पद्धतींचा वापर करतात. उदा.,

(1) शिक्षक विद्यार्थ्याला स्वत:चे प्रश्न स्वत: तयार करण्यासाठी प्रोत्साहित करतात. (पृच्छापद्धती)

(2) शिक्षक विद्यार्थ्याला वेगवेगळे अर्थ आणि अध्ययनाच्या पद्धती विचारतात.

(3) शिक्षक विद्यार्थ्याला गटात काम करण्यासाठी प्रोत्साहन देतात आणि 'मित्रांचा' अध्ययनाचे साधन म्हणून वापर करून घेण्यास प्रोत्साहन देतात. (संघटित अध्ययन)

ज्ञानरचनावादाचे मुख्य ध्येय म्हणजे विद्यार्थ्यांना 'कसे शिकावे?' हे शिकवणे.

ज्ञानरचनावादी वर्गामध्ये

(1) ज्ञानाची रचना करावी : विद्यार्थी जेव्हा शिकण्यासाठी येतात तेव्हा त्यांच्याकडे आधीचे ज्ञान, कल्पना, आकलन असते. हे आधीचे ज्ञान नवीन ज्ञान निर्मितीसाठी कच्चा माल म्हणून वापरले जाते.

उदा., शिक्षक इयत्ता 1 लीच्या वर्गात मुलांना पुस्तकाची लांबी मोजायला सांगतात. शिक्षकाने पट्टीचा वापर करून पुस्तकांची लांबी मोजण्याऐवजी त्यांना त्यांच्या मनाने पुस्तकाची लांबी मोजायला सांगितले. त्यातील एक मुलगा सांगतो की, ''डॉक्टर सांगतात की, मी तीन फूट लांब आहे.'' दुसरा म्हणतो की, ''घोड्याची उंची हाताने मोजतात.'' अशा रितीने लांबी अथवा मापाबाबत विद्यार्थ्यांनी जे जे ऐकले आहे ते त्या पद्धतींची चर्चा करतात आणि नंतर पुस्तकाची लांबी कोणत्या पद्धतीने मोजायची ते ठरवितात.

(2) ज्ञानप्रक्रिया गतिमान आहे : विद्यार्थी स्वत:च स्वत:साठी अध्ययन अनुभवांना अर्थ देतात. शिक्षक मार्गदर्शन करतात, सूचना देतात परंतु विद्यार्थ्याला प्रयोग करण्यास, प्रश्न विचारण्यास व प्रयत्न अयशस्वी झाला तरी नाउमेद न होता कार्यरत राहण्यास शिक्षक संधी देतात. अध्ययन अनुभवांमध्ये प्रत्यक्ष कृती करताना विद्यार्थ्यांचा पूर्ण सहभाग अपेक्षित आहे. यामध्ये अध्ययन प्रक्रियेमध्ये, विद्यार्थी त्यांच्या कृतींवर चिंतन करतात, एकमेकांशी त्याबद्दल चर्चा करतात हे महत्त्वाचे आहे. विद्यार्थी स्वत:च्या प्रगतीची दिशा ठरविण्यात आणि मूल्यमापनाचे निकष ठरविण्यासाठी मदत करतात. उदा., माध्यमिक शाळेतील एक शिक्षिका प्रत्येक आठवड्याला मुलांना लिहिण्यासाठी वेळ देई. विद्यार्थ्यांनी व्याकरणाचे नियमांची घोकंपट्टी करण्यापेक्षा विद्यार्थ्यांनी स्वत:च्या कल्पना कागदावर उतरवून त्यांचा भाषिक विकास व्हावा यावर त्या शिक्षिकेने भर दिला. शिक्षिकेने विद्यार्थ्यांना इतर लोकांच्या गोष्टी किंवा लेखन वाचण्यास दिले. त्या शिक्षिकेने विद्यार्थ्यांनी स्वत:च एखादा विषय निवडून त्या विषयावर लिहायला विद्यार्थ्यांना प्रोत्साहन दिले. यामुळे विद्यार्थी स्वत: समीक्षक बनले आणि त्यांना मूळ साहित्याची किंमत व वेगळेपणा कळला. हे सर्व चाकोरीबद्ध गृहपाठ व स्वाध्याय प्रकारांनी कदाचित घडू शकले नसते.

दुसरे एक उदाहरण पहा, इतिहासाच्या तासाला शिक्षकाने विद्यार्थ्यांना प्रथम धडा वाचायला लावणे, त्या विषयावर दुसऱ्या पुस्तकांमध्ये काय माहिती आहे हे शोधायला लावणे. त्यानंतर विद्यार्थ्यांची त्यावर चर्चा घडवून आणणे. पाठ्यपुस्तकात सांगितलेला इतिहास बरोबर आहे का ? एकाच इतिहासाबद्दल वेगवेगळी मते आहेत का ? मग यातील कोणता इतिहास बरोबर आहे ? ते आपण कसे ओळखणार ? यावरून विद्यार्थी स्वत:चे मत बनवितात.

(3) ज्ञान हे परिवर्तनशील आहे : स्वत:च्या अध्ययन प्रक्रियेवर विद्यार्थी नियंत्रण ठेवतात व स्वत:च्या अनुभवांवर चिंतन करून स्वत:च्या अध्ययनाचा मार्ग स्वत:च आखतात. यामुळे ते उत्तम प्रकारे स्वयंअध्ययन करू शकतात. शिक्षकांना प्रश्न विचारण्याच्या बाबतीत व स्वत:च्या अध्ययन प्रक्रियेवर चिंतन करण्याच्या बाबतीत सुरक्षित वाटेल अशी परिस्थिती शिक्षक वैयक्तिक चर्चेच्या किंवा गट चर्चेच्या माध्यमातून निर्माण करतात. विद्यार्थ्यांनी आपापले पूर्वज्ञान व्यक्त करावेत यासाठी शिक्षक थोड्या कृतींचे आयोजन करतो. 'काय शिकलात' आणि 'कसे शिकलात' हे यामध्ये महत्त्वाचे आहे.

उदा. वरील मराठी विषयाच्या लिहिण्यासाठीचे उदाहरण घेऊ. विद्यार्थी लिहिण्याच्या तासाचे रेकॉर्ड ठेवतील. त्यामध्ये त्यांना ठराविक विषयाबद्दल काय वाटले, इतरांचे त्याबद्दल काय मत झाले अणि नंतर त्यांचे लेखन कसे सुधारत गेले हे त्यांचे त्यांनाच कळून येते. ठराविक कालावधीनंतर शिक्षिका हे रेकॉर्डस् वाचतात आणि नंतर पुन्हा गट चर्चा घेतात. यामध्ये, (1) विद्यार्थ्यांनी नवीन काय आत्मसात केले. (2) विद्यार्थ्यांचे कशा प्रकारे चांगले अध्ययन झाले (3) अध्ययन प्रक्रियेत शिक्षकाची भूमिका काय हे स्पष्ट करतात.

(4) ज्ञानासाठी संघटन आवश्यक आहे : ज्ञानरचनावाद्यांचा वर्गात विद्यार्थ्यांचे संघटन व्हावे यावर भर असतो. अनेक कारणांमुळे त्यांना अध्ययनाचा आधार मिळतो. विद्यार्थी स्वत:च अध्ययन करीत असतात; तसेच ते मित्रांकडूनही शिकत असतात. जेव्हा ते एकमेकांत त्यांच्या अध्ययन प्रक्रियेचे पुनरावलोकन व त्यावर चिंतन करतात तेव्हा ते एकमेकांकडून नवीन पद्धती उचलतात.

उदा., जेव्हा शिक्षक हडप्पा व मोहेंजोदडो येथील उत्खननाबद्दल शिकवित असतात तेव्हा विद्यार्थी मातीच्या साह्याने त्या काळातील खेळणी, नाणी, घरे बनविण्याचा प्रयत्न करतील किंवा कम्प्युटरवर एखादा प्रकल्प बनवतील. त्यासाठी विद्यार्थी वेगवेगळ्या कृती योजतील. त्यानंतर शिक्षक त्याचे वर्गीकरण कसे करायचे हे समजून देतील. शिक्षक विद्यार्थ्यांना पुढील गोष्टीसाठी प्रोत्साहित करतील. (1) ठराविक गोष्टींचे गटाने, म्युझियम तयार करायचे. (2) बाकीच्यांनी सारख्या साहित्यांचा गट तयार करायचा, नंतर प्रत्येक गट स्वत:ने काय तयार केले हे स्पष्ट करेल.

(5) ज्ञान म्हणजे समस्या निराकरण : ज्ञानरचनावादी वर्गातील प्रमुख कृती म्हणजे समस्या निराकरण. प्रश्न विचारणे, एखाद्या विषयावर अधिक शोध घेणे, पर्याय शोधणे व त्यातून समर्पक उत्तर निश्चित करणे यासाठी विद्यार्थी पृच्छा पद्धतीच्या प्रकारांचा अवलंब करतात. संकलित माहितीवरून ते निष्कर्ष काढतात. त्यांची पडताळणी करतात, परत माहितीचा शोध घेतात व निष्कर्ष तपासतात. अशा प्रकारे ही प्रक्रिया चालू राहते. प्रश्न विचारण्याच्या प्रक्रियेतून त्यांना अधिकाधिक प्रश्न सुचत जातात.

उदा., इ. 6 वीच्या वर्गामध्ये पदार्थ वेगळे करण्याच्या पद्धतीमध्ये गाळणे, निवळणे, संप्लवन, चुंबकीय गुणधर्माचा वापर, निक्षेपण यांसारख्या पद्धती वापरतात. विद्यार्थ्यांच्या प्रतिसादानुसार, शिक्षिका त्यांना मूर्त किंवा अमूर्त, काव्यमय किंवा व्यावहारिक कल्पना वापरण्यासाठी प्रोत्साहन देईल.

(6) ज्ञान हे सतत बदलत असते : सद्य:स्थितीत केलेली ज्ञाननिर्मिती ही चुकीची आहे, अपुरी आहे असे कालांतराने वाटू शकते. कारण त्यावेळेस नवीन व व्यापक अध्ययन अनुभव मिळतात. विविध संकल्पना या ज्ञान निर्मितीच्या प्रक्रियेतील तात्पुरत्या पायऱ्या असतात. उदा., विद्यार्थ्यांना नदी कशी असते माहीत आहे; परंतु त्यांनी समुद्र पाहिल्यावर काय घडेल ? त्यांना मर्यादित स्वरूपातील अनुभव असल्यामुळे पूर्वी मनात असलेली संकल्पना आपोआपच बदलेल. ज्ञानरचनावादी वर्गाध्यापनात शिक्षक विद्यार्थ्यांचे सद्यस्थितीतील ज्ञान लक्षात घेतात व त्याचा आधार घेऊन पुढील ज्ञान निर्मितीसाठी अध्ययन अनुभव योजतात.

जेव्हा विद्यार्थ्यांना नवीन माहिती प्राप्त होते तेव्हा नेमके काय घडते ? ज्ञानरचनावादानुसार विद्यार्थी नवीन माहितीची आपल्या पूर्वज्ञानाशी तुलना करतात, यावेळेस पुढील तीन बार्बीपैकी एक तरी गोष्ट घडते –

(1) नवीन माहिती पूर्वीच्या माहितीशी जुळणारी असते म्हणून विद्यार्थी पूर्वीच्या माहितीत तिची भर टाकतात.

(2) नवीन माहिती पूर्वज्ञानाशी जुळत नाही. अशा वेळेस विद्यार्थ्यांना आपल्या पूर्वीच्या संकल्पना बदलून तयार कराव्या लागतात.

(3) नवीन माहिती पूर्वीच्या माहितीशी अजिबात जुळत नाही म्हणून तिच्याकडे दुर्लक्ष केले जाते किंवा कधीतरी त्याचा उपयोग होईल या आशेवर राहतात.

5.6.3 ज्ञानरचनावादाचा इतिहास (History of Constructivism)

➤ "As long as there were people asking each other question we have had constructivist classrooms, constructivism, the study of learning, is about how we all make of our wrong and that really hasn't changed" **- Jacqueline Grennam Brooks (1999)**

ज्ञानरचनावादाचे मूळ हे सॉक्रेटिस व त्यांचे शिष्य यांच्यातील संवाद हा प्रश्नोत्तराच्या रूपात आहे. सॉक्रेटिसचे प्रश्न ऐकल्यावर त्याच्या शिष्यांना ते स्वत: किती कमकुवत विचारांचे आहेत हे समजत असे. सॉक्रेटिसचे हे साधन आजही ज्ञानरचनावादी शिक्षकांसाठी विद्यार्थ्यांचे अध्ययन समजून घेण्यासाठी आणि त्यानुसार नवीन अनुभवांसाठी नवीन योजना तयार करण्यासाठी उपयुक्त आहे.

या शतकामध्ये जीन पियाजे आणि जॉन ड्युई यांनी मुलांचा विकास आणि शिक्षण याविषयी उपपत्ती विकसित केली, त्याला आपण प्रगत शिक्षण म्हणतो ज्यामुळे ज्ञानरचनावादामध्ये क्रांती घडून आली.

पियाजे यांच्या मते, माणूस एका तार्कीक रचनेनंतर दुसरी तार्किक रचना करू शिकतो. त्याने असेही प्रतिपादन केले की, मुलांची विचार करण्याची पद्धत ही मोठ्या माणसांपेक्षा पूर्णपणे वेगळी असते. या उपपत्तीचे उपयोजन आणि पियाजे यांनी ती कशा प्रकारे वापरली यामुळे ज्ञानरचनावादाचा पाया घातला गेला.

जॉन ड्युई यांनी प्रत्यक्ष अनुभवावर आधारलेले शिक्षण हवे असे सांगितले. शिक्षण कसे होते हे कळण्यासाठी चौकसपणा दाखवा, अभ्यास करा, शोध घ्या, पर्यायी शक्यतांचा शोध घ्या आणि मग प्रत्यक्ष पुराव्यावर आधारलेला निष्कर्ष काढा. चौकसपणा हा ज्ञानरचनावाद अध्ययनातील महत्त्वाचा भाग आहे.

वयोदत्स्की यांनी ज्ञानरचनावादामध्ये सामाजिक संदर्भ समाविष्ट केला. त्याच्या मते, मुले समस्या निराकरणासाठी मोठ्यांच्या मार्गदर्शनाखाली त्यांच्या क्षमतेपेक्षा जास्त प्रयत्न करत असतात किंवा हुशार मित्रांबरोबर संघटन करून प्रयत्न करतात.

जेरोम ब्रुनर यांच्या मते, अभ्यासक्रम गरजेनुसार बदलता हवा. कारण, अध्ययन अशी सामाजिक प्रक्रिया आहे ज्यामध्ये विद्यार्थी आधीच्या ज्ञानावर आधारित नवीन कल्पना किंवा संबोध तयार करतात.

सेमूर पेपर्अस (Seymour Paperts) यांनी विद्यार्थ्यांना शिकविण्यासाठी कॉम्प्युटर्स चा वापर करावा असे सुचविले आहे.

आणखीन काही ज्ञानरचनावादी खालीलप्रमाणे आहेत –

मारिया माँटेसरी	(1870–1952)
हेंझ वॉन फोस्टर	(1911–2002)
अर्नेस्ट वॉन ग्लेसरफिल्ड	(1917–2010)
पॉल वॉटझलविक	(1921–2007)

5.6.4 ज्ञानरचनावादी अध्ययन अनुभवांची उदाहरणे (Examples of Constructivism Learning Experiences)

ज्ञानरचनावादी वर्गामध्ये, विद्यार्थी गटामध्ये काम करतात आणि अध्ययन करतात. यामध्ये सामाजिक आणि संभाषण कौशल्यावर तसेच संघटन, एकमेकांचे विचारांचे आदानप्रदान यावर जास्त भर आहे. पारंपारिक वर्गामध्ये विद्यार्थी एकटा काम करत असतो, सरावातून शिकत असतो आणि विषयातील घटक हे फक्त पाठ्यपुस्तकातील असतात. ज्ञानरचनावादी वर्गातील काही अध्ययन अनुभव खालीलप्रमाणे आहेत –

(1) **प्रयोगशीलता :** विद्यार्थी वैयक्तिकरित्या प्रयोग करेल आणि नंतर संपूर्ण वर्ग त्यावर चर्चा करेल.

(2) **शोध प्रकल्प :** विद्यार्थी एखाद्या घटकाचा शोध घेईल आणि त्याचे निष्कर्ष संपूर्ण वर्गाला सांगून त्यावर चर्चा करेल.

(3) **क्षेत्रभेट :** वर्गात झालेल्या चर्चेतील कल्पना आणि संबोध प्रत्यक्ष जीवनात वापरले जातील. नंतर पुन्हा वर्गामध्ये त्याची चर्चा होईल.

(4) **सिनेमा :** दृक्-श्राव्य माध्यमातून काही घटक शिकविले जातील यातून वेगळा अध्ययन अनुभव मुलांना मिळेल.

(5) **वर्गचर्चा :** वर्गचर्चा वरील सर्व उदाहरणांमध्ये आहे. ज्ञानरचनावादी अध्ययन पद्धतीमध्ये ही सर्वांत महत्त्वाची पद्धत आहे.

(6) **इंटरनेट :** इंटरनेटच्या माध्यमातूनही अध्ययन करता येईल. यामध्ये व्हिडिओ कॉन्फरन्सद्वारे चर्चासत्र, विकीपिडीया आणि ब्लॉग या माध्यमातूनही ज्ञानप्राप्ती होईल.

5.6.5 ज्ञानरचनावादी मूल्यमापन (Constructivism Evaluation)

पारंपारिक मूल्यमापनामध्ये वर्गात परीक्षा घेणे व गुण देणे असा यामध्ये विद्यार्थ्याला बरोबरच उत्तर द्यायला लागते; परंतु ज्ञानरचनावाद अध्यापनात, शेवटच्या उत्तरापेक्षा तुम्ही ज्ञान कसे मिळविले हे महत्त्वाचे असते. म्हणून मूल्यमापन हे फक्त परीक्षेवर अवलंबून नाही तर विद्यार्थ्याचे निरीक्षण, विद्यार्थ्याचे त्यासाठीचे कष्ट आणि विद्यार्थ्याचा दृष्टिकोन हेही महत्त्वाचे असते.

काही मूल्यमापन पद्धतीमध्ये खालील गोष्टींचा अंतर्भाव असतो.

(1) **तोंडी चर्चा :** शिक्षक विद्यार्थ्याला एखादा प्रश्न देतो आणि त्यावर खुली चर्चा करतो.

(2) **KWLH तक्ता (What we know, What we want to know, What we have learned, How we know it ?) :** एका विशिष्ट विषयासाठी हे तंत्र वापरू शकतो. कारण, यामध्ये शिक्षक विद्यार्थ्यांची प्रगतीचे पूर्ण सत्रासाठी मूल्यमापन करू शकतो.

(3) **मन:पटलावरील आराखडा (Mind Mapping) :** यामध्ये विद्यार्थी एखाद्या घटकाशी संबंधित कल्पना आणि संबोधांची यादी करतो आणि त्याचे वर्गीकरण करतो.

(4) **प्रत्यक्ष कृती करणे (Hands on Activities) :** प्रत्यक्ष अध्ययनाचे साधन वापरण्यासाठी विद्यार्थ्यांना प्रोत्साहन दिले जाते. शिक्षक पडताळा सूची आणि निरीक्षण करून विद्यार्थ्यांना किती यश मिळाले याची नोंद करतील.

(5) **पूर्व परीक्षा :** नवीन घटक शिकविण्या अगोदर विद्यार्थ्यांची छोटी चाचणी घेणे ज्यामुळे शिक्षकांना विद्यार्थ्यांच्या पूर्वज्ञानाची चाचपणी होते आणि पुढे शिकविताना याचा फायदा होतो.

5.6.6 ज्ञानरचनावादाचे शैक्षणिक महत्त्व (Educational Importance of Constructivism)

(1) विद्यार्थी कृतियुक्त अध्यापनातून जास्त चांगले शिकतात. अशा अध्ययनात विद्यार्थी मनापासून रस घेतात.

(2) घोकंपट्टी व स्मरणशक्ती यापेक्षा विद्यार्थी जेव्हा समजून घेणे व विचार करणे यावर लक्ष केंद्रित करतात तेव्हा खरे शिक्षण घडते. ज्ञानरचनावादात कशा प्रकारे विचार करायचा आणि समजून घेणे यावरच लक्ष केंद्रित केले पाहिजे.

(3) ज्ञानरचनावादातून घडलेले अध्ययन हे संक्रमणशील असते. ज्ञानरचनावादी वर्गात अध्ययनाची अशी काही संघटक तत्त्वे विद्यार्थी शोधतात की त्यांचे उपयोजन ते इतर कोणत्याही अध्ययन परिस्थितीत करू शकतात.

(4) ज्ञानरचनावादी वर्गात झालेल्या ज्ञाननिर्मितीची मालकी विद्यार्थ्यांकडे राहते. कारण विद्यार्थ्यांनी विचारलेल्या प्रश्नातून तसेच त्यांच्या शोधन कार्यातून आणि त्यांनी सुचविलेल्या मूल्यमापन पद्धतीचा अवलंब करूनच ती प्रस्तुत ज्ञाननिर्मिती झालेली असते. विद्यार्थ्यांच्या सर्जनशील विचारप्रक्रियेतून निर्माण झालेल्या ज्ञानाची अभिव्यक्तीही विविध प्रकारे होत असते. अशा ज्ञानाची धारणा अधिक असू शकते. त्याचप्रमाणे त्याचे वास्तव जीवनात संक्रमण होण्याचे प्रमाणही अधिक असू शकते.

(5) जसेच्या तसे स्वीकारण्याऐवजी त्यावर विद्यार्थी प्रश्न विचारायला शिकतात म्हणजेच त्यांच्या स्वाभाविक जिज्ञासेला ते वाट करून देतात.

(6) एकमेकांबरोबर व एकमेकांसाठी काम करणे (संघटन), नवीन विचारांची/कल्पनांची देवाणघेवाण करणे अशा प्रकारचे वातावरण वर्गात राखल्याने विद्यार्थ्यांमध्ये सामाजिक व संप्रेषण कौशल्ये विकसित होतात. इतरांच्या कल्पनांचा स्वीकार करणे, आपल्या कल्पना इतरांना पटविणे, इतरांच्या कल्पना तपासणे याच्या माध्यमातून बाह्य जगात यशस्वीरित्या वावरण्यासाठी आवश्यक त्या कौशल्यांचा विकास साध्य होतो.

5.7 अध्ययन आणि अध्ययनाचे मार्ग (Learning and Learning Resources)

5.7.1 अध्ययन प्रक्रिया आणि अध्ययन (Learning Process and Learning)

अध्ययन म्हणजे ज्ञान व कौशल्ये आत्मसात करणे. अध्ययन म्हणजे अभिवृत्ती किंवा वर्तनात बदल करणे. लहान मुले वस्तू ओळखायला शिकतात, तर कुमार वयातील मुले अभ्यासाच्या सवयी शिकतात, मोठी माणसे अधिक मोठ्या समस्या सोडवायला शिकतात. थोडक्यात, प्रत्येक जण जन्माला आल्यापासून ते मरेपर्यंत काही ना काही तरी शिकत असतात.

अध्ययनाच्या उपपत्ती

अनेक मानसशास्त्रज्ञ व शिक्षणतज्ज्ञ यांनी अध्ययनाच्या उपपत्तीद्वारे व्यक्ती ज्ञान, कौशल्ये, दृष्टिकोन कशा प्रकारे प्राप्त करते हे सांगितले आहे. प्रत्येक उपपत्तीमध्ये अध्ययन प्रक्रिया चांगल्या प्रकारे कशी होईल याविषयी सांगितले आहे. यामध्ये अध्ययन निष्पत्ती व उद्दिष्टे हे सांगितले आहे.

बऱ्याच उपपत्तीतून व्यक्ती कशा प्रकारे शिकते हे सांगितले आहे, परंतु बऱ्याच मानसशास्त्रज्ञांच्या मते वर्तनवाद आणि बोधनिक उपपत्ती दोन्हींच्या एकत्रीकरणातूनच अध्ययन घडते.

अध्ययन (Learning)

फक्त माणसातच शिकण्याची क्षमता आहे. व्यक्ती आयुष्यभर शिकत असते. अध्ययनाची व्याख्या करण्यासाठी व्यक्तीला समजून घेतले पाहिजे. उदाहरणार्थ, व्यक्तीचे विचार, भावना, कृती हे सर्व अध्ययनाचे फलित म्हणून बदलू शकते. अध्ययन म्हणजे कृतीचा परिणाम म्हणून वर्तन बदल होय. कदाचित हा बदल शारीरिक वा मानसिक असेल. हा बदल बौद्धिक वा वृत्तीतील असेल ज्यामुळे वर्तनबदल दिसून येईल.

अध्ययनाचे गुणधर्म

(1) अध्ययन हेतूपूर्वक केले जाते : प्रत्येक विद्यार्थी अध्ययन अनुभव हा वेगवेगळ्या दृष्टिकोनातून बघतो. प्रत्येक विद्यार्थी हा असे एकमेव स्वतंत्र व्यक्तिमत्त्व असते, ज्याच्या पूर्वानुभवाचा अध्ययनाच्या तयारीवर परिणाम होतो. याशिवाय प्रत्येकाचा अध्ययन अनुभवाकडे पाहण्याचा दृष्टिकोनही वेगळा असल्याने त्यांचा प्रतिसादही वेगवेगळा राहणार.

काही मुलांची ध्येये काही काळासाठी असतात तर काहींची मोठ्या काळासाठी असतात. प्रत्येक विद्यार्थ्याच्या स्वत:च्या काही विशिष्ट इच्छा आणि ध्येये असतात. विद्यार्थी हा ध्येयाकडे जाणाऱ्या कृतीतून शिकत असतो. विद्यार्थी काय शिकणार आहे तसेच शिक्षक त्यांना काय शिकवायचा प्रयत्न करतो हे त्याच्या व्यक्तिगत गरजा आणि दृष्टिकोन ठरवितात. अध्ययनामध्ये विद्यार्थ्याच्या ध्येयाला सर्वोच्च महत्त्व असते. अध्ययन प्रभावी होण्यासाठी शिक्षकाने विद्यार्थ्याला त्याच्या ध्येयाप्रती जाणाऱ्या नवीन मार्गांचा शोध घेणे आवश्यक आहे.

(2) अध्ययन म्हणजे प्रत्यक्ष कृतीचा परिणाम होय : अध्ययन ही व्यक्तिगत प्रक्रिया असल्याने विद्यार्थी हा फक्त व्यक्तिगत अनुभवातून शिकू शकतो, त्यामुळे ज्ञान आणि अध्ययन या गोष्टी व्यक्तीसाठी एकच असतात. व्यक्तीला ज्ञान मिळते म्हणजे त्याच्या अनुभवाचा परिणाम म्हणून काही माहिती त्याला प्राप्त होत असते. कोणत्याही दोन व्यक्तींना एकसारखे अनुभव येणार नाहीत. अगदी जरी एकच प्रसंग दोन व्यक्ती पाहत असल्या तरी त्या व्यक्ती वेगवेगळ्या प्रकारे प्रतिक्रिया देतात. त्याच्यातून ते स्वत:च्या गरजेनुसार वेगवेगळ्या गोष्टी शिकतात. आधीच्या प्रसंगामुळे व्यक्ती ठराविक प्रतिसाद देते आणि दुसऱ्या गोष्टी दुर्लक्षित करते.

अध्ययन हे अनुभवातून व कृतीतून घडत असते; परंतु अध्ययन वेगवेगळ्या रूपात असते आणि त्याची काठीण्यपातळीही वेगळी असते.

उदा., विद्यार्थ्यांना काही शब्द शिकविले त्यानंतर त्यांचा सराव घेतला; परंतु ते शब्द विद्यार्थ्यांसाठी तेव्हाच अर्थपूर्ण होतील जेव्हा विद्यार्थी अशा शब्दांचा वापर खऱ्याखुऱ्या प्रसंगात करतील.

जर एखाद्याचा अध्ययन अनुभव अतिशय चांगला असेल, त्यासाठी भावना, विचार, पुर्वानुभव, शारीरिक कृतीची गरज असेल तर तो अध्ययन अनुभव फक्त स्मरणात राहणाऱ्या अध्ययनापेक्षा जास्त प्रभावी असतो. शारीरिक कौशल्ये शिकण्यासाठी कौशल्याचे प्रत्यक्ष कृती केली पाहिजे. मानसिक सवयी सुद्धा सरावाने लावून घेता येतात.

(3) अध्ययनाला बरेच पैलू असतात : अध्ययनाचे महत्त्व शिक्षकाने लक्षात न घेता नुसतेच शिकविले तर विद्यार्थी एखादी गोष्ट तात्पुरते लक्षात ठेवतील. प्रत्यक्षात विद्यार्थी मन लावून शिकला तर तो अपेक्षेपेक्षा जास्त शिकतो. यासाठी शिक्षकाने अध्ययनाचे महत्त्व समजून घेतले पाहिजे.

शिक्षण हे मौखिक, संबोधात्मक, अवबोधात्मक, कारक, समस्या निराकरण, भावनिक अशा अनेक प्रकारे होत असते. उदा., विद्यार्थ्यांना एखादी समस्या अथवा प्रश्न सोडवायला दिला तर विद्यार्थी एकाच वेळी त्या समस्येवर अथवा प्रश्नावर चर्चा करतात, त्यांच्या अवबोधांचा वापर करतात, कारककौशल्ये वापरतात, त्या समस्येचा अथवा प्रश्नाचा भावनिक अंगांनी विचार करतात आणि अशा प्रकारे ज्ञानाचा विविध अंगांनी विचार होऊन एक संकल्पना तयार होते.

(4) अध्ययन ही सतत चालणारी प्रक्रिया आहे : स्पंज ज्या गतीने पाणी शोषून घेते त्या गतीने विद्यार्थी ज्ञान आत्मसात करत नाहीत. शिक्षक जेव्हा शिकवित असतात तेव्हा विद्यार्थी वर्गात असतात म्हणून विद्यार्थ्यांना आठवेल असे शिक्षकाने गृहीत धरू नये. विद्यार्थ्यांनी परिक्षेत एखाद्या प्रश्नाचे अचूक उत्तर लिहिले म्हणून त्याला तो प्रश्न कळला असेही शिक्षकाने समजू नये. विद्यार्थी शिकतात म्हणजे त्यांनी भावनिकदृष्ट्या, बौद्धिकदृष्ट्या कृती केली पाहिजे, प्रतिसाद दिला पाहिजे, जर अध्ययनामुळे वर्तनात बदल होत असेल तर नक्कीच अध्ययन ही सतत चालणारी प्रक्रिया आहे.

अध्ययनाची तत्त्वे (Principles of Learing)

अनेक मानसशास्त्रज्ञांनी अध्ययनाची अनेक तत्त्वे सांगितली आहेत ती खालीलप्रमाणे –

(1) तयारी (Readiness) : व्यक्तीची शिकण्याची तयारी असेल तरच तो चांगल्या प्रकारे शिकेल. जर शिकण्यासाठी योग्य कारण, ध्येय नसेल तर व्यक्ती शिकू शकत नाही. जर विद्यार्थ्यांजवळ योग्य हेतू असेल, स्पष्ट ध्येय असेल आणि शिकण्याचे कारण असेल तर शिक्षण होईल. जर त्यांना प्रेरणा नसेल तर ते प्रगती करू शकणार नाही. तयारीमध्ये विद्यार्थ्यांची शारीरिक, मानसिक तयारी दोन्ही येते. जर विद्यार्थ्यांना बाहेरच्या वातावरणाची आवड, जबाबदारी, काळजी, घरगुती अडचण सतत डोक्यात असेल तर विद्यार्थ्याला शिकण्यात आवड राहात नाही.

(2) सराव (Exercise) : या तत्त्वानुसार सतत सराव केल्याने कोणतीही गोष्ट लक्षात राहते. एकदा केलेली गोष्ट मनामध्ये क्वचितच लक्षात राहते. शिक्षकाने शिकविलेल्या भागाचा सराव घेतल्यावर, अध्ययन सुरू राहते. यासाठी शिक्षकाने विविध अनुभवाद्वारे सराव घ्यावा, जेणे करून अध्ययन प्रक्रियेचे उद्दिष्ट साध्य होईल.

(3) प्रभाव (Effect) : प्रभाव हा विद्यार्थ्यांच्या भावनिक प्रतिसादावर अवलंबून आहे. जेव्हा 'समजते' ही सुखद भावना निर्माण होते, तेव्हा अध्ययन पक्के होते. जेव्हा एखाद्या विषयाचा 'त्रास' वाटतो तेव्हा त्या विषयाचे काही लक्षात राहत नाही. पराभव, निराशा, राग, द्विधा मन:स्थिती यासारख्या भावनांचा अध्ययनावर परिणाम होतो. त्यामुळे शिक्षकावर विद्यार्थ्यांना सकारात्मक, समाधानकारक अनुभव देण्याची फार मोठी जबाबदारी आहे.

(4) पहिल्या प्रसंगात, दृष्टिक्षेपात प्रभाव पडणे (प्रामुख्य-Primacy) : विद्यार्थ्यांना कोणताही घटक शिकविताना योग्य व चांगली सुरुवात केली पाहिजे. चुकीचे शिकविणे हे न शिकविण्यापेक्षा धोकादायक असते. कारण नंतर सवयी, संबोध बदलणे अवघड असते. त्यामुळे प्रत्येक विद्यार्थ्याने योग्य सुरुवात केली पाहिजे. पहिला अनुभव हा सकारात्मक, चांगला असला पाहिजे कारण त्या पायावरच पुढील शिक्षण अवलंबून असते.

(5) तीव्रता (Intensity) : एखादा वेगळा, उत्साहवर्धक, नाट्यपूर्ण अध्ययन अनुभव हा नेहमीच्या शिकविण्यापेक्षा जास्त शिकवितो. विद्यार्थी वास्तव प्रसंगातून जास्त चांगल्या प्रकारे शिकतो. वर्गातील अनुभवांना मर्यादा असते. विद्यार्थ्यांना खरेखुरे अनुभव देण्यासाठी व्हिडिओ, टेप, रेडिओ यांसारख्या साधनांचा वापर करणे गरजेचे आहे.

(6) नुकतेच शिकविलेले मुलांना जास्त चांगले लक्षात राहते. (अनुभवकारक) : विद्यार्थ्यांना एकदा एखादा विषय शिकविला व आठवडाभराने शिक्षकांनी त्या विषयावर आधारित प्रश्न विचारले असता विद्यार्थ्यांना उत्तर देता येणार नाही. यासाठी शिक्षकाने वर्गात अशा प्रश्नांचा वारंवार सराव घ्यावा, विद्यार्थ्यांचे काही चुकले तर समजून सांगावे, धडा संपत असताना त्यातील मुद्द्यांची उजळणी घ्यावी; जेणे करून विद्यार्थ्यांच्या लक्षात राहील. या तत्त्वानुसार सलग तास घेणे अपेक्षित आहे.

व्यक्ती कशी शिकते ?

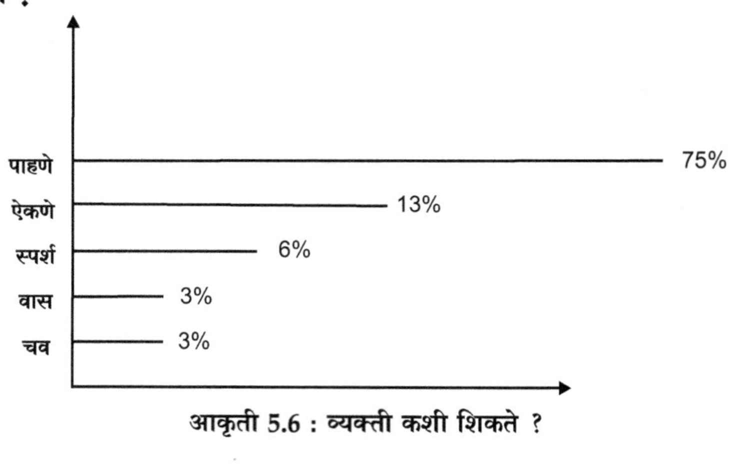

आकृती 5.6 : व्यक्ती कशी शिकते ?

प्रथम सर्व अध्ययन हे मेंदूला दृक, श्राव्य, स्पर्श, वास, चव यांच्याकडून जे एकत्रित संदेशवहन होते त्यातून घडते. मानसशास्त्रज्ञांच्या मते जेव्हा एकापेक्षा जास्त ज्ञानेंद्रियांकडून जास्त माहिती मिळते, तेव्हा अध्ययन लवकर होते.

अवबोध !

जेव्हा पाचही ज्ञानेंद्रियांकडून संवेदना प्राप्त होतात आणि त्या संवेदनेला व्यक्ती अर्थ प्राप्त करून देते तेव्हा अवबोध घडला असे म्हणता येईल. व्यक्ती त्यांना जे वाटते, समजते त्यानुसार कृती करते. व्यक्तीला जरी बाहेरून संवेदना मिळत असला तरी त्याचा खरा अर्थ व्यक्तीला आतून प्राप्त होतो. हा अर्थ केवळ व्यक्तीच्या अनुभवावर अवलंबून नसून त्यासाठी अनेक घटक कारणीभूत आहेत.

अवबोधावर परिणाम करणारे घटक

(1) शारीरिक अवयव : सर्व ज्ञानेंद्रिये व्यक्तीला संवेदना प्राप्त करून देतात.

(2) मूलभूत गरजा : व्यक्तीची मूलभूत गरज 'स्व'-प्रतिमेचा आदर करणे आणि विकास करणे. हा 'स्व' व्यक्तीचा भूतकाळ, वर्तमानकाळ, भविष्यकाळ मिळून बनतो. तो शारीरिक आणि मानसिक असतो. 'स्व' प्रतिमा चांगली असणे सर्वांत महत्त्वाची गरज आहे.

(3) ध्येये आणि मूल्ये : प्रत्येक संवेदना आणि अनुभव जो मेंदूपर्यंत पोहोचतो, त्याला योग्य आकार देण्याचे काम व्यक्तीची स्वत:ची मते आणि मूल्ये करतात. मूल्यानुसार ध्येये बनत असतात. ज्या गोष्टींना जास्त मूल्य आहे त्या गोष्टी केल्या जातात. ज्या गोष्टींना फारसे महत्त्व नाही, त्या राहत नाहीत.

(4) 'स्व' संकल्पना : अध्ययनात 'स्व' संकल्पना फार महत्त्वाची आहे. यामध्ये विद्यार्थ्यांचा आत्मविश्वास व असुरक्षितता व्यक्तीच्या अवबोधावर परिणाम करते. जर विद्यार्थ्यांची 'स्व' संकल्पना सकारात्मक असेल तर विद्यार्थी पुढील अध्ययन अनुभवांसाठी उत्सुक असतो. जर विद्यार्थ्यांची 'स्व' संकल्पना नकारात्मक असेल तर विद्यार्थी पुढील शिक्षण घेऊ शकत नाही. 'स्व' संबोध व्यक्तीच्या कृती करण्याच्या किंवा न करण्याच्या क्षमतेवर परिणाम करतो.

(5) वेळ आणि संधी : अवबोधासाठी पुरेसा वेळ देणे आवश्यक आहे. प्रत्येक गोष्ट क्रमाने होण्यासाठी आणि नवीन-जुन्या ज्ञानाची योग्य सांगड घालण्यासाठी पुरेसा वेळ महत्त्वाचा आहे. पुरेसा सराव केल्याने अध्ययनाला गती मिळू शकते. अभ्यासक्रमाच्या पूर्व नियोजनामुळे घटकांचा योग्य अवबोध होण्यासाठी पुरेसा वेळ आणि संधी मिळते.

(6) भीती : भीतीमुळे योग्य अध्ययन होत नाही. भीतीमुळे विद्यार्थ्यांचे लक्ष ज्या गोष्टीची भीती वाटते त्याच गोष्टीकडे लागते. त्यामुळे त्यांचे दृक-श्राव्य मर्यादित होते.

वरील सर्व घटकांचा शिक्षकाने विचार करून अध्ययनाची ध्येये योग्य प्रकारे साध्य होतील याची काळजी घेतली पाहिजे.

अंतर्दृष्टी

विद्यार्थ्याला मिळालेल्या सर्व अवबोधांचा मेंदूकडून योग्य अर्थ लावणे म्हणजे अंतर्दृष्टी. विद्यार्थ्याला योग्य अर्थ लावायला शिकविणे ही शिक्षकाची सर्वांत मोठी जबाबदारी आहे. हे करण्यासाठी शिक्षकाने प्रत्येक विद्यार्थ्याला सतत नवीन अध्ययन अनुभव दिले पाहिजे आणि प्रत्येक घटक दुसऱ्या घटकाशी कसा जोडला जातो हे समजावून दिले पाहिजे.

प्रेरणा

विद्यार्थ्याची प्रगती घडवून आणणारा आणि त्याची अध्ययनाची क्षमता वाढविणारा सर्वांत महत्त्वाचा घटक म्हणजे प्रेरणा होय. प्रेरणा ही सकारात्मक किंवा नकारात्मक, साधी किंवा अवघड असू शकते.

स्वत:च्या फायद्याची इच्छा, प्रतिष्ठा मिळविणे या मानवी मनाच्या अंतर्भूत प्रेरणा आहेत. ज्या कौशल्यांमुळे विद्यार्थ्यांना पुढे फायदा असतो अशी कौशल्ये शिकण्याची विद्यार्थ्यांची इच्छा असते. त्यामुळे अध्ययन अनुभव हे नावीन्यपूर्ण, कृतियुक्त असावेत. प्रत्येकाला दुसऱ्याने किंवा मित्रांनी कौतुक करावे असे वाटते. गटामध्ये राहणे विद्यार्थ्यांची नैसर्गिक इच्छा असते आणि आपल्या मित्रांमध्ये आपण मोठे ठरावे ही त्यांची प्रेरणा असते. सकारात्मक प्रेरणा ही चांगल्या अध्ययनासाठी गरजेची आहे. प्रेरणा नेहमीच उच्च प्रतीची नसते. कधी-कधी शारीरिक, मानसिक, कारणांचाही प्रेरणेवर परिणाम होतो.

5.7.2 अध्ययनाची क्षेत्रे (Domains of Learning)

उद्दिष्टांनुसार अध्ययनाची तीन क्षेत्रे पडतात. ती पुढीलप्रमाणे - (1) बोधात्मक क्षेत्र (ज्ञान), (2) भावात्मक क्षेत्र (अभिवृत्ती, अभिरुची, मूल्य), (3) कारक क्षेत्र (शारीरिक कौशल्य).

प्रत्येक क्षेत्रामध्ये उद्दिष्टांची उतरंड आहे.

(1) बोधात्मक क्षेत्र (Cognitive Domain) : हे बोधात्मक क्षेत्र डॉ. बेंजामिन ब्लूम यांनी सांगितले आहे. यामध्ये सहा पायऱ्या सांगितल्या आहेत.

अध्ययनाची उद्दिष्ट्ये

(1) ज्ञान - मानसिक कृती

(2) आकलन - रूपांतर करणे, अर्थ लावणे

(3) उपयोजन - सामान्यीकरण करून विशिष्ट बाबतीत वापरणे

(4) पृथक्करण - संबंध स्पष्ट करणे

(5) एकीकरण - नवीन गोष्टींशी संबंध जोडणे.

(6) मूल्यमापन - अध्ययनाचा सराव करणे

(2) भावनात्मक/परिणामात्मक क्षेत्र (Affective Domain) : डी. आर. क्रॉथव्होल यांनी काठिण्यपातळीनुसार उद्दिष्ट्ये सांगितली आहेत. भावात्मक क्षेत्रात विद्यार्थ्यांची अभिवृत्ती, अभिरुची, मूल्ये येतात. त्यामुळे शैक्षणिक उद्दिष्टांचे मापन यानुसार करणे अवघड असते.

	शैक्षणिक उद्दिष्ट्ये	-	**मानसिक अवस्था**
(1)	स्वीकारणे	-	लक्ष देण्याची इच्छा
(2)	प्रतिसाद देणे	-	प्रतिक्षिप्त कृती करणे
(3)	महत्त्व देणे	-	मान्य करणे
(4)	संघटित करणे	-	मूल्यांची योग्य मांडणी करणे
(5)	गुणधर्म ठरविणे	-	वैयक्तिक आयुष्यात मूल्य स्वीकारणे

(3) कारक क्षेत्रे : हे इ.जे. सिंपसन यांनी कारक क्षेत्रांचे महत्त्व सांगितले आहे. यामध्ये शारीरिक कौशल्य येते.

	शैक्षणिक उद्दिष्ट्ये	-	**कौशल्य पातळी**
(1)	अवबोध	-	संवेदना प्राप्त होणे
(2)	संघ (set)	-	एखादी सूचना मिळणे.
(3)	मार्गदर्शन	-	प्रात्यक्षिक दाखविणे
(4)	तंत्र	-	साधे कौशल्य चांगल्या प्रकारे करणे
(5)	कठीण कृती	-	कौशल्यपूर्ण कृती करणे
(6)	समायोजन	-	विशिष्ट समस्येसाठी उपयोजन करणे
(7)	मूळ कृती	-	नवीन संबोध तयार करणे (सर्जनशीलता)

स्मरणशक्ती

कोणत्याही गोष्टीचे स्मरण करावयाचे म्हटले म्हणजे प्रथम त्या गोष्टीचे अध्ययन झाले असले पाहिजे. मुळातच जर काही माहीत नसेल तर आठवण्याचा प्रश्नच येत नाही.

स्मरण म्हणजे -

(1)	प्रतिक्रिया संपादन करणे	अध्ययन करणे
(2)	धारण	
(3)	प्रत्यावाहन	स्मरण करणे
(4)	प्रत्यभिज्ञान	

अध्ययन - धारण काल - स्मरण करणे.

वरीलपैकी प्रत्यावहन म्हणजे शिकण्यात आलेली गोष्ट काही काळानंतर आठवून तिची स्मृती जागृत करणे. त्याचबरोबर एखादी वस्तू पुन्हा अनुभवाला आल्यानंतर आपण या वस्तूचा पूर्वानुभव घेतलेला आहे हे ओळखता येणे म्हणजेच प्रत्यक्षिज्ञान होय.

एकदा शिकण्यात आलेली गोष्ट संपूर्णपणे कधीच विसरली जात नाही. एखाद्या गोष्टीचे आपल्याला अजिबात स्मरण नसेल असे जरी दिसून आले तरी पुष्कळदा त्या गोष्टी आपल्याला अकस्मात आठवतात. मज्जासंस्थेमध्ये धारणेला अनुसरून कोणत्या तरी प्रकारचे बदल होतात व त्यांच्या रूपाने स्मरण शिल्लक राहते असे म्हटले जाते. या बदलाला अनुसरून स्मृती या पेशीमधील संपरिवर्तनाच्या रूपाने अस्तित्त्वात येते. एखाद्या अनुभवाची मनुष्यावर छाप पडणे व त्यातील बदल हा बोधावस्थेत किंवा वर्तनात प्रत्यावाहन व प्रत्याभिज्ञानाच्या रूपाने येणे या सर्व गोष्टी मिळून 'स्मरण' म्हटले जाते.

विस्मरण

शिकविण्यात आलेल्या किंवा शिकलेल्या काही गोष्टींचा ठसा मुळातच उमटलेला नसतो. काही गोष्टी आपल्याला महत्त्वाच्या वाटत नाही. त्याचप्रमाणे भावनोत्तेजक परिस्थितीमुळे काय घडत आहे याकडे आपले पुरेसे लक्ष नसते. अशा सर्व गोष्टींमुळे विस्मरण घडते.

यामध्ये नीट शिकल्यानंतर सुद्धा विस्मरण होते. यामध्ये वाढत्या वेळेनुसार मूळचे अध्ययन विसरले जाते. कारण नंतर काळानुसार आपण इतरही गोष्टी शिकत असतो. क्रियाशीलता कमी असेल तरी विस्मरण होते. अध्ययन केल्यानंतर पुरेशी विश्रांती घेणे गरजेचे आहे. कारण सततच्या कामामुळे आधीच्या गोष्टींचे विस्मरण होते. काही गोष्टी अप्रिय असल्यामुळे विस्मरणाचे प्रेरण होते व प्रत्यावाहनाला अडथळा येतो. मूळ संस्कार क्षीण असणे व योग्य उद्दीपनाचा अभाव यामुळेही विस्मरण होते.

अध्ययन संक्रमण

एक प्रकारचे कौशल्य संपादन केल्यामुळे दुसरे कौशल्य संपादन करणे कधी-कधी सोपे जाते. आधी शिकण्यात आलेल्या गोष्टींमुळे नवीन गोष्ट शिकणे जेव्हा सोपे जाते तेव्हा **'धन संक्रमण'** झाले असे म्हणतात. याउलट एखाद्या गोष्टीची सवय झाल्यामुळे नवीन गोष्ट शिकण्यात जेव्हा अडथळा उत्पन्न होतो तेव्हा **ऋण संक्रमण** होते. उदा., मराठीचे व्याकरण शिकल्यावर नवीन शिकण्यात येणाऱ्या गोष्टीवर आधी शिकण्यात आलेल्या गोष्टीचा काहीही प्रभाव पडत नसेल तर **शून्य संक्रमण** झाले असे म्हणतात. उदा., इतिहासचा उपयोग संगीत शिकताना होऊ शकत नाही.

अध्ययनाच्या मार्गांची रचना आणि विकास

अध्ययनाचे मार्ग म्हणजे असे अध्ययन साहित्य जे अध्ययन, अध्यापन, मूल्यमापन करण्यासाठी मार्गदर्शन करेल आणि मदत करेल.

अध्ययन प्रक्रिया प्रभावी होण्यास मदत अध्ययन मार्गांची रचना करण्यासाठी केलेली आहे. हे अध्ययन मार्ग मार्गदर्शन, साहित्य, अध्ययन मूल्यमापन आणि विद्यार्थ्याला अध्ययन निष्पत्तीचे योग्य फल मिळविण्यासाठी मदत करतात.

5.7.3 अध्ययनाच्या मार्गाचे प्रकार (Types of Learning Resources)

अभ्यासक्रमातील अध्ययन निष्पत्ती साध्य करण्यासाठी वेगवेगळ्या प्रकारचे अध्ययन मार्ग उपलब्ध आहेत. जसे - दृक, श्राव्य, दृक-श्राव्य, छापील, नवीन तंत्रज्ञान इत्यादी. यांतील प्रत्येक मार्ग विद्यार्थ्यांच्या गरजा आणि अध्ययनासाठी पद्धती उपलब्ध करून देतो. काही अध्ययन मार्ग खालीलप्रमाणे आहेत.

(1) ललित कला वाङ्मय : यामध्ये कादंबऱ्या, नाटके, कविता, लघुकथा, सिनेमा ज्यामध्ये सौंदर्यपूर्ण, काल्पनिक भाषेचा वापर असतो असे साहित्य विद्यार्थ्यांचे मनोरंजन करतात; भावनांचे प्रतिबिंब दाखवितात आणि सामाजिक मूल्य मनावर ठसवितात.

(2) माहिती पुस्तके : निबंध लेख, संपादकीय, रिपोर्टस्, डॉक्युमेंटरी फिल्म, वेबसाईट, छोटी पुस्तके, कुटुंब आणि सामाजिक आयुष्य, व्यक्तींवरील लेख-प्रसंग-घटना यांचे स्पष्टीकरण व पृथक्करण.

(3) सी.डी. किंवा श्राव्य माध्यम : श्राव्य माध्यमात सी.डी. द्वारा विविध साहित्य पुन्हा पुन्हा ऐकू शकतो.

(4) डी.व्ही.डी. किंवा दृक्-श्राव्य माध्यम : वर्गामध्ये चांगले अध्ययन अनुभव डी.व्ही.डी. द्वारा देऊ शकतो. कारण 83 टक्के शिक्षण डोळे व कान यांनी होत असते.

(5) मासिके, नियतकालिके : मासिकांच्या वा नियतकालिकांच्या प्रती तुम्ही घरी किंवा शाळेत मागवू शकता. आता मासिके, नियतकालिके, इंटरनेटवरही उपलब्ध असतात.

(6) हस्तकुशलता (Manipulatives) : विद्यार्थ्याला प्रत्यक्ष अनुभव गणितासारख्या विषयासाठी देता येतात.

(7) वेबसाईटस् : वेबसाईट हा माहिती मिळविण्याचा खात्रीशीर मार्ग आहे.

(8) मोबाईल फोनवरील विविध ॲप्लीकेशनचा वापर : मोबाईल, टॅब्लेटस्, यांच्याद्वारे वेगवेगळ्या ॲप्लीकेशनद्वारा वेगवेगळी माहिती मिळू शकते आणि त्याचा वापर योग्य ठिकाणी करता येतो.

(9) मौखिक साहित्य : बऱ्याच गोष्टी किंवा ऐतिहासिक प्रसंग हे एकत्र करून लेखकांकडून प्रकाशित होतात. हे लेखी साहित्यसुद्धा मौखिक साहित्य म्हणून वापरता येते. इतिहास, रूढी, परंपरा, मूल्य हे एका पिढीकडून दुसऱ्या पिढीकडे तोंडी संक्रमित होत असते. ज्यांनी स्वत: इतिहासातील प्रसंगांचा प्रत्यक्ष अनुभव घेतला आहे अशा लेखकाचे अनुभव हे चांगले अध्ययनाचे मार्ग ठरतात.

5.7.4 अध्ययन मार्गांची रचना (Design of Learning Resources)

अध्ययन मार्गांची रचना करताना खालील गोष्टी लक्षात घ्याव्यात -

(1) **प्रात्यक्षिकातून आशय निर्मिती :** यामध्ये वाचन, अर्थ लावणे, माहिती मिळविणे यांसारख्या गोष्टींचा वापर करता येतो.

(2) पाठ्यपुस्तकाचा माहिती मिळविण्यासाठी वापर केला जातो; तसेच आलेखांद्वारे सुद्धा माहिती देता येते.

(3) पाठ्यपुस्तकाशी मिळती जुळती भाषा आणि विषयाची काठिण्यपातळी योग्य हवी.

(4) विद्यार्थ्यांच्या वयानुसार एखाद्या विषयाची परिपूर्ण माहिती हवी, साहित्य हाताळण्यास सोपे हवे.

(5) पुस्तकातील माहितीला पर्याय म्हणून प्रश्नोत्तरे व तशा प्रकारचा घटक अभ्यासणे.

(6) दृक रचना करणे.

(7) अध्यापन साहित्य क्रमाने वापरणे.

(8) जास्तीच्या माहितीसाठीचे व वाचनासाठी आणखी मार्ग सांगणे.

(9) विद्यार्थ्यांच्या क्षमतेनुसार काठिण्यपातळी हवी. अध्यापन साहित्य पुन्हा पुन्हा वापरण्याची संधी आणि सराव हवा. खरेखुरे अनुभव विद्यार्थ्यांना मिळायला हवे.

(10) सर्जनशीलतेतील बुद्धिमंथन, वेगळा विचार, mind mapping यांचा वापर करावा.

(11) दृक आलेख रचनेमध्ये आकृत्या, तक्ते, प्रतिमा इत्यादींचा वापर करावा.

(12) संशोधन आणि मूल्यमापन करावे. उदा., इतर अध्ययनाचे मार्गांचा शोध घ्यावा, अध्ययनातील नवनवीन संबोधांचा मागोवा घ्यावा.

(13) विषयाच्या गरजेनुसार साहित्याची रचना करावी.

(14) विद्यार्थ्यांच्या अध्ययन क्षमतेमधील विविधता लक्षात घेऊन साहित्य तयार करायला हवे.

(15) साहित्याची किंमत सर्वांना परवडेल अशी हवी.

5.7.5 अध्ययन मार्गांचा विकास (Development of Learning Resources)

(1) काळाशी सुसंगत असे अध्ययन मार्ग हवे. त्यासाठी वेळोवेळी नवीन साहित्याचा वापर करावा किंवा आधीच्या साहित्यात योग्य ते बदल करावेत.

(2) गटामध्ये चर्चा करून अध्ययन मार्गातील गुण-दोष ठरवून जास्तीत जास्त निर्दोष साहित्य तयार करावे.

(3) तज्ज्ञांचे मार्गदर्शन घ्यावे.

(4) प्रत्यक्ष अनुभवावर भर द्यावा.

(5) साहित्य व अध्यापन साहित्य यांची आवश्यकता हवी.

(6) सराव करणे गरजेचे असते.

(7) अध्ययन साहित्याची किंमत परवडेल अशी असावी.

(8) अध्ययन मार्गातील धोके ओळखून आधीच त्यासाठी उपाययोजना हवी.

(9) गरजेनुसार किंवा आशयानुसार त्यात बदल केला पाहिजे.

(10) साहित्य तयार करीत असतानाच त्याचे काम योग्य तऱ्हेने चालत आहे का ? हे पाहण्याची सोय हवी.

(11) विद्यार्थ्यांपुढे साहित्य वापरण्यापूर्वी त्यातील अचूकपणा, विषयज्ञान योग्य असल्याची खात्री करून घ्यावी.

(12) दृक-श्राव्य साधन असेल तर त्याचा आवाज व दिसण्यात सुस्पष्टता हवी.

(13) साहित्य तयार झाल्यावर प्रथम बाहेरील व्यक्तींना प्रात्यक्षिक दाखवून त्यांचे मत मागवावे.

5.7.6 अध्ययन मार्गांचे मूल्यमापन (Evaluation of Learning Resources)

चांगल्या प्रतीच्या अध्ययन मार्गांमुळे विद्यार्थ्यांना निवड करण्याची, शोध घेण्याची, संशोधन करण्याची संधी मिळते. विद्यार्थ्यांच्या विचार आणि भावनांचा आदर करून विद्यार्थ्यांना अध्ययन मार्ग निवडण्याचे स्वातंत्र्य दिले तर आयुष्यभर विद्यार्थ्यांचा विकास होईल.

अध्ययन मार्गांचे मूल्यमापन करणारे घटक

(1) अध्ययन मार्गांचे स्वरूप : अक्षरांचा टाईप व विषयाची मांडणी योग्य असावी. त्यामध्ये आकर्षकपणा असावा, योग्य संबोधांचा वापर केलेला असावा, संपूर्ण विषयाचा समावेश असावा. असे साहित्य जास्त वेळ वापरता येणे शक्य असणारे, सहज वापरता येणारे, वापरानंतर नीट ठेवता येण्यायोग्य असले पाहिजे.

(2) अध्ययन मार्गांचा आशय : तर्कशुद्ध मांडणी, अचूक व खरेखुरे सादरीकरण, साहित्यमूल्य उच्च दर्जाचे हवे. वर्तमानकाळातील ज्ञान आणि संशोधन यांना सुसंगत हवे. सामाजिक, सांस्कृतिक, परिस्थितीचे यथार्थ दर्शन त्यातून घडले पाहिजे. त्यातील आशय खात्रीशीर हवा. मापनासाठी योग्य पद्धत वापरायला हवी. भाषेचा वापर योग्य हवा.

(3) सामाजिक गृहीतके : वय, क्षमता, लिंग, व्यवसाय, आर्थिक-सामाजिक-सांस्कृतिक परिस्थिती, निरपेक्ष साहित्य हवे. देशाचे जबाबदार नागरिक बनविणारे साहित्य हवे. धार्मिक, राजकीय प्रभावापासून दूर हवे. सामाजिक प्रतिबिंब त्यात उमटले पाहिजे.

(4) अध्ययन मार्गांची रचना : अध्ययन मार्ग हे अभ्यासक्रमावर आधारित हवेत. यासाठी काय शिकवायचे आहे, का शिकवायचे आहे, कोणाला शिकवायचे आहे, कशा प्रकारे शिकवायचे हे लक्षात घेतले पाहिजे. शैक्षणिक ध्येये आणि अध्ययननिष्पत्ती पूर्ण करणारी रचना हवी. विद्यार्थ्यांमध्ये आवड निर्माण करणारे साहित्य हवे. विद्यार्थ्यांच्या वयाला योग्य व मानसिक क्षमतेनुसार साहित्य हवे. विद्यार्थ्यांना हे साहित्य आव्हानात्मक वाटले पाहिजे. या साहित्यामुळे विद्यार्थ्यांचे संभाषण कौशल्य वाढीस लागले पाहिजे. विद्यार्थ्याला विषयाचे आकलन चांगल्या प्रकारे झाले पाहिजे. नकाशा, आलेख, स्पष्टीकरण यामध्ये काळानुसार बदल केले पाहिजे. या साहित्यामुळे विद्यार्थ्यांना समस्या निराकरण करण्यासाठी व सर्जनशील विचारांसाठी प्रोत्साहन मिळाले पाहिजे. अध्ययनाचे विविध कौशल्य या साहित्यामुळे वाढीस लागले पाहिजे. अध्ययन साहित्य हे मूल्यमापनाचे उपयोगी साहित्य असले पाहिजे.

(5) अध्ययन साहित्याची किंमत : सारख्या क्षमतेच्या साहित्याएवढी आपल्या साहित्याची किंमत हवी. विद्यार्थ्यांना परवडेल अशी किंमत हवी.

5.7.7 अध्ययन मार्गांची बँक (Learning Resources Bank)

अध्ययन मार्गामध्ये घटक, टाचण, अध्ययन अनुभव, नकाशे, आलेख अध्यापन साहित्य यांचा समावेश होतो.

हे साहित्य शिक्षकांनी शिक्षकांसाठी बनविलेले असते. अभ्यासक्रमानुसार हे साहित्य बनविलेले असते. विषय, अपेक्षा, अध्ययनाची पद्धत या सर्वांचा यात समावेश असतो. सर्व क्षमतेच्या विद्यार्थ्यांसाठी व सर्व विषयांसाठी शिक्षकाकडून ही बँक तयार केली जाते. यामध्ये वापरण्यासाठी सोपे, हाताळण्यायोग्य असे साहित्य बनविले जाते. हे परिवर्तनशील साहित्य असते.

5.7.8 अध्ययन मार्गांचे शैक्षणिक महत्त्व (Educational Importance of Learning Resources)

(1) विद्यार्थ्यांनी चांगले अध्ययन करावे असे वाटत असेल तर त्यांना खऱ्या आणि आभासी (शालेय) वातावरणातून माहिती आत्मसात करता आली पाहिजे आणि ही माहिती सर्जनशीलपणे व विचारपूर्वक वापरता आली पाहिजे. यासाठी विद्यार्थ्यांना अभ्यासक्रमासाठी योग्य अध्ययन मार्ग उपलब्ध करून दिले पाहिजे.

(2) अध्ययन मार्ग विद्यार्थ्यांच्या दृष्टिकोनाला आकार देण्याचे काम करतात.

(3) चांगल्या प्रतीच्या अध्ययन मार्गांमुळे विद्यार्थ्यांना निवड करण्याची, शोध घेण्याची, संशोधन करण्याची संधी मिळते. विद्यार्थ्यांच्या विचार आणि भावनांचा आदर करून विद्यार्थ्यांना अध्ययन मार्ग निवडण्याचे स्वातंत्र्य दिले तर विद्यार्थ्यांचा आयुष्यभर विकास होईल.

5.7.9 अध्ययन मार्गातील अध्ययन साधने (Learning Media in Learing Resources)

नवीन माहिती तंत्रज्ञानामुळे सामाजिक बदल होत चालला आहे. देशाच्या विकासातील त्यांचे स्थान सर्वांत वरचे आहे; परंतु आज देशामध्ये शिक्षणामध्ये माहिती-तंत्रज्ञानाचा जास्तीत जास्त वापर होणे गरजेचे आहे. कारण यामुळे देशाच्या विकासात भरच पडणार आहे. काळाची गरज, वाढती लोकसंख्या, प्रशिक्षित लोकांची कमतरता, मोजके आर्थिक मार्ग यामुळे पारंपारिक शिक्षणामधे नवीन तंत्रज्ञानाचा वापर अध्ययनासाठी आवश्यक ठरला आहे.

छोटी छोटी अध्ययन साधने जसे पपेट, गाणी, छापील शब्द, पोस्टर, शब्दकोडी, खेळ यांपासून ऑडिओ कॅसेट, सिनेमा, स्लाइड, रेडिओ यांसारखी मोठी अध्ययन साधने आपण वापरू शकतो. व्यक्ती कोणत्याही माध्यमातून शिकू शकते. संशोधकाने असे सिद्ध केले आहे की, आपण कशा प्रकारे साधन वापरतो यापेक्षा आपण शिकण्यासाठी कोणते साधन वापरतो हे महत्त्वाचे आहे. वर्गात वापरलेले अध्ययनाचे माध्यम हे सर्वांत प्रभावी ठरते. उदा., वर्गासाठी टि.व्ही, कम्प्युटर, रेडिओ, सिनेमा, प्रोजेक्टर यांसारखी साधने उपयुक्त ठरतात.

अध्ययन साधनांच्या माध्यमातून शैक्षणिक समस्येवर उत्तर मिळू शकते. शैक्षणिक उद्दिष्टे साध्य करण्यासाठी या साधनांचा चांगला उपयोग होतो. अध्ययनाच्या साधनांमध्ये खडू, फळा यांपासून छापील साहित्य, सिनेमा, रेडिओ, टि.व्ही., कॉम्प्युटर, उपग्रह एवढेच नसते तर हे साहित्य उपलब्ध करून देणारे आणि वापर करणारे सर्व घटक हे अध्ययनाच्या साधनांमध्ये येतात.

अध्ययन साधने (Learning Media)

काही अध्ययन साधनांची माहिती खालीलप्रमाणे आहे.

(1) रेडिओ : सर्वदूर पोहोचलेले, अगदी खेडेगावात, तळागाळापर्यंत पोहोचलेले साधन म्हणजे रेडिओ होय. शेती, आरोग्य, शिक्षण अशा सर्वच क्षेत्रात रेडिओचा वापर आहे. एखाद्या गटाने रेडिओ ऐकून झाल्यानंतर त्या गटामध्ये चर्चा होते यामुळे वर्तन आणि दृष्टिकोनात बदल घडून येतो. रेडिओ वापरण्यासाठी कोणत्याही प्रशिक्षणाची आवश्यकता नसते. दुर्गम अशा वाड्या-वस्त्यांमध्येही रेडिओ वापरता येतो. याशिवाय वेळ, किंमत, परिणामकारकता, सामाजिकता या सर्वच गोष्टींमध्ये रेडिओ सरस ठरतो.

(2) टेलिव्हीजन : टेलिव्हीजनवरील शैक्षणिक कार्यक्रम जरी खर्चिक असले तरी अशा दृक-श्राव्य साधनाचा विद्यार्थ्यांवर पडणारा प्रभाव पाहता, टि.व्ही. चा वापर करणे गरजेचे आहे. यावरील कार्यक्रमामध्ये आपल्या समाजाचे प्रतिबिंब दिसणे गरजेचे आहे. वास्तवता आणि यथार्थता हे दोन महत्त्वाचे निकष टेलिव्हीजन या साधनासाठी लागू होतात. कार्यक्रम हा जर आपल्या नेहमीच्या जगण्याशी निगडीत नसेल तर प्रेक्षकांना ते आवडत नाही.

(3) ऑडिओ-व्हिडीओ टेपिंग : याचे गुणधर्म म्हणजे व्यक्ती आठवड्यामध्ये हे साधन वापरायला शिकू शकते. टेप केलेले पुसून टाकता येते आणि हवी तशी नवी टेपही बनविता येते. यामध्ये ताबडतोब प्रतिसाद मिळतो. आपल्याला वेळ असेल तेव्हा टेप लावता येते, पुन्हा पुन्हा ऐकता येते. ज्या व्यक्तीला लिहिता-वाचता येत नाही अशी व्यक्ती सुद्धा ऐकून शिकू शकते. बोललेले शब्दांचे दृश्यचित्र डोळ्यांसमोर आणू शकते.

कॅसेटमध्ये विद्यार्थी आपले प्रश्न, निरीक्षणे, मते रेकॉर्ड करून ठेऊ शकतो. जेव्हा हवे असेल तेव्हा मुद्दे पुन्हा ऐकू शकतो.

(4) पारंपारिक साधने : परंपरेनुसार तोंडी सांगितलेल्या कथा, कीर्तने, भागवत पुराणे, जत्रा, यात्रा यांमधील तमाशे, नौटंकी यांसारख्या गोष्टी भारतातल्या लोकांना शहाणे करतात. ही तोंडी साहित्य कला फार पूर्वीपासून चालत आली आहे. अभिनय नाच, गायन, सिनेमा, कला खूप पूर्वीपासून चालत आली असून या क्षेत्रांमध्ये इलेक्ट्रॉनिक्स साधनांचा वापर मोठ्या प्रमाणावर झाला आहे.

गरीबातील गरीब मनुष्याला यातील सांस्कृतिक गोष्टी माहीत असतात, मान्य असतात. यामध्ये आपण अध्ययनासाठी गोष्टी, गाणी, नाटके, म्हणी, रूढी, प्रथा, लोककलांचे वेगवेगळे प्रकार वापरतो. उदा., 'पंचतंत्राच्या गोष्टी' यावर आपण टि.व्ही. वर कार्यक्रम पाहतो. हा सुद्धा भारताच्या मौखिक संस्कृतीचा एक भाग आहे. असे म्हणतात की, या गोष्टी सुरुवातीला चार राजकन्यांना शिकविण्यासाठी सांगितल्या होत्या. ज्यांनी शिकण्यासाठी शाळेत जायला नकार दिला होता.

या सर्व माध्यमातील भाषा, चिन्हे, पद्धत ही प्रेक्षकांच्या माहितीतील हवी.

(5) खेळाची साधने : अंकगणितीय किंवा भाषिक कौशल्य प्राप्त करण्याकरिता खेळाची साधने उपयुक्त ठरतात. यामुळे आवड निर्माण होते. खेळल्यामुळे सराव होतो आणि विद्यार्थ्यांमध्ये स्वत:च्या क्षमतेविषयी आत्मविश्वास निर्माण होतो.

शैक्षणिक महत्त्व

(1) अध्ययनाची साधने विद्यार्थ्यांच्या गरजा, संदेश, मार्ग यांच्यासाठी वापरली जातात.

(2) अध्ययन साधनांबरोबर योग्य संभाषण कौशल्य वापरले तर साधने जास्त प्रभावी ठरतात.

(3) टि.व्ही, रेडिओ, टेपरेकॉर्डर यांसारख्या अध्ययन साधनांमुळे अशिक्षितपणावर मात करता येते.

(4) यामध्ये विद्यार्थी अध्ययन साधनांकडे पोहोचण्यापेक्षा, अध्ययन साधने विद्यार्थ्यांपर्यंत पोहोचतात. विद्यार्थी या साधनांचा उपयोग कुठेही, केव्हाही करू शकतो.

(5) ही अध्ययन साधने फक्त अध्ययन-अध्यापन यापुरतीच मर्यादित न राहता प्रेरणा व दृष्टिकोनात बदल, प्रत्याभरण, सामाजिक सहभाग आणि मनोरंजन अशा सर्व गोष्टींसाठी उपयुक्त ठरतात.

(6) कॉम्प्युटर - कॉम्प्युटर हा विशेष करून वरच्या वर्गासाठी वापरला जातो, परंतु आज प्राथमिक, माध्यमिक वर्गासाठीही गाणी, कविता, धड्यांचे नाटकात रूपांतर उपलब्ध आहे. विविध प्रकल्प व उपक्रमांसाठी विद्यार्थी इंटरनेटवरून माहिती उपलब्ध करू शकतात. कॉम्प्युटरवर वर्गात शिकविण्याचे घटक साठवून ठेवता येतात. पॉवर पॉईंट व व्हिडिओ क्लिपिंगद्वारा विद्यार्थ्यांपर्यंत दृक्-श्राव्य पद्धतीने मनोरंजनाचे ज्ञान पोहचविता येते.

अशा प्रकारे मल्टिमिडिआ आपल्याला कॉम्प्युटर नेटवर्क, संभाषण नेटवर्क आणि लायब्ररी नेटवर्कद्वारे पोहोचविता येते. संभाषण नेटवर्क हे टेलिकम्युनिकेशन आणि वाहतूक व्यवस्थेद्वारे एका ठिकाणाहून दुसरीकडे जाते. ही पद्धत मुक्त विद्यापीठांनी अनुसरली आहे. यमाध्ये इंटरनेट, ई-मेल, ई-एज्युकेशन सोयी या वरच्या शिक्षणासाठी उपलब्ध आहेत.

उपग्रहाद्वारे शिक्षण हे इन्सॅट-3 बी द्वारे दिले जाते. यामध्ये स्वर्ण-जयंती, उपग्रह योजना, विद्या वाहिनी अशा वाहिन्या प्रशिक्षण आणि विकासासाठी वापरल्या जातात.

वरील साधनांमुळे विद्यार्थी स्वतंत्रपणे अध्ययन करण्यास शिकतो. त्याच्या सोयीने, त्याच्या क्षमतेनुसार, हवे त्या ठिकाणी तो शिकू शकतो.

6

अध्यापनाची प्रतिमाने आणि अध्यापन क्षेत्रातील शैक्षणिक उपयोजन

Models of Teaching and Educational Implications of Research in Teaching

जेव्हा मी शिक्षिका बनले, तेव्हा खरंच काय घडलं ? विद्यार्थ्यांना शिकविता शिकविता माझं मलाच आयुष्यातील बरंच काही कळलं. इतिहासातील मोठ्या लोकांची मुलांना ओळख करून देता देता कळलं की, त्यांच्यासमोरील जीवंत शिक्षकच हे त्यांचे 'रोल मॉडेल' होते. गोष्टी, पुस्तकांतील पाठ, नकाशा भरणे, वाक्यरचना करणे, नियम व सूत्रं, या पलीकडे मी त्यांना काय शिकविणार होते ? पुस्तके, नकाशा या साधनांपलीकडे माझ्याकडे काहीच नव्हतं. शिकायचं होतं त्यांनी आपणहून सगळं ! जगाचा अनुभव घेत घेत स्वतःची ओळख त्यांनी स्वतःच करून घ्यायची होती. विद्यार्थ्यांनी स्वतःला मोठं केलं की शिक्षक आपोआपच मोठे होतात. विद्यार्थ्यांकडून होणारी स्तुती हे माझे सर्वांत मोठे पारितोषिक असते. डॉक्टर एका क्षणी नवा जीव या जगात आणतात पण तोच जीव रोज जन्मताना मी बघत असते. रोजचे नवे प्रश्न, नव्या कल्पना, नवी मैत्री ही रोज प्रत्येकाला नव्याने जन्म देत असते.

मी पेशाने एक शिक्षिका आहे, त्याबद्दल परमेश्वराचे मी आभार मानते.

शिक्षणतज्ज्ञांच्या आणि मानसशास्त्रज्ञांच्या लेखनाद्वारे आपण वेगवेगळ्या सूचना या उपपत्ती व प्रतिमाने यांच्या रूपात वाचत असतो. यातील कोणती उपपत्ती किंवा प्रतिमान शिकविण्यासाठी म्हणण्यापेक्षा, शिकण्यासाठी योग्य आहे हे ठरविणे योग्य नव्हे. कारण प्रत्येक प्रतिमानाचे ध्येय हे विद्यार्थ्यांना शिकविणे, समजणे, लक्षात ठेवणे हेच आहे. शिक्षक कोणतेही प्रतिमान विद्यार्थ्यांनुसार, विषयानुसार, काठिण्यपातळीनुसार वापरू शकतात. हा घटक वाचल्यानंतर तुम्ही खालील प्रश्नांची उत्तरे देऊ शकाल.

- अध्यापनाची प्रतिमाने ही अध्ययनासाठी कशी योग्य ठरतात हे स्पष्ट करा.
- संबोध साध्यता प्रतिमान हे स्पष्ट करून त्याचे अभ्यासक्रमातील महत्त्व स्पष्ट करा.
- अग्रत संघटक प्रतिमान पायऱ्यांसह स्पष्ट करा. विद्यार्थ्यांच्या अर्थपूर्ण अध्ययनासाठी या प्रतिमानाचा कसा वापर कराल ?
- हिल्डा टाबा यांच्या उद्‌गामी विचारांची तीन कौशल्ये स्पष्ट करून त्यांचे शैक्षणिक महत्त्व सांगा.
- न्यायतत्त्व शास्त्रीय अन्वेषण प्रतिमान वापरून विद्यार्थ्यांना देशाचे नागरिक म्हणून कसे घडवाल ?
- भूमिकापालन प्रतिमान वापरून विद्यार्थ्यांचा सामाजिक विकास कसा घडवाल हे स्पष्ट करा.
- आत्मविश्वास प्रशिक्षणामधून विद्यार्थ्यांमधील सकारात्मकता कशी वाढवाल हे स्पष्ट करा.
- भिन्नान्वय प्रतिमानाद्वारे समस्या ओळखून विद्यार्थ्यांना तिचे निराकरण करण्याचे कसे शिकवाल?
- पृच्छा प्रशिक्षण प्रतिमानाच्या पायऱ्या सांगून शैक्षणिक महत्त्व स्पष्ट करा.
- विद्यार्थी संपादनासाठी तणाव कपातीकरण प्रतिमान कसे उपयुक्त ठरेल ते स्पष्ट करा.
- शिक्षक वर्तन व विद्यार्थी संपादनाबद्दल स्पष्टीकरण द्या.
- शिक्षकांच्या विचारांचा विद्यार्थ्यांच्या विकासावर होणारा परिणाम स्पष्ट करा.
- अध्यापन कार्ये सांगा.
- वर्ग संघटन व व्यवस्थापन यांचे विद्यार्थ्यांच्या शालेय आयुष्यातील महत्त्व सांगा.
- शिक्षा व वर्ग व्यवस्थापन यांचा विद्यार्थ्यांवर होणारा परिणाम सांगा.

6.1 अध्यापनाची प्रतिमाने (Models of Teaching)

अध्यापन प्रतिमानात शिक्षकांसाठी व विद्यार्थ्यांसाठी कृती व वर्तनाच्या क्रमवार पायऱ्या दिल्या आहेत. त्याची वर्णन करणारी पुरेशी माहिती दिली आहे आणि विद्यार्थ्यांच्या प्रगतीचे मूल्यमापन करणारी पद्धतही दिलेली आहे. काही प्रतिमाने विद्यार्थ्यांमध्ये जाणीव-जागृती करतात किंवा सर्जनशीलता वाढवितात. काही प्रतिमानांमुळे स्वयंशिस्त लागते तर काहींमुळे मुले गटात काम करण्यास शिकतात.

ब्रुस जॉयस आणि मार्शा वेल यांनी अध्यापनाची वेगवेगळी 80 प्रतिमाने शोधून काढली आहेत. यांमधून जे प्रतिमान शिक्षकाला योग्य वाटेल आणि जे प्रतिमान त्यांच्या विद्यार्थ्यांच्या गरजा भागवेल ते प्रतिमान वापरावे.

अध्यापनाची प्रतिमानांमुळे खालील गोष्टी शक्य होतात -

(1) अध्यापन हे सोप्याकडून कठीणाकडे जाते.

(2) विद्यार्थ्यांना घटक व साहित्य ठरविण्याची परवानगी दिली जाते.

(3) दुसऱ्याला समजून घेण्याची कला विकसित होते.

(4) गटचर्चा आणि कृती यासाठी प्रोत्साहन दिले जाते.

(5) विद्यार्थ्यांना गृहीतक तयार करण्यासाठी मदत करते व त्याची चाचणीही घेतली जाते.

(6) विद्यार्थ्यांना समस्या निराकरणासाठी तयार केले जाते आणि पर्यायांचा वापर करण्याचा विचार करायला लावते.

(7) शिक्षक मार्गदर्शक बनून विद्यार्थ्यांना अमूर्ताकडून मूर्ताकडे जाण्यासाठी मदत करतो.

(8) शिक्षकाला काय शिकवायचे संधी मिळते आणि त्यांना जे शिकवायचे त्याची रचना करण्याची संधी मिळते.

(9) शिक्षकांना विद्यार्थी वेगवेगळ्या पर्यायांना कसा प्रतिसाद देतात हे समजते. प्रत्येक प्रतिमानातून विद्यार्थ्यांच्या अध्ययनाचे मूल्यमापन होते.

(10) ही प्रतिमाने विद्यार्थ्यांच्या वर्तनात इच्छित बदल घडवून आणतात.

(11) अभ्यासक्रम किंवा विषयाचा आशय ठरविण्यासाठी यांचा उपयोग होतो.

व्याख्या

➤ Modeling is an individual demonstrating particular pattern which the trainee through limitation. **- ॲलन आणि रायन (1969)**

➤ अध्यापनाची प्रतिमाने म्हणजे अध्यापन साहित्याच्या आधारे अभ्यासक्रम शिकविण्याचे नियोजन ज्यामध्ये शिक्षकाने कोणत्या कृती करायच्या याचे मार्गदर्शन केलेले असते. **- जॉयस आणि मार्सा वेल (1972)**

अध्यापन प्रतिमानाचे मूलभूत घटक

अध्यापन प्रतिमानाचे सहा मूलभूत घटक आहेत. ते पुढीलप्रमाणे -

(1) मध्यवर्ती संकल्पना (Focus) : अध्यापनाची उद्दिष्टे आणि आशयाचे स्वरूप हे मध्यवर्ती संकल्पनेत असते.

(2) आकृतिबंध (Syntax) : यामध्ये वर्गात शिकविताना वापरण्यात येणाऱ्या क्रमवार पायऱ्या दिलेल्या असतात.

(3) अध्यापनाची तत्त्वे (Principles of Teaching) : यात विद्यार्थ्यांच्या प्रतिसादावर शिक्षकाने कोणती प्रतिक्रिया द्यावी हे सांगितलेले असते. अशा प्रतिक्रिया योग्य आणि मोजक्या शब्दांत असाव्यात.

(4) सामाजिक व्यवस्था (The Social System) : शिक्षक व विद्यार्थी यांची वर्गातील भूमिका आणि परस्परसंबंध महत्त्वाचे असतात.

(5) आधारप्रणाली (The Supportive System) : प्रतिमानातील ध्येय साध्य करण्यासाठी वर्गामध्ये वातावरण निर्मिती करावी लागते. यासाठी शिक्षिकेकडे विशिष्ट कौशल्ये, विषयज्ञान, अध्यापन साहित्य असणे आवश्यक आहे.

(6) प्रतिमानाची उपयुक्तता : प्रत्येक प्रतिमानामध्ये विविध ध्येय साध्य होऊ शकतात.

प्रतिमानांचे प्रकार (Types of Models)

(1) ज्ञानप्रक्रिया प्रतिमान (Information Processing Models) : ज्ञानप्रक्रिया प्रतिमानात, विद्यार्थी वातावरणाला कसा प्रतिसाद देतात; समस्येचा अर्थ कसा लावतात; त्यावर उत्तर कसे शोधतात; संकल्पना निर्मिती, शाब्दिक आणि अशाब्दिक प्रतीकांचा वापर येते.

प्रतिमान	मूळ संशोधक	उद्दिष्टे
(1) उद्‌गामी विचार ज्ञानप्रक्रिया प्रतिमान	हिल्डा टाबा	उद्‌गामी विचार प्रक्रियेस चालना देणे.
(2) पृच्छा प्रशिक्षण प्रतिमान	रिचर्ड सचमन्	समस्या उकल करणे.
(3) संबोध साध्यता प्रतिमान	जेरोम ब्रुनर	संबोध साध्य करणे.
(4) बोधात्मक विकास प्रतिमान	जीन पियाजे व इतर	बौद्धिक विकास करणे.
(5) अग्रत संघटक प्रतिमान	डेव्हिड आसुबेल	माहितीचे संग्रहण करणे.

(2) सामाजिक आंतरक्रिया प्रतिमान (Social Interaction Models) : सामाजिक आंतरक्रिया प्रतिमान हे व्यक्तीचे दुसऱ्या व्यक्तीबरोबर तसेच समाजाबरोबरच्या परस्पर संबंधांवर भर देते.

प्रतिमान	संशोधक	उद्दिष्टे
(1) न्यायतत्त्व शास्त्रीय प्रतिमान	डोनाल्ड ऑलिव्हर व जेम्स शेव्हर	सामाजिक समस्येचे न्याय तत्त्वानुसार विचार व चिंतन करणे.
(2) भूमिका पालन प्रतिमान	जॉर्ज आणि फॅनी शेफेल	व्यक्तिगत व सामाजिक मूल्यांची चिकित्सा.

(3) व्यक्तिगत विकास प्रतिमाने (Personal Development Models) : व्यक्तिगत विकास प्रतिमान हे व्यक्तीच्या 'स्व'शी निगडीत आहे. यामध्ये व्यक्तीच्या भावनिक आयुष्यावर भर दिला आहे.

प्रतिमान	संशोधक	उद्दिष्टे
भिन्नान्वय प्रतिमान	विल्यम गॉर्डन	सर्जनशीलता
अनिर्देशित अध्यापन प्रतिमान	कार्ल रॉजर्स	आत्मजागृती, व्यक्तिविकास यावर भर देणे.
वर्गसभा प्रतिमान	विल्यम ग्लेसर	समाजाचा घटक म्हणून व्यक्तीमध्ये कर्तव्याची जाणीव.

(4) वर्तन-परिवर्तन प्रतिमान (Behaviour Modification Models) : वर्तन-परिवर्तन प्रतिमान हे विद्यार्थ्यांचे बाह्यवर्तन बदलण्यावर भर देते आणि दृश्य वर्तनाचे वर्णन करते.

प्रतिमान	संशोधक	उद्दिष्टे
आत्मविश्वास प्रशिक्षण प्रतिमान	वोल्प, साल्टर, लाझरस	भावनेचे नैसर्गिक प्रकटीकरण.
मानसिक तणाव कपातीकरण प्रतिमान	वोल्प व इतर	मानसिक तणाव कमी.
प्रत्यक्ष प्रशिक्षण प्रतिमान	गॅग्ने व इतर	वर्तन व कौशल्यात सुधारणा.

6.1.1 संबोध साध्यता प्रतिमान - जेरॉम ब्रुनर (Concept Attainment Model - Jerome Bruner)

संबोध साध्यता प्रतिमान हे उद्‌गामी विचार प्रक्रियेसारखेच आहे. यामध्ये निर्णयक्षमता आणि वर्गीकरण या घटकांवर भर दिला आहे. त्यामुळे संबोध समजण्यास मदत होते. एखादा प्रसंग वा वस्तूच्या निरीक्षणापासून आपण अनुमान काढतो आणि त्या वस्तूच्या वर्गीकरणासाठीची निष्कर्षाप्रत जाण्याची तयारी होते, त्याला 'संबोध' म्हणतात.

खालील घटकांनुसार संबोध तयार होतो.

(1) नाव

(2) त्यासाठी असलेली उदाहरणे

(3) त्याच्या प्रमाणीकरणाची / पुष्टीसाठी असलेली पद्धत

(4) ठरावीक वर्गीकरणामध्ये निष्पत्ती

(5) संबोधाची ठरावीक मर्यादा

संबोध साध्यतेत शिक्षकाने आधीच सांगितलेले वर्गीकरणाचे गुणधर्म विद्यार्थी लक्षात ठेवतो. यासाठी विद्यार्थी सकारात्मक व नकारात्मक उदाहरणे यांची तुलना करतो, नंतर ते त्यांना दोन गटांत विभागले जाते. यानंतर मिळत असलेल्या अनुभवाला आधीचे गुणधर्म लागू होतात का नाही हे विद्यार्थी तपासून पाहतो. त्यानंतर त्याचा संबोध पक्का होतो.

'संबोध' हे असे मानसिक वर्गीकरण आहे की, ज्यामुळे आपण वस्तू, प्रसंग, कल्पना यांची स्वानुभवानुसार विभागणी करतो. ज्यामध्ये प्रत्येक वस्तू, प्रसंग, कल्पना यांच्या गुणधर्मांचा संच असतो. संबोध साध्यतेमुळे व्यक्ती समान व विरुद्ध गुणधर्म असलेल्या वस्तू, प्रसंग, कल्पना यांची तुलना करण्यास शिकते. यामध्ये विद्यार्थी काय निरीक्षण केले हे थोडक्यात सांगतो व हे मिळालेले ज्ञान पुढच्या घटकांसाठी वापरतो. संबोध हा कठीण असेल तर विद्यार्थ्याला तो शिकणे अवघड जाऊ शकते.

यामध्ये उदाहरणांमधून शिकणे महत्त्वाचे आहे. अशा तऱ्हेने संबोध साध्यता हे प्रतिमान कल्पना स्पष्ट होण्यासाठी आणि आशय समजण्यासाठी वापरले जाते. यामध्ये विद्यार्थी संबोध तयार करताना स्पष्टीकरण व प्रात्यक्षिक यांची मदत घेतो, याला उदाहरणे म्हणतात. जर एखाद्या विद्यार्थ्याला संबोध समजला असेल तर तो दुसऱ्या विद्यार्थ्यांना संबोध समजावून देऊ/सांगू शकतो. यामुळे सर्व प्रकारच्या शक्यता विद्यार्थ्यांच्या बोलण्यातून स्पष्ट होतात. त्यामुळे विद्यार्थी स्वानुभवामुळे जास्त कौशल्य प्राप्त करतात. आपण जाणीवपूर्वक संबोध साध्यता प्रतिमान वापरायचे ठरविले तर सर्व विषय याद्वारे आपण शिकवू शकतो.

संबोध साध्यतेच्या पायऱ्या

(1) संबोधाची निवड करणे.

(2) त्याच्या विशेष गुणधर्मांची निवड करणे.

(3) सकारात्मक आणि नकारात्मक उदाहरणे देणे.

(4) विषयाचे सादरीकरण करणे.

(5) उदाहरणांवरून गुणधर्मांची यादी करणे.

(6) विद्यार्थ्याने संबोधाची व्याख्या करणे.

(7) जास्तीची उदाहरणे देणे.

(8) वर्गामध्ये चर्चा घेणे.

(9) मूल्यमापन करणे.

संबोध प्राप्तीची चाचणी

ही चाचणी फळ्यावर, कागदावर, दृक-श्राव्य माध्यमातून छोट्या किंवा मोठ्या गटासाठी घेऊ शकतो. स्वतंत्रपणे प्रत्येक मुलासाठीही घेऊ शकतो.

विद्यार्थी खालील गोष्टी करू शकतो.

(1) संबोधाची व्याख्या आठवून लिहितो.

(2) गटात दिलेली उदाहरणे समजून सांगतो.

(3) संबोधाची नवीन उदाहरणे तयार करतो

(4) स्वत:चे विचार वर्गामध्ये मोठ्याने सांगतो.

(5) संबोधाचा तक्ता, स्पष्टीकरण, आकृती तयार करतो.

संबोध साध्यता प्रतिमानाचे शैक्षणिक महत्त्व

(1) विद्यार्थ्याला आधी असलेले ज्ञान आणि ते पुढे शिकणार असलेले ज्ञान यांच्यामध्ये संबंध तयार होतो.

(2) वेगवेगळ्या दृष्टिकोनातून संबोधाचा कसा विचार करायचा हे विद्यार्थी शिकतात.

(3) मिळालेल्या ज्ञानातून काय शिकायचे हे विद्यार्थ्यांना कळते.

(4) संबोधाची अनेक उदाहरणे घेतल्याने त्यांच्या ज्ञानाचा परीघ वाढतो.

(5) विद्यार्थी संबोधाच्या पलीकडे जाऊन विचार करू लागतात.

(6) विद्यार्थ्यांना संबोध चांगल्या प्रकारे समजतो आणि त्यांच्या सरावात सुधारणा होते.

6.1.2 अग्रत संघटक प्रतिमान - डेव्हिड आसुबेल (Advance Organiser Model)

'अग्रत संघटक' म्हणजे अशी बोधनिक पद्धती ज्यामुळे अध्ययनाला चालना मिळते आणि नवीन ज्ञानाची आधीच्या ज्ञानाशी सांगड घातली जाते.

अग्रत संघटक म्हणजे पाठापूर्वी सादर करावयाची माहिती आणि ज्यामुळे नवीन येणाऱ्या माहितीचे आकलन आणि उपयोजन करता येऊ शकते. हे अग्रत संघटक अध्ययनाच्या आधीच सादर करतात आणि तो अमूर्त पातळीवर असू शकतो. त्यामध्ये 'समावेशकता' असू शकते. अग्रत संघटक हा पूर्वज्ञानाशी निगडित असतो. अग्रत संघटक म्हणजे एका दृष्टिक्षेपात विषय समजावून घेणे नाही, तर ज्ञानाचे सादरीकरण (दृक् किंवा श्राव्य करणे). ज्यामुळे बऱ्याच नवीन संकल्पना शिकल्या जातात.

या प्रतिमानामध्ये शिकविण्यापूर्वी येणाऱ्या ज्ञानात काय महत्त्वाचे आहे हे सांगितले जाते, त्यामुळे आधीच्या ज्ञानाची उजळणी होते.

आसुबेल यांनी दोन प्रकारचे अग्रत संघटक सांगितले आहेत.

(1) प्रगतिशील भेद (Comparative Organizers) : याचे मुख्य ध्येय आधीचे ज्ञान जागृत करणे होय. हे अग्रत संघटक तुम्हाला मनामध्ये आधीच्या ज्ञानाची आठवण करून देतात. अग्रत संघटक हे आठवण करून देणाऱ्याची भूमिका पार पाडते. त्यामुळे आधीच्या ज्ञानाशी नवीन माहिती सुसंगत आहे हे लक्षात येते. अग्रत संघटक नवीन व जुन्या ज्ञानाचा मेळ दाखविते; तसेच नवीन व जुन्या ज्ञानाचा भेदही दाखविते.

(2) एकात्म समन्वय (Expository Organizers) : यामध्ये अग्रत संघटक नवीन ज्ञान पुरविते ज्याचा विद्यार्थ्यांना पुढील माहिती मिळविण्यासाठी उपयोग होतो. जेव्हा विद्यार्थ्याला माहिती नसलेले ज्ञान सांगितले जाते तेव्हा अग्रत संघटक वापरतात. नवीन माहितीविषयी विद्यार्थ्यांना अगोदरच काय माहीत आहे हे लक्षात घेऊन त्याचा संबंध नवीन माहितीशी जोडतात व त्यामुळे विद्यार्थ्यांना ज्ञान ग्रहण करणे सोपे जाते. उदा., शिक्षिका वर्गामध्ये काटकोन हा मुद्दा शिकवित आहे. शिक्षिका वर्गातील काटकोनाची उदाहरणे विद्यार्थ्यांना सांगायला सांगतात. यामुळे विद्यार्थ्यांचे सध्याचे वर्गातील ओळखीच्या वस्तूचे ज्ञान हे अनोळखी काटकोन संबोधाशी जोडले गेले.

अग्रत संघटकात ज्ञान हे एका माहितीकडून दुसऱ्या माहितीकडे अशा प्रकाराने जोडले जाते, ज्यामुळे विद्यार्थ्यांच्या नवीन ज्ञानाचा जुन्या ज्ञानाशी संबंध जोडला जातो.

या प्रतिमानात तीन पायऱ्या आहेत.

पायरी 1 - अग्रत संघटकाचे सादरीकरण

- विषय वस्तूचा हेतू स्पष्ट करणे.
- अग्रत संघटक सादर करणे.
- अग्रत संघटकातील संज्ञा, वैशिष्ट्ये, गुणधर्म यांची माहिती देणे.

पायरी 2 - अध्यापन साहित्याची मांडणी

- अध्यापन साहित्याचे सादरीकरण
- नवीन ज्ञान संघटित, तार्किकदृष्ट्या योग्य रीतीने सादर करणे

पायरी 3- बोधात्मक संघटनाला बळकटी आणणे

- नवीन सादर केलेले ज्ञान टिकून राहावे म्हणून शिक्षक महत्त्वाच्या मुद्यांची पुनरावृत्ती, तुलना व शंका निरसन करतात. उदा., शिक्षक विद्यार्थ्यांना संक्षेपमध्ये सांगायला सागतात, फरक तसेच संबंधित ज्ञानाशी वेगळी उदाहरणे सांगायला सांगतात.
- चिकित्सक दृष्टीने विचार करायला लावणे.

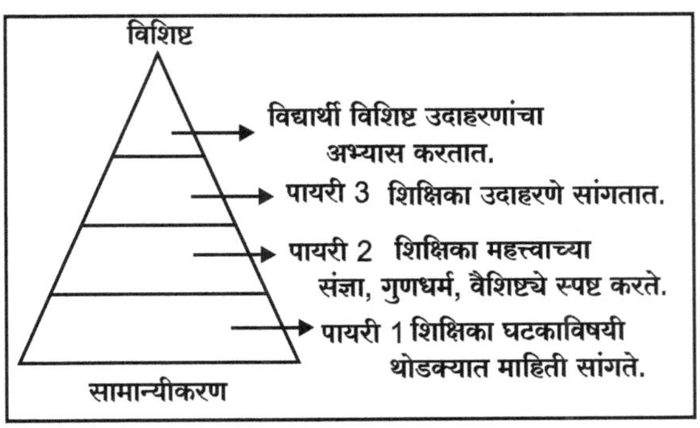

आकृती 6.1 : अवगामी पद्धती - घटक शिकविण्यासाठी उपयुक्त असलेले अग्रत संघटक

शैक्षणिक महत्त्व

(1) कोणत्याही विषयातील व्यापक व सामान्य सिद्धान्त आधी सांगून मग हळूहळू विशिष्ट तपशिलाकडे जाणे.

(2) विद्यार्थ्यांच्या पूर्वज्ञानाशी नव्या ज्ञानाचा संबंध जोडून त्याचे अधिक चांगले स्पष्टीकरण करणे, तसेच जुन्या व नव्यातील भेदही निदर्शनास आणणे, प्रत्यक्ष विषय वस्तूच्या अध्यापनापूर्वी विद्यार्थ्यांना तत्संबंधी आवश्यक अशा संकल्पना, व्याख्या, उदाहरणे यांचा परिचय करून देऊन शिक्षकांना सिद्धान्ताना अध्यापन सुलभ करता येईल.

(3) अग्रत संघटकाचे समावेशकता हे वैशिष्ट्य असल्यामुळे अध्ययन-अध्यापनामध्ये सहज समाविष्ट होऊ शकते. त्यामुळे तो घटक आधुनिक काळाशी सुसंगत राहू शकते.

(4) अग्रत संघटक प्रतिमानामध्ये तुलनात्मक पद्धतीचा अधिक परिणामकारक वापर करता येत असल्यामुळे घटकाची सर्व वैशिष्ट्ये विद्यार्थ्यांसमोर सादर केली जातात.

(5) शिक्षकांच्याद्वारे महत्त्वाच्या मुद्यांची उजळणी, तुलना, नवीन ज्ञानाची सांगड या गोष्टींमुळे अध्यापन अधिक परिणामकारक होते.

(6) या प्रतिमानामुळे विश्लेषण पद्धतीने विचार करणे, शंकानिरसनाला प्रोत्साहन देणे या गोष्टींना चालना मिळते.

6.1.3 उद्गामी विचार प्रतिमान – हिल्डा टाबा (Inductive Thinking Model - Hilda Taba)

हिल्डा टाबा यांनी तीन गृहितके मांडली. ती पुढीलप्रमाणे –

(1) विचार करायला शिकविले जाऊ शकते.

(2) विचार करणे म्हणजे व्यक्ती आणि ज्ञान यांच्यातील देवाण-घेवाण होय.

(3) विचारप्रक्रिया क्रमाने विकसित होते.

हिल्डा टाबा यांनी उद्गामी विचारांची तीन कौशल्ये सांगितली आहेत. ती पुढीलप्रमाणे –

1. संबोध निर्मिती : यामध्ये तीन पायऱ्या आहेत. त्या पुढीलप्रमाणे –

पायरी 1 – ओळखणे व गट तयार करणे.
– याबद्दल तुम्हाला काय माहीत आहे, तुम्ही काय पाहिले, तुम्ही काय ऐकले ?

पायरी 2 – सारख्या गुणधर्मांचा गट तयार करणे.
– कोणते गुणधर्म सारखे आहेत ? का ?

पायरी 3 – वर्गीकरण करून नाव देणे
– या गटाला काय नाव द्याल ?

2. माहितीचे स्पष्टीकरण :

पायरी 4 – जास्त माहिती मिळविणे व फरक स्पष्ट करणे.
– तुम्ही याविषयी काय अभ्यासले ? तुम्ही काय पाहिले ?

पायरी 5 – तुलना-संबंध शोधणे.
– हे असे का घडले ? यातून तुम्हाला काय समजले ?
– या सगळ्यांमधील कोणता सारखेपणा तुमच्या लक्षात आला ?

पायरी 6 - अनुमान काढणे.

- यातील तुम्हाला नेमके काय विचार करायला लावते ?
- यातून तुम्हाला काय समजले ?

3. तत्त्वाचे उपयोजन :

पायरी 7 - अंदाज बांधणे

- असे का ?

पायरी 8 - अंदाजासाठी स्पष्टीकरण

- तुमच्या मते असे का घडले असेल ?
- मिळालेल्या माहितीवरून, या गोष्टी तार्किकदृष्ट्या योग्य आहेत का ?

पायरी 9 - चाचणी आणि सामान्यीकरण

- यातील कोणती माहिती खरी आहे ?

टाबा यांची अध्यापन कार्यनीती

टाबा यांची अध्यापन कार्यनीती पुढील टेबलाच्या साह्याने स्पष्ट करता येईल.

कार्यनीती	हेतू	क्रमवार घटक	विकसित कौशल्य
संबोध निर्मिती सामान्यीकरण तत्त्व	♦ मूर्त पातळीवरून अमूर्त पातळीवर जाणे ♦ तत्त्वे तयार करणे	♦ यादी ♦ गट करून नाव देणे ♦ पुन्हा गट करणे ♦ सामान्यीकरण करणे	♦ सारखे गुणधर्म ओळखतो. ♦ वर्गीकरण करतो. ♦ योग्य मुद्दा घेतो. ♦ कल्पना विकसित करतो. ♦ विचारात गुंतून राहतो. ♦ अमूर्त सामान्यीकरण तयार करतो.
माहितीचे स्पष्टीकरण कारणे ↔ तत्त्वे परिणाम	तत्त्वांचा गट करणे, प्रत्यक्ष व अप्रत्यक्ष गुणधर्म सांगणे, प्रत्यक्ष व अप्रत्यक्ष कारणांवरून अनुमान काढणे	माहितीची यादी करणे, प्रत्यक्ष परिणाम अभ्यासणे, अप्रत्यक्ष परिणाम अभ्यासणे, प्रत्यक्ष कारणे सांगणे, अप्रत्यक्ष कारणे सांगणे, पुराव्यावरून सामान्य तत्त्व मांडणे आणि अनुमानाची चर्चा करणे.	♦ माहिती ओळखतो व यादी करतो. ♦ प्रत्यक्ष कारणे ओळखतो. ♦ प्रत्यक्ष परिणाम ओळखतो. ♦ अप्रत्यक्ष कारणे ओळखतो व प्रसंगावरील परिणामही ओळखतो.

(क्रमशः)

कार्यनीती	हेतू	क्रमवार घटक	विकसित कौशल्य
			◆ माहिती आणि अनुमान यामधील संबंध जोडतो. ◆ अमूर्त सामान्यीकरण तयार करतो.
तत्त्वांचे उपयोजन सामान्यीकरण ↓ ↓ ↓↓ नवीन तत्त्व	कळलेले अमूर्त नियम किंवा तत्त्व हे नवीन माहितीमध्ये वापरणे	◆ सामान्यीकरणामध्ये तत्त्व वापरले असता काय घडते याची यादी करा. ◆ यादी केलेल्या गोष्टींसाठी काय आवश्यक आहे हे ओळखतो. ◆ अनुमान सिद्ध करण्यासाठी पुरावा द्या. ◆ चर्चा करून तत्त्व ठरवा.	◆ विशिष्ट प्रसंगात तत्त्वांचा वापर करतो. ◆ माहीत असलेल्या तत्त्वांवरून पुढे काय घडणार हे सांगतो. ◆ माहीत असलेले तत्त्व नवीन माहितीत वापरतो. ◆ तत्त्व आणि माहिती यांच्यामध्ये योग्य सहसंबंध तयार करतो.
Resolution of conflict/ Exploring Feeling बोधनिक आणि भावनिक आकलन ↑ समस्या	विद्यार्थी विविध परिमाणे शोधून काढतात. बोधनिक व भावनिक आकलनामुळे विविध समस्या सोडविणे.	◆ समस्येच्या अनुषंगाने माहितीचा उपयोग कसा होतो ते ओळखणे. ◆ वेगवेगळ्या व्यक्तींच्या कृती व भावनिक प्रतिसादांची शक्यता तपासणे. ◆ योग्य उत्तर शोधणे. ◆ दुसऱ्या प्रसंगांशी हा प्रसंग जोडा व भावनिक प्रतिसाद पहा. ◆ पद्धत ओळखा आणि उत्तर शोधून काढा. ◆ यानंतर सामान्यत: व्यक्ती या प्रसंगात कश्या वागतात याचे निष्कर्ष काढा.	◆ भावना, मूल्य, दृष्टिकोन यांचा मानवी संबंधांतील समस्या सोडविण्यासाठी अर्थ लावतो. ◆ मानवी वर्तनातील भावना, मूल्य, दृष्टिकोन शोधून काढतो. ◆ समस्येसाठी पर्यायी उत्तर शोधतो. ◆ विशिष्ट पद्धतीसाठी योग्य पर्याय शोधून काढतो.

शैक्षणिक महत्त्व

(1) वेगवेगळ्या क्षमतांच्या विद्यार्थ्यांना विचार करायला शिकवता येऊ शकते.

(2) या प्रतिमानामध्ये मूर्ताकडून-अमूर्ताकडे या संकल्पनेचा विकास नैसर्गिकपणे होतो.

(3) वेगवेगळ्या प्रकारचे प्रश्न विचारल्यामुळे विद्यार्थी कमी पातळीवरून जास्त विचारांची पातळी गाठतो. वेगवेगळे प्रश्न विद्यार्थ्याला खोलवर विचार करायला लावतात.

(4) वर्गातील प्रश्नोत्तरांच्या माध्यमातून शिक्षकाला स्वत:च्या वर्गाचे मूल्यमापन करणे शक्य होते.

(5) प्रश्नोत्तरे व चर्चा यांमुळे विद्यार्थी आणि आशय यांची देवाण-घेवाण होते. ज्यामुळे विद्यार्थ्यांना तत्त्व आणि त्याचे सामान्यीकरण लवकर समजण्यास मदत होते.

(6) मिळालेल्या माहितीचा उपयोग समस्या सोडविण्यासाठी होतो. त्यातूनच संकल्पना तयार होतात आणि तर्कशक्तीचा विकास होतो.

6.1.4 न्यायतत्त्व शास्त्रीय अन्वेषण प्रतिमान - डोनाल्ड ऑलिव्हर व जेम्स शेव्हर (Jurisprudential Inquiry Model - Donald Oliver and James Shaver)

सामाजिक व राजकीय मुद्द्यांवर विद्यार्थ्यांनी शास्त्रीयरीत्या विचार करावा यासाठी डोनाल्ड ऑलिव्हर आणि जेम्स शेव्हर यांनी न्यायतत्त्व शास्त्रीय अन्वेषण प्रतिमान शोधून काढले.

या प्रतिमानाचे मुख्य ध्येय म्हणजे विद्यार्थ्यांना सामाजिक व राजकीय समस्यांवर शास्त्रशुद्ध विचार करण्याची क्षमता तोंडी व संभाषणातून प्राप्त व्हावी हे आहे. त्यामुळे लेखी पुस्तकांवर आधारित असे जे सामाजिक विषयावरील संशोधन असते त्यापेक्षा चर्चा व संभाषण यांवरच जास्त भर आहे. शिक्षक हा चांगला श्रोता, प्रश्नकर्ता आणि विद्यार्थ्यांना काय म्हणायचे हे समजून घेणारा किंवा विद्यार्थ्यांनी शोधून काढलेल्या सत्याविषयी मार्गदर्शन करणारा असतो. यामध्ये एकाच विषयावर जास्तीत जास्त चर्चा घडवून आणली जाते.

यामध्ये प्रगती ही 'समस्या सोडविली' किंवा 'योग्य उत्तर दिले' यानुसार मोजता येत नाही, तर हे प्रतिमान असलेल्या समस्येविषयी जास्तीत जास्त जाणीव जागृती झाली आहे काय ? यावरच या प्रतिमानाची यशस्विता अवलंबून आहे.

आज समाजामध्ये सामाजिक, नैतिक, राजकीय, आर्थिक इ. मूल्ये बदलत आहेत. म्हणून मूल्यांचा पुनर्विचार करण्याची गरज असते. लोकशाही समाजव्यवस्थेत मतभिन्नता असते. त्यांच्यात समन्वय प्रस्थापित व्हावा त्यासाठी दोन्ही बाजूंचा सम्यक विचार होणे आवश्यक आहे. या प्रतिमानामुळे चांगले नागरिकत्वाचे शिक्षण विद्यार्थ्यांना मिळते. विद्यार्थ्यांनी स्वत:च्या सामाजिक पर्यावरणामध्ये या प्रतिमानाचा व दृष्टिकोनाचा विचार करणे अपेक्षित आहे.

न्यायतत्त्व शास्त्रीय अन्वेषण प्रतिमान वापरताना घ्यावयाची काळजी

(1) बौद्धिक वातावरणाची निर्मिती करावी.

(2) सर्वांच्या मतांना किंमत द्यावी आणि विद्यार्थ्यांच्या मताचे ताबडतोब मूल्यमापन टाळावे.

(3) समस्येची पूर्णपणे चर्चा झाली आहे का ते पाहावे.

(4) ठरावीक मुद्दा लावून धरू नये.

(5) चर्चा व संभाषण हे चांगल्या स्वरूपातील भाषेत होणे महत्त्वाचे आहे.

महत्त्वाच्या पायऱ्या

न्यायतत्त्व शास्त्रीय प्रतिमान हे रोजच्या सामाजिक व राजकीय विषयांवरील लोकांचा दृष्टिकोन व योग्य-अयोग्य मत दर्शविते. हे प्रतिमान विद्यार्थ्यांमध्ये समस्यांविषयी जागृती निर्माण होणे, त्यावर प्रश्न उपस्थित करणे, मूल्यांची संकल्पना स्पष्ट होणे आणि त्यावर योग्य विचारप्रक्रिया करणे अशा घटकांचा विकास करते.

पायऱ्या

(1) समस्येची पार्श्वभूमी समजावून सांगणे.

(2) समस्या ओळखणे.

(3) परस्परविरोधी मत मांडणारे गट तयार करावेत. प्रत्येक गटातील गटप्रमुखाने आपल्या सहकाऱ्यांशी विचारविनिमय करून हे मुद्दे मांडावेत. आपण ज्या भूमिकेतील आहोत त्या भूमिकेचे यथार्थ समर्थन करणे आवश्यक आहे.

(4) दोन्ही गटांतील विद्यार्थ्यांनी मांडलेल्या बाजूंविषयी शिक्षकांनी काळजीपूर्वक प्रश्न विचारावेत. प्रसंग, घटना, समस्या यांमधील कोणत्या ठिकाणी मूल्यांवर आघात होतो हे शिक्षकांनी विद्यार्थ्यांच्या लक्षात आणून द्यावे.

(5) वरील चर्चेनंतर पूर्ण मताशी झालेला बदल स्पष्टपणे सांगण्यास सांगावे.

(6) वस्तुस्थिती आणि स्वीकारलेला बदल तपासून पहावा व योग्य ती तडजोड करावी.

शैक्षणिक महत्त्व

(1) शिक्षक व विद्यार्थी हे दोघेही चांगल्या प्रकारचे प्रश्न निर्माण करण्यास तयार होतील.

(2) विद्यार्थी चर्चेचे योग्य मूल्यमापन करू शकतील.

(3) विद्यार्थी समस्या ओळखतील, निष्पत्ती आणि मते समजून घेतील आणि त्यांचा योग्य प्रकारे वापर करतील.

(4) विद्यार्थ्यांमध्ये दुसऱ्यांच्या भावना-कल्पना यांमध्ये सहभागी होण्याची क्षमता येईल.

(5) विद्यार्थी समस्येच्या मूळ मुद्द्यांचा योग्य विचार करून त्यांचा विस्तार करू शकेल. जास्तीत जास्त लोकांची मते समजल्याने समस्येवर उपाययोजना शोधणे सोपे होईल.

(6) विद्यार्थी दुसऱ्याच्या ठिकाणी स्वत:ला कल्पून वस्तुस्थितीची जाणीव करून घ्यायला शिकेल.

यासाठी विद्यार्थ्यांच्या अंगी खालील क्षमता असणे आवश्यक आहे.

(1) मूलभूत मूल्यांची माहिती असावी.

(2) समस्या समजून घेण्याची व सोडविण्याचे कौशल्य अंगी असावे.

(3) वर्तमानकाळातील सामाजिक व राजकीय समस्यांचे ज्ञान असावे.

6.1.5 भूमिकापालन प्रतिमान - जॉर्ज शॅफेल व फैनी शॅफेल (Role-Playing Model - George Shaftel and Fannie Shaftel)

दुसऱ्यांबरोबर आनंदाने जगणे, संस्कृती समजावून घेणे आणि जबाबदारीने वागायला शिकवणे हा ज्ञानाचा उद्देश असतो. त्यासाठी भूमिकापालन प्रतिमान हे चांगल्या प्रकारे उपयोगी पडू शकते. भूमिका या अचानक करू शकतो किंवा आधी त्याचे लेखन करूनही करू शकतो. भूमिका पालनातील कृती या प्रत्यक्ष शाळेतील किंवा समाजातील प्रसंगांना, ऐतिहासिक घटनांना, साहित्यातील लेखनांना अनुरूप असतात.

भूमिकापालन हे अध्ययनासाठी नैसर्गिक व पूरक प्रतिमान आहे. आपण विद्यार्थ्यांना विचार करायला शिकवितो. विचार करण्यासाठी समस्या निराकरण, संभाषण, जाणीव-जागृती होणे ही कौशल्ये अपेक्षित असतात. ही कौशल्ये पुस्तके वाचून प्राप्त होणे शक्य नाही. यासाठी सकारात्मक व सर्जनशील विचारांचा सराव करणे आवश्यक आहे. ही कौशल्ये चांगल्या प्रकारे आत्मसात करण्यासाठी भूमिकापालन प्रतिमान आवश्यकच आहे.

उदा., वैमानिक प्रत्यक्ष विमान उडविण्यापूर्वी त्याची पूर्वतयारी करत असतो. सैनिक सैन्यातील हे शिस्त, कवायत, शत्रू आल्यावर काय करावयाचे यांचे प्रात्यक्षिक करीत असतात. या सर्वांना भूमिकापालन असे म्हणतात. या सर्वांसाठी प्रत्यक्ष सराव आणि प्रतिसादाची आवश्यकता आहे. भूमिकापालन म्हणजे सरावच.

विद्यार्थी एखाद्या भूमिकेत शिरला की तो त्या व्यक्तीसारखाच विचार करू शकेल. त्यामुळे त्या विद्यार्थ्यांना भूमिकेची बाजू कळू शकेल. त्यावरून विद्यार्थ्यांना निर्णय योग्य आहे का अयोग्य आहे हे कळण्यास मदत होईल. विद्यार्थी स्वतःच्या क्षमतेनुसार, स्वभावानुसार व परिस्थितीनुसार प्रसंगांना सामोरा जाईल.

भूमिकापालन म्हणजे एक प्रकारचे मूल्यमापनच. व्यक्ती समस्येला कशा प्रकारे सामोरे जातो किंवा एखाद्या समस्येची कल्पना करून व्यक्ती अशा प्रसंगात कोणता निर्णय घेईल यावरूनच समोरच्याचे आणि भूमिका करणाऱ्या व्यक्तीचे मूल्यमापन होईल. तसे पाहिले तर प्रत्यक्ष जीवनात आपण कोणती ना कोणती तरी भूमिका जगतच असतो. भूमिकापालन प्रतिमानामुळे आपण इतरांच्या मतांचा विचार करू लागतो. 'मी या जागी असते तर......' या विचारामुळे आपल्या दृष्टिकोनात बराच बदल घडून येतो. त्यामुळे भूमिकापालन हे अध्ययन चांगले होण्यासाठी उपयुक्त आहे. जसे सुताराला विजेवर चालणारी सुतारकामाची साधने उपयुक्त असतात; तसेच शिक्षकांना भूमिका पालनाचा योग्य उपयोग करता येणे आवश्यक आहे. शिक्षकाने विद्यार्थ्यांच्या भूमिकेसाठी मानसिक तयारी करून घेतली पाहिजे, जेणेकरून पुढे भांडणाचा प्रसंग उद्भवणार नाही. शिक्षक दिग्दर्शकाच्या भूमिकेतून विद्यार्थ्यांशी बोलत असतो; त्यांचा काल्पनिक प्रसंग रंगवायला मदत करीत असतो. विद्यार्थ्याने भूमिकांची अदलाबदल करून नाट्यीकरण सादर केले पाहिजे म्हणजे एकमेकांचा दृष्टिकोन त्यांना कळून येईल व ऐकणाऱ्या प्रेक्षकांनासुद्धा विविध विचारांची माहिती मिळेल.

यामध्ये शक्यतो कोणत्याही पूर्वतयारी शिवाय, लिखाण न करता, सराव न करताही भूमिका करता येते. यामुळे सर्जनशीलतेला अधिक वाव मिळतो. यामधून विद्यार्थ्याला स्वतःच्या क्षमतेचा अंदाज येऊन आनंद मिळतो. साहित्य, इतिहास, सामाजिक अध्ययन यांसारख्या विषयांतील अवघड भाग समजून घेण्यास भूमिकापालनसारखे प्रतिमान मदत करते. विद्यार्थ्यांच्या दडपलेल्या सुप्त प्रवृत्ती, चिंता, विकृती यांना आदर्शवादाची दिशा मिळू शकते. म्हणून या प्रतिमानाला मानसोपचारात्मक मूल्य प्राप्त झाले आहे.

शैक्षणिक महत्त्व

(1) भूमिकापालन प्रतिमान हे सामाजिक नाट्यीकरणातून विकसित झाले. त्यामुळे कला, सामाजिक अध्ययन व अगदी गणितासारखे विषयसुद्धा यातून शिकविता येतात.

(2) या प्रतिमानामुळे योग्य कृती करणे, समस्या ओळखणे, पर्याय शोधणे, नवनिर्मिती करणे या कौशल्यांचा विकास होतो.

(3) त्याचप्रमाणे या प्रतिमानामुळे पुढाकार घेणे, संभाषण करणे, समस्या सोडविणे, जाणीव होणे, एकत्र काम करणे, दुसऱ्याला सहकार्य करणे, दुसऱ्याच्या भावना समजून घेणे अशा कौशल्यांमुळे नवीन शतकातील आव्हाने पेलण्यास विद्यार्थी समर्थ होतील.

(4) विद्यार्थ्यांच्या स्वतःच्या भावना, मूल्ये, दृष्टिकोन इत्यादींना योग्य दिशा देण्यास हे प्रतिमान उपयोगी आहे.

(5) प्रत्यक्ष परिस्थितीला समांतर अशी कृत्रिम परिस्थिती निर्माण केल्यामुळे कोणत्याही प्रसंगात विद्यार्थ्याची निर्णय घेण्याची क्षमता वाढीस लागते.

6.1.6 सकारात्मक आत्मविश्वास प्रशिक्षण प्रतिमान - अँड्र्यू साल्टर, जोसेफ वोल्प, लाझारस

(Assertive Training - Andrew Salter, Joseph Wolpe and Lazarus)

जोसेफ वोल्प (1958) यांनी त्यांच्या मज्जातंतूवरील विकारांसंबंधीच्या उपचारासंदर्भातील पुस्तकात सकारात्मकतेचा उपयोग सांगताना म्हटले आहे की, सकारात्मकता म्हणजेच चिंता विसरून जाणे होय. या दोन्हीही गोष्टी परस्परांच्या बरोबर विरुद्ध आहेत. यानंतर सकारात्मकतेचा उपयोग वर्तन सुधारण्यासाठी करण्यात येऊ लागला. सकारात्मकतेचे प्रशिक्षण हे प्रथम अँड्र्यू साल्टर यांनी सांगितले आणि जोसेफ वोल्प यांनी प्रसिद्ध केले.

वोल्प यांच्या मते, कोणतीही व्यक्ती एकाचवेळी सकारात्मक आणि चिंतातुर अशा दोन्ही प्रकारच्या स्वभावाची असू शकत नाही आणि म्हणूनच सकारात्मकता ही चिंतेवर मात करत असते.

कुठल्याही प्रकारची अरेरावी टाळून स्वतःविषयी खात्री आणि आत्मविश्वास बाळगणे म्हणजे सकारात्मकता होय.

- सकारात्मकता अशी ज्यात प्रत्यक्ष आत्मविश्वासपूर्वक वर्तन हाच पुरावा आहे आणि व्यक्तीचे हक्क किंवा दृष्टिकोन यांबद्दल अशी खात्री देते की ज्यामध्ये दुसऱ्यांचे हक्क डावलले जाणार नाहीत किंवा दुसऱ्याच्या दृष्टिकोनाला नम्रपणे नकार देते. **– डोरलँड मेडिकल डिक्शनरी**

सकारात्मकता ही स्वप्रतिमेशी निगडित असते.

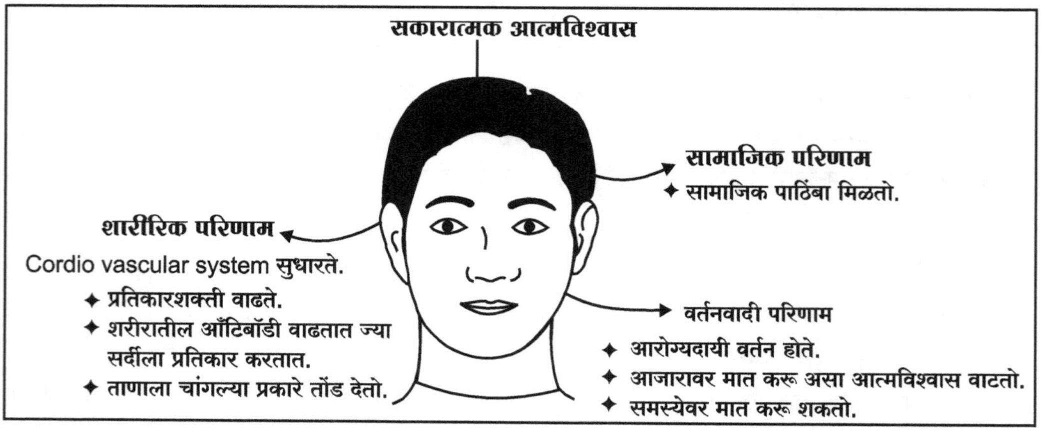

आकृती 6.2 : सकारात्मक आत्मविश्वास प्रशिक्षण प्रतिमान

सकारात्मक आत्मविश्वास प्रशिक्षण प्रतिमानाचे ध्येय

(1) स्वतःच्या हक्कांची जाणीव करून देणे.

(2) सकारात्मकता आणि नकारात्मकता यांमधील फरक स्पष्ट करणे.

(3) स्वतःच्या मताबद्दल आणि निष्क्रियतेबद्दल आग्रही राहणे यांतील फरक स्पष्ट करणे.

(4) शाब्दिक आणि अशाब्दिक सकारात्मक कौशल्ये शिकविणे.

संभाषण पद्धतीनुसार, सकारात्मकता ही अरेरावी आणि निष्क्रिय आग्रह यांपासून वेगळी आहे. व्यक्ती स्वतःच्या आणि दुसऱ्याच्या मर्यादांशी कशा प्रकारे समायोजन करतात यावरून सकारात्मकता, अरेरावी, निष्क्रिय आग्रह या तीन शब्दांतील फरक स्पष्ट होतो. निष्क्रिय राहणारी व्यक्ती स्वतःच्या मर्यादांचे समर्थन करीत नाही आणि त्यामुळे अरेरावी करणारी माणसे अशा व्यक्तींना भीती दाखवून त्रास देतात. निष्क्रिय व्यक्ती कुणाच्याही मधे पडत नाही. अरेरावी करणारी व्यक्ती दुसऱ्यांच्या मर्यादेचा आदर करीत नाही आणि त्यामुळे दुसऱ्यावर प्रभाव टाकण्याच्या नादात ते दुसऱ्यांना दुखावतात. सकारात्मकता असणाऱ्या व्यक्ती दुसऱ्यांची भीती न बाळगता संभाषण करतात आणि दुसऱ्यांच्या मताचा आदर करतात.

सकारात्मक संभाषण

सकारात्मक संभाषणामध्ये स्वतःच्या आणि दुसऱ्याच्या भावनांचा आदर केला जातो. यामध्ये एकमेकांना सहकार्य करून समाधान मिळविले जाते. जर एखाद्या व्यक्तीने आपल्याला त्रास द्यायचा प्रयत्न केला तर आपण स्पष्ट बोलून त्रास कमी करायचा प्रयत्न करावा. कारण, दुसऱ्या व्यक्तीने त्रास सहन न होऊन चुकीची कृती करण्याची शक्यता वाढते.

त्यामुळे सकारात्मक संभाषणामुळे या शक्यता टाळण्यासाठी दोन्ही बाजूंनी विचार केला जावा. यामध्ये व्यक्तीपेक्षा मुद्द्यावर भर द्यावा. उदा., वरील दोन्ही प्रकारच्या व्यक्तींना जर विचारले की, ''तुम्हाला आज, वाचनालयातून पुस्तक बदलून आणण्यासाठी वेळ मिळेल का ?'' तर निष्क्रिय व्यक्ती पुढीलप्रमाणे उत्तर देईल, ''हो, पण दुकानातून सामान खरेदी करणे, टेलिफोनचे बिल भरणे, मुलांसाठी जेवण बनविणे ही माझी कामे पूर्ण केल्यानंतर मी हे काम करीन.'' तर सकारात्मक व्यक्ती पुढीलप्रमाणे उत्तर देईल, ''नाही, आज मला खूप कामे आहेत; परंतु तुमचे कामही मी केले पाहिजे.'' खरं म्हणजे निष्क्रिय आग्रही लोकांना खरच वेळ नसतो; परंतु त्यांचे हे उत्तर वेगळा संदेश देतो. दुसरे उत्तर सकारात्मक आहे, कारण हे उत्तर दुसऱ्याच्या मताचा आदर तर करतेच पण काम करण्याची इच्छा दर्शविते.

सकारात्मक व्यक्तींतील गुणधर्म

(1) ते स्वतःचे विचार, भावना, इच्छा योग्य शब्दांत मांडतात.

(2) ते स्वतःहून लोकांशी बोलतात आणि चांगल्या प्रकारचे नातेसंबंध ठेवतात.

(3) त्यांना त्यांच्या हक्कांची जाणीव असते.

(4) त्यांचे रागावर नियंत्रण असते. याचा अर्थ त्यांच्या भावना ते दडपून टाकतात असा नाही. ते त्यांच्या रागावर नियंत्रण ठेवतात आणि योग्य शब्दांत त्यांचा राग व्यक्त करतात.

(5) सकारात्मक व्यक्ती दुसऱ्याशी योग्य प्रकारे समायोजन करतात आणि स्व-प्रतिमेचा आदर करतात.

तंत्रे

(1) पुन्हा पुन्हा सांगणे - जसे एखाद्या तुटलेल्या कॅसेटमधील शब्द परत-परत ऐकायला येतात त्याचप्रमाणे आपले म्हणणे किंवा मत पुन्हा पुन्हा सांगून पटवून देणे.

(2) काही गोष्टी मान्य करणे किंवा तत्त्वांना मान्यता देणे.

(3) एखाद्या गोष्टीची जास्त खोलात जाऊन पुढील चौकशी करण्याचा आग्रह धरणे.

(4) योग्य टीका करून स्वतःचे म्हणणे लावून धरणे.

(5) दुसऱ्याविषयी मत न देता स्वतःच्या भावना व इच्छा योग्य रीतीने मांडणे.

सकारात्मक भावनेचे शैक्षणिक महत्त्व

(1) पुढील आयुष्यात यशस्वी होण्यासाठी विद्यार्थ्यांमध्ये सकारात्मक भावना रुजविणे गरजेचे आहे.

(2) यामुळे त्यांच्यात सामाजिक कौशल्य व संभाषण कौशल्य वाढीस लागून निकोप समाज तयार होण्यास मदत होईल.

(3) विद्यार्थी परस्परांचा व स्वतःचा आदर करण्यास शिकतील.

(4) नकारात्मक प्रसंग कसे टाळावेत याचे प्रशिक्षण दिल्याने विद्यार्थ्यांचे भावनिक समायोजन होण्यास मदत होईल.

6.1.7 भिन्नान्वय प्रतिमान - विल्यम गॉर्डन व जॉर्ज प्रिन्स (Synectics Model - William Gordon and George Prince)

भिन्नान्वय प्रतिमान हे समस्या निराकरणाची एक पद्धत असून त्यामध्ये विषय माहीत नसला तरीसुद्धा विचार प्रक्रियेला चालना देणारे हे प्रतिमान आहे. हे प्रतिमान विल्यम गॉर्डन आणि जॉर्ज प्रिन्स यांनी शोधून काढले.

Synectics means the joining together of different and apparently irrelevant elements.

हे प्रतिमान गॉर्डन आणि प्रिन्स यांनी टेप-रेकॉर्डिंगद्वारे मीटिंगचे केलेले पृथक्करण आणि त्यामध्ये आलेल्या अडचणी हे त्यांच्या यशप्राप्तीमध्ये आलेल्या अडथळ्यांमधून निर्माण झाले. गॉर्डन व प्रिन्स यांनी 'Synectics' नावाची एक कंपनी स्थापन केली आणि या कंपनीद्वारे त्यांनी लोकांना त्यांच्या कल्पना विकल्या. आज 'भिन्नान्वय' हा शब्द सर्जनशीलतेने समस्या सोडविण्यासाठी जगभरात प्रसिद्ध आहे.

भिन्नान्वय हा समस्या सोडविण्याचा आणि सर्जनशीलतेचा दृष्टिकोन आहे.

गॉर्डनच्या मते, भिन्नान्वयामध्ये तीन गृहीतके आहेत. ती गृहीतके पुढीलप्रमाणे -

(1) सर्जनशीलता ही शिकविता येते आणि स्पष्टही करता येते.

(2) ललित कला आणि विज्ञान यांतील शोधप्रक्रिया ही बऱ्याच प्रमाणात साारखी आहे आणि त्यातील 'मानसिक' प्रक्रियाही एकाच प्रकारे चालते.

(3) व्यक्तिगत आणि गटातील सर्जनशीलताही बऱ्याच अंशी सारखी असते.

ही तीन गृहीतके लक्षात घेतली तर भिन्नान्वय प्रतिमानामध्ये असा विचार केला जातो की, सर्जनशीलता कशा प्रकारे काम करते याविषयी व्यक्तीला समजले तर व्यक्ती चांगल्या प्रकारे सर्जनशीलतेने काम करू शकते.

One important element in creativity is embracing the seemingly irrelevant. यामध्ये बुद्धिमत्तेपेक्षा भावनेवर आणि सुसंबद्धतेपेक्षा असंबद्धतेवर अधिक भर दिला आहे. समस्येचा भावनिक आणि काहीसा वेगळा विचार केल्यामुळे गटाला कदाचित समस्या सोडविण्यासाठी चांगल्या प्रकारे यश मिळू शकते.

गॉर्डन आणि प्रिन्स यांनी सर्जनशील वर्तन हे दाबून ठेऊ नये आणि प्रत्येकामध्ये असलेली मूळचीच सर्जनशीलता व्यक्त व्हावी, यावर भर दिला आहे. त्यांनी 'रूपकात्मक उपमे'वर जास्त भर दिला आहे. यात अनोळखी गोष्ट ओळखीची समजायची आणि ओळखीची गोष्ट अनोळखी करून विचार करायचा आहे. त्यांच्या मते, विसंगत गोष्टींवर विश्वास ठेवा आणि विश्वासू गोष्टींशी मैत्री तोडा. यामध्ये समस्येच्या मूळाशी आपण जातो आणि मूळ गोष्टी ज्या गृहीत धरल्या आहेत, त्या सोडून दिल्या जातात. या नवीन तुलनेच्या सर्जनशीलतेमुळे समस्या लवकर आणि चांगल्या प्रकारे सुटण्यास मदत होते.

जुन्या आणि नवीन ज्ञानामधील पूल म्हणून 'तुलना' ही पद्धत अध्ययनाचे साधन म्हणून या प्रतिमानात वापरली जाते. पूर्वीपासून तुलना आणि रूपके देऊन विद्यार्थ्यांना दृश्य पद्धतीने ज्ञान देण्याची पद्धत आहे.

यामध्ये चार विविध अवस्था आहेत.

(1) वेगळे होणे आणि भाग घेणे (Detachment and Involvement) : समस्येविषयी असलेला मूळ दृष्टिकोन बदलणे आणि नव्याने, वेगळ्या अंगाने समस्येचा विचार करणे.

(2) पुरेसा वेळ घेणे (Deferment) : घाईघाईने निर्णय घेऊ नये. वेगवेगळ्या शक्यतांचा व कल्पनांचा विचार करणे.

(3) अनुमान करणे (Speculation) : मनावर दडपण न घेता, पुरेसा वेळ दिल्यामुळे व्यक्ती प्रत्येक शक्यतांच्या परिणामांचा काळजीपूर्वक विचार करू शकते.

(4) विषयाचा स्वतंत्र विचार करणे (Autonomy of Subject) : समस्येवर योग्य उत्तर मिळाल्याची भावना तयार झाल्यावर आपोआप सर्व प्रश्न सुटू लागतात. 'बरोबर असल्याची' भावना तयार झाल्यावर आपोआप सर्व प्रश्न सुटू लागतात. 'बरोबर असल्याची' भावना व्यक्तीला तर्कशुद्ध विचारांना चालना देते.

भिन्नान्वय प्रतिमानाच्या पायऱ्या

(1) समस्या कोणती आहे?

(2) समस्येसाठी आवश्यक घटक कोणते आहेत?

(3) समस्येमध्ये कोणत्या भागापासून वेगळे व्हायचे ? किती वेळ घ्यायचा ? कोणत्या कल्पनांचा विचार करायचा ? कोणते परिणाम होतील ? कोणते उत्तर मिळू शकेल ? हे सर्व केव्हा घडेल ?

(4) समस्येसाठी संदर्भ, कल्पना निर्माण करणाऱ्या पद्धती, पुनर्बांधणी, पुनर्विचार यांतून कशा पद्धतीने कल्पना निर्माण कराल?

(5) समस्येशी संबंधित प्रत्यक्ष, व्यक्तिगत, प्रतिकात्मक तुलनांची उदाहरणे सांगा.

(6) समस्येचे उद्दिष्ट आणि ध्येय सांगा.

भिन्नान्वयाने कल्पना तयार करण्याची पद्धत

(1) संदर्भ देणे (Refering) : माहिती गोळा करणे आणि समस्या स्पष्ट करणे.

(2) परावर्तित करणे (Reflecting) : कल्पना मांडण्यासाठी वेगवेगळ्या पद्धती वापरणे.

(3) पुनर्बांधणी (Reconstructing) : नवीन उपयोगी उत्तर शोधण्यासाठी कल्पनांचे पृथक्करण करणे.

(4) पुनर्विचार (Refurring) : समस्या पुन्हा स्पष्ट करणे, संशोधन केलेले घटक स्पष्ट करणे, विशिष्ट उत्तर ओळखणे.

(5) परावर्तित करणे (Reflecting) : साम्य शोधा आणि इतर प्रसंगांशी तुलना करा कदाचित त्यामुळे ठरावीक साच्यापेक्षा वेगळे उत्तर मिळेल. साम्य हे तुलनेमधून मिळेल.

(6) पुनर्बांधणी (Reconstructing) : विविध पद्धतींमधून निर्माण झालेल्या कल्पनांमधून योग्य व व्यावहारिक उत्तर समस्येसाठी मिळेल.

साम्य शोधण्यासाठी तीन प्रकारच्या तुलना करता येतील.

(1) प्रत्यक्ष तुलना : दोन वस्तूंमधील साम्य उदा., रक्तवाहिन्यांना नळाची उपमा देणे.

(2) व्यक्तिगत तुलना : विद्यार्थी स्वतःच समस्या बनून उत्तर शोधण्याचा प्रयत्न करतो.

(3) प्रतिकात्मक तुलना : विरोधाभासाचे वर्णन असते; परंतु सर्जनशील असते. उदा., मी पंतप्रधान झालो तर......., टि.व्ही. - शाप की वरदान ?

भिन्नान्वय प्रतिमानाचे शैक्षणिक महत्त्व

(1) आपल्या भावना चांगल्या प्रकारे व्यक्त करण्यासाठी सर्जनशील लेखन उपयोगी पडते.

(2) बुद्धिमंथनसारख्या पद्धतीचा आणि रूपकात्मक प्रतिकांचा वापर केल्यामुळे कला आणि विज्ञान या दोन्ही शाखांत याचा उपयोग होतो.

(3) समस्येवर विविध प्रकारे विचार केल्याने योग्य उत्तर मिळण्यास मदत होते.

(4) प्रत्येकाचा दृष्टिकोन वेगळा असल्याने व्यापक विचार कळतात.

6.1.8 पृच्छा प्रशिक्षण प्रतिमान - रिचर्ड सचमन (Inquiry Training Model - Richard Suchman)

रिचर्ड सचमन यांनी पृच्छा प्रशिक्षण प्रतिमान शोधून काढले. त्यांनी हे प्रतिमान विद्यार्थ्यांनी समस्या कशी शोधावी आणि कशी स्पष्ट करावी हे सांगण्यासाठी वापरले. सचमन यांनी विविध शास्त्रज्ञांचा अभ्यास करून हे प्रतिमान शोधून काढले.

हे प्रतिमान खालील गोष्टी स्पष्ट करतात -

(1) जेव्हा व्यक्तीला आश्चर्य वाटते तेव्हा व्यक्ती चौकसपणा दाखविते.

(2) त्यांच्या विचारपद्धतीनुसार ते स्पष्टीकरण करायला बघतात आणि त्यांच्यात जाणीव तयार होते.

(3) नवीन उत्तर तयार होऊन विद्यार्थ्यांच्या पूर्वज्ञानात भर पडते.

(4) चौकसपणामुळे ज्ञानात भर पडते आणि विद्यार्थी पर्यायाचा स्वीकार करतो.

पृच्छा प्रशिक्षण म्हणजे प्रश्न आणि नवीन माहिती मिळविण्यासाठी प्रयत्न करणे.

पृच्छा - प्रशिक्षण प्रतिमानाच्या पायऱ्या

पृच्छा-प्रशिक्षण प्रतिमानाच्या पायऱ्या पुढीलप्रमाणे सांगता येतील -

(1) समस्येला सामोरे जाणे : या प्रतिमानामध्ये शिक्षक वर्गामध्ये विद्यार्थ्यांना समस्या देतात. शिक्षक पृच्छा पद्धतीविषयी माहिती देतात. शिक्षक उद्दिष्टे स्पष्ट करतात आणि विद्यार्थ्यांना होय किंवा नाही उत्तरे देऊ शकतील असेच प्रश्न शिक्षकांना विचारण्यास सांगतात. प्रश्न विचारण्याच्या अध्ययन अनुभवाला मानसिक पातळीवर वेगळे मूल्य आहे. त्यामुळे विद्यार्थ्यांची विचारप्रक्रिया विस्तारते.

(2) माहिती संग्रहण (पडताळा) : या पायरीमध्ये विद्यार्थी निरीक्षण करून समस्येविषयी माहिती गोळा करतात. यातून विद्यार्थ्यांना विविध अनुभव मिळतात.

(3) माहिती संग्रहण (प्रयोगात्मक) : या पायरीमध्ये विद्यार्थी समस्येमध्ये वेगळी माहिती टाकतात. जेणेकरून आधीच्या विसंगतीचे कारण शोधता येईल. विद्यार्थ्यांना कोणती माहिती मिळालेली आहे हे शिक्षकांना माहीत असणे आवश्यक आहे. यामध्ये शिक्षिकांनी त्यावरून विद्यार्थ्यांची उत्सुकता वाढविण्यासाठी आणखी प्रश्न विचारावे.

(4) सुसंगत स्पष्टीकरण : विद्यार्थी मिळालेल्या माहितीच्या आधारे समस्येचे योग्य स्पष्टीकरण करतात.

(5) पृच्छा पद्धतीचे विश्लेषण : यामध्ये शिक्षक विद्यार्थ्यांनी कोणत्या पद्धतीने समस्येचा विचार केला याची जाणीव करून देतात. उपयुक्त ठरलेली पद्धत, समस्येवरील चर्चा, यांवरील विद्यार्थ्यांचा प्रतिसाद आणि विद्यार्थ्यांना पुढील सुधारणेसाठी वाव असणे या घटकांमुळे ही पायरी महत्त्वाची ठरते.

पृच्छा प्रशिक्षण प्रतिमानाचे शैक्षणिक महत्त्व

(1) प्रतिमानातील पायऱ्यांच्या क्रमाने उपयोग केल्यास कोणताही विषय, घटक आपण प्रतिमानानुसार शिकवू शकतो.

(2) चौकस बुद्धीसाठी मूल्य आणि दृष्टिकोन तयार होतात.

(3) निरीक्षण करणे, माहिती गोळा करणे इत्यादी कौशल्यांचा विकास होतो.

(4) गृहीतके तयार करण्याचा सराव होतो.

(5) स्पष्टीकरण करणे व निष्कर्ष काढणे यामुळे विद्यार्थी स्वतःहून अध्ययन प्रवृत्त होतो.

(6) विद्यार्थी तर्कशुद्ध विचार करू लागतो.

6.1.9 तणाव कपातीकरण प्रतिमान - जोसेफ वोल्प, डेव्हिड रिम व जॉन मास्टर्स (Stress Reduction Model - Joseph Wolpe, David and John Masters)

ताण हा शारीरिक आणि मानसिक परिणामांच्या स्वरूपात दृश्य असतो. प्रत्येकाच्या मानसिक अवस्थेवर ताणाचा परिणाम व त्याची तीव्रता अवलंबून असते. जास्त ताण आल्यावर शारीरिक आरोग्य बिघडते आणि नंतर मानसिक स्वास्थ्यही बिघडू लागते. बरेच वेळा व्यक्तीला परिस्थिती हाताळण्यास अवघड वाटते आणि त्यासाठी तणाव योग्य प्रकारे हाताळण्यासाठी त्याला मार्गदर्शनाची गरज वाटू लागते जेणे करून तो चिंतामुक्त होईल.

ताण मोजण्यासाठी पॉलिग्रॉफसारख्या काही चाचण्या उपलब्ध आहेत.

वोल्प यांच्या मते, चिंतेमुळे रक्तदाब वाढतो, नाडीचे ठोके जलद पडतात व त्यामुळे शरीरातील मोठ्या स्नायूंमध्ये रुधिराभिसरण वेगाने होते व त्यामुळे स्नायूंवर ताण येतो. शारीरिक विश्रांती ही शरीरक्रिया शास्त्रीय प्रतिसादाच्या नेमकी विरोधी आहे. रिचर्ड लाझारस आणि सुसान फोकमन यांच्या मते, ताण हा इच्छा आणि परिस्थिती यांच्यातील असमतोलामुळे निर्माण होतो किंवा परिस्थितीवर मात करण्याच्या क्षमतेवर खूप दबाव आल्यामुळे ताण निर्माण होतो. त्यामुळे विश्रांती किंवा शिथिलीकरणाची क्रिया म्हणजे चिंता, काळजी, ताण यांना दूर होण्यासाठी दिलेला इशाराच होय, असे डेव्हिड रिम व जॉन मास्टर्स यांनी म्हटले आहे.

आज मुलांवर शिक्षणाचा अतिशय ताण आहे. 18 वर्षांच्या पुढील मुलामुलींना मानसिक अस्वस्थता, नैराश्य, दुर्मनस्कता हे आजार साधारण होतात. त्याची मूळ कारणे या मूलांचा वयाच्या 1 ते 18 वर्षे कालावधीतील मुलांचा विकास कसा होतो यांवर अवलंबून असतात. लहान वयापासूनच मुलांना अभ्यासाचा किंवा इतरही गोष्टींचा ताण येऊ नये म्हणून त्यांच्यामध्ये योग्य सवयी व कौशल्ये विकसित केली पाहिजेत. नातेसंबंधांमधील संघर्ष योग्य प्रकारे हाताळण्यासाठी त्यांना योग्य मार्गदर्शन केले पाहिजे. एकमेकांना सहकार्य करून स्वतःचे मन चिंतामुक्त ठेवण्यास मुलांना शिकविले पाहिजे. जेणेकरून त्यांच्यातील आत्मविश्वास वाढेल. सतत कामामुळे येणारा ताण व त्यासाठी आवश्यक असलेली विश्रांती यांचे महत्त्व पटविले पाहिजे. एकच काम सतत करण्यापेक्षा कामात बदल म्हणजे विश्रांती हे तत्त्व विद्यार्थ्यांमध्ये रुजविले पाहिजे.

आजकाल शिक्षकांनाही अनेक प्रकारचे ताण असतात. अध्ययन व अशैक्षणिक कामे यांमुळे सर्व कामे पूर्ण करण्याचा त्यांच्यावर ताण असतो. या सर्वांचा परिणाम विद्यार्थ्यांवर होऊ नये. यासाठी शिक्षकानेही तणाव-कपात करण्याचा प्रयत्न केला पाहिजे.

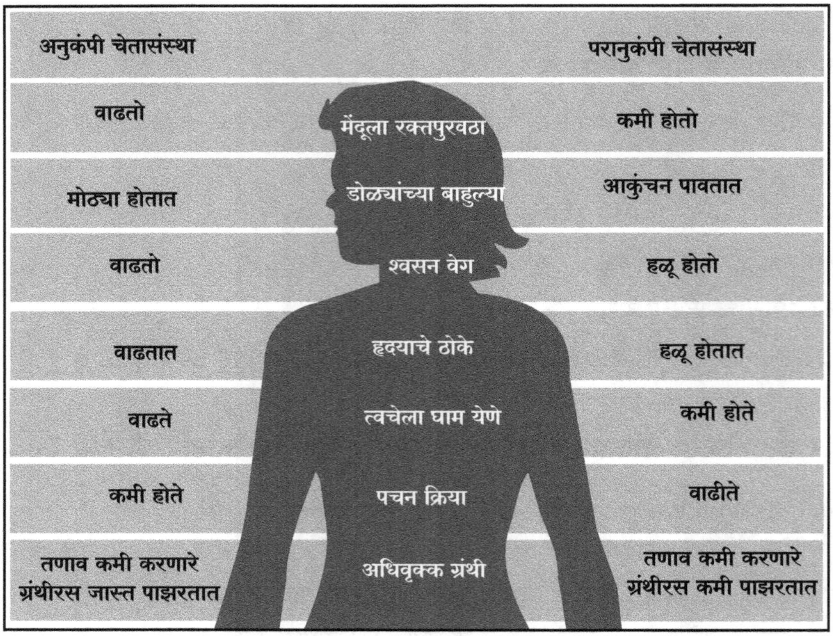

आकृती 6.3 : तणाव कपातीकरण प्रतिमान

वर्गामध्ये ताण कमी करण्यासाठी कृतियुक्त अध्ययन, प्रकल्प, भूमिकापालन, सांघिक व्यायाम, खेळ, गोष्टी, वाचन, वेळेचे व्यवस्थापन, गाणी म्हणणे यांसारख्या गोष्टी करता येतील. जेव्हा ताण निर्माण होतो तेव्हा शरीरातील अनुकंपी विभाग (Sympathetic System) जास्त क्रियाशील होते. अनुकंपी विभाग ताणाला सामोरे जाण्यासाठी शरीराला तयार करतो. आपण सूर्यनमस्कार व योगासन करून परानुकंपी विभागाला (Parasympathetic) चालना देऊन तणावातून बाहेर येऊ शकतो. त्यामुळे व्यायामाचे महत्त्व मुलांना समजून सांगणे गरजेचे आहे.

शिक्षक काही गोष्टी विद्यार्थ्यांना घरी करण्यास सांगू शकतील. उदा., सूर्यनमस्कार घालणे, योगासन करणे, वाचन करणे, फिरायला जाणे, गाणी ऐकणे, वाद्य वाजविणे, चित्र काढणे व बागकाम करणे. यांसारखा एखादा छंद जोपासणे. मैदानी खेळ खेळणे, पाळीव प्राण्यांबरोबर वेळ घालविणे, राग योग्य प्रकारे व्यक्त करणे, मित्र-मैत्रिणींशी व घरातल्यांशी गप्पा मारणे, पुरेशी झोप व जेवण घेणे अशा छोट्या-छोट्या गोष्टींमुळे आपण जीवनातील ताण कमी करू शकतो व आनंददायी जीवन जगू शकतो.

तणाव कपातीकरण प्रतिमानाचे शैक्षणिक फायदे

(1) विद्यार्थ्यांमध्ये आत्मविश्वास वाढीस लागतो.

(2) विद्यार्थी रागाचे व्यवस्थापन करण्यास शिकतात व भावनांवर नियंत्रण मिळवितात.

(3) विद्यार्थ्यांमधील चिंता, काळजी, भीती कमी होते व सकारात्मकता वाढीस लागते.

(4) हे प्रतिमान शारीरिक, मानसिक, भावनिक ताण कमी करण्यास मदत करते.

(5) एकमेकांशी जमवून घेतल्यामुळे विद्यार्थ्यांमध्ये सहकार्याची भावना निर्माण होते.

(6) मानसिक व भावनिक तोल सांभाळल्यामुळे विद्यार्थ्यांचे शारीरिक आरोग्यही चांगले राहते.

(7) ताण कमी करण्याचे तंत्र अवगत केल्यामुळे चिंता व दुःख कमी होण्यास मदत होते.

6.2 अध्यापन क्षेत्रातील संशोधकांनी सिद्ध केलेली शैक्षणिक उपयोजने (Educational Implications of Researcher in the following areas in Teaching)

6.2.1 शिक्षक विचार-प्रक्रिया (Teacher's Thought Processes)

शिक्षक विचारप्रक्रिया खालील घटकांशी संबंधित असते -

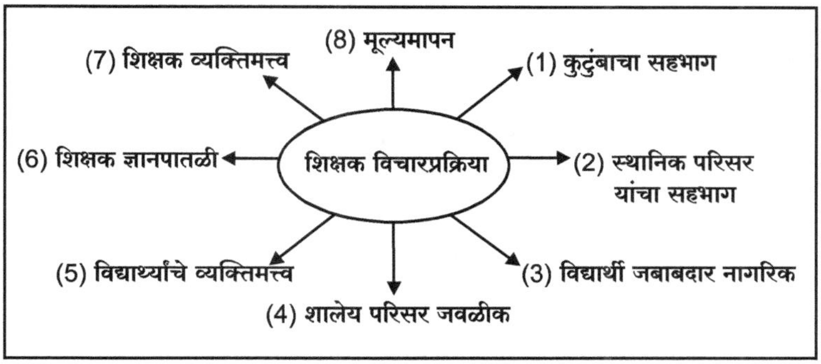

आकृती 6.4 : शिक्षक विचार-प्रक्रिया

कुटुंबाचा सहभाग : शिक्षकाने वर्षातून एकदा तरी वर्गातील प्रत्येक विद्यार्थ्यांच्या घरी जाऊन त्याच्या कुटुंबियांची भेट घ्यावी. त्यामुळे त्याच्या पालकांना आपल्या पाल्यांच्या प्रगतीची माहिती मिळते. पालकांच्या सहकार्याद्वारे शिक्षकाला विद्यार्थ्याच्या प्रगतीची दिशा ठरविता येईल. त्या विद्यार्थ्याची आर्थिक व सामाजिक परिस्थितीची माहिती घेऊन बालकाच्या शैक्षणिक प्रगतीवरील त्याचा परिणाम पाहता येईल. त्या विद्यार्थ्याचे कुटुंबात समायोजन होण्यासाठी मार्गदर्शन करता येते.

स्थानिक परिसर सहभाग : अध्यापनात स्थानिक परिसरातील उदाहरणे द्यावीत. त्यामुळे शिक्षकांबाबत विद्यार्थ्यांची जवळीक किती वाढू शकते, याविषयी अभ्यास करता येईल.

विद्यार्थी जबाबदार नागरिक : माध्यमिक व उच्च माध्यमिक विभागातील विद्यार्थ्यांना योग्य वागणूक द्यावी. दुर्लक्षित किंवा अपमानित करणारी वागणूक देऊ नये. त्यांना योग्य तो मान दिल्याने शिक्षकांनासुद्धा योग्य असा मान मिळतो. त्यामुळे त्यांच्या आंतरक्रियांचा अभ्यास करता येईल. शालेय परिवारात विद्यार्थी जबाबदार घटक म्हणून वावरत असतो. जर शिक्षकांनी त्याच्यावर योग्य जबाबदाऱ्या टाकल्या तर जबाबदाऱ्यांच्या परिपूर्तीचा अभ्यास करणे शक्य होईल.

शालेय परिसर जवळीक : विद्यार्थ्यांची शैक्षणिक बाजू ते त्यांची वैयक्तिक बाजू यांबाबत शिक्षकांनी खऱ्या अर्थाने काळजी घेतली तर वर्गातील वातावरण विद्यार्थ्यांना सुरक्षित आणि जवळकीचे वाटू शकेल. त्यामुळे अध्ययनात त्यांची प्रगती दिसून येईल.

विद्यार्थ्यांचे व्यक्तिमत्त्व : विद्यार्थ्यांच्या चिंता आणि गरजा यांबाबत शिक्षकांनी सहनशील दृष्टिकोन ठेवला तर विद्यार्थ्यांच्या मानसिक आरोग्यातील प्रगती पाहता येईल आणि विद्यार्थ्यांचे व्यक्तिमत्व विकसन होऊ शकेल.

शिक्षक ज्ञानपातळी : शिक्षकांच्या ज्ञानाची पातळी उच्च दर्जाची असेल तर विद्यार्थ्यांच्या शंकांचे योग्य उत्तरे देणे त्यांना शक्य होते. संकल्पनाबाबत शिक्षकांचा दृष्टिकोन संदिग्ध असू नये. शिक्षकांचे अध्यापन नियोजन योग्य असेल तर विद्यार्थ्यांच्या समस्यांचा अगोदरच विचार केला जाऊन अध्यापन परिपूर्ण होऊ शकते. अध्यापनाचा व परिणामकारकतेचा अभ्यास शक्य होईल.

शिक्षक व्यक्तिमत्त्व : शिक्षकांची वर्तणूक जेवढी सौम्य आणि मैत्रीपूर्ण असेल तेवढा विद्यार्थ्यांचा प्रतिसाद सकारात्मक येईल. शिक्षक व्यक्तिमत्त्वाचा परिणाम तपासणे शक्य होईल.

मूल्यमापन : विद्यार्थ्यांच्या प्रगतीची सातत्याने चाचणी घेऊन त्याची पूर्व कल्पना पालकांना देऊन विद्यार्थ्यांना योग्य ते मार्गदर्शन करावे. त्यामुळे प्रगतीच्या आलेखाद्वारे प्रत्यय देणे शक्य होईल.

शिक्षक विचारप्रक्रियेचे प्रकार

शिक्षक विचारप्रक्रियेचे प्रकार पुढील प्रमाणे -

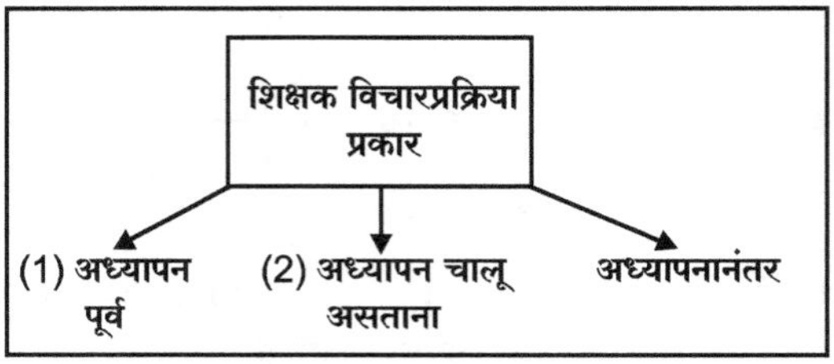

आकृती 6.5 : शिक्षक विचार-प्रक्रिया प्रकार

(1) अध्यापन पूर्व विचार प्रक्रिया :

- अध्ययनार्थींचा वयोगट विचारात घेतात.
- अध्यापन घटक आणि वयोगट यातील सहसंबंधांविषयी सखोल विश्लेषण करतात.
- त्या विश्लेषणानुसार प्रस्तावना, स्पष्टीकरण, उदाहरणे, शैक्षणिक साहित्य संकलन, उपयोजन व स्वाध्याय इत्यादीं विषयी नियोजन करतात.
- विद्यार्थ्यांना ज्या विषयी पूर्वतयारी करण्यास सांगावयाची आहे त्याविषयीचा आराखडा करून प्रत्यक्ष कार्यवाही करतात.

(2) अध्यापनामधील विचार-प्रक्रिया :

- आशयाच्या प्रस्तावनेला विद्यार्थ्यांद्वारे प्रतिसाद मिळतो त्याची नोंद अप्रत्यक्षपणे शिक्षकांकडून केली जाते.
- त्या प्रतिसादानुसार शिक्षक अध्यापनाचे नियोजन करतात.
- सहभाग न घेणाऱ्या अध्ययनार्थींना जास्तीत जास्त सहभागी करून घेता येण्यासाठी विचार करतात.
- ज्यांचा सहभाग चांगला त्यांचा अधिक चांगला सहभाग मिळण्यासाठी विचार करून त्याप्रकारे कार्यवाही करतात.

(3) अध्यापनानंतर शिक्षक विचार-प्रक्रिया :

- अध्यापनात मिळालेल्या विद्यार्थी सहभागाची कारणमीमांसा करतात.

- आपल्या अध्यापनाचा विद्यार्थ्यांच्या वर्तनघटकामध्ये कसे बदल होतील याविषयी विचारप्रक्रिया होते.
- मूल्यमापनात विद्यार्थी कमी पडला तर स्वत: मधील अध्यापन कमतरतांचा शोध घेण्यासाठी विचार करतात.

सारांश : शिक्षकांना व्यवसायाबाबत निष्ठा वाटावी. त्यामुळे कार्यभाराचा त्रास न होता त्याची उद्दिष्टे खऱ्या अर्थाने ते पार पाडू शकतात आणि उत्तम, उत्तेजित, विकसित समाजातील नवनिर्मिती विद्यार्थ्यांद्वारे ते घडवून आणू शकतात.

6.2.2 विद्यार्थ्यांची विचार-प्रक्रिया (Student's Thought Process)

वर्ग अध्यापनाचा विद्यार्थ्यांच्या वर्तनांवर, विचारांवर, भावनांवर तसेच त्यांच्या दृष्टिकोनांवर परिणाम होत असतो.

एकाच शिक्षकाच्या अध्यापनाचा परिणाम वर्गातील विद्यार्थ्यांच्या व्यक्तिमत्त्वानुसार वेगवेगळा होत असतो.

(1) विद्यार्थ्यांचे प्रकार : विद्यार्थ्यांचे प्रकार पुढीलप्रमाणे सांगता येतील. (1) समस्याप्रधान विद्यार्थी (2) आत्मविश्वासाचा अभाव असल्याने काही प्रमाणात गोंधळलेले विद्यार्थी (3) आत्मविश्वासू विद्यार्थी (4) नेतृत्व गुण असलेले विद्यार्थी (5) टारगट/अरेरावी करणारे विद्यार्थी (6) स्वतःकडे लक्ष वेधून घेणारे विद्यार्थी (7) नैराश्यग्रस्त विद्यार्थी (8) शांत विद्यार्थी.

विद्यार्थ्यांचे प्रकार ओळखून त्यांच्या वर्तनाचा अभ्यास करणे जरूरीचे आहे. नेतृत्वाचे बौद्धीक नेतृत्व, कर्तुत्व-प्रधान नेतृत्व व सामाजिक नेतृत्व हे प्रकार आहेत.

(2) शिक्षकांचे अध्यापन : सहकार्यात्मक अध्यापन या संकल्पनेत विद्यार्थी वर्तनाचा अभ्यास करून शिक्षकांना विद्यार्थी विचारप्रक्रियेवरील निष्कर्ष काढता येणे शक्य आहे.

(3) अवधान व प्रेरणा : वर्ग अध्यापनात विद्यार्थ्याचे अवधान आणि प्रेरणा हे दोन घटक महत्त्वाची भूमिका बजावतात. त्याविषयी शिक्षकांनी जागरूक राहणे जरूरीचे असते.

(4) अध्ययन अनुभव : वर्ग अध्यापन करताना शिक्षकांच्या विविध कृतींमुळे विद्यार्थ्यांच्या विचारप्रक्रियांना चालना मिळते व त्याद्वारे अध्यापन परिणामकारक होण्यासाठी मदत होते.

(5) शिक्षक-विद्यार्थी आंतरक्रिया : शिक्षकांच्या वर्तनामुळे किंवा विद्यार्थ्यांना दिलेल्या प्रतिसादामुळे विद्यार्थ्यांच्या स्वतःच्या क्षमतांविषयी वेगवेगळ्या कल्पना तयार होतात व त्यानुसार विद्यार्थ्यांच्या वर्तनात परिवर्तन दिसून येते. विद्यार्थी-शिक्षक आंतरप्रक्रियांमध्ये सतत सकारात्मक बदल होणे अपेक्षित असते.

(6) मूल्यमापन प्रक्रिया : विद्यार्थी विचारप्रक्रियेची शिक्षकांनी आपल्या नियोजनात तसेच प्रत्यक्ष अध्यापनात आणि मूल्यमापनात दखल घेणे जरुरी आहे. त्यानुसार ते वर्गअध्यापनात बदल करु शकतात. त्यांचा विद्यार्थ्यांवर प्रत्यक्ष सकारात्मक परिणाम होऊ शकेल.

(7) शैक्षणिक साहित्य : विद्यार्थ्यांना पुरेशी साधनसामुग्री अध्ययनासाठी उपलब्ध होते का? त्याचा वापर करण्याची संधी मिळते का? यावर विद्यार्थ्यांचे विकसन अवलंबून असते.

अध्ययन आणि अध्यापनाची कुशल व्यवस्था (Teaching & Learning Strategies)

खालील घटकांच्या आधारे अध्ययन व अध्यापनाची कुशल व्यवस्था स्पष्ट करता येते.

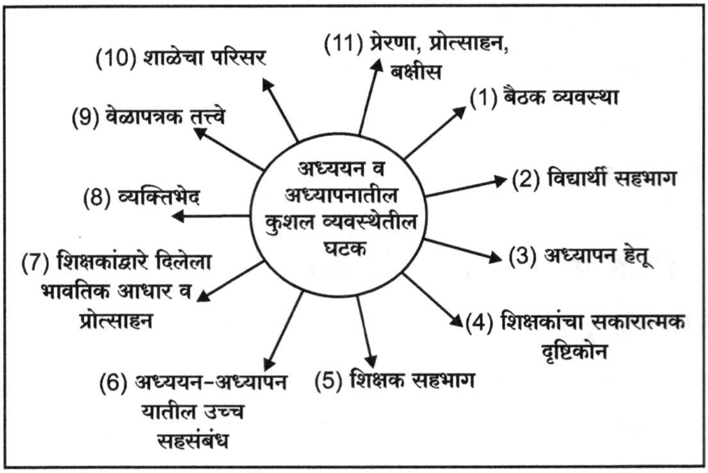

आकृती 6.6 : अध्ययन व अध्यापनाची कुशल व्यवस्था घटक

(1) बैठकव्यवस्था : विद्यार्थ्यांची बैठकव्यवस्था अशी असावी की शिक्षकांच्या एका दृष्टीत सर्व विद्यार्थी नजरेच्या टप्प्यात येऊ शकतील. वर्ग नियंत्रणासाठी ही गोष्ट अत्यंत आवश्यक असते.

(2) विद्यार्थी सहभाग : अध्यापनात विद्यार्थ्यांनी सहभाग घेतल्यामुळे त्यांचे अवधान विचलन होऊ शकत नाही.

(3) अध्यापन हेतू : अध्यापनाच्या सुरुवातीलाच आपल्या अपेक्षा स्पष्टपणे विद्यार्थ्यांसमोर मांडल्या तर वर्गशिस्त राखणे सोयीचे जाते. त्याचप्रमाणे उद्दिष्ट समोर असल्यामुळे विद्यार्थ्यांचा गोंधळ कमी होतो.

(4) शिक्षकांचा सकारात्मक दृष्टिकोन : शिक्षकांचा दृष्टिकोन सकारात्मक वर्तनासाठी प्रेरणा मिळतात. त्याद्वारे वर्गसमूहात अधिक जवळीक तयार होते.

(5) शिक्षक सहभाग : वर्गाची जबाबदारी घेण्याची शिक्षकांची मनापासून तयारी असेल तर आंतरक्रिया सहज होऊ शकतात.

(6) अध्ययन अध्यापन उच्च सहसंबंध : शिक्षकांच्या विवेचनातील स्पष्टता आणि विद्यार्थ्यांचे अध्ययन यात उच्च प्रतीचा सहसंबंध आहे.

(7) शिक्षकांद्वारे दिलेला भावनिक आधार : विद्यार्थ्यांना भावनिक आधार व प्रोत्साहन यांद्वारे शिक्षक अध्ययन-अध्यापन प्रक्रिया अधिक परिणामकारक करू शकतात.

(8) व्यक्तिभेद : अध्यापन करीत असताना व्यक्तिभेद ही संकल्पना मान्य करून जर अध्यापन केले तर ते अधिक परिणामकारक होते.

(9) वेळापत्रक तत्त्वे : वेळापत्रकाच्या तत्त्वांचा अध्ययन-अध्यापनावर परिणाम होत असतो. म्हणूनच सुट्टीच्या अगोदर शेवटच्या दोन तासांना क्लिष्ट विषयांचे आयोजन नसावे.

(10) शालेय परिसर : शाळा कोणत्या परिसरात आहे त्या परिसराचाही परिणाम अध्ययन-अध्यापन घटकांवर होत असतो.

(11) प्रेरणा : शिक्षेऐवजी प्रेरणा/प्रोत्साहन/बक्षिसे या घटकांचे परिणामकारक उपयोजन करून अध्ययन-अध्यापन या प्रक्रियांचे कौशल्यपूर्ण व्यवस्थापन करणे शक्य होईल.

6.2.3 अध्यापनाची शिक्षणपद्धती

चांगला शिक्षक हा जन्मावा लागतो असे म्हटले जाते. शिक्षकाचे व्यक्तिमत्त्व, सुस्पष्ट आवाज, आवाजातील चढ-उतार, शिक्षकाचे ज्ञान व दाखले देऊन विषयाचे स्पष्टीकरण करता येणे, अक्षर सुंदर व वळणदार असणे अशा सर्व गोष्टीं लक्षात घेऊन परिणामकारक अध्यापनाची वैशिष्ट्ये सांगता येतील. अध्यापनाच्या आधारे विद्यार्थ्यांच्या क्षमतांना गती देणे हे मोठे कौशल्याचे काम आहे. शिक्षकाने ज्ञान देणे म्हणजेच विद्यार्थ्यांचा सर्वांगीण विकास करणे.

विद्यार्थ्यांच्या शारीरिक व मानसिक क्षमता लक्षात घेऊन त्याला अध्यापनास प्रवृत्त करायला लावणे म्हणजे अध्यापन होय. विद्यार्थ्याला चांगले आकलन होण्यासाठी, अवघड विषय सोपा करून सांगणे, सुयोग्य वातावरण निर्माण करणे, सर्व बौद्धिक पातळीच्या विद्यार्थ्यांना समजेल अशा पद्धतीने शिकविणे अशा प्रकारे विद्यार्थ्यांना प्रोत्साहनपर अध्यापन पद्धतीने शिकविले पाहिजे.

चांगल्या अध्यापनामुळे शिक्षणाची उद्दिष्टे साध्य झाली पाहिजेत. अध्ययन-अध्यापन प्रक्रियेत शिक्षकाची भूमिका ही मार्गदर्शकाची असावी. ज्याप्रमाणे माळी फुलबाग फुलविण्यासाठी स्वत:च बागेची मशागत करतो, त्याचप्रमाणे शिक्षकाने मुलांचा विकास करण्यासाठी विविध प्रकारे विचार केला पाहिजे. अध्यापनाचा विषय आणि जीवन यांचा परस्पर संबंध जोडलेला असला पाहिजे. अध्यापनातील योग्य अध्ययन अनुभव मुलांचे भावविश्व समृद्ध करतात. याची जाणीव शिक्षकाने ठेवली पाहिजे.

अध्यापनात विविध तत्त्वांची व सिद्धान्तांची दखल घेतली जाते. अध्ययनातील अडथळे दूर करून केलेल्या प्रभावी अध्यापनामुळे शिक्षक-विद्यार्थी विचार प्रक्रिया दृढ होण्यास मदत होते. ज्या अध्यापनातून विद्यार्थ्याला अध्ययन कसे करावे हे समजते ते प्रभावी अध्यापन होय.

6.2.4 शिक्षक वर्तन आणि विद्यार्थी संपादन (Teacher Behaviour and Student Achievement)

विद्यार्थ्यांचे संपादन प्रामुख्याने शिक्षकांच्या वर्तनावर अवलंबून असते.

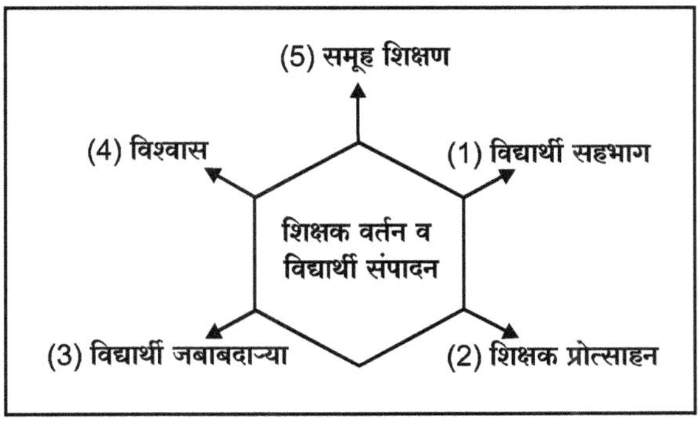

आकृती 6.7 : शिक्षक वर्तन व विद्यार्थी संपादन

(1) विद्यार्थी सहभाग : विद्यार्थी केंद्रित अध्यापन पद्धतीचा वापर शिक्षकांनी वर्गातील उपक्रम राबविण्यासाठी केला तर विद्यार्थ्यांचा सहभाग पूर्णपणे मिळतो. त्यामुळे विद्यार्थ्यांची जबाबदारी घेण्याची क्षमता वाढते. उदा., शाळा आणि वर्गा मधील शैक्षणिक उपक्रमांचे नियोजन आणि प्रत्यक्ष राबविणे यांत विद्यार्थ्यांचा सहभाग मिळतो.

(2) शिक्षक प्रोत्साहन : चर्चासत्रांसारख्या कार्यक्रमात जर शिक्षकांनी विद्यार्थ्यांना योग्य प्रोत्साहन दिले तर विद्यार्थी स्वयंमूल्यमापन करू शकतात. शिक्षकांचे प्रोत्साहन आणि विद्यार्थ्यांचा शैक्षणिक कार्यातील सहभाग यांत सहसंबंध आढळून येतो.

(3) विद्यार्थी जबाबदाऱ्या : शिक्षकांनी जर विद्यार्थ्यांवर काही जबाबदाऱ्या टाकल्या तर वेळेत अचूक काम करण्याची क्षमता विद्यार्थ्यांमध्ये तयार होऊ शकते.

(4) विश्वास : शिक्षकांचा विद्यार्थ्यांवर विश्वास असेल तरच विद्यार्थ्यांची चिकित्सक दृष्टी, सकारात्मक दृष्टिकोन, जागरुकता आणि आत्मसन्मान वाढतो.

(5) समूह शिक्षण : विद्यार्थ्यांचे लहान-लहान गट करून, त्यांच्यात परस्पर संवाद निर्माण करून वर्गाबाबतचे निर्णय विद्यार्थ्यांना घेण्यास शिक्षकांनी प्रोत्साहन द्यावे. त्याद्वारे वर्गातील एकी वाढते आणि विद्यार्थी व्यक्तिमत्त्व विकास होण्यास मदत होते.

6.2.5 अध्यापन कार्य (Teaching Functions)

अध्यापन कार्याचे घटक खालीलप्रमाणे आहेत -

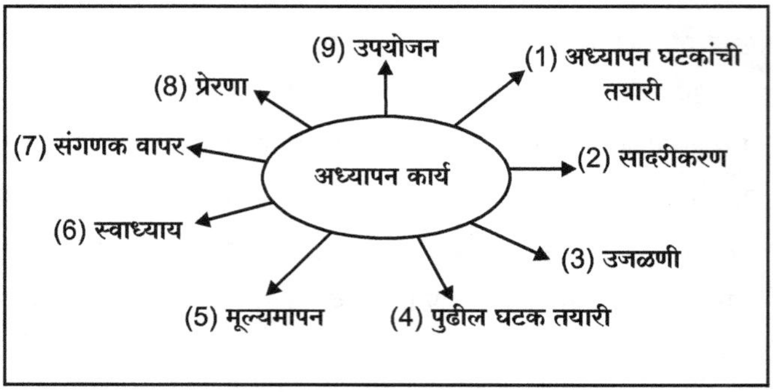

आकृती 6.8 : अध्यापन कार्य

अध्यापन आशयाचे नियोजन : यात घटक, उपघटक, उपलब्ध वेळ, शैक्षणिक साहित्य, कृती, गृहपाठ, शिक्षककृती तसेच विद्यार्थी कृती इत्यादी गोष्टींचा समावेश होतो.

- **अध्यापन घटकाची तयारी :** उद्दिष्टे ठरविणे, नवीन संदर्भसाहित्य पुरविणे, गाभाघटक ठरविणे, त्याचे सामान्यीकरण करणे, प्रस्तावना परिणामकारक करणे.
- **सादरीकरण :** सोप्याकडून कठिणाकडे या तत्त्वाचा आधार घेऊन विद्यार्थ्यांना सादरीकरण समजावून सांगावे. दृक साहित्याचा वापर करून सादरीकरण विकसित करावे. कथनाने किंवा हावभावाने विद्यार्थ्यांचे अवधान उद्दिपित करावे.
- **उजळणी :** विद्यार्थ्यांच्या ज्ञानाचे व अनुभवांचे एकत्रीकरण करावे; योग्य आकृत्या, उदाहरणे व क्लृप्त्या सांगाव्यात.
- **पुढील घटक तयारी :** पुढील घटकाचा अभ्यास करण्याची त्यांची तयारी करावी. त्या घटकासाठी आवश्यक त्या शैक्षणिक कृती करण्यासाठी विद्यार्थ्यांची तयारी करावी.
- **मूल्यमापन :** सादरीकरणावर विद्यार्थ्यांना प्रश्न विचारावेत व चर्चा घडवून आणाव्यात. विद्यार्थ्यांना किती समजले ते समजून घ्यावे.
- **स्वाध्याय :** विद्यार्थ्यांना गृहपाठ देणे.

- **संगणकाचा वापर :** शिक्षकाने स्वतः संगणकाचा वापर करावा. विद्यार्थ्यांना संगणकाचा वापर करण्यास उत्तेजन द्यावे. घटकाच्या विस्ताराची माहिती द्यावी. घटकाची सर्वांगीण माहिती करून द्यावी. येथे विद्यार्थ्यांना ज्ञान व कौशल्ये वापरण्यास प्रोत्साहन द्यावे. संगणकाचा साहित्य म्हणून वापर करावा.
- **प्रेरणा :** विद्यार्थ्यांना अध्यापनाच्या सुरुवातीलाच योग्य व परिणमकारक प्रेरणा द्याव्यात.
- विद्यार्थ्यांना पुरविलेले ज्ञान व्यवहारात वापरण्याचे मार्गदर्शन करावे.

6.2.6 वर्ग संघटन आणि व्यवस्थापन (Classroom Organisation and Management)

प्रत्येक शाळेत वर्गसंघटना आणि त्यांचे व्यवस्थापन हे दिसून येते. वर्गामध्ये औपचारिक शिक्षणपद्धती म्हणजे अध्ययन-अध्यापन प्रक्रिया राबविल्या जातात. अध्ययन प्रक्रिया ही वर्गवातावरणावर प्रामुख्याने अवलंबून असते. चुकीच्या वर्तनापासून विद्यार्थ्यांना दूर ठेवणे हे या संघटनेचे प्रमुख उद्दिष्ट असते. शिक्षक आणि सहअध्यायी यांचेबरोबर राहून विद्यार्थ्यांना वर्गात आनंदाचे, आपुलकीचे, प्रेमाचे वातावरण मिळणे आवश्यक आहे. वर्गात विद्यार्थ्यांचे सदैव स्वागत होणे; त्यांना महत्त्व, आदर, शारीरिक व मानसिक सुरक्षितता मिळणे आवश्यक आहे. वर्गात सर्वांना समान वागणूक मिळणे जरूरी असते. कारण वर्गात विविध जाती-धर्म-संस्कृती-भाषा असलेले विद्यार्थी असतात. त्याचप्रमाणे वेगवेगळी आर्थिक-सामाजिक पार्श्वभूमी असलेले विद्यार्थी एकत्र आलेले असतात. एकत्र आलेल्या या विद्यार्थ्यांना समान वागणूक देऊन एकीची भावना वाढीस लावणे हे कौशल्याचे काम आहे. या गोष्टी वर्गसंघटनेवर म्हणजेच विद्यार्थी-सहअध्यायी-शिक्षक यांवर अवलंबून असते.

वर्गव्यवस्थापन

'वर्गव्यवस्थापन' या संकल्पनेत शिक्षक, शिक्षणतज्ज्ञ, शैक्षणिक प्रशासक यांचा समावेश होतो. त्यांच्या कामाचे उद्दिष्ट म्हणजे विद्यार्थ्यांच्या सकारात्मक वर्तनाचा विकास करणे होय.

वेबर यांनी आपल्या संशोधनातून असा निष्कर्ष मांडला आहे की, विद्यार्थ्यांचा सकारात्मक विकास आणि नकारात्मक वर्तन कमी करणे, परस्पर आंतरक्रियांचा विकास तसेच सकारात्मक सामाजिक व भावनिक वातावरण टिकविणे आणि परिणामकारक अशी वर्गसंघटना तयार करणे हे वर्ग व्यवस्थापनाचे कार्य होय.

विद्यार्थ्यांचे संपादन आणि वर्तन यांना असे प्रोत्साहन देण्यात यावे की, विद्यार्थ्यांच्या स्वनियंत्रण या गुणाचा विकास होईल.

सन 1999 मध्ये फ्रॉयेन आणि इव्हरसन (Froyen & Iverson) यांनीसुद्धा असे सिद्ध केले की, शैक्षणिक संपादन, शिक्षक कार्यक्षमता आणि शिक्षक व विद्यार्थी वर्तन हे वर्गसंघटना आणि वर्गव्यवस्थापन यावर अवलंबून असते.

शैक्षणिक नियोजन, संघटना विद्यार्थ्यांवरील नियंत्रण, अध्ययन प्रक्रिया, इत्यादी घटकांचा आधार घेऊन उत्तम असे शैक्षणिक अनुभव वर्गव्यवस्थापनाद्वारे दिले जातात.

6.2.7 शिक्षा आणि व्यवस्थापन (Punishment and Classroom Management)

बेलन व बेलन आणि ब्लँक (Bellon & Bellon and Blank) यांच्या दृष्टिकोनातून वर्गव्यवस्थापन आणि शिस्त या दोन गोष्टी एकमेकांवर अवलंबून असतात. शिस्तपूर्ण असे अध्ययनासाठीचे वातावरण हे वर्गव्यवस्थापनात गृहीत धरले आहे. जेव्हा शिस्तीचे पालन केले जात नाही किंवा नियोजनाप्रमाणे अध्ययन केले जात नाही तेव्हा विद्यार्थ्यांद्वारे शिस्तीचे पालन किंवा अध्ययनासाठी योग्य सराव होण्यासाठी प्रसंगी शिक्षकांद्वारे शिक्षेचा वापर केला जातो. नापसंती दर्शविण्यासाठी शिक्षेचा किंवा दूषणांचा वापर केला जातो.

यावर अनेक संशोधने केली गेली आणि निष्कर्ष मात्र शिक्षेच्या विरोधात दिसून आलेले आहेत.

उदा., (1) शिक्षेने मुलांचे मानसिक आरोग्य बिघडते. (2) शिक्षा केल्याने त्याप्रमाणात अध्ययनात सुधारणा दिसत नाही. (3) शिक्षेचा हुशार मुलांवर जास्त परिणाम होतो. (4) शिक्षेमुळे काही प्रमाणात अयोग्य कृतींना आळा बसतो. (5) कारण स्पष्ट करून तत्काळ केलेली शिक्षा वर्तनात बदल घडवून आणते. (6) एकदा शिक्षेची भीती नाहीशी झाली की तिची परिणामकारकताही कमी होते. (7) शिक्षक व विद्यार्थी संबंध दुरावतात. (8) उर्मटपणा, कोडगेपणा, नावड यांसारख्या मनोवृत्तीत वाढ होऊ लागते. (9) बऱ्याच वेळा चुकांच्या प्रमाणानुसार शिक्षेचे प्रमाण ठरविले जात नाही. (10) शिक्षा करणाऱ्याच्या मनःस्थितीवर शिक्षेचे प्रमाण अवलंबून असते. (11) आवडत्या किंवा नावडत्या विद्यार्थ्यांना केले जाणारे शिक्षेचे प्रमाण समान राहू शकत नाही. (12) अशैक्षणिक शिक्षांचे परिणाम सकारात्मक होत नाही. (13) शिक्षा होणाऱ्याला बरेच वेळा न्यूनगंड किंवा लज्जा वाटू शकते व त्यामुळे त्याच्या मानसिक आरोग्यावर परिणाम होण्याची शक्यता निर्माण होते.

वर्गव्यवस्थापनामध्ये शिक्षा नेहमी तारतम्याने केली जावी. विद्यार्थ्यांच्या विकास किंवा प्रगतीसाठी शिक्षा केली जाते याची वर्गव्यवस्थापनाने खात्री पटवून दिली पाहिजे. शिक्षा कधीही अशैक्षणक असू नये. तसेच शिक्षेनंतर शिक्षकांनी विद्यार्थ्यांशी दुरावा न ठेवता त्यांच्या प्रगतीवर लक्ष ठेऊन वेळोवेळी प्रोत्साहनांचाच वापर करण्यावर भर द्यावा.

7

सामाजिक मानसशास्त्र व समूह गतिशीलता

Social Psychology and Group Dynamics

एकमेकांकडे बघून स्मितहास्य करा. आपल्या पत्नीकडे, पतीकडे, मुलांकडे बघून अगदी कोणी का असेना प्रत्येकाकडे बघून स्मित हास्य करा. त्यामुळे तुमचा एकमेकांवरचा स्नेह वाढत राहील.

– मदर तेरेसा

तुम्ही कधी पाहिलतं का की, सामाजिक विकास झालायं आणि व्यक्तीचा विकास झाला नाही ? असं शक्य नाही. कारण, सामाजिक विकास आणि व्यक्तीचा स्वतःचा विकास या एकाच नाण्याच्या दोन बाजू आहेत. व्यक्ती आणि त्याच्या आजूबाजूच्या व्यक्तींमध्ये समान आवड, भावना, विचार दिसून येतात. या घटकांमध्ये तुम्हाला व्यक्तीचा सामाजिक विकास कसा होतो, समूह म्हणजे काय, समूहाचे शिक्षण याविषयी माहिती मिळेल. समाजातील वाढता हिंसाचार ही एक सामाजिक समस्या बनली आहे. ही समस्या अभ्यासक्रमाद्वारे कशी सोडवावी, शांततेच्या शिक्षणाचे महत्त्व ही यातून सांगण्याचा प्रयत्न केला आहे. हा घटक अभ्यासल्यानंतर खालील प्रश्नांची उत्तरे तुम्ही देऊ शकाल –

- सामाजिक विकास म्हणजे काय ते सांगून विद्यार्थ्यांचा सामाजिक विकास करण्यासाठी कोणकणेते उपक्रम कराल हे स्पष्ट करा.
- शांततेच्या शिक्षणाचे महत्त्व विशद करा. त्यासाठी शाळेमध्ये कोणते अभ्यासेतर उपक्रम राबवाल ?
- समूह म्हणजे काय ते सांगून शाळेचे रूपांतर श्रेष्ठ दर्जाच्या सामाजिक समूहामध्ये कसे करता येईल?
- समूहगतिशीलता म्हणजे काय ? समूह गतिशिलतेला प्रोत्साहन देण्यासाठी कोणकोणते शालेय कार्यक्रमांचे आयोजन कराल हे स्पष्ट करा.
- वर्गसमूह म्हणजे काय ते सांगून वर्गसमूहाची वैशिष्ट्ये तुम्ही वर्गशिक्षक म्हणून प्रत्यक्षात कशाप्रकारे आणाल ?
- शालेय हिंसाचाराची कारणे सांगून शालेय हिंसाचार रोखण्याचे कोणते उपाय तुम्ही सुचवाल? त्यासाठी पालकांचा सहभाग कसा घ्याल ?

7.1 सामाजिक मानसशास्त्र (Social Psychology)

व्यक्तीच्या विचारांवर, भावनांवर व वर्तनावर इतर व्यक्तींचा पडलेला प्रत्यक्ष, अप्रत्यक्ष किंवा काल्पनिक प्रभाव शास्त्रशुद्धरित्या अभ्यासणे म्हणजे 'सामाजिक मानसशास्त्र' होय.

➤ मानवाच्या सर्व प्रकारच्या सामाजिक वर्तनाशी संबंधित असणाऱ्या सहजप्रवृत्तींचे संशोधन करणारे शास्त्र म्हणजे 'सामाजिक मानसशास्त्र' होय. **– मॅक्‌ड्युगल**

वरील व्याख्येमध्ये शास्त्रशुद्ध म्हणजे नियंत्रित परिस्थितीत केलेला अभ्यास होय. विचार, भावना, वर्तनही मोजता येणारी मानसशास्त्रीय चले आहेत. कल्पनेचा प्रभाव पडणे म्हणजे घरात कोणीही उपस्थित नसल्यास टि.व्ही. पाहणे, रिती व रूढींप्रमाणे वागणे. शेवटी मानसशास्त्रज्ञांच्या मते, मानवी वर्तन म्हणजे प्रसंगाला धरून केलेली मानसिक क्रिया होय.

सामाजिक मानसशास्त्रामध्ये अभिवृत्ती (Attitudes), सामाजिक ओळख (Social Cognition), स्व-संबोध (Self-concept), सामाजिक प्रभाव (Social Influence), समूह मानसशास्त्र (Group Dynamics), इतरांशी नातेसंबंध (Relations with Others) या घटकांचा अंतर्भाव होतो.

7.2 सामाजिक विकास (Social Development)

सामाजिक विकास म्हणजे दुसऱ्यांबरोबर समायोजन करण्यास शिकणे. काळजीपूर्वक व घट्ट असलेले नातेसंबंध हा सामाजिक विकासाचा मूळ पाया आहे. सामाजिक विकास हा अर्भकावस्थेत सुरू होतो. अर्भक जेव्हा ओळखीच्या आवाजाला, वासाला, स्पर्शाला प्रतिसाद द्यायला शिकते तेव्हाच सामाजिक विकास सुरू होतो. जेव्हा बालकाच्या पहिल्या सामाजिक अनुभवाचे कौतुक केले जाते तेव्हा मूल सामाजिक विकासाच्या पुढील पायरीकडे वळते. मूल त्याच्या पालकांबरोबर त्याचे अनुभव घेते, सहकार्य करते, समायोजन करते. बालवाडीतील मूल हे आपले पालक एखाद्या

प्रसंगाला कसे प्रतिसाद देतात याचे निरिक्षण करते आणि त्यानुसार प्रतिसाद देते. पालकांनी एखाद्या प्रसंगाला दिलेल्या प्रतिसादाचा मुलावर त्या प्रसंगाबाबतच्या भावनेवर परिणाम होतो. मुले पालकांच्या प्रतिसादानुसार स्वतःचा दृष्टिकोन व मत बनवितात, एकमेकांशी बोलतात, त्यांचे संघर्ष हाताळतात किंवा मजेत राहतात.

संशोधनानुसार असे दिसून आले की, शाळेत प्रवेश करताना ज्या मुलांचा सामाजिक आणि बोधनिक विकास चांगल्या प्रकारे झालेला असतो ती मुले नंतरच्या आयुष्यात चांगल्या प्रकारे यशस्वी होतात.

चांगल्या सामाजिक विकासासाठी

(1) मुलांना स्वतःच्या व दुसऱ्यांच्या मनातील योग्य भावना ओळखायला शिकवा.

(2) शिक्षकांशी व मित्रांशी सकारात्मक पद्धतीने वागायला शिकवा.

(3) भावनिकदृष्ट्या प्रक्षुब्ध झाल्यावर (उदा., दुसऱ्या मुलाने त्याचे खेळणे घेतल्यावर मुलाचे चिडणे). राग, नैराश्य, ताण यांचे व्यवस्थापन करायला त्यांना शिकवा.

(4) मुलांना आनंदाने व उत्साहाने अध्ययन करायला शिकवा.

(5) वर्गामध्ये लक्ष देणे व अभ्यास करणे या गोष्टी स्वतःचे स्वतः व सहकार्याने करायला शिकवा.

7.3 शांततेसाठीचे शिक्षण (Peace Education)

➤ शांततेसाठीचे शिक्षण देणे म्हणजे कौशल्य विकसित करण्यासारखे आहे. हे शिक्षण मुलांना सर्जनशीलपणे आणि विधायकरित्या संघर्ष सोडवायला शिकविते. त्याचप्रमाणे स्वतःबरोबर, दुसऱ्यांबरोबर आणि जगाबरोबर चांगल्या प्रकारे जगायला शिकविते. शांतता निर्माण करणे हे प्रत्येक व्यक्तीचे काम आहे आणि प्रत्येक कुटुंबाचे कर्तव्य आहे. **– Fran Schmidt and Alice Friedman (1988)**

शांततेसाठीचे शिक्षण हे प्रत्येक देशाच्या सामाजिक, सांस्कृतिक आणि गरजांशी जोडलेले आहे. मानवी मूल्यांनी हे ओतप्रोत भरलेले आहे. ते जागतिक वातावरणाशी सुद्धा जोडलेले आहे. जगातील सर्व हिंसाचार व संघर्ष मग तो देशातील असो, दोन देशांमधील असो, स्थानिक पातळीवरील असो किंवा व्यक्तिगत असो या सर्वांवर एकच उत्तर म्हणजे शांततेसाठीचे शिक्षण देणे.

आपल्या मुलांना हिंसाचारापासून वाचविणे यावरील उपचारात्मक भाग म्हणजे शांततेसाठीचे शिक्षण देणे होय. मुलांच्या विकासामध्ये याचा समावेश करावा जेणे करून त्यांच्या भावी आयुष्यात समस्या उद्भवणार नाहीत. शांततेसाठीचे शिक्षण हे मुलांच्या मनात उच्च मानवी मूल्ये व सामाजिक मूल्ये रुजवितात. यासाठी मुलांना योग्य वर्तनवादी कौशल्ये शांततापूर्ण जीवन जगण्यासाठी शिकविली पाहिजे.

अभ्यासक्रमामध्ये योग्य अभिवृत्ती, मूल्ये, कौशल्ये अंतर्भूत केली पाहिजे. नैतिक मूल्ये, सुजाण नागरिकत्वाचे शिक्षण, लोकशाहीचे शिक्षण, वैश्विकीकरण हे सर्व शांततेच्या शिक्षणाचे घटक आहेत. शांततेसाठीचे शिक्षण हे माणसांमधील हिंसाचाराच्या समस्येचे उत्तर आहे.

समाजातील संघर्ष आणि हिंसाचार यांचा मुलांच्या मनावर परिणाम होतो. मुले आजूबाजूचा संघर्ष आपोआप टिपत असतात आणि तो पुढच्या पिढीमध्ये प्रतिबिंबित होतो. त्यामुळे मुलांच्या मनामध्ये शांततेसाठीचे महत्त्व ठसविणे हे सर्वांत महत्त्वाचे उद्दिष्ट आहे. आजच्या मुलांमधला शिकण्यातला आनंद कमी होत चालला आहे. त्यांचे पालक व शिक्षक मुलांना या समाजातील 'रॅट रेस'मध्ये ढकलत आहेत. आजच्या 'शाळा' या शांततेसाठीचे ठिकाण राहिल्या नाहीत. त्यातूनच शिस्तीच्या समस्या उद्भवल्या आहेत.

मादाम माँटेसरी यांनी शांतता निर्माण करण्याचे साधन म्हणून शिक्षणाकडे पाहिले. त्यांच्या मते, शांतता हे माणूस व निसर्ग यांच्यातील मागदर्शक तत्त्व आहे. त्या तत्त्वापासून जर दूर जाण्याचा प्रयत्न केला तर विध्वसंक होईल. मुलांचा निष्पापपणा जपला पाहिजे. मूल ही मानवजातीला मिळालेली देणगी आहे. मानवी व्यक्तिमत्त्वातील आतील विकास करणे (Inner Development) आणि माणूसजातीकडे व सामाजिक परिस्थितीकडे बघण्याचा योग्य दृष्टिकोन विकसित करणे हे शांततेच्या सकारात्मक शिक्षणाचे ध्येय आहे.

शांततेसाठीच्या शिक्षणासाठी शाळा हे खालील गोष्टी करू शकतात -

(1) मानवतावादी दृष्टिकोनातून व्यवस्थापन राबविले जाईल.
(2) शिक्षक-विद्यार्थी, शिक्षक-शिक्षण, विद्यार्थी-विद्यार्थी आंतरक्रिया चांगल्या प्रकारे विकसित होईल याकडे लक्ष देणे.
(3) सहकार्याची भावना व परस्परांचा आदर यांसारख्या चांगला दृष्टिकोनांचा विकास शिक्षक आणि विद्यार्थ्यांमध्ये करणे.
(4) विद्यार्थ्यांचा भावनिक विकास चांगल्या प्रकारे करणे.
(5) सहशालेय कार्यक्रम व अभ्यासपूरक उपक्रमांमधून मुलांचा सामाजिक विकास घडविणे.
(6) विद्यार्थ्यांमध्ये शिस्त व नैतिक मूल्ये रुजविणे.
(7) शिक्षक व विद्यार्थ्यांमध्ये सर्जनशीलता वाढीस लावणे.
(8) चांगल्या प्रकारचे अध्यापन व अध्ययन घडवून आणणे.
(9) 'स्व' संकल्पना मुलांमध्ये रुजविणे.

7.4 समूह (Group)

व्याख्या

- एकत्र आलेल्या व्यक्तींमध्ये मूल्ये व आदर्श समान असतील आणि त्यांची सामाजिक भूमिका परस्परांशी निगडीत असेल तर त्याला 'समूह' असे म्हणतात. **- न्यूकोंब**
- ज्या सामाजिक घटकातील अनेक व्यक्तींचा दर्जा आणि भूमिकांमधील परस्पर संबंध बऱ्याच प्रमाणात निश्चित झालेले असतात आणि ज्यामधील सदस्यांचे वर्तनव्यवहार काही आदर्श आणि मूल्ये यांनी, निदान समूहाच्या दृष्टीने महत्त्वाच्या बाबतीत तरी नियमित होतात, अशा सामाजिक घटकास 'समूह' असे म्हणतात. **- शेरीफ**

वरील व्याख्यांवरून असे म्हणता येईल की, समूह तयार होण्यासाठी व्यक्तींच्या अस्तित्वाबरोबरच त्या व्यक्तींची ध्येये, भावना, विचार, लक्ष हे घटकही समान हवेत. उदा., आपण निवडणुकीतील विविध पक्ष पाहतो. तेव्हा एका पक्षाचा एक 'समूह' म्हणता येईल किंवा एखादा 'मोठा उद्योग समूह', ज्यामधील व्यक्तींची ध्येये, हित, विचार त्या उद्योगाप्रती एकवटलेली असतात.

7.4.1 समूहाचे प्रकार (Types of Group)

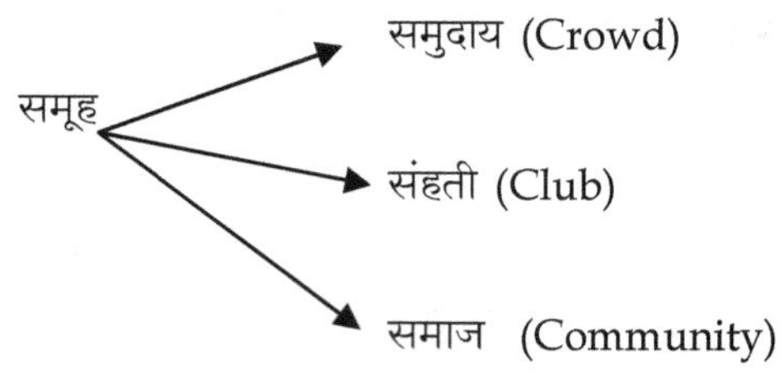

(1) समुदाय (Crowd) : समुदाय बनण्यासाठी महत्त्वाचे कारण असलेच पाहिजे असे नाही. एखाद्या प्रासंगिक कारणावरून जेव्हा लोक एकत्र येतात तेव्हा लोकांचा समुदाय तयार होतो. उदा., गणपती विसर्जनाच्यावेळी ठराविक काळ बरेच लोक एकत्र येतात आणि गणपती विसर्जन झाल्यावर ते लोक आपापल्या नित्य कामाला निघून जातात. ज्यावेळी एखादा मोर्चा निघतो, त्यावेळी त्यातील सर्वच एकाच प्रवृत्तीचे असतील असे नाही. त्यात काही समाजविघातक व्यक्तीही असतात. अशा वेळी लूटमार, जाळपोळ होण्याची शक्यता असते. अशा हेतूसाठी व्यक्तीं एकत्र येतात व कारण संपताच निघून जातात. हा सुद्धा समुदायच होय.

समुदायातील व्यक्तींचे वर्तन हे जास्त करून विकाराधीन असते. सहज प्रवृत्तींचा आवेग हा प्रामुख्याने वर्तन प्रेरक असतो, परंतु तो तात्पुरता असतो. त्यामुळे समुदायातील आचार-विचारांना आळा घालणे अवघड असते.

(2) संहती (Club) : जेव्हा विशिष्ट उद्देश, छंद, अभिरुची या कारणासाठी व्यक्ती एकत्र येतात तेव्हा त्या एकत्र येण्याला 'संहती' असे म्हणतात. ठराविक उद्दिष्टासाठी व्यक्ती एकत्र येतात. उदा., साहित्य मंडळ, महिला मंडळ अशा मंडळांना घटना व नियमावली असते. नियमांनुसारच या मंडळांचे कामकाज चालते. हे नियम सभासदांना बंधनकारक असतात. अशा मंडळांकडून विधायक कार्य घडू शकते. भूतकाळात कोणत्या गोष्टी उपयुक्त ठरल्या याचा मागोवा घेऊन पुढील योजना ठरविल्या जातात. त्यामुळे समाजासाठी भरीव कार्ये केली जातात. यामध्ये संघ-भावना, नेतृत्व, आर्थिक परिस्थिती यांवर संहतीचे अस्तित्व अवलंबून असते.

(3) समाज (Community) : समाज सर्वांत वरच्या दर्जाचा समूह आहे. समाजातील व्यक्ती संस्कृतीचे जतन, संवर्धन, संक्रमण असे विविध प्रकारचे कार्य करत असतात. समाजात बदल व परिवर्तन घडत असते. व्यक्तीचा विकास घडवून आणणे हे समाजाचे उच्च कोटीचे ध्येय आहे. बदल व सुधारणा झाल्या तरी समाजाची मूळ चौकट कायम राहते. समाजाच्या माध्यमातून व्यक्तीत विविध मूल्ये रुजतात.

7.4.2 शाळा-एक समूह

समूहाच्या व्याख्येनुसार शाळा हा सुद्धा एक समूहच आहे. एका विशिष्ट ध्येयाने भारलेले घटक शाळेत असतात. हे ध्येय म्हणजेच शाळेतून बाहेर पडणारा विद्यार्थी हा समाजाचा उपयुक्त घटक म्हणून बाहेर पडला पाहिजे. त्याला समाजाचा एक घटक म्हणून उत्तम रितीने जगता आले पाहिजे. हे उद्दिष्ट साध्य करण्याची जबाबदारी शिक्षक, पालक, इतर कर्मचारी वर्ग व विद्यार्थी या सर्वांवर असते. यासाठी शाळेत काही गोष्टी असणे आवश्यक आहेत. त्या पुढीलप्रमाणे -

(1) शाळेचे बाह्य स्वरूप व अंतर्गत रचना, साहित्य चांगल्या प्रकारे टिकून राहिले पाहिजे. शाळेत कायमस्वरूपी चांगले अध्यापन करणारे शिक्षक हवे, जेणे करून शाळा सोडल्यावरही विद्यार्थ्यांना आपल्या शाळेबद्दल व शिक्षकांबद्दल आपुलकी राहिली पाहिजे. प्रत्येक शिक्षकाने 'माझी शाळा' म्हणून काम केले पाहिजे. त्यामुळे शाळेत काम करणाऱ्यांमध्ये एकोपा, संघभावना, कर्तव्यनिष्ठतेची जाणीव, शाळेबद्दलचा अभिमान वाढीस लागला पाहिजे.

(2) शाळेतील वातावरण प्रसन्न असले पाहिजे. शाळेमध्ये प्रवेश केल्यापासून विद्यार्थी, शिक्षक, पालकांना उत्साह व आपलुकी जाणवली पाहिजे. शाळा ही विद्यार्थ्यांवर उत्तम संस्कार करण्याचे केंद्र बनली पाहिजे. वर्गावर्गांमध्ये निकोप स्पर्धा असली पाहिजे, त्यामुळे शाळेमध्ये जिवंतपणा राहतो. स्पर्धांमुळे स्थैर्य, बळकटी, यश-अपयश अशा सर्व प्रकारच्या भावना अनुभवास येतात. विविध अभ्यासपूरक कार्यक्रम, सह शालेय कार्यक्रम, खेळ यांचे योग्य नियोजन शाळेत असले पाहिजे.

(3) शाळेच्या उत्तम परंपरांमुळे विद्यार्थ्यांना शाळेचा अभिमान वाटतो. उदा., स्नेहसंमेलने, सहली, अभ्यास भेटी, माजी विद्यार्थी संघ, पालक संघ अशा विविध गोष्टी विद्यार्थ्यांना आठवणी देतात. अभ्यासात, खेळात नैपुण्य दाखविलेल्या मुलांचे फलक शाळेत असावेत. त्यामुळे शाळेच्या लौकिकात भर पडत असते. विविध कार्यक्रमांचे फोटो, शाळेचा उज्ज्वल इतिहास हे विद्यार्थ्यांना स्फूर्ती देतात. या गोष्टी शाळेतील विद्यार्थी पाहत असताना वा अनुभवत असताना ते सुद्धा अशा उच्च ध्येयाने भारावून जातात.

(4) शाळेतील व्यवस्थापन हे उत्तम असले पाहिजे. शाळेचे मुख्याध्यापक हे उत्तम प्रशासक व प्रेमळ परंतु शिस्तप्रिय असले पाहिजे. शाळेतील कर्मचारी वर्ग, शिक्षक व पालक यांचे संबंध सलोख्याचे व विश्वासाचे असले पाहिजे. शाळेच्या मुख्याध्यापकाला 'शाळेचा कणा' असे म्हणतात. हा कणा योग्य असेल तरच सर्व कामकाज सुरळीत व यशस्वीपणे चालू शकते.

(5) शाळेच्या विविध नियमांचे विद्यार्थ्यांनी आपण होऊन पालन केले पाहिजे. शाळेतील प्रत्येक विद्यार्थ्याला ही माझी शाळा आहे असे वाटले तरच हे शक्य होते. विद्यार्थ्यांवर निरनिराळ्या जबाबदाऱ्या टाकून, विविध कार्यक्रमांचे नियोजन करून त्याची कार्यवाही करावी या कामात विद्यार्थ्यांचा सहभाग वाढवून त्यांच्यामध्ये जबाबदारीची जाणीव वाढविली पाहिजे. शिक्षकाला प्रत्येक विद्यार्थ्यांचे नाव माहीत असणे आवश्यक आहे. कारण विद्यार्थ्याने शिस्त मोडल्यास शिक्षकांनी वैयक्तिक नाव घेऊन बोललेले त्यांना आवडत नाही. येथे विद्यार्थ्यांची 'स्व-प्रतिष्ठा' महत्त्वाची असते.

7.4.3 वर्गसमूह

प्रत्येक शाळेत वेगवेगळे वर्गसमूह असतात. वयानुसार इयत्ता असतात. त्यामुळे वेगवेगळ्या वयाचे वर्गसमूह असतात; एकाच वयाचेही वेगवेगळे वर्ग असतात. विद्यार्थ्यांच्या समूहाला उद्देशून शिक्षक शिकवित असतात. एकाच वर्गातील मुले एका विशिष्ट उद्देशाने एकत्र आलेले असतात. ते एकत्र बसतात, खेळतात. त्यांची एकमेकांशी ओळख होते, मैत्री होते. मनुष्याला समूहात राहणे आवडते. त्यानुसार आपण एकाच वर्गात आहोत ही भावना मुलांना एकत्र आणण्यास बऱ्याच वेळा पुरेशी ठरते.

या मुलांच्या आवडीनिवडी वेगवेगळ्या असू शकतात. तरी सुद्धा खेळताना वा बोलताना त्यांच्या एकमेकांच्या विचारांची देवाणघेवाण होते. यातूनच बालकांचा सामाजिक विकास घडून येतो.

वर्गसमूहाची वैशिष्ट्ये

(1) समान अध्ययन हे वर्गसमूहाचे महत्त्वाचे उद्दिष्ट असते.

(2) वर्गातील मुलांची ध्येये, गरजा, प्रेरणा, अपेक्षा सर्वसाधारणपणे सारख्याच असतात.

(3) वर्गसमूहाचे उद्दिष्ट उच्च असल्याने, ते साध्य करण्यासाठी छोट्या-छोट्या ध्येयांवर लक्ष केंद्रित करावे लागते.

(4) वर्गनियंत्रणाच्या संदर्भात नेतृत्व निवडण्याचा अधिकार फक्त शिक्षकालाच असतो.

(5) वर्गाच्या प्रगतीशी वर्गातील सभासद जोडलेले असतात. त्यामुळे वर्गातील सभासदांचा विकास हा त्यांच्यातील आंतरक्रियांमुळे घडतो.

(6) वर्गसमूहात सहकार्याची भावना निर्माण होते. इतर कोणत्याही प्रकारच्या समूहामध्ये इतका एकसंधपणा आढळून येणार नाही.

7.4.4 समूह-गतिशीलता (Group Dynamic)

वर्गामध्ये एकत्र आहेत म्हणून विद्यार्थ्यांमध्ये जवळीकता उत्पन्न होऊ शकत नाही; तर गटामध्ये ऐक्यभावना कार्य करते. समान उद्दिष्टांसाठी व्यक्ती परस्पर संबंध ठेवतात; परंतु व्यक्तीची समान उद्दिष्टये, मूल्ये, नेतृत्वाची गुणवत्ता, उद्दिष्टे साध्य करण्याची कार्यवाही या सर्व गोष्टी समूहगतिशीलतेत आवश्यक आहेत. व्यक्तींमध्ये घडलेल्या बदलाचे पडसाद समूह वर्तनावर उमटतात आणि समूहामध्ये अनेक समायोजनात्मक बदल घडतात. समूहांतर्गत घडणाऱ्या या बदलांनाच 'समूह-गतिशीलता' असे म्हणतात. समूहात सतत बदलाची प्रक्रिया चाललेली असते. समूहातील प्रत्येक सदस्य तणाव अनुभवतो व त्यापासून मुक्तता मिळून समतोल राखण्यासाठी बदल आवश्यक वाटतो. समूहवर्तनावर संस्कृतीचाही परिणाम होत असतो. समूहवर्तनाचा अभ्यास करताना व्यक्तिमत्त्व व सामाजिक परिस्थिती लक्षात घेणे अनिवार्य ठरते.

अध्यापनात समूह पद्धतीचा वापर जास्त प्रमाणात केला जातो. सामूहिक पद्धतीचा वापर केल्यामुळे सहकार्य, नेतृत्व व आपुलकी वाढीस लागते. वर्गात चर्चा घडवून आणणे याला आजच्या विद्यार्थीकेंद्रित अध्यापन पद्धतीमध्ये फार महत्त्व आहे. चर्चा घडविल्यामुळे विद्यार्थी विचार करू लागतात. त्यातून त्यांना प्रेरणा मिळते व ते समस्येचा सर्व बाजूंनी विचार होतो. परिणामी त्यांच्या हाती नवे मुद्दे येतात, त्याचप्रमाणे शिक्षकही बऱ्याच गोष्टी शिकतात.

काही वेळा विविध कार्यक्रमांची जबाबदारी विद्यार्थ्यांवर टाकता येते. उदा., सहली, श्रमदान, स्नेहसंमेलन वर्तमानपत्रातील बातम्यांवर चर्चा अशा कार्यक्रमांमुळे विद्यार्थी कार्यप्रवण होतात व समूह गतिशीलता निर्माण होते.

वर्गसमूहाची गतिशीलता समजावून घेऊन त्याचे अध्यापन प्रभावी होण्यासाठी उपयोग करून घ्यावा. समूहाच्या विकासासाठी समूह गतिशीलता अत्यंत आवश्यक असते. समूह चर्चेमुळे समूह-सदस्य कोणत्याही बदलास तयार होतात आणि सामाजिक परिवर्तनामध्ये सक्रिय सहभागी होतात. त्यामुळे चांगल्या प्रकारचे सामाजिक बदल होतात.

7.4.5 नेतृत्व (Leadership)

ज्या वेळेस समूह अस्तित्वात येतो, त्याच वेळेस नेतृत्वही अस्तित्वात येते. नेतृत्व हे परिस्थितीसापेक्ष व व्यक्तिसापेक्ष असे नेतृत्वाचे दोन प्रकार पडतात.

(1) **आदेशात्मक :** येथे मुले संख्यात्मक दृष्टीने नेतृत्व ठरवितात.

(2) **लोकसत्तावादी :** येथे उच्च प्रतीची कार्यनिष्ठा दिसून येते व मुलांचा गट परिणामकारक कार्य करतो.

(3) **अनुमतीदर्शक :** जेथे नेत्यांनी स्वतःच्या अधिकाराचा त्याग करून व्यक्तिस्वातंत्र्याचा दृष्टिकोन स्वीकारला आहे तेथे मुले असंघटित होतात.

प्रत्येक शिक्षकाला निर्णय घेण्यात विद्यार्थ्यांचा सहभाग घेणे सोयीस्कर वाटणार नाही. सहभागात्मक पद्धती नेहमीच ताबोडतोब परिणामकारक ठरत नाही. विद्यार्थ्यांचा सहभाग केव्हा घ्यावयाचा किंवा घ्यावयाचा नाही या बाबतीत शिक्षकाने समतोल दृष्टिकोन ठेवावयास पाहिजे.

शिक्षकांचे प्रत्यक्ष नेतृत्व वाढावयाचे असेल तर शिक्षकांनी पुढील गोष्टींकडे लक्ष दिले पाहिजे -

(1) गटाच्या कार्यक्रमांची विद्यार्थ्यांमध्ये विभागणी

(2) योग्य स्वातंत्र्य

(3) खुल्या संवादाला उत्तेजन

(4) विद्यार्थ्यांचे लक्ष वेधून घेण्याचा प्रयत्न

नेतृत्व प्रशिक्षण

शाळेतील योग्य विद्यार्थ्यांची निवड करून नेतृत्वाचे शिक्षण दिले पाहिजे.

(1) विविध शिबिरे भरवावीत. अशा शिबिरांमध्ये विद्यार्थ्यांसाठी बौद्धिक व सांघिक कामे असावीत. आदर्श नेत्यांच्या चारित्र्याची माहिती मुलांपुढे ठेवावी, त्यावर चर्चा घडवून आणावी, विविध मुद्दे विद्यार्थ्यांच्या नजरेस आणून द्यावेत.

(2) स्काऊट, गाईड, समाजसेवा यांसारख्या उपक्रमांद्वारे विद्यार्थ्यांमधील नेतृत्व गुणांचा विकास करता येईल.

(3) शिक्षकाच्या अनुपस्थितीत वर्ग सांभाळण्याचे काम मुलांकडे द्यावे.

(4) हजेरी घेणे, ग्रंथालयातील पुस्तकांची नोंद ठेवणे, गटांमध्ये खेळ घेणे यांसारख्या गोष्टींमधूनही मुलांमध्ये नेतृत्व गुण विकसित होतो.

(5) विविध सांस्कृतिक कार्यक्रम, क्रीडा स्पर्धा याद्वारेसुद्धा 'विद्यार्थी-नेत्यांवर' विविध जबाबदारी टाकता येते.

(6) वर्गातील शिस्त व शांतता यासाठीही 'विद्यार्थी-नेत्याचा' उपयोग शिक्षकाला करून घेता येऊ शकतो.

7.5 शालेय हिंसा (School Violence)

7.5.1 व्याख्या (Definition)

'शालेय हिंसा' म्हणजे शाळेच्या आवारात घडलेली कोणत्याही प्रकारची हिंसात्मक कृती.

शालेय हिंसा ही तरुणांच्या हिंसेचा छोटा भाग आहे तर सामाजिक आरोग्याची सर्वांत मोठी समस्या आहे. हिंसा म्हणजे जाणीवपूर्वक एखाद्या व्यक्ती विरुद्ध, गटाविरुद्ध किंवा समाजाविरुद्ध केलेला बळांचा वापर, ज्यामुळे शारीरिक किंवा मानसिक दुखापत होऊ शकते. तरुणांमधील हिंसाचार हा सर्वसाधारणपणे 10 ते 24 वयोगटामधील व्यक्तीचा मानला जातो. कारण अशा हिंसाचाराची बीजे बालपणातच रुजली जातात.

7.5.2 हिंसात्मक वर्तन प्रकार (Types of Violence)

- गुंडगिरी, दादागिरी
- मारामारी, ठोसे मारणे, थप्पड मारणे, लाथ मारणे.
- शस्त्राचा वापर
- विजेच्या उपकारणांचा वापर
- गटातील हिंसा

शालेय हिंसा कोठे घडते ?

- शाळेच्या मिळकतीमध्ये
- शाळेमध्ये येता-जाता
- शाळेमध्ये एखादा कार्यक्रम चालू असताना
- शाळेच्या बाहेर परंतु शाळेने आयोजित केलेल्या एखाद्या कार्यक्रमात.

7.5.3 शालेय हिंसाचाराची कारणे (Causes of School Violence)

शालेय हिंसाचाराची कारणे पुढीलप्रमाणे सांगता येतील -

(1) विद्यार्थी स्वतः : मुलांमध्ये हिंसाचाराची अंतर्गत किंवा बाह्य कारणे असतात. लहानपणापासून काही कारणांमुळे मुलांच्या व्यक्तिमत्त्वात दोष उत्पन्न होऊ शकतो. मुलांमध्ये नाकारल्याची भावना, चिंता, भीती, नैराश्य, शारीरिक पिळवणूक असेल तर मुलांच्या मनामध्ये सतत असंतोष धुमसत असतो आणि त्यामुळे मुलाच्या हातून हिंसा घडून येते. कधी-कधी आक्रमक स्वभाव, चंचलता, अस्थिरपणा हा सुद्धा हिंसाचार घडवून आणतो. काही वेळेस कारककौशल्यांचा विकास नीट झाला नाही, कमी बुद्धिमत्ता असेल, लक्ष एकाग्र होत नसेल, वाचण्यास अडचणी येत असतील तरीसुद्धा मुलगा समाजविघातक कृत्यासाठी तयार होऊ शकतो.

(2) कुटुंब : जे पालक आपल्या मुलांचे प्रेमाने संगोपन करत नाही, अशी मुले उद्धटपणा करीतच मोठी होतात. कारण, त्या मुलांमध्ये नाकारल्याची व एकटेपणाची भावना असते. बऱ्याचदा सर्वांचे लक्ष वेधून घेण्यासाठी सुद्धा मुले मारामारी करत असतात. पालक कडक असतील तर मुले जास्तीत-जास्त आक्रमक वर्तन करू लागतात. व्हिडिओ गेम, टि.व्ही. वरील हिंसाचार पाहून मुलाला हेच योग्य आहे असे वाटून ते अशा गोष्टींचे अनुकरण करतो.

(3) मित्र : चांगले मित्र मिळाले तर मूल आरोग्यपूर्ण वातावरणात वाढते व बिघडण्याची शक्यता फार कमी असते, परंतु जर वाईट मित्र मिळाले तर मुलांचा योग्य दृष्टिकोन तयार होणे फार अवघड असते. म्हणून म्हणतात ना 'मित्रांच्या संगतीवरून माणूस ओळखावा'.

(4) शाळा : मूल शाळेत रोजचे सहा तास घालविते आणि यावेळेत शिक्षकांच्या सान्निध्यात ते पूर्ण वेळ असते. त्यामुळे हे सहा तास चांगले वातावरण ठेवणे हे शिक्षकांच्या हातात असते. शिक्षकाचे वगाणे सहानुभूतीपूर्ण असावे शिक्षकांनी मुलांवर लक्ष ठेवले पाहिजे जेणे करून भांडणे व मारामारी होणार नाहीत. एखादा मुलगा शाळेत दादागिरी करतो असे जर शिक्षकांना आढळून आले तर शिक्षकाने अशा मुलांची समस्या वेळीच सावध होऊन सोडविली पाहिजे.

(5) गरिबी आणि अतिरिक्त लोकसंख्या : हे घटकसुद्धा शालेय हिंसाचाराला कारणीभूत होतात. शिक्षकांचे असमाधान, पालक-शिक्षक यांच्यात आंतरक्रिया नसणे, मुलांमधील शक्तीप्रदर्शन, शालेय गळती, मद्यसेवन ही सर्व कारणे हिंसाचार निर्माण करतात.

7.5.4 शालेय हिंसाचार रोखण्याचे उपाय (Preventive Measures for School Violence)

शालेय हिंसा रोखण्यासाठी समाजामध्ये, शाळेमध्ये, कुटुंबामध्ये, व्यक्तीमध्ये व स्वतःमध्ये प्रयत्न झाले पाहिजेत. शालेय हिंसाचार रोखण्यासाठी पुढील उपाय योजावेत -

(1) प्रथम समाजामध्ये काळानुरूप बदल घडले पाहिजेत. नवीन संकल्पना, रुढी, नियम यांचे स्वागत केले पाहिजे, जेणे करून हिंसा होण्याची कारणे कमी होतील.

(2) शाळेमध्ये शिकविताना सर्व मुलांना सामावून घेणारी अध्यापन पद्धती शिक्षकाने वापरली पाहिजे. प्रत्येक मुलाला कृती करण्याची संधी दिली पाहिजे. मुलांमध्ये निकोप स्पर्धा लावली पाहिजे, जेणे करून मुलांना यश व अपयश दोन्ही पचविता आले पाहिजे.

(3) शिक्षकांनी गुण कमी देण्याचा धाक किंवा एखाद्या विद्यार्थ्याचे अतिकौतुक अशा प्रकारचे वर्तन करू नये, जेणे करून इतर विद्यार्थ्यांमध्ये असंतोष निर्माण होईल.

(4) शाळेमध्ये सामाजिक कौशल्ये विकसित करणारे कार्यक्रम, जसे - स्नेहसंमेलन, शिबीर, सहली, सांस्कृतिक कार्यक्रम, क्रीडा स्पर्धा ठेवाव्यात.

(5) मुलांना प्रत्येकाच्या व्यक्तिमत्त्वातील फरक समजून सांगावा. नकारात्मक भावनांवर नियंत्रण मिळविण्यास शिकवावे. न्यूनगंड किंवा अहंगंड विद्यार्थ्यांमध्ये निर्माण होणार नाही याबाबत जागरुक असावे.

(6) व्यक्ती व्यक्तींमधील योग्य संबंध कसे विकसित करावे याविषयी मुलांना शिक्षण द्यावे.

(7) मुलांच्या वर्तनाला वळण लावण्याची प्रक्रिया दीर्घकाळ चालणारी आहे. त्यामुळे शिक्षकाने संयम ठेवला पाहिजे.

(8) पालक-शिक्षक यांच्यामध्ये सुसंवाद असला पाहिजे. मुलांचा पालक व शिक्षक या दोघांशीही संवाद असला पाहिजे.

(9) पालकांनी मुलांशी प्रेमाने वागावे, जेणे करून मुलांचा दृष्टिकोन सकारात्मक तयार होईल. प्रेमाने थोपटणे, कौतुकाने बोलणे, त्याच्या छोट्या इच्छांचा आदर करणे आणि त्यांच्या गरजा भागविणे हे सर्व करून पालकांनी स्वत:ची जबाबदारी योग्य प्रकारे पार पाडावी.

7.6 सामाजिक मानसशास्त्राचे शैक्षणिक महत्त्व

(Educational Importance of Social Psychology)

(1) समूहामध्ये आंतरक्रिया नेहमीच घडत असतात. समूह सदस्यांच्या परस्पर संबंधांमुळे त्यांच्यामध्ये बदल घडतात आणि समूहामध्ये सकारात्मक बदल घडतात. हे बदल म्हणजेच व्यक्तीमध्ये परिवर्तन घडून येणे.

(2) व्यक्तीचा आदर्श नागरिक म्हणून सर्वांगीण विकास करणे हे शिक्षणाचे उद्दिष्ट मानले जाते. 'समूह' उद्दिष्ट साध्य करण्याचे 'माध्यम' मानले जाते. शाळा, वर्ग, क्रीडांगण हे एक प्रकारचे समूहच आहे.

(3) शालेय समूहात घडणाऱ्या आंतरक्रिया व्यक्तीवर प्रभाव पाडतात. 'समूह' हे शैक्षणिक परिस्थितीचे प्रभावी अंग आहे. त्यामुळे वर्गसमूहामध्ये योग्य शैक्षणिक परिस्थिती निर्माण करण्याची अंतिम जबाबदारी शिक्षकाची आहे.

(4) समूहाचा शैक्षणिक परिणाम संबंधित कार्याच्या स्वरूपावर अवलंबून असतो. त्यामुळे संबंधित कार्यामध्ये अनुमान, कल्पना, अधिक माहिती मिळविणे इत्यादी बाबींवर भर असेल तर समूह अध्ययनामध्ये सुधारणा होते.

(5) वर्गसमूहातील सदस्यांमध्ये मैत्रीचे संबंध असतील तर त्यांचे समूह-अध्ययन अधिक परिणामकारक ठरते.

(6) विद्यार्थीकेंद्रित समूह अध्ययन प्रक्रियेमध्ये अधिक प्रगती करतो. त्यामुळे यात विद्यार्थ्यांना अनेक बाबतीत स्वातंत्र्य असल्याने त्यांच्या उपक्रमशीलतेला चालना मिळते.

(7) समूहाच्या दबावामुळे अनेक अनिष्ट प्रवृत्तींना आळा बसतो. शहरी शाळांपेक्षा ग्रामीण शाळातील 'वर्गनियंत्रणाची समस्या' भिन्न आहे.

(8) समूह स्पर्धांमुळे प्रगती करावयास अधिक प्रेरणा मिळते. वैयक्तिक स्पर्धांपेक्षा सांघिक स्पर्धा अधिक उपयुक्त ठरतात.

(9) लोकशाहीप्रधान शिक्षक नेतृत्व व विद्यार्थी नेतृत्व असेल तर त्याचा अध्ययनावर इष्ट परिणाम होतो.

8

वर्ग पर्यावरण

Classroom Ecology

अमेरिकेतील रिक लिटल नावाच्या विद्यार्थ्याच्या मनात एक अभिनव कल्पना आली. विद्यार्थ्यांचा विकास घडविण्यासाठी एक अभ्यासक्रम सुरू करायचा, ज्यामध्ये त्यांना आत्मसन्मान कसा प्राप्त करावा, नातेवाईकांशी व मित्रांशी चांगले संबंध कसे ठेवावेत, कोणत्याही संकटाला तोंड कसे द्यायचे याचे कौशल्य व यांसारख्या जीवनाशी निगडित अनेक गोष्टी त्यामध्ये शिकविल्या जातील. त्यासाठी 120 शाळांमधून 2,000 विद्यार्थी, नामवंत शिक्षणतज्ज्ञ, मानसशास्त्रज्ञ, सल्लागार यांच्या मुलाखती घेतल्या गेल्या. त्यावेळी छोट्या रिक कडे संस्था सुरू करायला पैसे नव्हते. त्याने मदत मागितलेल्या ठिकाणांपैकी 156 व्या ठिकाणाहून त्याला आर्थिक मदत मिळाली. रिकने आतापर्यंत 1,00,00,000 डॉलर्स इतका निधी जमा केला आहे. त्याचा 'क्वेस्ट स्किल्स प्रोग्रॅम' हा उपक्रम 32 देशांतल्या 30,000 शाळांमधून राबविला जात आहे. अनेक विद्यार्थी आयुष्यातल्या कित्येक प्रश्नांची उत्तरे व अडचणींवर मात करायचे कौशल्य याच्या माध्यमातून शिकून घेत आहेत.

वरील गोष्टीवरून तुम्हाला कळले असेलच की, वर्गातील वातावरण, अध्यापन व विद्यार्थी यांचे सुयोग्य व्यवस्थापन मिळून यशाचा मार्ग तयार होतो. सकारात्मक अध्ययन वातावरण वर्गामध्ये तयार होणे आणि वर्षभर त्याचा पाठपुरावा करणे ही गोष्ट विद्यार्थ्यांच्या चांगल्या अध्ययन

अनुभवासाठी जरूरी आहे. यासाठी वर्गामध्ये समस्या येण्यापूर्वीच अशी समस्या येऊ नये याची काळजी घेतली गेली पाहिजे. आलेल्या समस्येचा शिक्षक कशा प्रकारे प्रतिकार करतो हेही महत्त्वाचे आहे. वर्गातील मुलांसाठीही ते महत्त्वाचे आहे. वर्गातील मुलांना शिक्षकाने कशा प्रकारे हाताळायचे ? त्यांच्या वैयक्तिक समस्या कशा प्रकारे सोडवायच्या ? अशा सर्व गोष्टी वर्ग व्यवस्थापन करताना शिक्षकाने लक्षात घेणे आवश्यक आहे.

हा घटक संपताना तुम्ही खालील प्रश्नांची उत्तरे देऊ शकाल -

- **विद्यार्थ्यांवर परिणाम करणारी वर्गाची वैशिष्ट्ये उदाहरणांसहित स्पष्ट करा.**
- **तुम्ही एक शिक्षक म्हणून तुमच्या वर्गाचे व्यवस्थापन कशा प्रकारे कराल हे स्पष्ट करा.**
- **वर्गामध्ये सकारात्मक वातावरणाची वैशिष्टे सांगा. त्यासाठी शालेय व्यवस्थापन, पालक, विद्यार्थी यांचा सहभाग कसा घ्याल ?**
- **वर्ग व्यवस्थापन करताना विशेष शिक्षणाची गरज असलेल्या विद्यार्थ्यांसाठी कशा प्रकारे अध्यापन कराल ते सांगा.**
- **सोगेची अध्ययनपूरक उपपत्ती सांगून तिचे शैक्षणिक उपयोजन सांगा.**

निसर्गाप्रमाणे वर्ग ही सुद्धा पर्यावरणव्यवस्था आहे. वर्गातील वातावरण आणि त्या वातावरणाचे रहिवासी म्हणजे विद्यार्थी आणि शिक्षक यांच्यामध्ये सतत विचारांचे आदान-प्रदान होत असते. जसे वर्गाची वैशिष्ट्ये, अध्यापनाचे काम, विद्यार्थ्यांच्या गरजा असे अनेक घटक वर्गव्यवस्थेवर परिणाम करीत असतात.

8.1 वर्ग वैशिष्ट्य (Characteristics of Class)

प्रत्येक वर्गामध्ये एक विशिष्ट प्रकारचे वातावरण असते. विद्यार्थ्याने अध्ययन कसे करायचे, कोणती शैक्षणिक पद्धती शिक्षक वापरतात हे जरी वैयक्तिक असले तरी वर्गाची वेगवेगळी वैशिष्ट्ये विद्यार्थ्यांवर प्रभाव पाडतात. डॉईल (Doyle) यांनी 1986 मध्ये वर्गाची सहा वैशिष्ट्ये सांगितली आहेत. ती पुढीलप्रमाणे -

(1) वर्गाच्या बहुमिती (Multidimensional) असतात : वर्ग हा विद्यार्थी, शिक्षक, विविध कामे, वेळेचे नियंत्रण अशा अनेक घटकांनी युक्त असतो. प्रत्येकाचे ध्येय, क्षमता, पसंती वेगवेगळ्या असतात. त्यांनी त्यांची माहिती एकमेकांना सांगितली पाहिजे. वेगवेगळे उपक्रम, प्रकल्प एकमेकांबरोबर पूर्ण केले पाहिजे, अध्ययन-अध्यापन साहित्य हरवू न देता वापरले पाहिजे, वर्गामध्ये आणि वर्गाबाहेर काय चाललेले आहे याकडे लक्ष दिले पाहिजे. अशा विविध कृती वर्गामध्ये चालू असतात आणि त्यांचा वेगवेगळा प्रभाव वर्गावर पडत असतो. कमी क्षमतेच्या मुलांना जास्त क्षमतेची मुले मदत करत असतात.

(2) एक सामायिक क्रिया (Simultaneity) : बऱ्याच गोष्टी एकाच वेळी होत असतात. जसे शिक्षक संबोध समजावून सांगत असतात, विद्यार्थी स्पष्टीकरण समजावून घेतात, मध्येच दोन मुले कुजबुजत असतील तर त्यांना बोलणे थांबवायला सांगावे की दुर्लक्ष करावे, पुढचा मुद्दा समजावून द्यायला पुरेसा वेळ आहे का, प्रश्नांची उत्तरे कोण देईल अशा तऱ्हेने वर्गामध्ये बऱ्याच विचारप्रक्रिया चालू असतात.

(3) तात्कालिकता (Immediacy) : एकाच दिवसात शिक्षकाची विद्यार्थ्यांशी शेकडो वेळा विचारांची देवाणघेवाण होते.

(4) अचानक घडणाऱ्या घटना : दिवसभराच्या कामामध्ये काय घडेल हे सांगता येत नाही. अगदी जरी तुम्ही एखाद्या कामाचे नियोजन केले असले तरी सुद्धा शैक्षणिक साधन खराब होऊ शकते. विद्यार्थी आजारी पडू शकतो, वर्गाच्या बाहेर विद्यार्थ्यांचा कोलाहल असू शकतो. त्यामुळे वर्गातील वातावरण हे क्षणाक्षणाला बदलू शकते.

(5) वर्ग म्हणजे जनसमूह (Public) : शिक्षक ज्या पद्धतीने विद्यार्थ्यांना हाताळत असतात, त्यांचे निरीक्षण करत असतात, त्यामुळे वर्ग हे जनसमूह ठरतात. चांगल्या, शिकविणाऱ्या शिक्षकाचे मुले नक्कीच ऐकतात. मग हे चांगले म्हणजे काय ? चांगल्या शिक्षकाची वैशिष्ट्ये नक्की काय याचा विचार करा. जेव्हा विद्यार्थी नियम तोडतात तेव्हा काय घडते ? याचा विचार केल्यावर वर्गाला जनसमूहाची उपमा सार्थ ठरते.

(6) वर्ग इतिहास (Class History) : शिक्षकांच्या किंवा विद्यार्थ्यांच्या प्रत्येक कृतीचा अर्थ हा तेथे आधी काय घडून गेले यावर अवलंबून असते. विसाव्या वेळेला उशीरा येणाऱ्या विद्यार्थ्यांशी होणारे शिक्षकाचे वर्तन हे पहिल्यांदाच उशीरा येणाऱ्या विद्यार्थ्यांपेक्षा वेगळे असते. शाळेचा काही आठवड्यांचा इतिहास हा वर्षभर वर्गातील वातावरणावर परिणाम करतो.

8.2 वर्गाशी संबंधित मूलभूत गोष्टी

(Class Related Basic Things)

वर्गाशी संबंधित मूलभूत गोष्टी पुढील मुद्द्यांच्या आधारे स्पष्ट करता येईल –

(1) विद्यार्थ्यांचे सहकार्य (Gain their Co-operation) : विद्यार्थ्यांच्या सहकार्याशिवाय कोणतेही उपक्रम किंवा प्रकल्प, प्रयोग होऊ शकत नाही. जरी एखाद्या विद्यार्थ्याने भाग घेतला नाही, तरी त्याने दुसऱ्यांना काम करून दिले पाहिजे. त्यामुळे शिक्षकाचे हे पहिले काम आहे की विद्यार्थ्यांमध्ये स्वयंशिस्त निर्माण करून त्याचे वर्गातल्या कामासाठी सहकार्य घ्यायचे हे वर्ग व्यवस्थापनाचे मुख्य अंग आहे. विद्यार्थ्यांचे सहकार्य मिळवायचे म्हणजे त्याचे गैरवर्तनाला शिस्त लावायची. यासाठी पूर्वनियोजित उपक्रम, कृती, अध्यापन साहित्याची/शैक्षणिक साहित्याची अपेक्षा ठेवणे, विद्यार्थ्यांना योग्य मार्गदर्शन करणे, समस्या ओळखणे व समस्या निराकरण करणे, योग्य व प्रभावी कृती निवडणे. जेणे करून विद्यार्थी त्यामध्ये आनंदाने रमून जाईल. अशा तऱ्हेने शिक्षकांनी विद्यार्थ्यांचे सहकार्य मिळविणे अपेक्षित आहे.

(2) वयानुसार गरजा (Age Related Needs) : जेरे ब्रोफी (Jere Brophy) आणि कॅरोलीन एव्हरसन (Carolin Evertson) यांनी सन 1978 मध्ये वर्गव्यवस्थापनाच्या चार पायऱ्या सांगितल्या आहेत त्यांनाच 'वयानुसार गरजा' असे म्हणतात. हे सांगण्याचे कारण, बालवाडीतील मुलाचे सहकार्य मिळविणे हे हायस्कूलमधील मुलांचे सहकार्य मिळविण्यापेक्षा वेगळे असते.

(अ) बालवाडीमध्ये मूल शाळेत कसे जायचे हे शिकत असते. शाळेच्या माध्यमातून त्याचे सामाजिकीकरण होत असते. वर्गाचे नियम आणि पद्धती शिकविणे या वयात महत्त्वाचे असते. वर्गाचे नियम मुलाच्या लक्षात येईपर्यंत फारच थोडा अभ्यास शिकविला जातो.

(ब) मूल प्राथमिक शाळेत गेल्यावर त्याला विद्यार्थ्याची भूमिका समजायला लागलेली असते. त्याला शाळा आणि वर्गाच्या वातावरणाचा सराव होऊन जातो. काही नवीन पद्धती मुलांना शाळेत जरूर सांगितल्या जातात. त्या तुम्हाला विद्यार्थ्यांच्या बोलण्यावरून कळतात उदा., गेल्या वर्षी आम्हाला बाईंनी असं शिकविलं नव्हतं. तरी सुद्धा प्राथमिक पातळीवर मूल शिकण्यापेक्षा निरीक्षणामध्ये आणि वर्गातील शिस्त पाळण्यावरच जास्त लक्ष देते.

(क) माध्यमिक शाळेत प्रवेश केल्यावर समवयस्कांबरोबर मैत्री आणि गटातील प्रतिष्ठा या गोष्टींना जास्त महत्त्व येते. त्याला शिक्षिकेला खुश करण्यापेक्षा मित्राला खुश करणे महत्त्वाचे वाटते. या अवस्थेमध्ये विद्यार्थ्यांना शिस्त लावण्याचे काम फार महत्त्वाचे ठरते. शिक्षकांच्या सांगण्याकडे दुर्लक्ष करणाऱ्या या वयामध्ये विद्यार्थ्यांना प्रोत्साहित करणे महत्त्वाचे असते. मुले सामाजिक जीवनात जास्त रस दाखवितात.

(ड) माध्यमिक शिक्षण संपताना, बरेचसे विद्यार्थी शैक्षणिक बाबींमध्ये रस दाखवितात. याच वेळेस दुर्दैवाने बऱ्याच विद्यार्थ्यांना वर्तनविषयक समस्या उद्भवतात. शरीरातील अंत:स्रावी ग्रंथीतील बदलांमुळे या वर्तनाच्या समस्या निर्माण होतात. या अवस्थेमध्ये अभ्यासक्रमाचे नियोजन करणे, विद्यार्थ्यांच्या आवड व क्षमतेनुसार शैक्षणिक साहित्य वापरणे, विद्यार्थ्यांना स्वयं अध्ययनासाठी तयार करणे अशी विविध ध्येये शिक्षकांपुढे असतात. बरेचदा शिक्षकांची ठराविक अध्यापन पद्धती असते. त्यामुळे विद्यार्थ्यांना माहीत असते की शिक्षकांना काय अपेक्षित आहे.

8.3 वर्गव्यवस्थापनाची तत्त्वे

(Principles of Classroom)

वर्गामध्ये सकारात्मक व कृतिशील अध्ययनाचे वातावरण निर्माण करणे हे वर्गव्यवस्थापनाचे प्रमुख ध्येय आहे.

वर्ग व्यवस्थापन महत्त्वाचे का आहे हे खालील तीन गोष्टींवरून कळू शकते.

(1) अध्यपनासाठी जास्त वेळ मिळतो : दिवसभरातील वर्गातील कार्यक्रमांचे आपण निरीक्षण केले तर असे दिसून येते की, फारच थोडे अध्यापन झाले आहे. दिवसभरात शिकविताना भरपूर अडथळे, उशिरा तास चालू होणे, विद्यार्थ्यांच्या समस्या सोडविणे, चर्चा करणे यांसारख्या गोष्टीत बराच वेळ जातो. खरं म्हणजे एखादा घटक शिकविताना शिक्षकाने किती कष्ट घेतले आणि विद्यार्थी किती शिकला यांचा एकमेकांशी अनन्यसाधारण संबंध आहे. त्यामुळे वर्ग व्यवस्थापनाचे महत्त्वाचे उद्दिष्ट म्हणजे अध्यापनासाठी जास्तीत जास्त वेळ मिळविणे यालाच 'नेमून दिलेला वेळ' (Allocated Time) असे म्हणतात.

शिक्षकाला शिकवायला भरपूर वेळ मिळणे एवढेच महत्त्वाचे नसते तर त्याला मिळालेला वेळ प्रभावीपणे वापरणे हेही तितकेच महत्त्वाचे असते. ज्या गोष्टींचा सराव झाला आहे, त्या गोष्टींवर विद्यार्थी विचार करतात आणि त्यातून शिकतात. विशिष्ट अध्ययन कृतीमध्ये घालवलेला वेळ हा 'कामाचा वेळ' (Engaged Time) म्हणून ओळखला जातो.

मुलांना कृतीमध्ये गुंतवून ठेवल्यानेच अध्ययन होईल असे नाही. कधी-कधी विद्यार्थ्यांना विषय कठीण वाटतो किंवा एखाद्या विषयाचा चुकीच्या पद्धतीने अभ्यास करतात. उदा., काही मुले गणित समजले नाही तर सोडवून दिलेली उदाहरणेच पाठ करतात. जेव्हा विद्यार्थ्यांना परिक्षेत चांगल्या प्रकारे यश मिळते तेव्हा विद्यार्थ्यांना विषयज्ञान चांगल्या प्रकारे समजले आहे असे समजले जाते. यालाच 'शैक्षणिक अध्ययन वेळ' (Academic Learning Time) असे म्हणतात. योग्य व चांगल्या प्रकारच्या अध्ययन कृतींमध्ये मुलांना गुंतविणे महत्त्वाचे आहे.

(2) अध्ययनाची संधी (Access to Learning) : प्रत्येक अध्ययन कृती करताना भाग घेण्यासाठी त्या कृतीचे स्वत:चे नियम असतात. कधी-कधी शिक्षक स्वत: कशी कृती करायची ते सांगतात, कधी-कधी विद्यार्थ्यांनी समजून कृती करायची असते. उदा., स्वाध्यायमाला सोडविताना विद्यार्थी स्वत: ती स्वाध्यायमाला सोडविण्याचा प्रयत्न करतो. शिक्षक त्याला मार्गदर्शन करतात, त्यांच्याबरोबर अवघड प्रश्नांची चर्चा करतात. परंतु विद्यार्थ्याने निबंध लिहिताना त्याने स्वत:ची सर्जनशीलता वापरूनच निबंध लिहिणे अपेक्षित असते. कारण, प्रत्येक व्यक्तीत सर्जनशीलता असतेच असे मानले जाते.

या नियमांद्वारे कोण बोलू शकेल; काय बोलू शकेल; केव्हा, कोणाशी व किती वेळ बोलू शकेल त्याला 'अध्ययन कृतीचा आराखडा' असे म्हणतात. ज्या विद्यार्थ्यांना हा आराखडा नीटपणे समजला असेल तो ती अध्ययन कृती चांगल्या प्रकारे करू शकतो. यासाठी शिक्षकाने प्रत्येक विद्यार्थ्याला ही अध्ययन कृती कशा प्रकारे करायची हे समजले का याची खात्री करून घ्यावी. विद्यार्थ्यांना जाणीव जागृती होणे हे महत्त्वाचे आहे.

(3) 'स्व-व्यवस्थापनाचे व्यवस्थापन (Management for Self-Management) : विद्यार्थ्याला स्वत:ला वातावरणाशी जुळवून घेता आले पाहिजे. विद्यार्थ्यांना स्व-व्यवस्थापन शिकविण्यासाठी जास्त संधी द्याव्यात. विद्यार्थ्यांना स्वत:ची जबाबदारी घ्यायला शिकवायला दिलेला वेळ हा खूप महत्त्वाचा असतो. कारण बऱ्याच वेळा शाळेत शिक्षक स्वत:च सगळ्या कृती ठरवून देतात, परंतु त्यामुळे शिक्षण संपल्यावर विद्यार्थ्यांचा स्वत: निर्णय घेताना गोंधळ उडलेला दिसून येतो.

8.4 सकारात्मक अध्ययन वातावरणामधील वाढ

(Development of Assertive Learning Environment)

वर्ग हाताळताना येणाऱ्या समस्यांसाठी जाणकार शिक्षक आधीच काही नियम ठरवितात आणि पद्धतशीर नियोजन करतात.

नियोजनामध्ये लेखी काम, विद्यार्थ्यांना द्यावयाच्या कृती, धडा शिकवितानाचे नियोजन, शिक्षक-विद्यार्थी यांच्यातील संवाद, विद्यार्थी-विद्यार्थी संवाद यांचा समावेश होतो.

नियम आणि नियोजन यांचे पालन केल्यावर आणि तोडल्यानंतर काय होईल याची जाणीव विद्यार्थ्यांना करून देणे आवश्यक आहे. जेणे करून शिक्षक आणि विद्यार्थी दोघांनाही पुढे काय घडणार आहे हे माहीत असेल. वर्गव्यवस्थापन दोन प्रकारे करता येते - एक, पारंपारिक वर्ग व्यवस्थापन करणे आणि दोन, विद्यार्थ्यांच्या आवडीनुसार कृतींना वाव देणारे वर्ग व्यवस्थापन करणे. यामध्ये लवचिकता फार महत्त्वाची आहे. सहज उपलब्ध होणारे साहित्य, सोय, विद्यार्थ्यांना स्वत:चा वेळ देणे, त्यांच्यावर सहज लक्ष ठेवता येणे आणि नियोजनाचे गरजेनुसार पुनर्नियोजन करता येणे या गोष्टी शिक्षकांच्या व्यवस्थापनासाठी गरजेच्या आहेत.

प्रभावी वर्ग व्यवस्थापनासाठी वर्गातील अथवा त्या शैक्षणिक वर्षातील पहिला दिवस हा नियम व पद्धती समजून देण्यातच घालविणे महत्त्वाचे ठरते. विद्यार्थ्यांना आनंददायी उपक्रमांमध्ये गुंतवून ठेवणे आणि गटांमध्ये सहकार्य करायला शिकविणे गरजेचे असते. निश्चित, निसंदिग्ध व ठाम असे निर्णय नियमांबाबत घेणे हे चांगल्या शिक्षकाचे लक्षण आहे. सकारात्मक वातावरण तयार करण्यासाठी आणि समस्या उद्‌भवू नयेत यासाठी शिक्षकाने जागरूक राहिले पाहिजे. यासाठी व्यक्तिभेद, प्रेरणा आणि सकारात्मक वर्तनाचा सराव हे घटक शिक्षकाने लक्षात घेतले पाहिजे.

कौनिन (Kounin) यांनी प्रभावी वर्ग व्यवस्थापनाचे चार घटक सांगितले आहेत. ते पुढीलप्रमाणे -

(1) चौफेर लक्ष असणे : वर्गात काय घडत आहे यांवर शिक्षकाचे बारीक लक्ष असावे. तशी जाणीव शिक्षकाने विद्यार्थ्यांना करून दिली पाहिजे त्यांच्या नजरेतून वर्गातील कोणतीच गोष्ट सुटत नाही. हे ही विद्यार्थ्यांना कळले पाहिजे. शिक्षकाने ठराविक मुलांकडेच लक्ष देऊ नये. कारण त्यामुळे बाकीच्या वर्गांवर त्यांचे नियंत्रण राहत नाही. शिक्षकाने वर्गात सर्वत्र नजर टाकावी, प्रत्येकाच्या नजरेला नजर द्यावी म्हणजे विद्यार्थ्यांना कळते की, शिक्षकांचे आपल्यावर लक्ष आहे. छोट्या-छोट्या गोष्टी मोठ्या होणार नाहीत याची काळजीही शिक्षकाने घ्यावी. चुकीच्या गोष्टींची दुसऱ्याच विद्यार्थ्याला शिक्षा होणार नाही याची काळजी घ्यावी.

(2) विविध कृतींवर लक्ष ठेवणे : शिक्षक वैयक्तिक मार्गदर्शन करीत असताना विद्यार्थ्यांना लहान गटांमध्ये कृती करायला सांगतात. त्यावेळेस या गटांवरही शिक्षकाचे लक्ष असते. त्यांनाही अधूनमधून मार्गदर्शन करीत असतात. यामुळे आपल्याकडे लक्ष आहे याची विद्यार्थ्यांना जाणीव राहते.

(3) गटावर नियंत्रण : सर्व वर्गाला छोट्या-छोट्या गटांमध्ये विभागून त्यांना वेगवेगळी कृती करावयास द्यावी. शिक्षकाने मुलांमध्ये फिरून त्यांना प्रश्न विचारणे, त्यांची सामूहिक उत्तरे घ्यावीत. जेणे करून सर्वजण सहभागी आहेत याची खात्री करून घेणे.

(4) वर्ग हालचालींचे व्यवस्थापन : शिक्षकाने आधी वर्गरचना करावी त्यांना शांत होऊ द्यावे त्यानंतरच त्यांना नवीन कृती करावयास सांगावी. नाही तर गोंधळाची परिस्थिती निर्माण होईल व विद्यार्थ्यांना शिक्षक काय सांगतात हे कळणार नाही.

अशा वर्ग व्यवस्थापनामुळे विद्यार्थी आनंदाने अध्ययन करतील आणि त्यांना स्वत:च्या जबाबदारीची जाणीव होईल.

विद्यार्थ्यांना शिक्षा करताना शिक्षकांनी शांतपणे आणि इतर कुणालाही कळू न देता शिक्षा करावी.

8.5 विशेष शिक्षण (Special Education)

प्रत्येक शाळेमध्ये काही विद्यार्थी असे असतात की जे सामान्य विद्यार्थ्यांपेक्षा वेगळे असतात. अशी विशेष मुले शालेय कार्यक्रमात सहभागी होत नाही. अशा विद्यार्थ्यांसाठी विशेष शिक्षणाची आवश्यकता असते. कोणत्याही शाळेत प्रत्येक वर्गामध्ये दहा ते पंधरा टक्के विशेष मुले आढळतात. त्यामध्ये सामान्य बुद्धिक्षमतेचे, शारीरिक दोष असलेले तसेच मुके, बहिरे, घुमे, बावळट, चेष्टेखोर, घाबरट अशा मुलांचा समावेश असतो. काही वेळा असामान्य बुद्धीचीही मुले पाहावयास मिळतात. वर्ग अध्यापन करताना शिक्षकांना विद्यार्थ्यांच्या या वेगळेपणाची दखल घ्यावीच लागते. त्यांना विद्यार्थ्यांच्या विविध अडचणी समजून घेऊन त्यातून मार्ग काढावा लागतो. या मुलांना सर्वसामान्य मुलांसोबत शिक्षण व्यवस्थेत कसे बसवायचे व त्यांना अध्ययन करण्यास कसे प्रवृत्त करायचे, त्यांना स्वावलंबी कसे बनवायचे असे अनेक प्रश्न शिक्षकांना सतत भेडसावत असतात. या समस्येचे निराकरण करण्यासाठी मोठ्या प्रमाणात प्रयत्न करून मुलांना कसे घडविता येईल याविषयी कित्येक वर्षांपासून प्रयत्न केले जात आहेत.

8.5.1 भाषिक दोष (Language Disorders)

'भाषा' हे वर्तनाचे माध्यम आहे. मुलांमध्ये भाषा-दोष उत्पन्न व्हायला विविध घटक कारणीभूत असतात. कर्णबधिर असलेल्या मुलांमध्ये सुद्धा भाषा दोष उत्पन्न होतो. ज्या मुलाच्या घरी कमी संवाद होतो परिणामी त्या मुलाच्या कानावर कमी संवाद पडतो (ऐकतो) त्या मुलाचा भाषिक विकास कमी होतो. त्याचप्रमाणे ज्या मुलांची आकलन शक्ती कमी आहे अशा मुलांचाही भाषिक विकास कमी होतो. बोलण्यासाठी हालचालीची गरज असते, बोलण्याशी संबंधित कारक कौशल्यांमध्ये दोष असतील तर भाषा-दोष निर्माण होतो. भाषिक कौशल्ये आणि विचार हे एकमेकांवर अवलंबून असल्याने बोधात्मक विकासावर परिणाम झाला तर भाषा-दोष उत्पन्न होतो.

वाचा दोष (Speech Impairments) : ज्या मुलांना शब्दांचे उच्चार स्पष्टपणे करता येत नाही त्यांना वाचा-दोष आहे असे समजले जाते. शब्दोच्चारण समस्या (Articulation Problem) व तोतरे बोलणे (Stuttering) या प्रामुख्याने वाचा दोषाच्या समस्या आहेत. शब्दोच्चारण समस्येत एका ध्वनीसाठी दुसरा ध्वनी उच्चारला जाणे. जसे - 'रडतो' शब्दा ऐवजी 'ललतो' असा शब्द वापरणे. साधारणपणे मूल 3 ते 4 वर्षा दरम्यान स्पष्ट उच्चारण करू लागते. 6 ते 8 वर्षांपर्यंत मुलाचा तोतरेपणा राहू शकतो. बहुतेक मुलांमधील तोतरेपणा कुमार अवस्थेमध्ये नाहीसा होतो; परंतु जर या वयापर्यंत तोतरेपणा गेला नाही तर स्पीच थेरेपिस्टला दाखवून घ्यावे.

आवाजाची समस्या हा प्रकारही वाचा दोषात येतो. जर एखाद्या विद्यार्थ्याचे उच्चार, आवाजाची पातळी, बोलण्यातील सहजता, भावना व्यक्त करण्याची पद्धत इतर मुलांपेक्षा वेगळी असेल तर स्पीच थेरेपिस्टला दाखवून घ्यावे.

भाषिक-दोष असलेल्या विद्यार्थ्यांना, त्याच्या वयाला अपेक्षित असे भाषेचे नीट आकलन होत नाही. जी मुले कमी बोलतात, थोडेच शब्द वापरतात, छोटी-छोटी वाक्ये बोलतात किंवा हातवाऱ्याने संवाद साधतात त्यांना विशेष उपचारांची गरज असते.

8.5.2 भावनिक/वर्तन समस्या (Emotional or Behavioural Disorders)

एखाद्या मुलाची वर्तन-समस्या वर्गालाही त्रासदायक होते तशीच ती त्या मुलाच्या स्वतःच्या वाढीस व विकासालाही अडथळा ठरते. एखाद्या प्रसंगाला मुलाने नेहमीपेक्षा वेगळा प्रतिसाद दिला आणि त्या प्रकारचा प्रतिसाद वारंवार मुलगा देऊ लागला तर त्या मुलाला समस्या आहे असे समजावे.

क्वे आणि पीटरसन (Quay and Peterson) यांनी भावनिक वर्तन समस्येचे सहा प्रकार सांगितले आहेत. ते पुढीलप्रमाणे प्रत्येक प्रकारामधील विद्यार्थ्यांसाठी पालकांचा सहभाग घेणे अतिआवश्यक आहे.

(1) **बेशिस्त, असहकार करणारे, नासधूस करणारे विद्यार्थी :** अशा मुलांना वारंवार समज देऊन व योग्य शिक्षा देऊन सुधारता येते.

(2) **चिंताग्रस्त, दुबळी, उदास, हळवी, कमी आत्मविश्वास असलेले विद्यार्थी :** या प्रकारातील मुले समाजात फारशी मिसळत नाही. त्यांना कमी मित्र असतात. त्यांना जाणीवपूर्वक सामाजिक कौशल्ये शिकवून सुधारता येते.

(3) **वर्गात कमी लक्ष असलेले, दिवास्वप्न पाहणारे, कमी सहकार्य करणारे विद्यार्थी :** या प्रकारातील विद्यार्थ्यांना समुपदेशनाद्वारे सुधारता येते.

(4) **कारककौशल्यांमध्ये दोष असलेले विद्यार्थी :** या प्रकारातील विद्यार्थी शिकण्याचा वा अध्यापनाचा कंटाळा करतात किंवा अशा विद्यार्थ्यांना शिकण्याचे/अध्यापनाचे दडपण येते. असे विद्यार्थी एका जागेवर बसू शकत नाहीत किंवा सतत बोलत राहतात.

(5) **सामाजिक आक्रमकता असलेले विद्यार्थी :** या प्रकारातील मुले सहसा गटामध्ये राहणारी असतात. हे विद्यार्थी ज्या गटामध्ये राहतात त्या गटामध्ये मोठेपणा दाखविण्यासाठी ही मुले आक्रमक वागतात.

(6) **मानसिकदृष्ट्या दुर्बल असणारे विद्यार्थी :** या प्रकारातील मुले इतर मुलांबरोबर राहू शकत नाही. त्यांचे वर्तन त्रासदायक ठरते. त्यांच्या भावना व्यक्त करण्याच्या पद्धतीही वेगळ्या असतात.

यातील कोणतेही वर्तन शिक्षकाला विद्यार्थ्यांमध्ये आढळून आले तर त्या विद्यार्थ्यास मानोसपचार तज्ज्ञांना दाखवून घेणे अथवा दाखवून घेण्यास सांगणे योग्य ठरेल.

8.5.3 अवधान दोष/अतिसंवेदनशीलता दोष (Attention - Deficit / Hyperactivity Disorder - AD/HD)

मानसिक वय आणि सामाजिक समज असलेल्या मुलांपेक्षा गुणात्मक आणि संख्यात्मक दृष्ट्या जास्त चंचल आणि कमी अवधान असणे म्हणजेच अवधान-दोष किंवा अतिसंवेदनशीलता दोष होय.

अतिसंवेदनशील मुले शारीरिकदृष्ट्या चंचल, कमी अवधान असलेले, योग्य प्रतिसाद देऊ शकत नसलेले किंवा कामही नीट करू न शकणारी असतात. प्रत्येक शिक्षकांना अशा मुलांविषयीच्या समस्या भेडसावत असतात. काही वेळा कुमारवयात आल्यावर अशा समस्या नाहीशा झालेल्या दिसतात किंवा कमी झाल्यासारख्या वाटतात. अशा मुलांना अध्ययनासाठी विशेष प्रयत्न करावे लागतात.

अशा विद्यार्थ्यांना शिकविताना प्रेरणेची फार गरज असते. कौशल्य आणि इच्छाशक्ती या दोन गोष्टींमुळेच या मुलांमध्ये सुधारणा होऊ शकते. या मुलांना सतत प्रोत्साहन देण्यामुळेच ते काम करू शकतात आणि त्यांचे वर्तन नियंत्रित राहते.

8.5.4 अध्ययन अक्षमता (Learning Disabilities)

काही वेळा वर्गामध्ये शारीरिकदृष्ट्या अत्यंत चांगली मुले असतात. ती मतिमंद पण नसतात परंतु ती शाळेत शिक्षणात मागे पडतात. ही मुले इतरांबरोबर अभ्यासात प्रगती करू शकत नाहीत. त्यांना 'अध्ययन अक्षमता असणारी मुले' असे म्हणतात.

शैक्षणिक अक्षमता म्हणजे ज्या मुलांमध्ये आकलन, संभाषण, लेखन, वाचन, गणितक्रिया यांपैकी एक किंवा अनेक मानसिक प्रक्रिया करताना अडचणी वा दोष आढळून येतात यालाच 'अध्ययन अक्षमता' असे म्हणतात. यांची वैशिष्ट्ये खालीलप्रमाणे आहेत –

(1) संकल्पना अवगत नसणे.

(2) परस्परसंबंध लक्षात येणे कठीण जाते.

(3) अवधानकक्षा कमी असते.

(4) विनाकारण इकडे-तिकडे फिरणे, पाहणे, ओरडणे.

(5) बोलताना अडखळत बोलणे.

(6) अवबोधनाला अडचणी येतात.

(7) स्मरणशक्ती कमी असते.

(8) एका जागी स्थिर बसू शकत नाही, चंचल असते.

(9) विनोद समजत नाही.

(10) कामाची सुरुवात करायला आळस करतात.

शैक्षणिक अध्ययन दोष

शैक्षणिक अध्ययन दोष असलेली मुले इतर मुलांप्रमाणे प्रगती करू शकत नाहीत, म्हणून ही मुले 'अध्ययन अकार्यक्षम मुले' म्हणून ओळखली जातात. म्हणून या मुलांचा अभ्यास करून घेऊन, इतर मुलांमध्ये समाविष्ट करून घेऊन त्यांना सोयीनुसार अध्ययन, अध्यापन, अभ्यासक्रम योग्य पद्धतीने निवडणे आवश्यक आहे.

(अ) विशिष्ट वाचन दोष (Specific Reading Disability - Dyslexia) : ही सर्वांत जास्त आढळणारी समस्या आहे. भाषा साठविणे व व्यक्त करणे यात असलेल्या अडथळ्यांमुळे ही मुले वाचनात मागे पडतात. सर्वसामान्यपणे मूलभूत आकलनातील अक्षमता (Perceptual Deficiencies) दृक-श्राव्य संवेदनांच्या एकात्मीकरणाचा अभाव, भाषिक कौशल्याचा (बुद्धिमत्तेचा) अभाव ही तीन कारणे वाचनामध्ये दोष निर्माण करतात.

(ब) विशिष्ट लेखन दोष (Dysgraphia - डिसग्राफिया) : असे दोष असणारी मुले आपले विचार तोंडी स्वरूपात चांगल्या प्रकारे व्यक्त करू शकतात. त्यांना भाषेचा प्रश्न अथवा अडथळा नसतो. अशी मुले स्पेलिंगचे, लिंग, वचन, काळ, ऱ्हस्व-दीर्घ, विरामचिन्हे इत्यादींचा वाक्यात उपयोग करताना वेगवेगळ्या चुका करतात. त्यांच्या लिखाणाच्या आखणीत व मांडणीत दोष असतो.

(क) विशिष्ट गणित दोष (Dyscalculia - डिसकॅलक्युलिया) : यामध्ये वरून खाली, डावीकडून-उजवीकडे, पुढे-मागे अशा दिशादर्शक अध्ययनात आकारमान, वस्तुमान यांतील तुलनात्मक अभ्यासातील अडचणींमुळे गणिताच्या अध्ययनात अडचणी येतात. गणित संकल्पना, वेळ, पैसे यांच्या मूलभूत संकल्पनांमध्ये दोष असतात. आकार ओळखता येत नाही.

अध्ययन अक्षमतेमुळे सामाजिकीकरणात येणारे अडथळे

अध्ययन अक्षमतेमुळे सामाजिक आकलन, अवबोधन व तर्कविषयक समस्या निर्माण होतात. संपर्क अयशस्वी होतो. त्यामुळे वेगवेगळ्या पातळींवर अध्ययनात अडथळे येतात व विविध समस्या निर्माण होतात. संभाषण साधता येत नाही. विविध वर्तनसमस्या असतात प्रेरणा कमी असते. त्यांना समवयस्कांकडून स्वीकारले जात नाही. त्यांना सामाजिक दर्जा प्राप्त होत नाही. ही मुले अभ्यासात मागे पडत असल्यामुळे वर्गमित्र व शिक्षक यांकडून त्यांच्याकडे दुर्लक्ष होते. ही मुले अतिशय गबाळे, अव्यवस्थित असतात. त्यांच्या सामाजिक कौशल्याचा विकास होत नाही.

अध्ययन अक्षमता असणाऱ्या मुलांचे शिक्षण

अध्ययन अक्षम असणाऱ्या विद्यार्थ्यांना इतर मुलांबरोबर आणण्यासाठी, त्यांच्यात सुधारणा घडवून आणण्यासाठी विविध पातळ्यांवर प्रयत्न करणे गरजेचे आहे.

त्यासाठी खालील उपाययोजना सांगता येईल.

(1) **औषधोपचार :** स्मृतीविषयक दोष असणाऱ्या मुलांसाठी विविध औषधे उपलब्ध आहेत. चंचलता, अस्थिरता कमी करण्यासाठीही औषधे दिली जातात.

(2) **वर्तनोपचार :** अध्ययन दोष असणाऱ्या विद्यार्थ्यांना प्रेरणा देऊन अचूक वर्तन करण्याची सवय लावता येते. लेखनविषयक, गणित विषयक काही दोष या पद्धतीने घालविता येऊ शकतात.

(3) **साहित्याची/प्रबलकाची संख्या कमी करणे :** अध्ययन दोष असणाऱ्या मुलांची अवधानकक्षा कमी असते त्यामुळे त्या मुलांच्या शिक्षणासाठी छोटी-छोटी उद्दिष्टे ठरवून ती पूर्ण करीत या मुलांचे अध्ययन करून घ्यावे लागेल. एका वेळी एकाच गोष्टीकडे लक्ष केंद्रित करून प्रबलक कमी करून या मुलांना शिकवावे लागते.

(4) **वैयक्तिक मार्गदर्शन :** प्रत्येक मुलाची समस्या वेगळी असते. त्यामुळे त्या समस्येनुसार शैक्षणिक मार्गदर्शन करावे लागते.

(5) **प्रोसेस ट्रेनिंग :** अवबोधात्मक अडथळे दूर करून ज्ञानेंद्रिय शिक्षण देणे.

(6) **बहुसंवेदित पद्धत VAKT पद्धत (VAKT - Visual, Auditory, Kinesthetic Tectile, पद्धत) :** शब्द बोर्डावर लिहिणे, बोलून दाखविणे, गिरवून घेणे, बोलून घेणे, लिहून घेणे अशा प्रकारे बहुसंवेदिक पद्धत वापरून विद्यार्थ्यांचे शब्दज्ञान व अक्षरज्ञान विकसित करता येईल. यामध्ये वर्गमित्रांचा व पालकांचा सहभाग घेता येईल.

(7) **स्वयंअध्ययन :** वर्गात आपापसात चर्चा घडविणे, विद्यार्थ्यांचे बोलणे टेप करून घेऊन स्वतःचे बोलणे स्वतःस ऐकण्याची संधी देणे, गोष्ट व कविता ऐकविणे, व्यवस्थित ऐकण्याची सवय लावणे, दिलेल्या शब्दांचे वाक्य बनविणे असे छोटे-छोटे सराव पाठ घेता येतील.

8.6 सेंगची अध्ययनपूरक उपपत्ती

(Senge's Theory of Learning Environment)

पीटर सेंग यांचे 'Fifth Discipline' हे पुस्तक प्रसिद्ध आहे. पीटर सेगे यांच्या मते, कामाच्या ठिकाणी अध्ययन संघटन असणे महत्त्वाचे आहे. अध्ययन संघटन (Learning Organization) म्हणजे व्यक्तींचा एकत्र काम करणारा असा गट जो काम चांगल्या पद्धतीने होण्यासाठी व स्वतःच्या क्षमता वाढीस लागण्यासाठी एकत्र काम करतो. अध्ययन संघटनेचे पाच गुणधर्म आहेत.

(1) पद्धतशीर विचार (System Learning) : अध्ययन संघटनेची कल्पना कामाच्या स्वरूपावरून तयार झाली यालाच 'पद्धतशीर विचार' असे म्हणतात. यामध्ये स्वतःच्या कामाला उद्दिष्ट समजून त्याचा नीट अभ्यास करणे अपेक्षित आहे.

(2) वैयक्तिक कौशल्य (Personal Mastery) : अध्ययनासाठी व्यक्तीची व्यक्तिगत निष्ठा असेल तर त्याला वैयक्तिक कौशल्य मिळविता येईल. वैयक्तिक अध्ययन हे प्रशिक्षण, स्व-विकास, स्वतःमध्ये सातत्यपूर्ण सुधारणा यातून होईल. अध्ययन हे जबरदस्तीने होत नाही. संशोधनामध्ये असे दिसून आले की प्रशिक्षणापेक्षा बहुतेक वेळा प्रसंगानुसार अध्ययन होते. त्यामुळे दैनंदिन जीवनात वैयक्तिक कौशल्याचा सराव होण्यासाठी त्या प्रकारचे वातावरण निर्माण केले पाहिजे.

(3) मानसिक प्रारूप (Mental Models) : काही गोष्टी व्यक्तीने स्वतः आणि संस्थेने गृहीत धरलेल्या असतात, त्याला 'मानसिक प्रारूप' असे म्हणतात. यामध्ये व्यक्ती त्याला जे नियम मान्य करावेसे वाटतात त्याचा स्वीकार करतात आणि प्रत्यक्षात कृतीसाठी आवश्यक असलेल्या नियमांचाही स्वीकार करते. अध्ययन संघटनेमध्ये सगळ्यांचा चौकसपणा आणि विश्वास निर्माण करणारी एकत्रित अभिवृत्ती तयार करणे महत्त्वाचे आहे. हे साध्य होण्यासाठी निश्चित कृती आणि त्याचे मूल्यमापन करणारे तंत्र विकसित होणे गरजेचे आहे. बिनमहत्त्वाची मूल्ये काढून टाकण्याच्या क्रियेला 'अ-अध्ययन' (Unlearning) असे म्हणतात.

(4) सामाईक दृष्टिकोन (Shared Vision) : सामाईक दृष्टिकोन हा स्टाफला प्रेरित करण्यासाठी गरजेचा आहे. त्यामुळे शिकण्यासाठी सर्वांचे एकाच गोष्टीवर लक्ष व ताकद केंद्रित होते. पारंपरिक दृष्टिकोन हा सामाईक दृष्टिकोनाला मारक ठरतो. म्हणून अध्ययन संघटनासाठी संस्थेचा एकाच ठिकाणी केंद्रित झालेला आराखडा असू नये. सेंगेच्या मते, संस्थेची अंगभूत व आंतरिक ध्येयेही उच्च दर्जाची असावीत.

(5) सामूहिक अध्ययन (Team Learning) : वैयक्तिक अध्ययन संचय मिळून सामूहिक अध्ययन होते. सामूहिक अध्ययनामुळे स्टाफची मानसिकता लवकर तयार होते आणि प्रभावी ज्ञान कुशलतेमुळे संस्थेची समस्या निराकरणाची क्षमता वाढीस लागते. सामूहिक अध्ययनामध्ये प्रत्येकाला संवाद आणि चर्चेमध्ये समाविष्ट करणे गरजेचे असते. त्यामुळे गटामधील सदस्यांमध्ये मुक्त संवाद, अर्थपूर्ण आणि समजपूर्वक सहभाग नक्कीच विकसित होईल.

शैक्षणिक उपयोजन

या उपपत्तीतील प्रत्येक पायरीचा विद्यार्थी व शिक्षकांच्या संदर्भात विचार केल्यास खालील गोष्टी दिसून येतील -

(1) शाळेमध्ये स्पर्धात्मक वातावरणामुळे प्रत्येक जण नवीन काहीतरी करण्यासाठी प्रेरित होईल. नाविन्यपूर्ण अध्यपनामुळे मुलांची अभ्यासातील आवड वाढेल.

(2) संस्थेतील एकमेकांच्या सहकार्यामुळे संस्थेबाहेरून मदत मिळण्यास मदत होईल; तसेच संस्थेबाहेरील दबावाला तोंड देण्यास संस्था समर्थ होईल.

(3) विद्यार्थ्यांच्या गरजेनुसार कशा प्रकारे अध्ययन-अध्यापन करायचे याचे ज्ञान होईल.

(4) शिक्षक-शिक्षक, शिक्षक-विद्यार्थी, विद्यार्थी-विद्यार्थी अशा सर्व आंतरक्रियात्मक पातळीवर गुणवत्तेचा विकास होईल.

(5) शिक्षक, विद्यार्थी आणि एकूणच संस्था सर्वांमध्ये बदल वेगाने होताना दिसेल.

9

अध्ययनार्थींची अध्ययनशैली

Learner's Style of Learning

शेकडो वर्षांपूर्वी ब्रह्मी सैन्य थायलंडवर आक्रमण करणार होते. सयामी सन्यासांना आक्रमणाची चाहूल लागल्यावर त्यांनी त्यांच्याकडे असलेली साडेदहा फूट उंच बुद्धांच्या सोन्याच्या मूर्तीला शाडूच्या मातीचा लेप लावला. आपला अमूल्य खजिना शत्रूने लुटू नये म्हणून सयामी सन्यासांनी अशी योजना केली. पुढे ब्रह्मी सैन्याने सयामी सन्यासांची कत्तल केली आणि त्यांचे हे रहस्य काळाबरोबर तसेच अबाधित राहिले. शेवटी 1957 साली हे गुपित जगासमोर आले.

खरंच, आपण माणसेही या शाडूच्या बुद्धाच्या मूर्तीसारखेच आहोत. वयाच्या 2 ते 9 वर्षांच्या काळात आपण आपल्या नैसर्गिक अस्तित्वाला झाकून टाकायला सुरुवात करतो. अनैसर्गिकतेचे लेपावर लेप स्वत:वरच चढवत राहतो; परंतु मोठे झाल्यावर आपणच आपल्या विचारशैलीचा विकास केला पाहिजे. योग्य/अयोग्य ओळखले पाहिजे. अभ्यासासाठी योग्य अध्ययनशैली आत्मसात केली पाहिजे. बोधनिक शैलीतून स्वत:ला ओळखले पाहिजे. पुढील पाठातून खालील प्रश्नांची उत्तरे तुम्हाला मिळू शकतील.

- अध्ययनशैलींचे विविध प्रकार स्पष्ट करून विद्यार्थ्यांच्या संपादणूकीसाठी त्याचा वापर कसा कराल हे स्पष्ट करा.
- बोधनिकशैलींचे विविध प्रकार स्पष्ट करून ते विकसित होण्यासाठी कोणकोणते उपक्रम राबवाल ?
- विविध विचारशैलींचे महत्त्व सांगून, एक शिक्षक या नात्याने विद्यार्थ्यांमध्ये बदल घडविण्यासाठी त्याचा उपयोग कशा प्रकारे कराल हे स्पष्ट करा.

बोधनिकशैली (Cognitive Style) आणि अध्ययनशैली (Learning Style) म्हणजे मुले आणि मोठ्या व्यक्ती विचार करण्यासाठी आणि शिकण्यासाठी वापरत असलेले विविध मार्ग. या दोन्ही शैली जवळपास सारख्याच आहेत. शिक्षणतज्ज्ञ यास 'अध्ययनशैली' असे म्हणतात. यामध्ये विद्यार्थ्यांच्या अध्ययनातील फरक व कारणे अशा बऱ्याच गोष्टी समाविष्ट होतात. मानसशास्त्रज्ञ यास 'बोधनिक शैली' असे म्हणतात. यामध्ये माणसांच्या माहिती प्रक्रियेतील फरक समाविष्ट होतो.

9.1 अध्ययन शैली (Learning Style)

काही जण प्रत्यक्ष अनुभवाने शिकतात तर काही जण बुद्धीने अमूर्त संबोध समजून घेतात. शिकण्यासाठी जे वेगवेगळे मार्ग अवलंबिले जातात त्यालाच 'अध्ययनशैली' असे म्हणतात. शिक्षक आणि विद्यार्थी अध्ययनाची योग्य शैली ठरवितात; परंतु ज्यामुळे विद्यार्थी सहज, आनंदाने शिकेल तिच अध्ययनशैली त्या विद्यार्थ्यांसाठी योग्य म्हणता येईल. त्यामुळे अमुक एक अध्ययनशैली योग्य आहे असे म्हणणे उचित ठरणार नाही. अध्ययनशैलीमध्ये खालील गोष्टींचा समावेश होतो -

(1) माहिती घेतली जाते.

(2) पुढील प्रक्रियेसाठी माहिती निवडली जाते.

(3) अर्थ, किंमत, कौशल्य, समस्या निराकरणाची पद्धत वापरली जाते, निर्णय घेतले जातात. नवीन अर्थ निर्माण केला जातो.

(4) दिलेल्या प्रक्रियेत बदल केला जातो.

बहुतेक व्यक्ती स्वत:च्या ज्ञानेंद्रियांद्वारे सहज अध्ययन करीत असतात. प्रत्येक वेळी आपण जवळपास सर्वच ज्ञानेंद्रिये वापरतो; परंतु कधी-कधी अध्ययनासाठी एकाच ज्ञानेंद्रियेचा जास्त वापर केला जातो. अध्ययनासाठी ज्या ज्ञानेंद्रियेचा वापर जास्त केला जातो त्यानुसार त्या अध्ययनशैलीला नाव दिले आहे.

(1) दृक शैली (Visual Learning Style) : दृक शैलीमध्ये अध्ययनार्थी डोळ्यांचा जास्त वापर करतो. शैक्षणिक साहित्याचा वापर हा दृक शैलीमध्ये प्रभावी ठरतो. उदा., तक्ते, आलेख, चित्रे, फोटो, पिक्चर, ओव्हरहेड प्रोजेक्टर, संगणक इत्यादी. यांपैकी कोणत्याही पद्धतीत डोळ्यांचा वापर जास्त केला जातो. त्यामुळे विद्यार्थ्याला निरीक्षण करण्याच्या, वाचण्याच्या, लिहिण्याच्या सूचना द्याव्यात. उदा., विद्यार्थ्याला गोष्ट वाचायला लावणे.

(2) श्रवण शैली (Aural Learning Style) : अध्ययनार्थीला जास्तीत जास्त 'ऐकण्याची' संधी देणे हे श्रवणशैलीमध्ये अपेक्षित असते. यामध्ये गट-चर्चा, व्याख्यान, मोठ्याने वाचणे, कॅसेट व पिक्चर ऐकणे इत्यादींचा समावेश होतो. उदा., एखादा विद्यार्थी गोष्ट वाचत असताना 'सर्वनाम' आल्यावर त्याला इतरांनी थांबविणे व इतरांनी सर्वनाम ओळखणे.

(3) मौखिक शैली (Verbal Learning Style) : अध्ययनार्थी मौखिक शैलीमध्ये तोंडाचा वापर जास्त करतो. उदा., व्याख्यान देणे; कविता, उतारा, प्रश्नोत्तरे पाठ करणे; मोठ्याने धडे वाचन करणे.

(4) कारक शैली (Physical Learning Style) : यामध्ये अध्ययनार्थी प्रत्यक्ष अनुभवावर भर देतात. कारक शैली म्हणजे अशा शारीरिक हालचाली ज्या अध्ययनावर प्रभाव टाकतात. उदा., क्षेत्रभेट, प्रयोग, भूमिकाभिनय, कोडी, खेळ, त्रिमीतीय शैक्षणिक साधने लिहून काढणे, मोठ्याने बोलणे.

(5) तार्किक अध्ययनशैली (Logical Learning Style) : अध्ययनाचा केंद्रबिंदू जेव्हा 'बौद्धिक' असतो तेव्हा त्याला 'तार्किक अध्ययनशैली' असे म्हणतात. उदा., समस्यांमधून आपण विचार करत असतो. जसे - समस्या निराकरण, बुद्धिमंथन, पृथक्करण इत्यादी. ज्या व्यक्ती मूर्त गोष्टींचा विचार करतात त्या उदाहरणांचा जास्त वापर करतात. याउलट, ज्या व्यक्ती अमूर्त गोष्टींचा विचार करतात त्या व्यक्तींना 'काय साध्य होते' यामध्ये आवड असते. जसे - मुख्य कल्पना, संबोध, नियम, तत्त्वे इत्यादी. काही व्यक्तींना एखाद्या कामाचा क्रमाने विचार करायला आवडते तर काही व्यक्तींना काम होण्याशी मतलब असते, मग ते काम कोणत्याही क्रमाने होवो.

(6) सामाजिक अध्ययनशैली (Social Learning Style) : सामाजिक अध्ययनशैलीमध्ये संस्कृतीचा भाग महत्त्वाचा असतो. यामध्ये अन्न, वस्त्र, घर, वाहतूक-साधने, कला, नाटके, कुटुंब, शेजार, शाळा, भाषा-शाब्दिक/अशाब्दिक, सरकार, बक्षीस, शिक्षा, संरक्षण यंत्रणा, शिक्षण-औपचारिक व अनौपचारिक, रूढी, मूल्य, परंपरा, व्यापार, मनुष्यबळ या सर्वांचा समावेश होतो. शिक्षक-विद्यार्थी आंतरक्रिया, वर्ग व्यवस्थापन, शिक्षकाची मार्गदर्शक म्हणून भूमिका, विद्यार्थ्यांचा कृतियुक्त सहभाग यांमधून सामाजिक अध्ययन घडत असते. व्यक्ती दुसऱ्यांशी कोणत्या भाषेत बोलते, कशा प्रकारे बोलते यावरून व्यक्तीची सामाजिक अध्ययनशैली कळून येते. सामाजिक अध्ययनावर समाजाचा परिणाम होत असला तरी प्रत्येक व्यक्तीवर विशिष्ट समाजाचा ठराविक पद्धतीनेच परिणाम होईल असे नाही.

(7) एकांत अध्ययनशैली (Solitary Learning Style) : संशोधनातून असे सिद्ध झाले आहे की, विशिष्ट ठिकाणी व ठराविक पद्धतीने रोज अभ्यास केला तर तो चांगल्या पद्धतीने होतो. शांत जागा, मोठे टेबल, आरामदायी खुर्च्या, भरपूर प्रकाश, ऐकायला मंद संगीत, विचार प्रवृत्त करणारा स्वाध्याय, हाताशी पुस्तके या सर्व गोष्टीं विद्यार्थ्यांना चांगल्या अभ्यासासाठी प्रवृत्त करतात. खूप हुशार मुलांना कोठेही अभ्यासाला बसले तरी चालते; परंतु त्यांना शांत, एकांत असलेली जागा अभ्यासासाठी लागते. काही गरीब विद्यार्थ्यांना ज्या ठिकाणी अभ्यास करणे शक्य असेल त्याच ठिकाणी अभ्यास करावा लागतो. त्यांना दुसरा पर्याय उपलब्ध नसतो. अशा विद्यार्थ्यांमुळे कदाचित नवीन अध्ययनशैली निर्माण होऊ शकते.

9.2 बोधनिक शैली (Cognitive Style)

व्यक्ती आपल्या आजूबाजूच्या माहितीचे ज्या प्रकारे आकलन करते आणि त्याची सुसंगत रचना करते त्याला 'बोधनिक शैली' म्हणतात. संशोधनातून हे सिद्ध झाले आहे की, व्यक्ती एखादे काम कशा प्रकारे हाताळते यामध्ये वैविध्य असते; परंतु यातून बुद्धिमत्ता व विशेष क्षमता कळू शकत नाही. व्यक्तीची अभिवृत्ती, मूल्ये, समाजाभिमुखता यांवर प्रभाव टाकणारे व्यक्तिमत्त्व घटक हे बोधनिक शैलीतून कळून येते.

(1) क्षेत्र परावलंबन विरुद्ध क्षेत्र स्वतंत्र (Field Dependence Versus Field Independence) : हर्मन व्हिटकिन (Herman Witkin) याने 1940 मध्ये या दोन्ही बोधनिक शैली शोधून काढल्या. क्षेत्र परावलंबनामध्ये व्यक्तीला माहितीचे एकत्रित आकलन होते. यात त्याच्या नजरेच्या टप्प्यात जर माहिती घटकात विभागली गेली असेल तर आकलन होत नाही. माहितीतील महत्त्वाचा भाग बाजूला काढणे, माहितीचे घटक वेगवेगळे करणे, समस्या निराकरणासाठी माहितीचा वापर करणे या गोष्टी क्षेत्र परावलंबनामध्ये अवघड असते. अशा व्यक्ती गटात चांगल्या प्रकारे काम करतात, सामाजिक माहिती त्यांच्या चांगल्या प्रकारे लक्षात राहते.

क्षेत्र स्वतंत्र व्यक्ती स्वतःच्या पद्धतीने माहिती गोळा करते. ते माहितीचे घटक वेगवेगळे करू शकतात, वेगवेगळ्या घटकांचे आकलन होते. या व्यक्तींना गणित व विज्ञान विषयांत गती असते; परंतु त्या सामाजिक संबंध राखण्यात कमी पडतात. या व्यक्ती स्वयंप्रेरणेने चांगल्या प्रकारे शिकू शकतात.

(2) आवेगशील विरुद्ध विचारपूर्वक बोधनिक शैली (Impulsive Versus Reflective Cognitive Style) : आवेगशील विद्यार्थी घाईघाईने काम करतात. त्यामुळे त्यांच्या कामात चुका फार होतात. विचारशील विद्यार्थी विचारपूर्वक हळूहळू काम करतात आणि कमीत-कमी चुका करतात. विद्यार्थी जसजसे मोठे होत जातात तसतसे ते विचारपूर्वक काम करू लागतात. त्यांच्या शालेय कामात सफाई दिसून येते. त्यांना विचारपूर्वक काम करण्याची सवय लावता येते. विद्यार्थ्यांना सर्व मजकूर डोळ्याखालून घालायची सवय लावली तर हे शक्य आहे. जसे बहुपर्यायी प्रश्नोत्तरांमध्ये प्रत्येक पर्याय वाचला तर एकही शक्यता दुर्लक्षित राहात नाही. योग्य व अयोग्यची चर्चा वर्गात केली तर प्रश्नाचा सर्वांगाने विचार केला जातो. स्वयं-अध्ययनाने सुद्धा विचारपूर्वक अभ्यास करण्याची शैली विकसित करता येते.

(3) सखोल दृष्टिकोन विरुद्ध तात्पुरता दृष्टिकोन (Deep-Processing Approach Versus Surface - Processing Approach) : सखोल दृष्टिकोन असणारे विद्यार्थी अध्ययन साहित्यातून संबंध किंवा अर्थ नीटपणे समजून घेतात. असे विद्यार्थी ज्ञान मिळविण्यासाठी शिकतात. परीक्षेत किती गुण पडतील याचा ते फारसा विचार करीत नाहीत. यांच्यासाठी प्रेरणा महत्त्वाची असते. तात्पुरता दृष्टिकोन असलेले विद्यार्थी पाठांतरावर भर देतात, त्यांना परीक्षेपुरते आठवले तरी चालते मग ते कळले नाही तरी चालते. असे विद्यार्थी बक्षीस, गुण, श्रेणी व दुसऱ्यांनी चांगले म्हणावे या गोष्टींनी प्रेरित झालेले असतात.

अध्ययनासाठी कशाचा, काय, कशासाठी त्याचप्रमाणे प्रकाश, अन्न, गाणी अशा गोष्टींनाही महत्त्व असते. प्रत्येक विद्यार्थ्यांला अभ्यास करताना वरीलपैकी कोणतीही गोष्ट लागू शकते किंवा कोणत्याही गोष्टीने अभ्यासात व्यत्यय येऊ शकतो.

9.3 अध्ययनशैली/बोधनिकशैली- शैक्षणिक उपयोजन

(Educational Importance Learning Style/Cognitive Style)

(1) विद्यार्थ्यांची अध्ययनशैली/बोधनिकशैली कळल्यामुळे शिक्षक हा विद्यार्थ्यांला अध्ययन व संपादणूक या गोष्टींसाठी चांगल्या प्रकारे प्रवृत्त करू शकतो.

(2) एखाद्या विद्यार्थ्यांची संपादणूक जर कमी असेल तर शिक्षक यासाठी विद्यार्थ्यांचे ज्ञान किंवा क्षमता कमी आहे का ? अध्ययनशैलीमुळे समजू शकत नाही याचा विचार करू शकतो.

(3) अध्ययनशैली/बोधनिकशैलीमुळे व्यक्तिगत प्रेरणा लिहून वैयक्तिक अध्ययनाला चालना मिळते.

(4) विद्यार्थ्यांची अध्ययनशैली कळल्यामुळे शिक्षक योग्य अध्यापन पद्धती वापरू शकतो आणि विद्यार्थ्याला कृतीमध्ये गुंतवू शकतो.

(5) ज्या विद्यार्थ्यांची स्वतःची अध्ययनशैली असते. ते चांगल्या प्रकारे ज्ञान-संपादन करतात. अभ्यासाकडे सकारात्मक दृष्टीने पाहतात. जास्त आत्मविश्वास असतो आणि ज्ञानाचे व्यवहारात उपयोजन चांगल्या प्रकारे करतात.

(6) विद्यार्थ्यांची अध्ययनशैली कळल्यामुळे शिक्षकाला विद्यार्थ्यांमधील विविधता कळून येते.

(7) अध्ययनशैली ही अध्ययन अनुभवांना योग्य आहे की नाही हे शिक्षकांना कळल्यामुळे विद्यार्थ्यांच्या कौशल्यविकासाला मदत होते.

(8) विद्यार्थ्यांचा स्थगन व गळती, विध्वंसक प्रवृत्ती समजून घ्यायला अध्ययन शैली/बोधात्मक शैलीमुळे मदत होते.

9.4 विचारशैली (Thinking Style)

हॅरिसन आणि ब्रॅमसन (Harrison & Bramson) यांनी त्यांच्या 'Art of Thinking' या पुस्तकात व्यक्ती वस्तूंविषयी कशाप्रकारे विचार करतात, याविषयी सांगितले आहे. पाश्चिमात्य समाज पाच प्रकारे विचार करतो असे त्यांना दिसून आले.

विचार शैलीचे प्रकार

विचारशैलीचे प्रकार पुढीलप्रमाणे सांगता येईल -

(1) संयोगवादी विचारशैली (Synthesist Thinking Style) : संयोगवादी हा आव्हान स्विकारणारा, प्रत्येक गोष्टींकडे संशयाने बघणारा असतो. या व्यक्तींना तर्क करायला आवडते, कोणत्याही माहितीची पक्ष आणि प्रतिपक्ष बाजूने विधाने करून सत्य-असत्यता तपासून पाहतात आणि त्या संघर्षातून नवीन कल्पना मांडतात.

संयोगवादींचे प्रथम तत्त्व म्हणजे 'मुक्त चर्चा' आणि 'परस्परविरोधी तत्त्वांमधील संघर्ष'. याद्वारे ते सर्जनशीलतेला वाव देतात. याबाबत ते आग्रही असतात. दुसरे तत्त्व म्हणजे निरुपयोगी वाटणारा पण महत्त्वाचा प्रश्न विचारणे. यामध्ये संयोगवादीला प्रश्नाचे उत्तर माहीत असते; परंतु समोरच्याला बोलते करण्यासाठी प्रश्न विचारलेला असतो. समोरच्या कडून स्वतःला हवे ते उत्तर काढून घ्यायचे आणि त्यांच्या मताशी सहमत व्हायचे यामुळे समोरच्याला असे वाटते की आपण संयोगवाद्याला पटविले. संयोगवाद्यांना चर्चा सुरू करायला आवडते आणि माणसे कशाप्रकारे वागतात याचे निरीक्षण करायलाही आवडते. ते प्रश्न टाकतात आणि लोकांची मते जाणून घ्यायला उत्सुक असतात.

संयोगवादी लोकांना तर्क करायला आवडते. त्यांना प्रत्येक गोष्टीला का ? हा प्रश्न विचारायला आवडते. त्यामुळे सर्जनशीलतेला वाव मिळतो आणि तो प्रत्येक गोष्टीकडे वेगवेगळ्या दृष्टिकोनातून बघू लागतो. 'बुद्धिमंथन' पद्धतीद्वारे प्रश्न विचारायला प्रोत्साहित करता येते.

(2) आदर्शवादी विचारशैली (Idealists Thinking Style) : आदर्शवादी समोरच्याला चांगल्या प्रकारे प्रतिसाद देतात आणि समोरच्याचे लक्षपूर्वक ऐकून घेतात. ते संघर्ष टाळतात आणि त्यांच्या समायोजन करण्याकडे कल असतो. आदर्शवादी पूर्णत्वावर विश्वास ठेवतात. या व्यक्ती नियोजन करण्यावर भर देतात. त्यांच्या मते, लोकांनी भविष्याचे योग्य नियोजन केले तर जग हे सुंदर बनेल.

आदर्शवादी चांगले श्रोते असतात. त्यांना व्यक्ती आणि भावना यांची आवड असते. त्यामुळे ते माहिती चांगल्या प्रकारे गोळा करू शकतात. आदर्शवादी मानवतावादी दृष्टिकोनातून विधान करायचा प्रयत्न करतात.

संयोगवाद्यांप्रमाणे हे ही अचूक उत्तर काढण्याचा प्रयत्न करतात; परंतु आदर्शवादी संघर्ष टाळून राजमार्गाने जातात.

(3) उपयुक्ततावादी विचारशैली (Pragmatists Thinking Style) : उपयुक्ततावादी हे दुसऱ्यांच्या मताशी चटकन सहमत होतात. त्यांना विनोदाचे अंग चांगले असते. ते संघर्षापासून दूर न जाता त्यांचा सामना करतात. या व्यक्ती अतिशय सर्जनशील असतात. ज्या ज्या गोष्टी शक्य असतील त्या त्या सर्व करून पाहण्याकडे उपयुक्ततावाद्यांचा कल असतो. त्यांना छोट्या-छोट्या घटकांमध्ये काम करायला आवडते, त्यामुळे स्पष्टीकरण द्यायला सोपे जाते. ज्यामधून चटकन निर्णय होणार असेल अशी छोटी-छोटी ध्येये ठेवायला त्यांना आवडते, त्यामुळे काम पटकन होण्यास मदत होते. उपयुक्ततावाद्यांचा स्वतःच्या विचारपद्धतीवर विश्वास असतो आणि त्याबाबत ते दुसऱ्यांना पटवून देत असतात. अशा प्रकारे त्यांना स्वतःच्या कल्पनांचे भांडवल करायला आवडते. या व्यक्ती कोणत्याही कामाचे अचानक नियोजन करू शकतात. काम करताना जर त्यांना एखादा रस्ता सापडला नाही तर ते दुसऱ्या शक्यतेचा विचार करतात, समायोजन चांगल्या प्रकारे करतात.

(4) चिकित्सावादी विचारशैली (Analysts Thinking Style) : चिकित्सावादी शांत, गंभीर व समजण्यास कठीण असतात. ते त्यांना अवगत असलेली माहिती केंद्रस्थानी ठेवून तर्कशुद्ध विचार करतात.

ते नियमांवर आणि प्रत्येक गोष्टीसाठी एक मार्ग असतोच यावर विश्वास ठेवतात. ते शिस्तबद्ध आणि अलिप्त असतात. विज्ञाननिष्ठ आणि संशोधन पद्धतीनुसार काम करतात. जास्तीत-जास्त माहिती गोळा करण्याकडे त्यांचा कल असतो. चिकित्सावादीला जर समस्या सोडवायला दिली तर ते समस्येचे भाग पाडतात. ते प्रत्येक भागाचा स्वतंत्र विचार करतात आणि त्यातूनच त्यांना समस्येचे उत्तर सापडते.

चिकित्सावाद्यांना यादी करायला आवडते. त्यांना असे वाटते की कोणतीही गोष्ट लिहून काढली की त्यामध्ये जास्त स्पष्टता येते. या व्यक्तींचा जास्त खोलात जायचा व अचूकतेवर भर असतो.

(5) वास्तवतावादी विचारशैली (Realists Thinking Style) : वास्तवतावादी समोरासमोर बोलणारे व स्पष्ट बोलणारे, स्वतःच्या मताविषयी आग्रही असतात. या व्यक्तींचा निरिक्षण व प्रयोगावर भर असतो. ते मूर्त गोष्टींवर विश्वास ठेवतात. वास्तववादींना स्वतःला काय करायचे आहे याची स्पष्ट कल्पना असते. स्वतःच्या हातात कोणत्या गोष्टी आहेत आणि काम कशा प्रकारे पूर्णत्वास नेले पाहिजे याविषयी त्यांना फार चांगले आकलन असते. अवघड गोष्टी सोप्या व स्पष्ट करण्याकडे त्यांचा कल असतो. त्यांना त्यांच्या मर्यादा माहीत असतात. गरज पडली तर ते तज्ज्ञ व्यक्तींची मदत ताबडतोब घेतात.

प्रत्येकामध्ये वास्तवतावादी गुणधर्म असतोच आणि प्रसंगानुरूप हा गुणधर्म दिसून येतो. एखाद्या कठीण वेळी लोकांना मार्ग काढणे अवघड वाटत असेल त्यावेळी वास्तवतावादी ताबडतोब योग्य मार्ग सुचवितो. या लोकांची ठाम मते असतात. ध्येय सुस्पष्ट करणे ही त्यांची मुख्य ताकद असते.

9.5 विचारशैली - शैक्षणिक उपयोजन

(Educational Importance of Thinking Style)

(1) विचारशैली समजून घेतल्यामुळे प्रत्येकाला स्वतःची विचारशैली कळून येईल आणि दुसऱ्यांबरोबर समायोजन करणे शक्य होईल.

(2) दुसऱ्या व्यक्तीचे विचार समजून घेतल्यामुळे, त्यांना मदत करणे सोपे जाईल.

(3) प्रत्येक जण वेगळा आहे आणि वेगळा विचार करतो हे मान्य केल्यावर काम करणे सोपे जाईल.

(4) संयोगवादी दृष्टीने विचार केल्यास समस्येचा वेगवेगळ्या दृष्टीने विचार केल्यावर नवीन सर्जनशील मार्ग निघू शकतो.

(5) आदर्शवादी दृष्टीने विचार केल्यास प्रत्येक कामात सहभागी होऊन मदत केल्यास चांगल्या प्रकारे संघटन होऊ शकते.

(6) उपयुक्ततावादी दृष्टीने विचार केल्यास समस्येचे सर्जनशीलरित्या उत्तर मिळू शकते.

(7) चिकित्सावादी दृष्टीने विचार केल्यास तुम्ही संशोधन पद्धतीने व पायऱ्यांनी समस्येचा विचार कराल आणि चांगल्या प्रकारे पद्धतीशीर समस्या सोडवाल.

(8) वास्तववादी तुम्हाला समस्येचे उत्तर तातडीने सोडवून देतील.

(9) विचारशैली समजून घेतल्यामुळे व्यक्ती किती प्रकारे विचार करत असतात हे कळून येते. त्यामुळे संवाद प्रभावपणे होऊ शकतो. विविध लोकांना आणि प्रसंगांना चांगल्या प्रकारे तोंड देऊ शकतो.

पारिभाषिक संज्ञा

(1) **अवबोध** (Perception) : एखाद्या माहितीचा आपल्या ज्ञानेंद्रियाद्वारे जो अर्थ लावला जातो त्याला अवबोध असे म्हणतात.

(2) **आधिभौतिक** (Metaphysical) : उच्च प्रतीचे अमूर्त तत्त्वज्ञान.

(3) **अभिसंधान** (Conditioning) : चेतक व प्रतिसाद यामध्ये टिकाऊ स्वरूपाचे संबंध तयार होणे.

(4) **अभिजात अभिसंधान** (Classical Conditioning) : सर्वसाधारणपणे प्रतिक्षेप निर्माण करणाऱ्या मूळ, नैसर्गिक उद्दीपकाव्यतिरिक्त इतर उद्दीपकाला प्रतिक्षिप्त प्रतिक्रिया देण्यास शिकणे. उदा., सरावानंतर घंटानादामुळे कुत्र्याचे लाळ स्रावणे.

(5) **अभियोग्यता** (Aptitude) : विशिष्ट ज्ञानक्षेत्रात वा कौशल्यक्षेत्रात कार्य करण्याची क्षमता.

(6) **अनुदेशन** (Instruction) : अपेक्षित अध्ययनासाठी केलेली अध्यापन रचना.

(7) **अध्यापन प्रतिमाने** (Teaching Models) : अध्ययन उपपत्तींची अर्थपूर्णरित्या मांडणी.

(8) **अध्यापनाची उपपत्ती** (Theory of Teaching) : मुलांना शिकविण्यासाठी विविध तज्ज्ञांनी सांगितलेले संकल्पनीकरण.

(9) **अल्गोदिरम** (Algorithm) : असा नियमांचा संच जो अमलात आणल्यास व्यक्ती समस्येचा उत्तरापर्यंत हमखास पोहोचतो.

(10) **अग्रत संघटक** (Advance Organizer) : व्यक्तीच्या बोधात्मक संरचनेत माहिती स्थिर होण्यासाठी उपयुक्त अशी संघटक रचना अध्यापनाच्या सुरुवातीला सादर करणे म्हणजे अग्रत संघटक.

(11) **अल्पकालीन स्मृती** (Short Term Memory) : वेदनिक माहितीचा अर्थ प्राप्त करून देऊन ती 15 ते 25 सेकंद टिकवून ठेवणारा स्मृतिसाठा.

(12) **अंतःस्रावी ग्रंथी** (Endocrine Glands) : शरीरामध्ये रसायनांची निर्मिती करणारे इंद्रिय.

(13) **अक्षतंतू** (Axon) : इतर चेतापेशींकडे चेतासंदेश वाहून नेणारी नलिकेसारखी रचना.

(14) **अग्रखंड** (Frontal Lobe) : उच्च दर्जाच्या विचारप्रक्रिया व ओघवती भाषा यांच्याशी संबंधित असणारा मेंदूचा पुढचा व वरचा भाग.

(15) **अधश्चेतक** (Hypothalamus) : शरीराचे तापमान, तहान, भूक, झोप, जागृतावस्थ, लैगिंक क्रिया, भावना यांवर नियंत्रण ठेवणारा भाग.

(16) **अनुकंपी विभाग** (Sympathetic Nervous System) : तणावपूर्वक घटना व शारीरिक जागरणासाठी जबाबदार असणारा स्वायत्त चेतासंस्थेचा भाग.

(17) **अनुमस्तिष्क** (Cerebellum) : लहान मेंदू.

(18) **अश्वमीन** (Hippocampus) : स्मृती दीर्घकाळ टिकवून ठेवणारा भाग.

(19) **ॲमिगडाला** (Amygdale) : हा भाग धोक्याला तीव्र प्रतिक्रिया देते व धोक्यापासून व्यक्तीचे संरक्षण करते.

(20) **अबोध प्रेरणा** (Unconscious Motivation) : व्यक्तीला स्वतःला जाणीव नसणाऱ्या परंतु वर्तन प्रभावित करणाऱ्या गूढ व अज्ञात प्रेरणा.

(21) **अहम्** (Ego) : वास्तव पातळीवर कार्य करणारा आणि उच्च विचार-प्रक्रिया करणारा व्यक्तिमत्त्वाचा भाग.

(22) **अबोध स्तर** (Unconscious Level) : व्यक्तीच्या सहनप्रवृत्ती, इच्छा, प्रेरणा, उर्मी, स्मृती दडलेला मनाचा स्तर.

(23) **अमूर्त बुद्धिमत्ता** (Abstract Intelligence) : वस्तूच्या अनुपस्थितीत प्रतीके, शब्द व संकल्पनांच्या साहाय्याने विचार करण्याची शक्यता.

(24) **अनभिसंधित उद्दीपक/चेतक** (Unconditioned Stimulus) : ज्या नैसर्गिक चेतकामुळे नैसर्गिक प्रतिसाद देण्याची कृती घडत असेल तर त्या नैसर्गिक चेतकास अनभिसंधित चेतक किंवा उद्दीपक असे म्हणतात.

(25) **अभिसंधित उद्दीपक** (Conditioned Stimulus) : ज्या उद्दीपकामुळे अपेक्षित प्रतिसाद मिळत असेल व त्यात काहीही बदल होत नसेल तर त्या उद्दीपकास अभिसंधित उद्दीपक असे म्हणतात.

(26) **अनभिसंधित प्रतिसाद** (Unconditioned Response) : नैसर्गिक चेतकामुळे जर नैसर्गिक प्रतिसाद दिला जात असेल तर अशा प्रतिसादास अनभिसंधित प्रतिसाद असे म्हणतात.

(27) **अभिसंधित प्रतिसाद** (Conditioned Response) : नैसर्गिक चेतकाऐवजी कृत्रिम चेतक वापरून जो नैसर्गिक प्रतिसाद मिळतो त्या प्रतिसादास अभिसंधित प्रतिसाद म्हणतात.

(28) **अंत:क्षेपण :** दुसऱ्याच्या भावना आपल्या मनात निर्माण होणे.

(29) **आधार वय** (Basal Age) : ज्या कमाल वयाच्या चाचणीमधील सर्वच्या सर्व एकक व्यक्ती पूर्णपणे अचूक सोडवू शकते ते त्याचे आधारवय.

(30) **अंतदृर्ष्टी** (Intuition) : अवबोध क्षेत्राची पुनर्रचना करणे.

(31) **आंतरनिरीक्षण** (Introspection) : स्वतःच्याच मानसिक प्रक्रियांची चिकित्सा करणारी मानसशास्त्रीय अभ्यासपद्धती.

(32) **इंद्रिय प्रशिक्षण** (Sensory Training) : ज्ञानेंद्रिंये व कर्मेंद्रिंये यांच्या विकासासाठी जाणीवपूर्वक योजलेले प्रशिक्षण.

(33) **इदम्** (Id) : सुखतत्त्वानुसार कार्य करणारा व्यक्तिमत्त्वाचा अबोध भाग.

(34) **उद्दीपक** (Stimulus) : चेतना देणारा परिस्थितीजन्य घटक.

(35) **एकमार्गी विचारप्रक्रिया** (Convergent Thinking) : ठराविक व नेहमीच्या दिशेने विचार करणे.

(36) **कार्यवाद** (Functionalism) : मानसिक कार्याच्या अभ्यासाला महत्त्व देणारा मानसशास्त्रीय संप्रदाय.

(37) **कल्पनांचे मुक्त साहचर्य** (Free Association of Ideas) : दोन किंवा अनेक कल्पनांमध्ये विशिष्ट कारणांनी बंध निर्माण होण्याची व एका कल्पनेमुळे दुसरी कल्पना सुचण्याची प्रक्रिया.

(38) **कल्पना विस्तार** (Elaboration) : दिलेल्या मर्यादित माहितीवरून स्वतःकडील अधिक माहिती घालून तिची व्याप्ती व खोली यांचा विस्तार करणे.

(39) **कल्पना स्फोट** (Brain Storming) : बुद्धिमंथन तंत्र यामध्ये कल्पनांची संख्या, त्यांच्यातील विविधता, नावीन्य या सर्वांना महत्त्व आहे.

(40) **कायिक चेतासंस्था** (Somatic Nervous System) : विविध वेदनेंद्रियांकडून मध्यवर्ती चेतासंस्थेकडे व शरीरातील स्नायूंकडे संदेशवहन करणाऱ्या चेतांनी मिळून कायिक चेतासंस्था बनलेली असते.

(41) **किनारी संस्था** (Limbic System) : अध्ययन, भावना, स्मृती व प्रेरणा या कार्याशी संबंधित बाह्यकाखाली असलेली मेंदूरचना.

(42) **कुंभखंड** (Temporal Lobe) : श्रवणकेंद्र व भाषाविषयक केंद्र असणारा कानाच्या थोड्या वरच्या बाजूला असणारा मेंदूचा भाग.

(43) **केंद्रीय गुणविशेष** (Central Traits) : व्यक्तिमत्त्वाच्या केंद्रस्थानी असणारे, वर्तन प्रभावित करणारे, 5 ते 10 संख्येने उपस्थित असणारे गुणविशेष.

(44) **गुणधर्म सूचिकरण** (Attribute Listing) : एखाद्या वस्तूतील त्रुटी, उणीवा, दोष, अडचणी दूर करण्यासाठी नवनवीन मार्ग शोधणे यासाठी त्या वस्तूंच्या प्रमुख गुणधर्माची यादी केली जाते व त्यासाठी पर्याय शोधले जातात.

(45) **गुणतत्त्व दृष्टिकोन** (Trait Theory) : साक्षेपतः टिकावू स्वरूपाच्या व वर्तनात सुसंगतता आणणाऱ्या गुणवैशिष्ट्यांच्या आधारे व्यक्तिमत्त्वाचा अभ्यास करणारा दृष्टिकोन.

(46) **घटक** (Factor) : एखाद्या प्रकियेचा एक भाग.

(47) **चेतक** (Stimulus) : लक्ष वेधून घेऊन कार्यप्रवण करणारा घटक उद्दीपक.

(48) **चल** (Variable) : अनेक मूल्ये धारण करणारा गुण.

(49) **चेतापदशा** (Neurosis) : तणावपूर्णता, चिंता, चेताकुलता इत्यादींशी संबंधित गुणविषेश.

(50) **जीवशास्त्रीय समायोजन** (Biological Adaptation) : सात्मीकरण व समावेशन या दोन प्रक्रियांद्वारा व्यक्ती आंतरिक ज्ञानात्मक रचनेत बदल करते आणि वातावरणाच्या गरजा पूर्ण करते.

(51) **जैव मानसशास्त्रीय** (Bio Psychology) : शरीरातील घडामोडींचा वर्तनावरील परिणाम अभ्यासणारी मानसशास्त्राची शाखा.

(52) **जालरचनाबंध** (Reticular Formation) : वेचक अवधानासाठी जबाबदार असणारे लंबमज्जेच्या मध्यभागातून, सेतूमधून आणि त्या पलीकडच्या भागातून जाणाऱ्या चेतापेशींचे क्षेत्र.

(53) **तुलनात्मक पद्धत** (Comparative Method) : प्राणिवर्तनाची तुलना मानवी वर्तनाशी करून अभ्यास करण्याची पद्धत.

(54) **दृढिकरण/प्रबलीकरण** (Reinforcement) : अध्ययन झाल्यानंतर पारितोषिकाने, शिक्षेने किंवा अन्य काही प्रेरणेने ते पक्के करणे.

(55) **दीर्घकालीन स्मृती** (Longterm Memory) : उजळणीमुळे दीर्घकाळासाठी संचयित झालेल्या माहितीचा साठा.

(56) **दमन** (Suppression) : स्मृती, भावना, कल्पना यांना बोधपातळीपर्यंत येण्यास केलेला मज्जाव.

(57) **दर्शनी गुणविशेष** (Surface Traits) : विविध प्रसंगी व्यक्तीच्या वर्तनातून सातत्याने व सुसंगतपणे प्रकट होणारे गुणविशेष.

(58) **दुय्यम गुणविशेष** (Secondary Traits) : वर्तनावर कमी प्रमाणात परिणाम करणारे गुणविशेष.

(59) **निगमनात्मक तर्कप्रक्रिया** (Deductive Reasoning) : पूर्वानुभवातून गोळा माहितीचे घटक एकत्र करून त्या आधारे निर्णयाप्रत पोहोचण्यासाठी वापरली जाणारी प्रक्रिया.

(60) **निष्पत्ती चले** (Product Variable) : विद्यार्थ्यांनी प्राप्त केलेली कौशल्ये, विषयज्ञान, अभिवृत्ती, व्यक्तिमत्त्वावर झालेले परिणाम इत्यादींना विद्यार्थी अध्ययन स्वरूपातील निष्पत्ती असे म्हणतात.

(61) **नवगामी नियम** (Heuristic) : उपयुक्ततेचे नियम, व्यक्तीच्या पूर्वानुभवावर आधारित अन्वेषणाचे नियम

(62) **प्रायोगिक निरीक्षण** (Experimental Observation) : मानसशास्त्रीय प्रयोग प्रक्रियेतून मिळालेल्या माहितीच्या आधारे अभ्यास करण्याची पद्धती

(63) **प्रबलक** (Reinforcer) : ज्या प्रेरणांनी वर्तनाचे दृढीकरण होते त्या प्रेरणा म्हणजे प्रबलक.

(64) **प्रारूप** (Model) : ज्याच्या अनुकरणामुळे वर्तनात बदल होतात अशी व्यक्ती व दृष्टिकोन म्हणजे प्रारूप.

(65) **परिपक्वता** (Maturity) : शारीरिक व मानसिक आंतरिक लक्षणांचा पूर्ण विकास होणे.

(66) **परिवर्तन** (Change) : दिलेल्या वस्तूचा व कल्पनेचा नेहमीपेक्षा वेगळा उपयोग करणे.

(67) **प्रक्रिया** (Process) : नेमके काय घडते व ते कसे घडते हे जाणून घेणे.

(68) **पडताळा** (Verification) : समस्या सोडविण्यासाठी ठरविलेल्या योग्य उपायाचे प्रत्यक्ष अनुभव घेऊन त्यानंतर त्याची स्वीकृती निश्चित केली जाते.

(69) **प्रवाहित्व** (Fluency) : कल्पनांची संख्या व वारंवारिता वाढविणे.

(70) **पूर्व लाक्षणिक चले** (Presage Variable) : शिक्षकाची वैशिष्ट्ये, अनुभव, प्रशिक्षण, व्यक्तिमत्त्व, बुद्धिमत्ता इत्यादी अध्यापनावर परिणाम करणाऱ्या चलांना पूर्व लाक्षणिक चले असे म्हणतात.

(71) **परानुकंपी विभाग** (Parasympathetic Division) : जागरणानंतर शरीराचे कार्य पूर्वस्थितीत आणणारा इंद्रिये व ग्रंथी यांच्या दैनंदिन कार्यासाठी जबाबदार असणारा स्वायत्त चेतासंस्थेचा विभाग.

(72) **पार्श्वखंड** (Occipital Lobe) : दृष्टिविषयक केंद्र असणारा मेंदूचा मागचा व तळाकडील भाग.

(73) **पीयुषिका ग्रंथी** (Pituitary Gland) : इतर ग्रंथींवर प्रभाव पाडणारी मेंदूतील प्रधान अंत:स्रावी ग्रंथी.

(74) **प्रमस्तिष्क/मेंदू** (Cerebrum) मोठा मेंदू : यामध्ये डावा व उजवा गोलार्ध व त्यांना जोडणारी रचना यांचा समावेश होतो.

(75) **प्रेरणा** (Motivation) : पेशीतील मायट्रोकॉंड्रीयामधून पेशीला व अवयवांच्या कार्यासाठी ऊर्जा निर्माण करून प्रदान केली जाते. या ऊर्जेस प्रेरणा असे म्हणतात.

(76) **पदनिश्चयन श्रेणी** (Rating Scale) : विशिष्ट गुणवैशिष्ट्याबाबत व्यक्तीचे नेमके स्थान निश्चित करण्यास मदत करणारी श्रेणी.

(77) **परमाहम्** (Super Ego) : नैतिकतेनुसार कार्य करणारा व्यक्तिमत्त्वाचा भाग.

(78) **परागमन** (Regression) : प्राप्त परिस्थितीतील समस्या सोडविण्यासाठी पूर्वीच्या अवस्थेतील मार्गांचा केलेला वापर.

(79) **प्रक्षेपण** (Projection) : स्वत:मधील चुकीच्या इच्छांचा अस्वीकार करून त्या इतरांमध्ये शोधणे.

(80) **प्रधान गुणविशेष** (Cardinal Traits) : व्यक्तीच्या वर्तनाला विशिष्ट दिशा देणारा एकमेव गुणविशेष.

(81) **प्रतियोजन** (Adaptation) : आवश्यक कौशल्ये व वर्तनाचा विकास करून परिस्थितीशी जुळून घेण्याची क्षमता.

(82) **प्रसामान्य संभावना वक्र** (Normal Probability Curve) : कोणत्याही शारीरिक व मानसिक वैशिष्ट्यांचे जनसंख्येमधील वितरण दाखविणारा वक्र.

(83) **पुष्टी पूर्वग्रह** (Confirmation Bias) : स्वत:च्या निर्णयाला पुष्टी देणाऱ्याच माहितीचा शोध घेणे व इतर माहितीकडे दुर्लक्ष करणे.

(84) **प्रत्याभरण** (Feedback) : आशय अध्ययन अध्यापनातील त्रुटी दूर करण्यासाठी केलेले मार्गदर्शन.

(85) **शाब्दिक मार्ग** (Diadactic Approach) : लेखी स्वरूपातील मार्ग.

(86) **प्रतिक्षिप्त प्रतिसाद** (Emitted Response) : नैसर्गिक चेतकाशी प्राण्याने दिलेली नैसर्गिक प्रतिक्रिया. उदा., गरम भांड्याचा चटका बसताच हात मागे घेणे.

(87) **प्रगमन प्रगमन संघर्ष** (Approach-Approach Conflict) : हवे-हवे संघर्ष.

(88) **प्रगमन वर्जन संघर्ष** (Approach Avoidance Conflict) : हवे-नको संघर्ष.

(89) **फलित** (Product) : एखाद्या क्रियेनंतर मिळालेली निष्पत्ती.

(90) **बोधावस्था** (Conscious) : मनाचा असा भाग की ज्यातील घडामोडींची जाणीव व्यक्तीला सातत्याने असते.

(91) **बोधात्मक कार्यवाद** (Cognitive Behaviourism) : चेतक प्रतिसादानुसार मनातील विचार प्रक्रियेचे महत्त्व मानणारा वर्तनवादी संप्रदाय.

(92) **बोधनिक दृष्टिकोन** (Cognitive View) : वर्तनामागील मानसिक व अभ्यासाला महत्त्व देणारा मानसशास्त्रीय दृष्टिकोन.

(93) **बहिर्मुखता** (Extroversion) : समाजप्रिय व मनमोकळेपणा इत्यादींशी संबंधित गुणविशेष.

(94) **बोधस्तर** (Conscious) : वर्तमानकाळातील वेदन, संवेदन, विचार, भावना, जाणीवा अनुभवणारा मनाचा स्तर.

(95) **बोधपूर्व स्तर** (Preconscious) : कोणत्याही क्षणी बोध पातळीवर घेऊ शकतील अशा स्मृती, माहिती, घटना जतन केलेल्या मनाचा स्तर.

(96) **बुद्धिगुणांक** (Intelligence Quotient) : व्यक्तीचे मानसिक वय व जैविक वय यांचे गुणोत्तर.

(97) **भेदनिश्चयन अध्ययन** (Discrimination Learning) : भौतिकदृष्ट्या समान दिसणाऱ्या चेतकांमधील सूक्ष्म फरकाच्या आधारे भिन्न प्रतिसाद देणाऱ्या प्रक्रियेस भेदनिश्चयन अध्ययन म्हणतात.

(98) **भेददर्शक पद्धत** (Differential Method) : व्यक्तिभेदांची चिकित्सा करून मानसशास्त्रीय अभ्यास करण्याची पद्धत.

(99) **भिन्नान्वयन** (Syntatics) : दोन भिन्न व असंबंधित अशा घटकाचे एकत्रीकरण.

(100) **मनोविश्लेषणवाद** (Psychoanalytic) : अबोध मनाचा वर्तनावर प्रभाव असतो असे मानणारा संप्रदाय.

(101) **मौलिकता** (Originality) : बहुतेकांना न सुचलेली अभिजात कल्पना.

(102) **मानसशास्त्र** (Psychology) : वर्तन व मानसिक प्रक्रिया यांचा शास्त्रशुद्ध अभ्यास.

(103) **मेरुरज्जू** (Spinal Chord) : पाठीच्या कण्यामधील लंबमज्जेपासून सुरू होऊन माकडहाडापर्यंत असणारा चेतापेशींचा जुडगा.

(104) **मनोकायिक आजार** (Psychosomatic Disease) : मनावरील दडपणांमुळे झालेले शारीरिक आजार.

(105) **मर्मदृष्टी** (Insight) : समस्येच्या विविध भागातील संबंधांचे अचानक झालेले संवेदन, ज्यामुळे समस्येचे उत्तर लवकर सापडते.

(106) **मानसिक वय** (Mental Age) : व्यक्तीने स्वत:च्या वयाच्या अन्य व्यक्तींच्या तुलनेत दर्शविलेली बौद्धीक पातळी.

(107) **रचनावाद** (Structuralism) : मनोरचनेच्या अभ्यासाला महत्त्व देणारा मानसशास्त्रीय संप्रदाय.

(108) **रेखांश पद्धत** (Longitudinal Method) : एकाच व्यक्तिगटाच्या विकासाच्या विविध वैशिष्ट्यांचा मानसशास्त्रीय अभ्यास करण्याची पद्धत.

(109) **लवचिकता** (Flexibility) : उत्तरांमध्ये विविधता असणे.

(110) **वर्जन-वर्जन संघर्ष** (Avoidance-Avoidance Conflict) : नको-नको संघर्ष.

(111) **वर्तनवाद** (Behaviourism) : निरीक्षण करता येईल अशा बोध वर्तनाचा अभ्यास मानसशास्त्रातील एक संप्रदाय.

(112) **वस्तुनिष्ठ निरीक्षण** (Objective Observation) : व्यक्तिवर्तनाची जशीच्या तशी प्रत्यक्ष मिळविलेल्या माहितीचा चिकित्सक अभ्यास.

(113) **वृत्ते इतिहास** (Case study) : व्यक्तीच्या जीवनातील भूतकालीन घटना व व्यक्तीविषयीची सर्वांगीण माहिती.

(114) **विविधमार्गी विचारप्रक्रिया** (Divergent Thinking) : एखाद्या गोष्टीचा नेहमीपेक्षा विविध मार्गांनी विचार करणे.

(115) **विगमनात्मक तर्कप्रक्रिया** (Inductive Reasoning) : विशिष्ट अनुभवांमधील नियमितता व सातत्य लक्षात घेऊन त्या आधारे एका सामान्य निष्कर्षाप्रत पोहोचण्याची प्रक्रिया.

(116) **वर्गतत्त्व दृष्टिकोन** (Biological Theory) : व्यक्तींचे लिंग, शिक्षण, सामाजिक आर्थिक दर्जा यानुसार व्यक्तिमत्त्वाचे वर्गीकरण करता येते, असे वर्गतत्त्व दृष्टिकोन मानतो.

(117) **वृथा समर्थन** (Rationalization) : एखाद्या चुकीच्या वर्तनाचे पटेल असे स्पष्टीकरण देणे.

(118) **व्यक्तिमत्त्व** (Personality) : व्यक्तीचे वैशिष्ट्यपूर्ण वर्तन व विचार निर्धारित करणारे व्यक्तीतील मनोभौतिक संरचनेचे गतिशील संघटन.

(119) **व्यावहारिक बुद्धिमत्ता** (Practical Intelligence) : प्रसंगानुरूप वर्तन करण्याची क्षमता.

(120) **वैकासिक पद्धत** (Developmental Method) : मनुष्याच्या जन्मापासून ते मृत्यूपर्यंतच्या विकासाचा अभ्यास करणारी मानसशास्त्राची शाखा.

(121) **शब्द साहचर्य** (Word Association) : एका शब्दामुळे दुसरा शब्द आठविणे. उदा., आई म्हटले की वडील आठवते.

(122) **शैक्षणिक मानसशास्त्र** (Educational Psychology) : शैक्षणिक दर्जा सुधारण्यासाठी व शिक्षण क्षेत्रातील समस्या सोडविण्यास मदत करणारी मानसशास्त्राची शाखा.

(123) **शैश्निक अवस्था** (Phallic Stage) : 3 ते 6 वर्षे काळातील विरुद्ध लिंगी पालकांबद्दलचे आकर्षण वाटणारी अवस्था.

(124) **साहचर्यवाद** (Associations) : कल्पनांच्या साहचर्याच्या मानसिक प्रक्रियेची मानसशास्त्रीय अभ्यास पद्धती.

(125) **समष्टिवाद** (Gestaltism) : घटकांच्या एकात्मतेतून निर्माण होणाऱ्या वैशिष्ट्यपूर्ण अनुभूती व अनुभूतीतून विविध मानसिक प्रक्रिया यालाच समष्टिवाद असे म्हणतात.

(126) **सहज प्रवृत्ती** (Instinct) : विशिष्ट परिस्थितीत सजीवांच्या विशिष्ट वर्तनाला चालना देणारा जन्मजात प्रेरक.

(127) **संख्यामान पद्धत** (Statistical Method) : सांख्यिकी माहितीवर विविध प्रक्रिया करून मिळालेल्या निष्कर्षांच्या आधारे अभ्यास करण्याची पद्धती.

(128) **साधक अभिसंधान** (Operant Conditioning) : परिस्थितीवर विशिष्ट परिणाम साधण्याच्या हेतूने व्यक्ती विशिष्ट वर्तन करते आणि धनात्मक दृढीकरणाने वर्तनाला आकार येतो. यालाच साधक अभिसंधान असे म्हणतात.

(129) **सात्मीकरण** (Assimilation) : जीवाच्या वर्तमान पूर्वरचनेमध्ये नवीन व बाह्य घटकांचा अंतर्भाव करणे होय.

(130) **समावेशन** (Accommodation) : नवीन घटकांशी जुळवून घेण्यासाठी वर्तमान रचनेतच काही बदल केले जातात.

(131) **समायोजन** (Adjustment) : प्राप्त परिस्थितीशी जुळवून घेणे.

(132) **सर्जनशीलता** (Creativity) : नावीन्यपूर्ण व अभिजात विचार करण्याची क्षमता.

(133) **संबोधसाध्यता** (Concept Attainment) : वस्तूंचे समान गुणधर्मानुसार वर्गीकरण करणे.

(134) **संरचनावाद** (Structuralism) : मानवी मनाचे विश्लेषण करून त्यातील घटकानुभव बाजूला काढता येतात असे मानणारा मानसशास्त्राचा संप्रदाय.

(135) **सर्वेक्षण** (Survey) : लोकांचा प्रातिनिधीक नमुना घेऊन त्यातील समाजशास्त्रीय व मानसशास्त्रीय घटकांचा परस्पर संबंधांचा अभ्यास करणारी पद्धत.

(136) **सहसंबंधात्मक पद्धती** (Correlational Method) : दोन किंवा अधिक चलांमधील सहगामी (Concomitant) संबंधांचे मापक म्हणजे सहसंबंध.

(137) **सामाजिक मानसशास्त्र** (Social Psychology) : सामाजिक घटकांचा वर्तनावरील परिणाम अभ्यासणारी मानसशास्त्राची शाखा.

(138) **स्वायत्त चेतासंस्था** (Autonomous Nervous System) : अनैच्छिक स्नायू इंद्रिये व ग्रंथींवर नियंत्रण करणाऱ्या चेतापेशींनी बनलेला सीमावर्ती चेतासंस्थेचा भाग.

(139) **सीमावर्ती चेतासंस्था** (Peripheral Nervous System) : मेंदू व मेरुरज्जूच्या बाहेरील व संपूर्ण शरीरभर पसरलेल्या चेतापेशींची संख्या.

(140) **संपादन प्रेरणा** (Achievement Motivation) : आव्हानात्मक ध्येय साध्य करण्यात यशस्वी होण्याची तीव्र इच्छा.

(141) **संरक्षण यंत्रणा** (Defence Mechanism) : इदम् व परमहम् यांच्या संघर्षातून निर्माण झालेली चिंता कमी करण्यासाठी बोधपातळीपर्यंत पोहोचण्यास केलेला मज्जाव.

(142) **स्थिरण** (Fixation) : एखाद्या अवस्थेत कामवासनापूर्तीचे समाधान देणाऱ्या क्रियेबद्दल आसक्ती निर्माण झाल्यामुळे नंतरच्या अवस्थेतील वर्तनातही तिचे प्रतिबिंब दिसण्याची अवस्था.

(143) **समस्या परिहार** (Problem Solving) : समस्या विशिष्ट पायऱ्यांनी सोडविणे.

(144) **सामान्यीकरण** (Generalization) : एकापेक्षा अधिक संबोध जोडणे.

(145) **संरचना विश्लेषण** (Morphological Analysis) : सुरुवातीला एखादी विस्तृत पण सर्वसाधारण स्वरूपाची समस्या निवडतात, मग त्या समस्येशी निगडीत अशी सर्व परिवर्तके विचारात घेतली जातात.

(146) **स्व-जाणीव** (Self Awareness) : स्वत:बद्दलची जाणीव.

(147) **सहानुभाव/तद्नुभूती** (Empathy) : इतरांना समजून घेणे, विविधतेशी समायोजन.

(148) **संश्लिष्ट अभिगम** (Holistic Approach) : समग्र व्यक्तिमत्त्वाचे मापन हा प्रमुख उद्देश यामध्ये असतो.

(149) **तद्नुभूति** (Empathy) : कल्पनेने दुसऱ्याच्या अंतरंगात शिरून त्याच्या भावना जाणून घेण्याची कुवत.

(150) **हेतूवाद** (Purposivism) : वर्तनामागील हेतूला प्राधान्य देऊन मानसशास्त्रीय प्रक्रियांचा अभ्यास करणारा मानसशास्त्रीय संप्रदाय.

(151) **ज्ञानप्रक्रिया** (Constructivism) : माहितीचे आकलन, रूपांतरण व व्यवस्थापन होणे.

(152) **ज्ञानात्मक रचना** (Cognitive Structure) : ज्ञान ज्या पद्धतीने वर्गीकृत करून मेंदूत साठविले जाते ती रचना.

संदर्भ ग्रंथ सूची

(1) जगताप ह.ना. (2009), शैक्षणिक मानसशास्त्र, पुणे : नरेंद्र प्रकाशन

(2) अभ्यंकर शोभना, ओक अमृता, गोळविलकर शीला (2014), मानसशास्त्र वर्तनाचे शास्त्र, दिल्ली : पिअरसन

(3) करंदीकर सुरेश (1994), अध्ययन - अध्यापनाचे मानसशास्त्र, कोल्हापूर, फडके प्रकाशन

(4) कुलकर्णी के.वि. (1992), शैक्षणिक मानसशास्त्र, पुणे : श्रीविद्या प्रकाशन

(5) पारसनीस न.रा. (1996) प्रगत शैक्षणिक मानसशास्त्र, पुणे : नूतन प्रकाशन

(6) खरात आ.पां. (1974) प्रगत शैक्षणिक मानसशास्त्र, पुणे : श्रीविद्या प्रकाशन

(7) पंडित र.वि. (1967) मानसशास्त्राची मूलतत्त्वे, नागपूर : विद्या प्रकाशन

(8) कुलकर्णी डी.आर. (2009) प्रगत शैक्षणिक मानसशास्त्र, नागपूर: विद्या प्रकाशन

(9) सदावर्ते उज्ज्वला, हिंगोलीकर देवेंद्र (2007) शैक्षणिक मानसशास्त्र, नांदेड

(10) शिरगावे दादासाहेब, चौत्रे रघुनाथ, साचणे महेश (2011), शिक्षणशास्त्र, पुणे : निराली प्रकाशन

(11) Ramalingm Panch. (2013), Educational Psychology, New Delhi : Tata McGraw Hill.

(12) Joyce Bruce & Weil Marsha (1975), Models of Teaching, New Delhi : Prentice Hall of India.

(13) Woolfolk Anita E. (1998), Educational Psychology, 7th Edition : Allyn & Bacon

(14) Mohan Aruna G., Educational Psychology, New Delhi, Neelkamal Publications Pvt. Ltd.

(15) Chaube S.P. (1966),. Modern Psychology, Agra : Ram Prasad & sons.

(16) Nayak A. K. Rao VK (2008), Educational Psychology, New Delhi : APH Publishing Corporation.

(17) Skinner Charles E. (1968) Educational Psychology - 4th Edition, New Delhi : Prentice hall of India Private Limited.

(18) Mangal S.K. (2007), Advanced Educational Psychology, 2nd Edition, New Delhi : Prentice Hall of India Private Limited.

(19) Rastogi K.G. (1970), Educational Psychology, Meertit : Rastogi Publication.

(20) Jayaswal Sitaram (1964) Foundation of Educational Psychology, Lucknow: Prakashan Kendra.

(21) Cole Lawrence, Bruce William (1950) Educational Psychology, Bombay : The Times of India Press.

(22) Santrock John W (2005), Educational Essentials : Tata McGraw Hill.

(23) Ausubel David P., Robinson Floyd G (1968), School Learning New York : Holt, Rindhart and Winston inc.

(24) Crow L.D. and Crow A.C. (1963), Educational Psychology, New York : American Book Co.

(25) Jain Purabi (2012), Educational Psychology - Professional Applications; Delhi : Wisdom Press.

(26) Oates John (1999), The Foundations of Child Development Massachusetts, USA : Blackwell Publishers Ine.

(27) Feldman R. (2007) Understanding Psychology, New Delhi : Tata Mc Graw Hill.

(28) Havighurst Robert - (1972), Developmental Tasks and Education, 3rd Ed., David Mckay Company, New York.

Website

(1) violenceprevention/ pdf/school violence fact sheet

(2) http//www.dynamicflight.com/learning.process

(3) http//www.thirteen, org/ed online/concept to classroom

(4) http//cn.m. wikipedia.org/Learning resource center

(5) http//Learning Resources Evaluation by Saskatchewan Ministry of Education.

(6) http//nongae.gsnuac.kr/ bkkim/won

(7) http//en.m. wikipedia.org/wiki/Group development

(8) http//en.m. wikipedia.org/wiki/ Psychomotor learning

(9) http// webspace.ship.edu/Ggboer/freud.html.

(10) http//en.m. wikipedia.org/wiki/Erikson's stages of - psychological development

(11) http//www.simplypsychology. org.piaget.html.

(12) http//en.m. wikipedia.org/Learning resource center

(13) http//en.m. wikiversity.org/wkiki/ design and Develop Learning Resource

(14) http//en.m. wikipedia.org/wiki/ Educational Evaluation

(15) http//en.m. wikipedia.org/wiki/Constructivism

(16) http//mathforum.org/mathed/constructivism.html

(17) http//en.m. wikipedia.org/wiki/ Assertiveness

(18) http//edutech.wiki.unige.ch/en/Taba teaching strategy.model

(19) http//en.m. wikipedia.org/wiki/concept learning.

www.ingramcontent.com/pod-product-compliance
Lightning Source LLC
LaVergne TN
LVHW082031051026
849532LV00011B/3323